ಡಿ.ಡಿ.ಕೊಸಾಂಬಿ

ನಿಮಗೆ ತಿಳಿದಿರಲಿ

ಸಂಪಾದನೆ
ವಸಂತರಾಜ ಎನ್.ಕೆ.

ಚಿಂತನ ಪುಸ್ತಕ

D.D. KOSAMBI : - Nimage Thilidirali, A Reader on Prof. D.D. Kosambi
Ed: Vasantharaja N.K. with contributions from T.S. Venugopal, Shailaja,
Gangadharamurthy & Shivanand

© **Author**

ಪ್ರಥಮ ಮುದ್ರಣ: ಡಿಸೆಂಬರ್ 2010
ದ್ವಿತೀಯ ಮುದ್ರಣ : ಜನವರಿ 2017

ISBN No:978-81-909517-7-7

ಪುಟಗಳು:133+4

ಬೆಲೆ : ರೂ. 85

Size	:	Demy 1/8th
Paper	:	weightless 70 GSM
Coverpage	:	300 GSM Art Board
Copies	:	1000
Cover page		
Design by	:	M. Ramu

ಪ್ರಕಾಶಕರು :
ಚಿಂತನ ಪುಸ್ತಕ
#1863, 11ನೇ ಮುಖ್ಯರಸ್ತೆ, 38ನೇ ಅಡ್ಡರಸ್ತೆ,
4ನೇ ಟಿ.ಬ್ಲಾಕ್, ಜಯನಗರ
ಬೆಂಗಳೂರು – 560 041

ಪ್ರತಿಗಳಿಗಾಗಿ ಸಂಪರ್ಕಿಸಿ:
chinthana.pusthaka@gmail.com
ದೂರವಾಣಿ: 9448443375 / 9902249150
web: http:// chinthanapusthaka.wordpress.com
        http:// chinthanapusthaka.blogspot.com

ಮುದ್ರಣ:
ಕ್ರಿಯಾ
ನಂ.12, 18ನೇ ಅಡ್ಡರಸ್ತೆ, ಸಂಪಂಗಿರಾಮನಗರ
ಬೆಂಗಳೂರು–560027, ದೂರವಾಣಿ:22234369

ನಿಮಗೆ ತಿಳಿದಿರಲಿ

"ಡಿ ಡಿ ಕೊಸಾಂಬಿ ನಿಮಗೆ ತಿಳಿದಿರಲಿ" ಚಿಂತನ ಪುಸ್ತಕದ "ನಿಮಗೆ ತಿಳಿದಿರಲಿ" ಮಾಲಿಕೆಯ ಮೊದಲ ಅರ್ಪಣೆ. ಈ ಮಾಲಿಕೆಯಲ್ಲಿ ಈ ವರೆಗೆ ಕನ್ನಡದ ಓದುಗರಿಗೆ – ತಿಳಿಯದ, ಆದರೆ ತಿಳಿಯಬೇಕಾದ ಅಥವಾ ತಿಳಿದ, ಆದರೆ ಇನ್ನೂ ಹೆಚ್ಚು ಸಮಗ್ರವಾಗಿ ತಿಳಿಯಬೇಕಾದ – ವ್ಯಕ್ತಿಗಳು, ಚಾರಿತ್ರಿಕ ಘಟನೆಗಳು, ಪರಿಕಲ್ಪನೆಗಳು, ಸಂಸ್ಥೆಗಳ ಬಗ್ಗೆ ಸಮಗ್ರ ಪರಿಚಯ ನೀಡುವ ಕೈಪಿಡಿ. ಈ ಕೈಪಿಡಿ ಅವರ ಅಥವಾ ಅವುಗಳ ಬಗ್ಗೆ ಕುತೂಹಲ ಕೆರಳಿಸುವ, ಇನ್ನೂ ವಿವರವಾದ ಓದಿಗೆ ತಿಳಿದುಕೊಳ್ಳಲು ಪ್ರಚೋದಿಸುವ ರೀತಿಯಲ್ಲಿ ಇರುತ್ತದೆ. ಅಂತಹ ವಿವರವಾದ ಓದಿಗೆ ಆಕರಗಳನ್ನು ತೋರಿಸಿಕೊಡುವಂತಹದೂ ಆಗಿರುತ್ತದೆ. ವ್ಯಕ್ತಿ ಬಗ್ಗೆ ಇದ್ದಾಗ ಅವರ ಜೀವನ, ಲೇಖಕರಾಗಿದ್ದರೆ ಅವರ ಕೃತಿಗಳ ಪರಿಚಯ, ಕೆಲವು ಸ್ಯಾಂಪಲುಗಳು, ಅವರ ಕೊಡುಗೆಯನ್ನು ಕೊಡುವ ಯೋಜನೆ ಇದೆ.

ಡಿ ಡಿ ಕೊಸಾಂಬಿ ನಮ್ಮ ದೇಶದ ಸಮಾಜ ಮತ್ತು ಪ್ರಾಕೃತಿಕ ವಿಜ್ಞಾನ ಎರಡರಲ್ಲೂ ಕೊಡುಗೆ ನೀಡಿದ ಅಪರೂಪದ ವಿಜ್ಞಾನಿಗಳಲ್ಲಿ ಒಬ್ಬರು. ಭಾರತದ ಇತಿಹಾಸ ರಚನೆಗೆ ಮೂಲಭೂತ ಕಾಣಿಕೆ ನೀಡಿದ, ಅಣು ಯುಧ್ಧದ ವಿರುಧ್ಧ ವಿಶ್ವ ಶಾಂತಿಗೆ, ವಿಜ್ಞಾನದ ಸದ್ಬಳಕೆಗೆ ಅವರು ದನಿ ಎತ್ತಿದರು. ಅವರ ಶತಮಾನೋತ್ಸವವನ್ನು 2007–2008 ರಲ್ಲಿ ಆಚರಿಸಲಾಯಿತು. ಆದರೆ ಕರ್ನಾಟಕದ ಜನತೆಗೆ ಕನ್ನಡದಲ್ಲಿ ಕೊಸಾಂಬಿ ಅವರ ಜೀವನ, ಕೃತಿ ಮತ್ತು ಕೊಡುಗೆಗಳ ಬಗ್ಗೆ ಸಮಗ್ರ ಪರಿಚಯ ನೀಡುವ ಕೃತಿಗಳು ಇರಲಿಲ್ಲ. ಕರ್ನಾಟಕದಲ್ಲಿ ಕೊಸಾಂಬಿ ಶತಮಾನೋತ್ಸವ ಸಹ ಆಚರಿಸಲಾಗಲಿಲ್ಲ. ಅವರು ಬೆಂಗಳೂರು ಮತ್ತು ಇಂಡಿಯನ್ ಇನ್ಸ್ಟಿಟ್ಯೂಟ್ ಆಫ್ ಸಾಯನ್ಸ್ ಜತೆ ನಿಕಟ ಸಂಬಂಧ ಹೊಂದಿದ್ದರು. ಆದ್ದರಿಂದ ಕೊಸಾಂಬಿ ಅವರನ್ನು "ನಿಮಗೆ ತಿಳಿದಿರಲಿ" ಮಾಲಿಕೆಯ ಮೊದಲ ವ್ಯಕ್ತಿಯಾಗಿ ಆರಿಸಲಾಯಿತು. ಕೊಸಾಂಬಿಯವರ ಎಲ್ಲಾ ಕೃತಿಗಳನ್ನು ಕನ್ನಡಕ್ಕೆ ತರುವ ಯೋಜನೆ ಚಿಂತನ ಪುಸ್ತಕದ್ದು.

ಕೊಸಾಂಬಿ ಅವರ ದೀರ್ಘಕಾಲದ 'ಫ್ಯಾನ್' ಆಗಿರುವ ವಸಂತರಾಜ ಡಿ ಡಿ ಕೊಸಾಂಬಿ ಅವರ ಬಗ್ಗೆ ತಿಳಿಸಲು ಮುಂದೆ ಬಂದರು. ಅವರು ಈ

ಕೃತಿಯನ್ನು ಸಂಪಾದಿಸಿದ್ದು, ಕೊಸಾಂಬಿಯವರ ಕೃತಿಗಳ ಆಯ್ದ ಭಾಗಗಳ ಅನುವಾದವನ್ನು ಟಿ.ಎಸ್.ವೇಣುಗೋಪಾಲ, ಶೈಲಜಾ, ಶಿವಾನಂದ್, ಗಂಗಾಧರ ಮೂರ್ತಿ ಮತ್ತು ವೇದರಾಜ್ ಅವರು ಮಾಡಿಕೊಟ್ಟಿದ್ದಾರೆ. ಡಾ.ಎಂ.ವಿ.ವಸು ಮುನ್ನುಡಿ ಬರೆದು ಕೊಟ್ಟಿದ್ದಾರೆ. ಎಂ. ರಾಮು ಅವರು ಮುಖಪುಟದ ವಿನ್ಯಾಸ ಮಾಡಿದ್ದಾರೆ. ಕ್ರಿಯಾದ ಚಂದ್ರು ಮತ್ತು ಅವರ ಸಂಗಾತಿಗಳು ಅಂದವಾಗಿ ಪುಸ್ತಕವನ್ನು ಮುದ್ರಿಸಿದ್ದಾರೆ. ಅವರೆಲ್ಲರಿಗೂ ನಮ್ಮ ಕೃತಜ್ಞತೆಗಳು.

ರೊಮಿಲ್ಲಾ ಥಾಪರ್, ನೋಮ್ ಚೋಮ್ಸ್ಕಿ, ವಿವೇಕಾನಂದ, ಫೈಜ್ ಅಹ್ಮದ್ ಫೈಜ್, ನಿರಂಜನ, ವಿಯೇಟ್ನಾಂ ಯುಧ್ಧ, ಇರಾಕಿ ಯುಧ್ಧ, ನಾಟೋ, ಡಬ್ಲ್ಯೂಟಿಒ, ಫ್ಯಾಸಿಸಂ, ಸಾಮ್ರಾಜ್ಯಶಾಹಿ–ಇವು ಕೆಲವು "ನಿಮಗೆ ತಿಳಿದಿರಲಿ" ಮಾಲಿಕೆಯ ಯೋಜಿತ ವಿಷಯಗಳು.

"ಡಿ ಡಿ ಕೊಸಾಂಬಿ ನಿಮಗೆ ತಿಳಿದಿರಲಿ" ಮತ್ತು "ನಿಮಗೆ ತಿಳಿದಿರಲಿ" ಮಾಲಿಕೆಯ ಮುಂಬರುವ ಕೃತಿಗಳನ್ನು ಕನ್ನಡದ ಜನತೆ ಎಂದಿನಂತೆ ಸ್ವಾಗತಿಸುತ್ತಾರೆ ಎಂಬ ವಿಶ್ವಾಸ ನಮ್ಮದು.

ಮುನ್ನುಡಿ

ಡಿ. ಡಿ. ಕೊಸಾಂಬಿಯವರು 1956ರಲ್ಲಿ ಅವರ ಮೊದಲ ಪುಸ್ತಕ An Introduction to the Study of Indian History ಬರೆದಾಗ ಚರಿತ್ರೆ ಬರವಣಿಗೆಗೆ ತಿರುವು ತಂದು ಕೊಟ್ಟರು. ಮಾರ್ಕ್ಸ್‌ನ ವಿಚಾರಧಾರೆಯನ್ನು ಭಾರತ ಚರಿತ್ರೆ ರಚನೆಗೆ ಅಳವಡಿಸಿಕೊಂಡ ಆರಂಭದ ವಿದ್ವಾಂಸರು ಶಾಸನ ಹಾಗೂ ಶಾಸ್ತ್ರ ಗ್ರಂಥಗಳನ್ನಲ್ಲದೆ ನಾಣ್ಯಗಳು, ಪುರಾತತ್ವ ಅಂಶಗಳು, ಭಾಷಾಶಾಸ್ತ್ರ, ಜನಪದ ಹೀಗೆ ಹತ್ತು ಹಲವು ಮೂಲಗಳಿಂದ ವಿಚಾರಗಳನ್ನು ಗ್ರಹಿಸುವ ಮೂಲಕ ಚರಿತ್ರೆ ಬರವಣಿಗೆಗೆ ವಿಸ್ತಾರವಾದ ನೆಲಗಟ್ಟನ್ನು ಹಾಕಿದರು. ಮೂಲತಃ ಗಣಿತ ಶಾಸ್ತ್ರಜ್ಞರಾಗಿದ್ದು ಚರಿತ್ರೆ ಬರವಣಿಗೆಯ ಮೂಲಕ ಭಾರತದ ಜನರನ್ನು ಅರಿಯತೊಡಗಿದರು. ಅಂತರ್–ಶಿಸ್ತೀಯ ನೆಲೆಯಲ್ಲಿ ಅಧ್ಯಯನ ಮಾಡುವವರಿಗೆ ಕೊಸಾಂಬಿಯವರ ಓದು ಕೈದೀವಿಗೆಯೇ ಸರಿ.

ಹಲವಾರು ಸಂಸ್ಕೃತ ಪಠ್ಯಗಳಲ್ಲಿ ಫ್ಯೂಡಲ್ ಹಿನ್ನೆಲೆಯನ್ನು ಎತ್ತಿ ಹಿಡಿಯುತ್ತಾ ವಿವಾದವನ್ನು ಸೃಷ್ಟಿಸಿದರು. ಭಾರತದಲ್ಲಿ ಫ್ಯೂಡಲಿಸಂನ್ನು ವಿವರಿಸುತ್ತಾ Feudalism from above and Feudalism from below ಎಂದು ವಾದವನ್ನು ಮಂಡಿಸಿದವರು. ಪುರಾಣಗಳಲ್ಲಿ ಚಾರಿತ್ರಿಕ ಅಂಶಗಳನ್ನು ಹುಡುಕಾಡಿದವರು.

ಕೊಸಾಂಬಿಯವರ ವಿಚಾರಗಳಂತೆ ಅವರ ಬದುಕೂ ಸಾಹಸಮಯವೇ ಆದುದು. ಅವನ್ನೆಲ್ಲಾ ಸೆರೆ ಹಿಡಿಯುವಲ್ಲಿ ವಸಂತರಾಜ ಅವರ ಪ್ರಯತ್ನ ಮೆಚ್ಚುವಂತಹುದು. ಕೊಸಾಂಬಿಯವರ ಸಮಗ್ರ ಓದಿಗೆ ತೊಡಗಲು ಇದು ಉತ್ತಮ ಪ್ರವೇಶಿಕೆಯಾಗುತ್ತದೆ. ಕನ್ನಡ ಓದುಗರಿಗೆ ಕೊಸಾಂಬಿಯವರ ಪರಿಚಯದ ಕೊರತೆಯನ್ನು ಈ ಕೈಪಿಡಿ ನೀಗಿಸಬಲ್ಲದು.

–ಡಾ.ಎಂ.ವಿ.ವಸು

ಕೊಸಾಂಬಿ ಕೆಣಕಿದಾಗ..

ನಾನು ಮೊದಲ ಬಾರಿ ಪ್ರೊ.ಡಿ.ಡಿ.ಕೊಸಾಂಬಿ ಹೆಸರು ಕೇಳಿದ್ದು ನನ್ನ ಬಿಎಸ್ಸಿ ಇಂಗ್ಲಿಷ್ ಪಠ್ಯದಲ್ಲಿ. 'ಸಾಕ್ರೆಟಿಸನ ವಿಚಾರಣೆ' ಎಂಬ ಅವರ ಪ್ರಬಂಧ ನಮ್ಮ ಪಠ್ಯದ ಭಾಗವಾಗಿತ್ತು. ನನ್ನ ನೆಚ್ಚಿನ ಇಂಗ್ಲಿಷ್ ಮೇಷ್ಟ್ರು ಆ ಪಾಠವನ್ನು ಅವರ ಎಂದಿನ ಉತ್ಸಾಹದಿಂದ ಮಾಡಿದರು. ವಿಜ್ಞಾನ ವಿದ್ಯಾರ್ಥಿಯಾದರೂ ಸಾಹಿತ್ಯದಲ್ಲಿ ಆಸಕ್ತಿ ತೋರಿಸುತ್ತಿದ್ದ ನನ್ನನ್ನು ಒಂದು ಬಾರಿ ಸ್ಟಾಫ್ ರೂಂ ನಲ್ಲಿ ಭೇಟಿ ಆದಾಗ ಕೇಳಿದರು "ಹೇಗಿತ್ತು ಕೊಸಾಂಬಿಯವರ ಪ್ರಬಂಧ?" ಅಂತ. ನಾನು ಇತ್ತೀಚೆಗೆ ಅವರಿಂದಲೇ ಕಲಿತಿದ್ದ ಹೊಸ ಇಂಗ್ಲಿಷ್ ನುಡಿಕಟ್ಟು ಬಳಸುವ ಚಪಲ ತಡೆಯಲಾರದೆ "ಇಟ್ ವಾಸ್ ಲೈಕ್ ಗ್ರೀಕ್ ಅಂಡ್ ಲ್ಯಾಟಿನ್" ಅಂತ ಹೇಳಿದೆ. ಅವರೂ ತಮ್ಮ ಚಪಲ ತಡೆಯಲಾರದೆ ಸಾಕ್ರೇಟೀಸನ ವಿಚಾರಣೆ ಮತ್ತು ಆಗಿನ ಗ್ರೀಕ್ ಸಮಾಜದ ಹಿನ್ನೆಲೆ, ಅದರ ಚಾರಿತ್ರಿಕ ಮಹತ್ವ, ಅದು ಸೃಷ್ಟಿಸಿರುವ ಸಾಹಿತ್ಯ ಕೃತಿಗಳು, ಕೊಸಾಂಬಿಯವರ ವಿಶಿಷ್ಟ ವಿಶ್ಲೇಷಣೆ ಬಗ್ಗೆ ಸಾಕಷ್ಟು ಕೊರೆದರು. ಅದರಲ್ಲಿ ಹೆಚ್ಚಿನ ಭಾಗ ಗೂಗ್ಲಿ ಬಾಲಿನಂತೆ ನನ್ನ ತಲೆಯ ಮೇಲಿಂದ ಹೋಯಿತು.

ಆದರೂ ಇಂಗ್ಲಿಷ್ ಪಠ್ಯದಲ್ಲಿ. ಅಪರೂಪವಾಗಿದ್ದ ಈ "ಇಂಡಿಯನ್ ಲೇಖಕ" ಮತ್ತು ಆತನ ಪ್ರಬಂಧ ಸಾಕಷ್ಟು ಕುತೂಹಲ ಆಸಕ್ತಿ ಕೆರಳಿಸಿತು. ಪಠ್ಯ ಪುಸ್ತಕದ ಹಿಂದಿನ ಪುಟಗಳಲ್ಲಿ ಇದ್ದ ಲೇಖಕನ ಪರಿಚಯ ನನ್ನ ಆಸಕ್ತಿಯನ್ನು ಇನ್ನಷ್ಟು ಕೆರಳಿಸಿತ್ತು. ನನ್ನ ಊಹೆಗೆ ವಿರುದ್ಧವಾಗಿ ಕೊಸಾಂಬಿ ತತ್ವಶಾಸ್ತ್ರಜ್ಞ ಅಥವಾ ಇತಿಹಾಸಕಾರ ಅಥವಾ ಸಾಹಿತಿ ಆಗಿರಲಿಲ್ಲ. ಜೀವನ ಪೂರ್ತ ಗಣಿತದ ಪ್ರೊಫೆಸರ್ ಆಗಿದ್ದವರು. ಗಣಿತ, ಸಂಖ್ಯಾಶಾಸ್ತ್ರಗಳಲ್ಲಿ ಮೂಲಭೂತ ಸಂಶೋಧನೆ ಮಾಡಿದವರು. ನೂರಾರು ಪೇಪರ್ ಬರೆದವರು. ಜೆನೆಟಿಕ್ಸ್ (ವಂಶವಾಹಿಶಾಸ್ತ್ರ)ನಲ್ಲಿ ಈಗಲೂ ಬಳಸಲಾಗುತ್ತಿರುವ ಒಂದು ಫಾರ್ಮುಲಾ ಕಂಡು ಹಿಡಿದಿದ್ದರು. ಬರಿಯ ಹವ್ಯಾಸವಾಗಿದ್ದ ನಾಣ್ಯ ಸಂಗ್ರಹವನ್ನು ವೈಜ್ಞಾನಿಕ ಆಧಾರದ ಮೇಲೆ ಕೊಸಾಂಬಿ ನಾಣ್ಯಶಾಸ್ತ್ರ ಎಂಬ ಸ್ವತಂತ್ರ ಜ್ಞಾನಶಿಸ್ತು ಆಗಿ ಸ್ಥಾಪಿಸಿದರಂತೆ.

ಕೊಸಾಂಬಿ ಅವರಿಗೆ ಸುಮಾರು ಹತ್ತಕ್ಕೂ ಹೆಚ್ಚು ಆಧುನಿಕ ಮತ್ತು ಪ್ರಾಚೀನ ಭಾಷೆಗಳ ಮತ್ತು ಸಾಹಿತ್ಯದ ಮೇಲೆ ವಿಮರ್ಶೆ ಬರೆಯುವಷ್ಟು ಪ್ರಭುತ್ವ ಇತ್ತು. ಆದರೆ ಅವರ ಮುಖ್ಯ ಹೆಗ್ಗಳಿಕೆ ಭಾರತದ ಇತಿಹಾಸ ಲೇಖನದಲ್ಲಿ ಒಂದು ಹೊಸ ವಿಧಾನ

ಮತ್ತು ಪಂಥವನ್ನೇ ಆರಂಭಿಸಿದ್ದು, ಭಾರತದ ಇತಿಹಾಸ ಮತ್ತು ಸಂಸ್ಕೃತಿ ಬಗ್ಗೆ ಬರೆದ ಪುಸ್ತಕಗಳು "ಕ್ಲಾಸಿಕ್" ಎನಿಸಿವೆ. ಪುರಾತತ್ವ, ಭಾಷಾಶಾಸ್ತ್ರ, ಇಂಡಾಲಜಿಯಲ್ಲೂ ಅವರು ಆಳವಾದ ಅಧ್ಯಯನ ಮಾಡಿ ಮೂಲಭೂತ ಕೊಡುಗೆ ಕೊಟ್ಟವರು. ಅವರೊಬ್ಬ ಆದ್ಯ ಚಿಂತಕ ಮತ್ತು ಮಾರ್ಕ್ಸ್‌ವಾದಿ ತತ್ವಶಾಸ್ತ್ರಜ್ಞ, ಅಣ್ವಸ್ತ್ರವನ್ನು ವಿರೋಧಿಸುವ ಅಂತರ್ರಾಷ್ಟ್ರೀಯ ಶಾಂತಿ ಚಳುವಳಿಯ ಬೆಂಬಲಿಗ ಎಂದು ಅವರ ಕಿರು ಪರಿಚಯ ಹೇಳಿತ್ತು. "ವಾರೆ ವಾ" ಎನಿಸಿತು ನನಗೆ. ಪ್ರಾಕೃತಿಕ ವಿಜ್ಞಾನಗಳಲ್ಲಿ ಎರಡೇ ವಿಷಯಗಳಾದ ಗಣಿತ ಮತ್ತು ಭೌತಶಾಸ್ತ್ರ ಅರಗಿಸಿಕೊಳ್ಳಲು ಆಳಕ್ಕಿಳಿಯಲು ಒದ್ದಾಡುತ್ತಿದ್ದ ನನಗೆ ಇದು ಸಾಧ್ಯವೇ ಎಂದು ಅನುಮಾನವೂ ಆಯಿತು. ಭಾರತೀಯ ಗಣಿತಶಾಸ್ತ್ರಜ್ಞನೊಬ್ಬನ ಈ ಬಹುಮುಖಿ ಸಾಧನೆ ಬಗ್ಗೆ ಹೆಮ್ಮೆ ಸಹ ಆಯಿತು. ಕೊಸಾಂಬಿಯವರ ಈ ಪ್ರಬಂಧವನ್ನು Exasperating Essays ಎಂಬ ಅವರ ಪ್ರಬಂಧ ಸಂಕಲನದಿಂದ ಆಯಲಾಗಿದೆ ಎಂಬ ಸುಳಿವಿನಿಂದ ಆ ಪುಸ್ತಕ ಓದಬೇಕು ಎಂಬ ಗೀಳು ಹತ್ತಿತು. ನಮ್ಮ ಲೈಬ್ರರಿಯಲ್ಲಿ ಹುಡುಕಿದೆ. ಆ ಪುಸ್ತಕ ಇತ್ತು.

ಅವರ ಸಾಕ್ರೇಟಿಸ್ ಪ್ರಬಂಧದ "ಪ್ರಥಮ ಚುಂಬನೇ ದಂತ ಭಗ್ನಂ" ಅನುಭವದಿಂದಾಗಿ ಮೈಸೂರು ವಿ ವಿ ಇಂಗ್ಲಿಷ್–ಕನ್ನಡ ಡಿಕ್ಶನರಿ ಸಹ ಪಕ್ಕದಲ್ಲಿ ಇಟ್ಟುಕೊಂಡು ಓದಲು ಆರಂಭಿಸಿದೆ. ಪುಸ್ತಕದ ಕವರಿನಲ್ಲೇ (Exasperating Essays -Exercises in Dialectical method) ಎರಡು ಬಾರಿ ಡಿಕ್ಶನರಿ ನೋಡುವ ಎಕ್ಸರ್‌ಸೈಸು ಆಯಿತು. Dialectical ಎಂದರೆ ದ್ವಂದ್ವಾತ್ಮಕ ಎಂದಿತ್ತು. Exasperating ಎಂದರೆ "ಕೆಣಕುವ, ರೇಗಿಸುವ, ಉದ್ರೇಕಿಸುವ, ಕೆರಳಿಸುವ" ಅಂತ ಡಿಕ್ಶನರಿ ಹೇಳಿದ್ದು ಅರ್ಥಗರ್ಭಿತವಾಗಿತ್ತು. ಓದುವ ತಾಕತ್ತಿದೆಯಾ ಎಂದು ಕೊಸಾಂಬಿ ನನ್ನನ್ನು ಕೆಣಕುತ್ತಿರುವಂತೆ ಅನಿಸಿತು. ಛಲ ಬಿಡದ ತ್ರಿವಿಕ್ರಮನಂತೆ ನಾನು ಮುಂದುವರೆಸಿದೆ. ಪುಸ್ತಕ ಓದಲು ಕೆಲವು ವಾರಗಳೇ ಬೇಕಾಯಿತು. ಲೈಬ್ರರಿ ಪುಸ್ತಕವಾದ್ದರಿಂದ ಎರಡು ಬಾರಿ ರಿನ್ಯೂ ಮಾಡಬೇಕಾಯಿತು.

ಪುಸ್ತಕದಲ್ಲಿ ಆಸಕ್ತಿ, ಕುತೂಹಲ ಎರಡೂ ಕೆರಳಿಸುವ ಒಂಬತ್ತು ಪ್ರಬಂಧಗಳಿದ್ದವು. 1939 ರಿಂದ 1957 ರ ಅವಧಿಯಲ್ಲಿ ಬರೆದವು. ಒಂದು ಕಥೆ ಸಹ ಇತ್ತು ! "ಕಾನಪುರದ ಹಾದಿಯಲ್ಲಿ" ಅಂತ. 1924ರಲ್ಲಿ ಸ್ಕೂಲಿನಲ್ಲಿ ಇಂಗ್ಲಿಷ್ ರೈಟಿಂಗ್ ಅಸೈನ್‌ಮೆಂಟಿಗೆ ಮೊದಲ ಭಾಗ ಬರೆದು, 1939 ರಲ್ಲಿ ಎರಡನೇ ಭಾಗ ಪೂರ್ಣಗೊಳಿಸಿದ್ದಂತೆ. ಒಬ್ಬ ಹುಡುಗ ತಾತನನ್ನು ಕಾನಪುರದ ಹಾದಿ ಕೇಳುತ್ತಾ ಮಾತಿಗೆ ಇಳಿಯುತ್ತಾನೆ. ಆತ 1857ರ ಸ್ವಾತಂತ್ರ್ಯ ಸಂಗ್ರಾಮದಲ್ಲಿ ಬ್ರಿಟಿಷರ ಪರ ಹೋರಾಡಿ ತನ್ನ ದಂಗೆಕೋರರ ಪಾಳ್ಯದಲ್ಲಿ ಇದ್ದ ಸೋದರನ ಕೊಲೆ ಮಾಡಿದ್ದರ ಬಗ್ಗೆ, ಹಲವು ವರ್ಷಗಳ ನಂತರವೂ ಪಾಪಪ್ರಜ್ಞೆ ಮತ್ತು "ನನ್ನ ಡ್ಯೂಟಿ ಮಾಡಿದೆ ಅಷ್ಟೇ" ಎಂಬ ಸ್ವಾಮಿಭಕ್ತಿಯ ಮೌಲ್ಯದ ನಡುವೆ ಒದ್ದಾಡುತ್ತಿರುವ ಮಾಜಿ ಸೈನಿಕನ ಕಥೆ ಬಿಚ್ಚುತ್ತಾ ಹೋಗುತ್ತದೆ. ಕಥೆ ಸ್ಥಳ ಕಾಲಗಳ ಗಡಿ ದಾಟಿದ ವಿಶಿಷ್ಟ ತಂತ್ರ ಬಳಸುತ್ತದೆ.

ಕಾವ್ಯ ವಿಮರ್ಶೆ, ಇತಿಹಾಸ, ರಾಜಕೀಯ, ಸಮಾಜಶಾಸ್ತ್ರ, ತತ್ವಶಾಸ್ತ್ರ, ಸೌಂದರ್ಯಶಾಸ್ತ್ರ ಮುಂತಾದ ಎಲ್ಲಾ ಜ್ಞಾನಶಿಸ್ತುಗಳನ್ನು ಹಾಯುತ್ತ ಅವುಗಳ ನಡುವೆ ಗೋಡೆಗಳನ್ನು

ಒಡೆದು ಹಾಕುತ್ತಾ ಭರ್ತೃಹರಿಯ ಕಾವ್ಯದ ಮೇಲೆ ಪ್ರಬುದ್ಧ ಸಮಗ್ರ ವಿಶ್ಲೇಷಣೆ ನೀಡುವ "ಭರ್ತೃಹರಿಯ ಕಾವ್ಯದಲ್ಲಿ ತ್ಯಾಗ ಗುಣದ ಬಗ್ಗೆ" ನನ್ನನ್ನು ಅತ್ಯಂತ ಹೆಚ್ಚು ಕೆಣಕಿದ ಪ್ರಬಂಧ. "ಭಾರತದಲ್ಲಿ ಬೌದ್ಧ ಧರ್ಮದ ಅವಸಾನ" ಅದೇ ರೀತಿ ಸಮಾಜದಲ್ಲಿ ಧರ್ಮದ ಪಾತ್ರ, ಬೌದ್ಧ ಧರ್ಮದ ಉಗಮ ಮತ್ತು ಅವಸಾನಕ್ಕೆ ಕಾರಣವಾದ ಸಾಮಾಜಿಕ–ಆರ್ಥಿಕ ಪ್ರೇರಣೆಗಳು ಇವುಗಳೆಲ್ಲದರ ಪ್ರಬುದ್ಧ ವಿಶ್ಲೇಷಣೆ ಆಗಿತ್ತು. ನೆಹರೂ ಅವರ ಡಿಸ್ಕವರಿ ಆಫ್ ಇಂಡಿಯಾದ ಮೇಲಿನ ಪ್ರಬಂಧ ಪುಸ್ತಕದ ಮಹತ್ವ ಹೇಳುತ್ತಲೇ ಅವರ ವಿಶ್ಲೇಷಣೆ, ಮಾಹಿತಿ, ಕಣ್ಣೋಟಗಳ ದೋಷಗಳ ನಿರ್ದಾಕ್ಷಿಣ್ಯವಾದ ವಿಮರ್ಶೆ ಮಾಡುತ್ತದೆ.

"ವಿಜ್ಞಾನ ಮತ್ತು ಸ್ವಾತಂತ್ರ್ಯ" ವಿಜ್ಞಾನಿಯ ಸ್ವಾತಂತ್ರ್ಯ, ವಿಜ್ಞಾನದ ಯೋಜನೆ ಮತ್ತು ಸಮಾಜದ ನಡುವಣ ಸಂಬಂಧವನ್ನು ಶೋಧಿಸುತ್ತದೆ. "ಇಡೀ ಮನುಕುಲದ ಏಳಿಗೆಗೆ ಯೋಜಿಸಲಾದ ವಿಜ್ಞಾನವಲ್ಲದೆ, ಸಾಮೂಹಿಕ ನಾಶದ ಅಣು, ಕೀಟ, ಮಾನಸಿಕ ಅಥವಾ ಇತರ ಯುದ್ಧಕ್ಕಾಗಿ ವಿಜ್ಞಾನದ ಬಳಕೆಯಲ್ಲಿ ವಿಜ್ಞಾನಿ ನಿಜವಾಗಲೂ ಸ್ವತಂತ್ರನಾಗಿರಲೂ ಸಾಧ್ಯವಿಲ್ಲ" ಎಂದು ಬಲವಾಗಿ ಪ್ರತಿಪಾದಿಸುತ್ತಾರೆ. ಇತರ ಪ್ರಬಂಧಗಳೂ ಒಂದಲ್ಲ ಒಂದು ರೀತಿಯಲ್ಲಿ ಕೆಣಕುವ ಪ್ರಬಂಧಗಳೇ. ಈ ಪ್ರಬಂಧಗಳನ್ನು ಓದುತ್ತಾ ಹೋದ ಹಾಗೆ ಕೊಸಾಂಬಿ ಪ್ರತೀ ಪ್ರಬಂಧದಲ್ಲಿ ಓದುಗರನ್ನು ಹೊಸ ವಿಚಾರಗಳಿಗೆ ಲೋಕಗಳಿಗೆ ತೆರೆದುಕೊಳ್ಳಲು ಪ್ರಚೋದಿಸುತ್ತಾರೆ. ಮಾತ್ರವಲ್ಲ ಒಂದು ವರ್ಗ–ಜಾತಿಗೆ ಸೀಮಿತವಾದ ಸಂಸ್ಕೃತ ಕವಿಗಳು, ಅಶೋಕ, ಹರ್ಷನಂತಹ ಸಾಮ್ರಾಟರು, ಪಾಶ್ಚಿಮಾತ್ಯ ದೇಶಗಳ ನಾಯಕರುಗಳಿಂದ ಹಿಡಿದು ಎಂ ಎನ್ ರಾಯ್, ನೆಹರೂ, ಟಾಟಾ ವರೆಗೆ (ಮತ್ತು ಅವರ ಭಟ್ಟಂಗಿಗಳು) ಎಲ್ಲರನ್ನು – ನಿರ್ದಾಕ್ಷಿಣ್ಯವಾಗಿ ನಿಷ್ಠುರವಾಗಿ ಆದರೆ ವಸ್ತುನಿಷ್ಠವಾಗಿ ಕೆಣಕುತ್ತಾರೆ ಎನಿಸುತ್ತದೆ. ಪ್ರತಿ ವಿಷಯದ ವಿಶ್ಲೇಷಣೆಗೆ ಕೊಸಾಂಬಿ ಬಳಸುವ ವಸ್ತುನಿಷ್ಠ ವೈಜ್ಞಾನಿಕ ವಿಧಾನ ನನಗೆ ಇಷ್ಟವಾದರೂ ಅವರ "ದ್ವಂದ್ವಾತ್ಮಕ ವಿಧಾನ" ಏನು ಅಂತ ಗೊತ್ತಾಗಲಿಲ್ಲ.

ಕೊಸಾಂಬಿಯವರ ಕೆಣಕುವಿಕೆಗೆ ತುತ್ತಾದ ಮೇಲೆ ಇನ್ನೊಮ್ಮೆ ನಮ್ಮ ಇಂಗ್ಲಿಷ್ ಮೇಷ್ಟರು ಸಿಕ್ಕಾಗ ಅವರನ್ನು ಕೆಣಕೋಣ ಎನಿಸಿತು. ಸಾಕ್ರೆಟೀಸ್ ಮೇಲಿನ ಪ್ರಬಂಧ ಯಾಕೆ ನಮ್ಮ ಪಠ್ಯಕ್ಕೆ ಆರಿಸಿದರು? ಭರ್ತೃಹರಿಯ ಕಾವ್ಯ ಅಥವಾ ಬೌದ್ಧ ಧರ್ಮದ ಅವಸಾನ ಅಥವಾ ಡಿಸ್ಕವರಿ ಆಫ್ ಇಂಡಿಯಾ ವಿಮರ್ಶೆ ಹೆಚ್ಚು ಅರ್ಥವೂ ಆಗುತ್ತಿತ್ತು, ಅರ್ಥಪೂರ್ಣವೂ ಆಗುತ್ತಿತ್ತಲ್ಲ ಅಂತ ಪ್ರಶ್ನೆ ಹಾಕಿದೆ. ಅದೆಲ್ಲಾ ಎಲ್ಲಿ ಓದಿದಿ ಮಾರಾಯ ಅಂತ ಕೇಳಿದಾಗ ಮೂರೂ ಪ್ರಬಂಧಗಳಲ್ಲಿ ಕೊಸಾಂಬಿ ಏನು ಬರೆದಿದ್ದಾರೆ ಅಂತ ಅವರಿಗೆ ಸಣ್ಣ ಕ್ಲಾಸು ಹಾಕಿದೆ. ಈಗ ಗೂಗ್ಲಿಗೆ ತಲೆ ಬಗ್ಗಿಸುವ ಸರದಿ ಅವರದಾಗಿತ್ತು. ನನ್ನ ಗ್ರೀಕ್ ಅಂಡ್ ಲ್ಯಾಟಿನಿಗೆ ನಿನ್ನ ಸಂಸ್ಕೃತ–ಪಾಲಿ (ಸಂಸ್ಕೃತ ನನ್ನ ಎರಡನೇ ಭಾಷಾ ವಿಷಯ ಆದ್ದರಿಂದ) "ಟಿಟ್ ಫಾರ್ ಟ್ಯಾಟ್" ಎಂದು ನಗುತ್ತಾ, ಪಠ್ಯ ಪುಸ್ತಕ ಸಮಿತಿಯ ಸದಸ್ಯರಿಗೆ ಸಿಕ್ಕಿದರೆ ತಿಳಿಸ್ತೇನೆ ಅಂದರು. ಸಾಕ್ರೆಟೀಸ್ ಪ್ರಬಂಧ ಯಾಕೆ ಆರಿಸಿದರು ಎಂಬುದು ನನಗೆ ಪ್ರಶ್ನೆ ಆಗಿಯೇ ಉಳಿಯಿತು. ಕೊಸಾಂಬಿಯವರ ಬೇರೆ ಪುಸ್ತಕಗಳು, ಲೇಖನಗಳು ಸಿಗುತ್ತಾವೋ ಎಂದು ಲೈಬ್ರರಿಯಲ್ಲಿ ಹುಡುಕಿದೆ. ಯಾವುದೂ ಸಿಗಲಿಲ್ಲ.

ಅದು 1970 ರ ದಶಕ. ಕರ್ನಾಟಕದಲ್ಲಿ ಜೆಪಿ–ನವ ನಿರ್ಮಾಣ ಚಳುವಳಿಗಳ ಗಾಳಿ ಮತ್ತು ಲೋಹಿಯಾವಾದದ ಪ್ರಭಾವ ಜೋರಾಗುತ್ತಿದ್ದ ಕಾಲ. ಕನ್ನಡದಲ್ಲಿ ಆಗಲೇ ಬಂದಿದ್ದ ಲೋಹಿಯಾರವರ ಬರಹಗಳನ್ನು ಓದಿದ್ದೆ. ಕ್ರಮೇಣ ಮುಂದೆ ಓದಲು ಬೆಂಗಳೂರಿನ ಐಐಎಸ್ಸಿ (ಇಂಡಿಯನ್ ಇನ್ಸ್ಟಿಟ್ಯೂಟ್ ಆಫ್ ಸಾಯನ್ಸ್)ಗೆ ಬಂದೆ. ವಿಜ್ಞಾನ–ತಂತ್ರಜ್ಞಾನ ವಿಶ್ವವಿದ್ಯಾಲಯ ಆದರೂ ಆಗ ಸಮಾಜದಲ್ಲಿ ಬಹು ಚರ್ಚಿತ ಹಲವು ಇಸಂಗಳ ಚರ್ಚೆ ಇಲ್ಲೂ ಇತ್ತು. ನಕ್ಸಲ್‌ವಾದದಂತಹ ಅತಿ ಎಡಪಂಥದಿಂದ ಹಿಡಿದು ಆನಂದಮಾರ್ಗದಂತಹ ಅತಿ ಬಲಪಂಥದ ಬಗ್ಗೆ ಚರ್ಚೆ ನಡೆಸುವ ಗುಂಪುಗಳಿದ್ದವು. ಮಾರ್ಕ್ಸಿಸ್ಟ್ ಸ್ಟಡಿ ಸರ್ಕಲ್ ನಡೆಸುತ್ತಿದ್ದ ವಾರಾಂತ್ಯದ ಚರ್ಚಾಕೂಟಗಳಿಗೆ ನಾನು ಹೋಗಲು ಆರಂಭಿಸಿದೆ. ಹಲವು ವಾರಗಳ ಕಾಲ ಚಾರಿತ್ರಿಕ ಮತ್ತು ದ್ವಂದ್ವಾತ್ಮಕ ಭೌತವಾದದ ಬಗ್ಗೆ ಚರ್ಚೆ ನಡೆದಿತ್ತು.

ಇನ್ನೂ ಲೋಹಿಯಾವಾದದ ಗುಂಗಿನಲ್ಲಿ ಇದ್ದ ನಾನು ಅಲ್ಲಿ ಭಾರತವನ್ನು ಅರ್ಥ ಮಾಡಿಕೊಳ್ಳಲು ಚಾರಿತ್ರಿಕ ಭೌತವಾದದ ಅನ್ವಯ ಸಾಧ್ಯವೇ ಎಂಬ ಪ್ರಶ್ನೆ ಕೇಳಿದೆ. ವಿಷಯ ಮಂಡಿಸಲು ಬಂದಿದ್ದ ಐಐಎಂ ಸಂಶೋಧಕ ಕೊಸಾಂಬಿ ಅವರ ಈ ಬಗೆಗಿನ ಕೃತಿಗಳ ಸಾರಾಂಶ ಮುಂದಿಟ್ಟರು. ವಿವರಗಳು ಬೇಕಾದರೆ ಅವರ ಇತಿಹಾಸ ಬಗೆಗಿನ ಮೂರು ಪುಸ್ತಕಗಳನ್ನು ಓದಬೇಕು ಎಂದರು. ಪುನಃ ಕೊಸಾಂಬಿ ನನ್ನ ಜೀವನದಲ್ಲಿ ಪ್ರತ್ಯಕ್ಷರಾಗಿ ಕೆಣಕಲು ಆರಂಭಿಸಿದರು. ಐಐಎಸ್ಸಿ ಲೈಬ್ರರಿಯಲ್ಲಿ ಈ ಮೂರು ಪುಸ್ತಕಗಳು ಇದ್ದವು. ಓದಲೂ ಆರಂಭಿಸಿದೆ. ಎಲ್ಲಾ ಅರ್ಥವಾಯಿತು ಅಂತ ಹೇಳಲಾರೆ. ಸಾಕಷ್ಟು ಅಜೀರ್ಣವೂ ಆಯಿತು. ಆದರೆ ಆ ಪುಸ್ತಕಗಳಲ್ಲಿ ಕೊಸಾಂಬಿಯವರ ಚಾರಿತ್ರಿಕ ಭೌತವಾದದ ವಿಧಾನ, ವಿಚಾರ ಸರಣಿ, ತೀರ್ಮಾನಗಳು ನನಗೆ ಆಗ ಭಾರತದ ಇತಿಹಾಸದ ಬಗ್ಗೆ ಇದ್ದ ಹಲವು ಪ್ರಶ್ನೆಗಳಿಗೆ ಸಮಾಧಾನಕರ ಉತ್ತರ ಒದಗಿಸಿದವು. ಜಾತಿ–ವರ್ಗಗಳ ದ್ವಂದ್ವ, ಜಾತಿ ಪದ್ಧತಿಯ ಉಗಮ ಬೆಳವಣಿಗೆ, ಸಾಮಾಜಿಕ ಆರ್ಥಿಕ ಶೋಷಣೆಯ ಸ್ವರೂಪ ಇತ್ಯಾದಿ ಬಗೆಗೆ ಲೋಹಿಯಾವಾದಕ್ಕಿಂತ ಹೆಚ್ಚು ಸಮಗ್ರವಾದ ಆಳವಾದ ತಿಳುವಳಿಕೆ ಕೊಟ್ಟವು. ಅದೇ ಸ್ಟಡಿ ಸರ್ಕಲ್‌ಗಳಲ್ಲಿ ಮಾರ್ಕ್ಸ್‌ವಾದದ ತತ್ವಶಾಸ್ತ್ರ, ಆರ್ಥಿಕ, ಸಾಮಾಜಿಕ, ರಾಜಕೀಯ, ಸಾಂಸ್ಕೃತಿಕ ಆಯಾಮಗಳ ಬಗೆಗೂ ಮೂಲ ತಿಳುವಳಿಕೆ ಪಡೆದ ನಾನು ಮಾರ್ಕ್ಸ್‌ವಾದಿಯಾದೆ. ಇದರಲ್ಲಿ ಕೊಸಾಂಬಿಯವರ ನಾಲ್ಕು ಪುಸ್ತಕಗಳು ದೊಡ್ಡ ಪಾತ್ರ ವಹಿಸಿವೆ. ಅಷ್ಟರೊಳಗೆ ಕೊಸಾಂಬಿಯವರ ಸಾಕ್ರೇಟಿಸ್ ಪ್ರಬಂಧವನ್ನು ನಮ್ಮ ಪಠ್ಯಕ್ಕೆ ಏಕೆ ಆರಿಸಿದ್ದರು ಎಂಬ ನನ್ನ ಪ್ರಶ್ನೆಗೆ ಉತ್ತರ ಸಿಕ್ಕಿತ್ತು. Exasperating Essays ನಿಂದ ಕೊಸಾಂಬಿಯವರ ಇತರ ಯಾವುದೇ ಪ್ರಬಂಧ ಆರಿಸಿದರೂ ಅದು ಇಂಡಿಯಾದ ಮೇಲೆ ಇರುತ್ತಿತ್ತು. ಅವರ ದ್ವಂದ್ವಾತ್ಮಕ ವಿಧಾನ ಅಥವಾ ಮಾರ್ಕ್ಸ್‌ವಾದ ಇಂಡಿಯಾಕ್ಕೂ ಅನ್ವಯವಾಗುವ ಸಿದ್ಧಾಂತ ಎಂದು ಅಧಿಕೃತವಾಗಿ ಪಠ್ಯದಲ್ಲಿ ಹೇಳಿದಂತಾಗುತ್ತಿತ್ತು. ಅಲ್ಲದೆ ಆಗ ಆಳುವವರಿಗೆ "ಪೂಜ್ಯರಾದ" ಭಾಭಾ, ನೆಹರೂ, ಟಾಟಾ–ಬಿರ್ಲಾರ ಬಗ್ಗೆ ಅಥವಾ ಆಗ ಪೂಜ್ಯವಾದ ನೀತಿಗಳ ತೀವ್ರ ಟೀಕೆ ಕಟು ನುಡಿ ಕೊಡಬೇಕಾಗಿತ್ತು. ಎರಡೂ ಆಳುವವರಿಗೆ ಅಸಹನೀಯ. ಆದ್ದರಿಂದ ಸಾಕ್ರೇಟಿಸ್ ಪ್ರಬಂಧವನ್ನುಆರಿಸಿದ್ದರು. ಈಗ ಕೊಸಾಂಬಿಯವರ ಹೆಸರು ಅಥವಾ ಯಾವುದೇ

ಪ್ರಬಂಧ ಡಿಗ್ರಿಯಲ್ಲಿ ಎಲ್ಲಾದರೂ ಪಠ್ಯವಾಗಿ ಇದೆಯೇ ಅಂತ ನನಗೆ ಗೊತ್ತಿಲ್ಲ. ಬಹುಶಃ ಇರಲಿಕ್ಕಿಲ್ಲ.

ನಾನು ಇಲೆಕ್ಟ್ರಾನಿಕ್ಸ್ ಇಂಜಿನೀಯರ್ ಆಗಿ ತರಬೇತಿ ಹೊಂದಿ ಕೆಲಸ ಮಾಡಲು ಆರಂಭಿಸಿದ ಮೇಲೆ ಪ್ರಾಕೃತಿಕ ಅಥವಾ ಸಮಾಜ ಶಾಸ್ತ್ರಗಳಲ್ಲಿ ಕೊಡುಗೆ ನೀಡುವ ಸಂಶೋಧನೆ ಮಾಡುವ ಸತ್ವ ಆಗಲಿ ಅವಕಾಶವಾಗಲಿ ಇರಲಿಲ್ಲ. ಆದರೆ ಕೊಸಾಂಬಿಯವರ ಕೆಣಕುವ ಬರಹಗಳನ್ನು ಕನ್ನಡದಲ್ಲಿ ಪುಸ್ತಕ ರೂಪದಲ್ಲಿ ತರಲು ನನ್ನ ಕೈಯಲ್ಲಿ ಸಾಧ್ಯವಾದ ಏನಾದರೂ ಮಾಡಬೇಕೆಂಬ ಹಂಬಲ ಹಾಗೆ ಉಳಿದು ಕೊಂಡಿತು. ನಮ್ಮ ಪ್ರಮುಖ ಪ್ರಕಾಶನಗಳು ಖಂಡಿತ ಪ್ರಕಟಣೆ ಕೈಗೊಳ್ಳುತ್ತವೆ ಅಂತ ಕಾದೆ. ಕಳೆದ ದಶಕದಲ್ಲಿ "ಡಿ ಡಿ ಕೊಸಾಂಬಿಯವರ ಚಿಂತನೆಗಳು" ಎಂಬ ನಿರೂಪಣೆ ಮತ್ತು "ಆರ್ಯರು" ("ಭಾರತದ ಸಂಸ್ಕೃತಿ ಮತ್ತು ನಾಗರೀಕತೆ" ಪುಸ್ತಕದ ಒಂದು ಅಧ್ಯಾಯ) ಎಂಬ ಎರಡು ಪುಸ್ತಕಗಳು ಪ್ರಕಟವಾದವು. "ಚಿಂತನ" ಗುಂಪಿನ ಚಟುವಟಿಕೆಯಲ್ಲಿ ತೊಡಗಿಸಿಕೊಂಡ ಮೇಲೆ 2003ರಲ್ಲಿ ಕೊಸಾಂಬಿಯವರ Myth and Reality ಯ ಮೂರು ಲೇಖನಗಳ ಅನುವಾದಗಳನ್ನು ಒಳಗೊಂಡ "ಪುರಾಣ ಮತ್ತು ವಾಸ್ತವ" ಪ್ರಕಾಶನಕ್ಕೆ ಸಹಾಯ ಮಾಡಿದೆ.

ಕೊಸಾಂಬಿಯವರ ಶತಮಾನ ವರ್ಷ (2007–2008) ದಲ್ಲಿ ಅವರ ಪ್ರಮುಖ ಕೃತಿಗಳನ್ನಾದರೂ ತರಬೇಕು ಅಂತ ಹಂಬಲ ಇತ್ತು. ಅದೂ ಸಾಧ್ಯವಾಗಲಿಲ್ಲ. ಶತಮಾನ ವರ್ಷದಲ್ಲಿ ಕೊಸಾಂಬಿ ಸ್ಮರಿಸುವ ಹಲವು ವಿಚಾರ ಸಂಕಿರಣಗಳು ನಡೆದವು. ಕೊಸಾಂಬಿಯವರಿಗೆ ವಿಳಂಬವಾಗಿಯಾದರೂ ಸರ್ಕಾರಿ ಮನ್ನಣೆ ಸಿಕ್ಕಿತು. ಕೊಸಾಂಬಿಯವರ ಸ್ಟಾಂಪ್ ಬಿಡುಗಡೆ ಆಯಿತು. ಪುಣೆ ವಿಶ್ವ ವಿದ್ಯಾಲಯದಲ್ಲಿ "ಕೊಸಾಂಬಿ ಪೀಠ" ಸ್ಥಾಪನೆಗೆ ಒಂದು ಕೋಟಿ ರೂ. ಮಂಜೂರು ಮಾಡಲಾಯಿತು. ಎರಡು ಪ್ರತಿಷ್ಠಿತ ಪತ್ರಿಕೆಗಳು (EPW – ಇಕೊನೊಮಿಕ್ ಅಂಡ್ ಪೊಲಿಟಿಕಲ್ ವೀಕ್ಲಿ ಮತ್ತು ದಿ ಮಾರ್ಕ್ಸಿಸ್ಟ್) ಕೊಸಾಂಬಿ ವಿಶೇಷಾಂಕ ಪ್ರಕಟಿಸಿದವು. ಡಿ.ಎನ್. ಧಾರ್, ರೊಮಿಲಾ ಥಾಪರ್, ಇರ್ಫಾನ್ ಹಬೀಬ್, ಬಿ ಡಿ ಚಟ್ಟೋಪಾಧ್ಯಾಯ, ಮುಂತಾದ ಪ್ರಮುಖರು ಕೊಸಾಂಬಿ ಕೆಲಸ ಮಾಡಿದ – ಚರಿತ್ರೆ ಲೇಖನ, ಚಾರಿತ್ರಿಕ ಭೌತವಾದ, ನಾಣ್ಯಶಾಸ್ತ್ರ, ಸಂಸ್ಕೃತ, ಭಾಷಾಶಾಸ್ತ್ರ, ಜಾತಿ, ಧರ್ಮ, ಪುರಾತತ್ವಶಾಸ್ತ್ರ, ವಿಜ್ಞಾನ – ಪ್ರಮುಖ ಕ್ಷೇತ್ರಗಳಲ್ಲಿ ಅವರ ಕೊಡುಗೆ, ಈಗ ಆ ಕ್ಷೇತ್ರದಲ್ಲಿ ಸ್ಥಿತಿ ಮತ್ತು ಬೆಳವಣಿಗೆಗಳ ಹಿನ್ನೆಲೆಯಲ್ಲಿ ಕೊಸಾಂಬಿಯವರ ಮರು ಓದು, ಮಹತ್ವ ಇತ್ಯಾದಿ ಕುರಿತು ಬರೆದಿದ್ದಾರೆ. ಆಕ್ಸ್‌ಫರ್ಡ್ ಯುನಿವರ್ಸಿಟಿ ಪ್ರೆಸ್ ಈ ವರೆಗೆ ಪುಸ್ತಕ ರೂಪದಲ್ಲಿ ಪ್ರಕಟವಾಗದ (ಗಣಿತ, ಸಂಖ್ಯಾಶಾಸ್ತ್ರ, ಜೆನೆಟಿಕ್ಸ್ ಬಿಟ್ಟು) ಲೇಖನಗಳ ಸಂಕಲನ "ಆಕ್ಸ್‌ಫರ್ಡ್ ಇಂಡಿಯಾ ಕೊಸಾಂಬಿ" ಪ್ರಕಟಿಸಿತು.

ಕರ್ನಾಟಕದಲ್ಲಿ ಕೊಸಾಂಬಿ ಶತಮಾನ ವರ್ಷದಲ್ಲೂ ಅವರ ಸ್ಮರಣೆಯಲ್ಲಿ ಪ್ರಮುಖ ಕಾರ್ಯಕ್ರಮ ಅಥವಾ ವಿಚಾರ ಸಂಕಿರಣ ನಡೆಯಲಿಲ್ಲ. ಕೊಸಾಂಬಿ ಅವರ ಚಿಂತನೆ ಜೀವನದ ಬಗ್ಗೆ ಅಥವಾ ಅವರ ಮೂಲ ಕೃತಿಗಳನ್ನು ಕನ್ನಡದಲ್ಲಿ ತರುವ ಪ್ರಯತ್ನ

ವಿಶ್ವವಿದ್ಯಾಲಯ ಅಥವಾ ಖಾಸಗಿ ಪ್ರಕಾಶಕರಿಂದ ಕಾಣಲಿಲ್ಲ. ಈ ಹಿನ್ನೆಲೆಯಲ್ಲಿ 'ಚಿಂತನ ಪುಸ್ತಕ' ಕೊಸಾಂಬಿ ಅವರ .The Culture & Civilization of Ancient India in Historical Outline ಪುಸ್ತಕದ ಕನ್ನಡ ಅನುವಾದ ಕೈಗೆತ್ತಿಕೊಂಡಿದೆ. "ಪುರಾಣ ಮತ್ತು ವಾಸ್ತವ" ದ ಲೇಖಕರಾದ ಟಿ ಎಸ್ ವೇಣುಗೋಪಾಲ್ ಮತ್ತು ಶೈಲಜಾ ಅನುವಾದದಲ್ಲಿ ತೊಡಗಿದ್ದಾರೆ.

ಡಿ ಡಿ ಕೊಸಾಂಬಿಯವರ ಪ್ರಮುಖ ಕೃತಿಗಳನ್ನು ಕನ್ನಡಕ್ಕೆ ತರುವುದರ ಜತೆಗೆ ಅವರನ್ನು ಪರಿಚಯಿಸುವ ಇಂಥ ಒಂದು ವಾಚಿಕೆಯ ಅಗತ್ಯ ಇದೆ ಎಂದನಿಸಿತು. ಈ ವಾಚಿಕೆ ಕೊಸಾಂಬಿಯವರ ಜೀವನ, ಕೃತಿಗಳು, ಚಿಂತನೆ ಮತ ಕೊಡುಗೆಗಳ ಕಿರು ಪರಿಚಯ ಮಾಡುತ್ತದೆ. ಅವರ ಇಂದಿನ ಪ್ರಸ್ತುತತೆಯನ್ನು ಪ್ರತಿಪಾದಿಸುತ್ತದೆ. ಕೊಸಾಂಬಿ ಜೀವನ ವಿವರಗಳು ಹೆಚ್ಚಿನವು ಸಿ ಡಿ ದೇಶಮುಖ ಬರೆದ ಅವರ ಇಂಗ್ಲಿಷ್ ಜೀವನ ಚರಿತ್ರೆಯ ಮೇಲೆ ಆಧಾರಿತವಾಗಿವೆ. ಅವರ ಚಿಂತನೆ, ಕೊಡುಗೆ, ಪ್ರಸ್ತುತತೆಯ ಭಾಗಗಳು 'ಇಕೊನೊಮಿಕ್ ಅಂಡ್ ಪೊಲಿಟಿಕಲ್ ವೀಕ್ಲೀ' ಮತ್ತು 'ದಿ ಮಾರ್ಕ್ಸಿಸ್ಟ್' ಕೊಸಾಂಬಿ ಶತಮಾನೋತ್ಸವ ವಿಶೇಷಾಂಕದಲ್ಲಿ ಹಿರಿಯ ಇತಿಹಾಸಕಾರರರು ಚಿಂತಕರ ಲೇಖನಗಳ ಮೇಲೆ ಆಧಾರಿತವಾಗಿದೆ. ಕೊಸಾಂಬಿಯವರ ಕೃತಿ ಮತ್ತು ಅವರ ಬಗ್ಗೆ ಪ್ರಸಿಧ್ಧ ಇತಿಹಾಸಕಾರರ ಮಾತುಗಳೂ ಇಲ್ಲಿವೆ. ಕೊಸಾಂಬಿಯವರ ಬರವಣಿಗೆಯ ಸ್ಯಾಂಪಲ್ ಆಗಿ ಅವರ The Culture & Civilization of Ancient India in Historical Outline ಪುಸ್ತಕದ ಮೊದಲ ಅಧ್ಯಾಯ ಮತ್ತು ಅದೇ ಕೃತಿಯ ಸಂಸ್ಕೃತ ಸಾಹಿತ್ಯವನ್ನು ಕುರಿತಾದ ಒಂದು ಭಾಗ ಸಹ ಇಲ್ಲಿದೆ. ಅವರ ಎಲ್ಲಾ ಪ್ರಮುಖ ಕೃತಿಗಳ ಪಟ್ಟಿಯನ್ನು ಕೊಡಲಾಗಿದೆ. ಇವು ಒಟ್ಟಾಗಿ ಪ್ರೊ. ಡಿ ಡಿ ಕೊಸಾಂಬಿ ಅವರ ಒಟ್ಟು ಪರಿಚಯ ಕೊಟ್ಟು ಅವರ ಕೃತಿಗಳ ಅಧ್ಯಯನಕ್ಕೆ ಆಸಕ್ತಿ ಮೂಡಲು ಸಹಕಾರಿಯಾಗುತ್ತವೆ ಎಂದು ಆಶಿಸುತ್ತೇನೆ.

ಕೊಸಾಂಬಿಯವರ ಬರವಣಿಗೆಯ ಸ್ಯಾಂಪಲ್ ಒದಗಿಸಿದ ವೇಣುಗೋಪಾಲ್ ಮತ್ತು ಶೈಲಜಾ ಹಾಗೂ ಶಿವಾನಂದ ಮತು ಗಂಗಾಧರಮೂರ್ತಿ ಅವರನ್ನು ಮತ್ತು ವಾಚಿಕೆಯ ಸಂಪಾದನೆಯಲ್ಲಿ ನೆರವಾದ ವೇದರಾಜ್ ಅವರನ್ನು ಇಲ್ಲಿ ನೆನೆಯಬೇಕು. ವಾಚಿಕೆಗೆ ಮುನ್ನುಡಿ ಬರೆದುಕೊಟ್ಟ ಡಾ. ಎಂ.ವಿ, ವಸು ಅವರಿಗೆ ಕೃತಜ್ಞತೆಗಳು.

ವಸಂತರಾಜ ಎನ್ ಕೆ.

ಪರಿವಿಡಿ

ಹೀಗಿದ್ದರು
ಕೊಸಾಂಬಿ

ನಮ್ಮ ಅಭಿಮನ್ಯು ಏನಂತಾನೆ?

ದಾಮೊದರ ಕೊಸಾಂಬಿ ಹುಟ್ಟಿದ್ದು ಜುಲೈ 31, 1907 ರಂದು ಗೋವಾದ ಮಡಗಾಂವಿನಲ್ಲಿ ಒಂದು ಗೌಡ ಸಾರಸ್ವತ ಬ್ರಾಹ್ಮಣ ಕುಟುಂಬದಲ್ಲಿ. ಕೊಂಕಣಿ ಅವರ ಮಾತೃಭಾಷೆ. ತಂದೆ ಧರ್ಮಾನಂದ ಬೌದ್ಧಶಾಸ್ತ್ರ, ಸಾಹಿತ್ಯ ಮತ್ತು ಪಾಲಿ ಭಾಷೆಗಳಲ್ಲಿ ಪ್ರಕಾಂಡ ಪಂಡಿತ–ತಜ್ಞ, ಆಚಾರ್ಯ ಧರ್ಮಾನಂದಜೀ ಎಂದು ಹೆಸರಾಗಿದ್ದ ಅವರು ಗಾಂಧೀಯ ಪ್ರಮುಖ ಶಿಷ್ಯ, ಅನುಯಾಯಿ. ಬುಧ್ಧ ಧರ್ಮ ಅಂಗೀಕರಿಸಿ ಅದರ ಅಧ್ಯಯನ ಪ್ರಚಾರಕ್ಕೆ ತಮ್ಮ ಜೀವನ ಮೀಸಲಿಟ್ಟವರು. ಜಾತಿ ಪಧ್ಧತಿ ಮತ್ತು ಸಾಂಪ್ರದಾಯಿಕ ಹಿಂದೂ ಧಾರ್ಮಿಕ ನಂಬಿಕೆ ಆಚರಣೆಗಳನ್ನು ತಿರಸ್ಕರಿಸಿದವರು.

1876ರಲ್ಲಿ ಬಡ ಕುಟುಂಬದಲ್ಲಿ ಹುಟ್ಟಿ 5 ನೇ ಕ್ಲಾಸಿನ ವರೆಗೆ ಮಾತ್ರ ಓದಿದ್ದ ಧರ್ಮಾನಂದ ಬುಧ್ಧನ ಬೋಧನೆಯತ್ತ ಆಕರ್ಷಿತರಾಗಿ ಅದನ್ನು ಆಳವಾಗಿ ಅಧ್ಯಯನ ಮಾಡಲು ತಮ್ಮ 22ನೇ ವಯಸ್ಸಿನಲ್ಲಿ ಮನೆ ಮಡದಿ ಬಿಟ್ಟು ಸನ್ಯಾಸಿ ಆಗಿ ದೇಶ ಸಂಚಾರ ಮಾಡಿದವರು. ಬೌಧ್ಧಸಾಹಿತ್ಯ ಸುಲಭವಾಗಿ ಲಭ್ಯವಿಲ್ಲದೆ ಅದಕ್ಕಾಗಿ ನೇಪಾಳ, ಶ್ರೀಲಂಕಾ ಬೌಧ್ಧ ವಿಹಾರಗಳನ್ನು ಭೇಟಿ ಮಾಡಿ ಅಲ್ಲಿ ಲಭ್ಯವಿರುವ ಸಾಹಿತ್ಯ ಅಧ್ಯಯನ ಮಾಡಿದರು. ಅದಕ್ಕಾಗಿ ಪಾಲಿ ಭಾಷೆ ಕಲಿತರು. ಅದಕ್ಕಿಂತ ಮೊದಲೇ ಭಾರತದಲ್ಲಿ ಸಂಚಾರ ಮಾಡಿ ಸಂಸ್ಕೃತ ಕಲಿತಿದ್ದರು. ಆ ಅವಧಿಯಲ್ಲಿ ಬೌಧ್ಧ ಬಿಕ್ಕು ಆಗಿ ಅದೇ ರೀತಿಯ ಜೀವನ ಮಾಡುತ್ತಿದ್ದರು. 1906 ರಲ್ಲಿ ಹಲವು ವರ್ಷಗಳ ಅಲೆದಾಟ ಅಧ್ಯಯನದ ನಂತರ ಧರ್ಮಾನಂದ ಕಲ್ಕತ್ತೆಗೆ ಬಂದರು.

ಅಷ್ಟು ಹೊತ್ತಿಗೆ ಅವರು ಆಧುನಿಕ ಜಗತ್ತಿನಲ್ಲಿ ಬೌಧ್ಧ ಭಿಕ್ಕು ಆಗಿ ಬದುಕುವುದು ಸುಲಭ ಸಾಧ್ಯವಲ್ಲ, ಅದರಿಂದ ಬೌಧ್ಧ ಧರ್ಮ ಪ್ರಚಾರ ಸಾಧ್ಯವಿಲ್ಲ ಎಂದು ಅರಿತು ಭಿಕ್ಕು ಜೀವನ ಬಿಟ್ಟುಕೊಟ್ಟಿದ್ದರು. ಬೌಧ್ಧ ಧರ್ಮ ಅಧ್ಯಯನ ಮತ್ತು ಪ್ರಚಾರ ಮಾಡಲು ಅವರು ಹೊಸ ವಿಧಾನಗಳನ್ನು ಹುಡುಕುತ್ತಿದ್ದಾಗ ಕಲ್ಕತ್ತೆಯ ನೇಶನಲ್ ಕಾಲೇಜಿನಲ್ಲಿ ಪ್ರಾಚೀನ ಭಾಷೆಗಳ ವಿಭಾಗದಲ್ಲಿ ಪಾಲಿ ಭಾಷಾ ಅಧ್ಯಾಪಕರಾಗಿ ಸೇರಬೇಕೆಂದು ಕರೆ ಬಂತು. ಪುನಃ ಸಂಸಾರಿ ಆಗಲು ನಿರ್ಧರಿಸಿದ ಅವರು ಕರೆ ಅಂಗೀಕರಿಸಿ ಮಡದಿ ಬಾಲಾಬಾಯಿಯನ್ನು ಕಲ್ಕತ್ತೆಗೆ ಕರೆದುಕೊಂಡು ಬಂದರು. ಆದರೆ ಆಕೆಯ ಆರೋಗ್ಯ ತೀರಾ ಹದಗೆಟ್ಟು ಮಡಗಾಂವಿಗೆ ಹಿಂತಿರುಗಿದರು.

ಕೆಲವು ತಿಂಗಳುಗಳಲ್ಲಿ ಬಾಲಾಬಾಯಿ ಗಂಡು ಮಗುವಿಗೆ ಜನ್ಮವಿತ್ತಳು. ಕುಟುಂಬದ ಸಂಪ್ರದಾಯದಂತೆ ತಾತನ (ದಾಮೋದರ) ಹೆಸರನ್ನಿಡಲಾಯಿತು. ಆದರೆ ಮನೆಯವರಿಗೆಲ್ಲಾ

ಆತ 'ಬಾಬಾ' ಆದ. ಮೊದಲ 5 ವರ್ಷ ಬಾಬಾ ಮಡಗಾಂವಿನಲ್ಲಿ ತಾಯಿಯೊಂದಿಗೆ ಬೆಳೆದ. ಈ ನಡುವೆ ಧರ್ಮಾನಂದ ಪುನಃ ಅವರ ನಿಲ್ಲದ ಅಲೆದಾಟ ಮುಂದುವರೆಸಿದ್ದರು. ಕಲ್ಕತ್ತ ವಿಶ್ವವಿದ್ಯಾಲಯ (ವಿ ವಿ) ದಲ್ಲಿ ಅಧ್ಯಾಪಕ, ಪಾಲಿ ಭಾಷಾ ಸಾಹಿತ್ಯದ ಸಂಗ್ರಹಕ್ಕೆ ಬರ್ಮಾ ಪ್ರವಾಸ, ಬರೋಡಾ ಮಹಾರಾಜರ ಉದ್ಯೋಗಿಯಾಗಿ ಮುಂಬಯಿ–ಪುಣೆಗಳಲ್ಲಿ ಪಾಲಿ ಭಾಷೆ ಪಾಠ, ಭೌಧ್ಧ ಧರ್ಮ ಅಧ್ಯಯನ, ಹಾರ್ವರ್ಡ್ ವಿ ವಿ ಯಲ್ಲಿ ವಿಸುದ್ದಿಮಗ್ಗ ಎಂಬ ಭೌಧ್ಧ ಗ್ರಂಥದ ಸಂಗ್ರಹ–ಸಂಪಾದನೆಗೆ 2 ವರ್ಷ ಕೆಲಸ, ಇಂಗ್ಲೆಂಡ್–ಅಮೆರಿಕ ಪ್ರವಾಸ ಇತ್ಯಾದಿ ಮುಗಿಸಿ ಪುಣೆಯಲ್ಲಿ ಫರ್ಗ್ಯುಸನ್ ಕಾಲೇಜಿನಲ್ಲಿ ಪಾಲಿ ಭಾಷಾ ಅಧ್ಯಾಪಕರಾಗಿ ಸೇರಿದರು. 1912 ರಲ್ಲಿ ಅವರು ಕುಟುಂಬದ – ಮಡದಿ ಬಾಲಾಬಾಯಿ, 13 ವರ್ಷದ ದೊಡ್ಡ ಮಗಳು ಮಾಣಿಕ್ (ತಂದೆ ಗೋವಾ ಬಿಡುವ ಮೊದಲೇ ಹುಟ್ಟಿದವಳು) ಮತ್ತು 5 ವರ್ಷದ ದಾಮೋದರ–ಎಲ್ಲರನ್ನೂ ಪುಣೆಗೆ ಕರೆಸಿಕೊಂಡು ಪೂರ್ಣ ಪ್ರಮಾಣದ ಸಂಸಾರ ಆರಂಭಿಸಿದರು. ಮುಂದಿನ 6 ವರ್ಷ ಅವರು ತಮ್ಮ ಇಡೀ ಕುಟುಂಬದ ಜತೆ ಕಳೆದರು. ದಾಮೋದರ 'ಬಾಬಾ'ಗೂ ಇಡೀ ಕುಟುಂಬದ ಎಲ್ಲರ ಅಕ್ಕರೆ ಮತ್ತು ಒಟ್ಟಿಗೆ ವಾಸಿಸುವ ಅವಕಾಶ ಸಿಕ್ಕದ್ದು ಈ 6 ವರ್ಷಗಳಲ್ಲೇ. ಮುಂದೆ ಅಂತಹ ಅಕ್ಕರೆ ಭರಿತ ಕೌಟುಂಬಿಕ ವಾತಾವರಣ ಬಾಬಾಗೆ ಸಿಕ್ಕಲಿಲ್ಲ. ಇದು ಬಾಬಾ ವ್ಯಕ್ತಿತ್ವ ರೂಪಿಸುವಲ್ಲಿ ಮುಖ್ಯ ಪಾತ್ರ ವಹಿಸಿತು ಅಂತ ಹಲವರು ಅಭಿಪ್ರಾಯ ಪಟ್ಟಿದ್ದಾರೆ. ಈ ಅವಧಿಯಲ್ಲಿ ಬಾಬಾಗೆ ಇಬ್ಬರು ತಂಗಿಯರು–ಮನೋರಮಾ, ಕಮಲಾ–ಹುಟ್ಟಿದರು.

ಬಾಬಾ ಪುಣೆಯಲ್ಲಿ ಮರಾಠಿ ಶಿಕ್ಷಣ ಆರಂಭ ಮಾಡಿದ. ಮೊದಲಿಂದಲೂ ಬಾಬಾ ಪ್ರತಿಭಾವಂತ ವಿದ್ಯಾರ್ಥಿ ಆಗಿದ್ದ. ಮರಾಠಿ ಸ್ಕೂಲು ಮುಗಿಸಿ 8 ನೇ ವಯಸ್ಸಿಗೆ ಇಂಗ್ಲಿಷ್ ಮೊದಲ ಕ್ಲಾಸಿಗೆ (ಈಗಿನ 5ನೇ ಕ್ಲಾಸ್) ಬಂದು ಬಿಟ್ಟಿದ್ದ. ದುರ್ಬಲ, ಕೃಶದೇಶಿ ಆಗಿದ್ದು (ಕ್ಲಾಸಿನ ಎಲ್ಲರಿಗಿಂತಲೂ ಎತ್ತರದಲ್ಲೂ ವಯಸ್ಸಿನಲ್ಲೂ ಕಡಿಮೆ ಇದ್ದು) ಆಗಾಗ ಅನಾರೋಗ್ಯದಿಂದ ಬಳಲುತ್ತಿದ್ದರೂ ಕ್ಲಾಸಿನಲ್ಲಿ ಮೊದಲಿಗ ಅನಿಸಿಕೊಳ್ಳುತ್ತಿದ್ದ. ಮೇಷ್ಟ್ರುಗಳ ಪ್ರಶ್ನೆಗೆ ಕ್ಲಾಸಿನಲ್ಲಿ ಯಾರೂ ಉತ್ತರ ಹೇಳದಿದ್ದರೆ "ನಮ್ಮ ಅಭಿಮನ್ಯು ಏನು ಹೇಳುತ್ತಾನೆ ಕೇಳೋಣ" ಅಂತ ಬಾಬಾನ ಕಡೆಗೆ ತಿರುಗುತ್ತಿದ್ದರು. ಬಾಬಾನ ಬಳಿ ಯಾವಾಗಲೂ ಉತ್ತರ ಇರುತ್ತಿತ್ತು ಎಂದು ತಂಗಿ ಮನೋರಮಾ ನೆನಪು. ಬಾಬಾ ಒಬ್ಬನೇ ಮಗನಾದ್ದರಿಂದ ಬಾಲಾಬಾಯಿಗೆ ಅವನಂದರೆ ಭಾರೀ ಮುದ್ದು. ತಂದೆ ಶಿಸ್ತಿನ ಸಿಪಾಯಿ ಆಗಿದ್ದರೂ, ತಾಯಿ–ಅಕ್ಕಂದಿರ ಅತಿ ಮುದ್ದಿನಿಂದಾಗಿ ಬೇರೆಯವರ ಜತೆ (ಹಿರಿಯರನ್ನೂ ಸೇರಿಸಿ) ಒರಟಾಗಿ ವರ್ತಿಸುತ್ತಿದ್ದ. ಭಾರೀ ಮುಂಗೋಪಿ ಮತ್ತು ಹಠ ಸ್ವಬಾವದವನು ಆಗಿದ್ದು, ಯಾರಾದರೂ ಅವನ ವಸ್ತುಗಳನ್ನು ಮುಟ್ಟಿದರೆ ಕೂಗಾಡುತ್ತಿದ್ದ. ಆದರೆ ಒಳಗೆ ಮೃದು ಹೃದಯಿ ಆಗಿದ್ದ. ಒಂದು ಬಾರಿ ಹತ್ತಿರವಾದವರ ಮೇಲೆ ಅಷ್ಟೇ ಅಕ್ಕರೆ ತೋರಿಸುತ್ತಿದ್ದ. ಈ ಸ್ವಭಾವ ಅವನ ಜೀವನದ ಉದ್ದಕ್ಕೂ ಕಾಣಬಹುದು ಎಂದು ಇನ್ನೊಬ್ಬ ಸೋದರಿ ಕಮಲಾ ಸ್ಮರಿಸಿದಳಂತೆ.

ಹಾರ್ವರ್ಡಿನಲ್ಲಿ ಬಾಬಾ

ಬಾಬಾ ಕ್ಲಾಸಿನಲ್ಲಿ 3 ವರ್ಷ ಮುಂದೆ ಇದ್ದು (ಆಗ ಪ್ರತಿಭಾವಂತ ವಿದ್ಯಾರ್ಥಿಗಳಿಗೆ ಇದ್ದ ಪ್ರೊಮೋಶನ್ ವಿಧಾನದಿಂದಾಗಿ) 14 ವರ್ಷದಲ್ಲಿ ಮೆಟ್ರಿಕ್ ಪರೀಕ್ಷೆಗೆ ರೆಡಿಯಾಗುತ್ತಿದ್ದ. ಆದರೆ 17 ವರ್ಷ ಆಗದೆ ಮೆಟ್ರಿಕ್ ಪರೀಕ್ಷೆ ಕುಳಿತುಕೊಳ್ಳುವಂತಿರಲಿಲ್ಲ. ಈ ಸಮಸ್ಯೆಗೆ ಉತ್ತರವೆಂಬಂತೆ 1918 ರಲ್ಲಿ ತಂದೆ ಧರ್ಮಾನಂದ ಅವರಿಗೆ ಹಾರ್ವರ್ಡ್ ವಿ ವಿ ಯಿಂದ ಪುನಃ ಬರುವಂತೆ ಕರೆ ಬಂತು. ಮಗಳು ಮಾಣಿಕ್ ಸ್ಕೂಲು ಶಿಕ್ಷಣ ಮುಗಿದಿತ್ತು. ಮಾಣಿಕ್ ಮತ್ತು ದಾಮೋದರನನ್ನು ಒಟ್ಟಿಗೆ ಕರೆದೊಯ್ದು ಹಾರ್ವರ್ಡ್‌ನಲ್ಲಿ ಶಿಕ್ಷಣ ಮುಂದುವರೆಸಲು ನಿರ್ಧಾರ ಮಾಡಿದರು. ಇದು ಬಾಬಾ ಜೀವನದಲ್ಲಿ ದೊಡ್ಡ ತಿರುವು ಆಯಿತು. ಆಗ ಶ್ರೀಮಂತರು ತಮ್ಮ ಮಕ್ಕಳನ್ನು ಇಂಗ್ಲೆಂಡಿಗೆ ಉಚ್ಚ ಶಿಕ್ಷಣಕ್ಕೆ ಕಳಿಸುವುದು ಸಾಮಾನ್ಯವಾಗಿತ್ತು. ಟಾಟಾ ಬಿರ್ಲಾಗಳಂತಹ ಅತಿ ಶ್ರೀಮಂತರು ಮಾತ್ರ ಮಕ್ಕಳನ್ನು ಸ್ಕೂಲು ಶಿಕ್ಷಣಕ್ಕೆ ಇಂಗ್ಲೆಂಡಿಗೆ ಕಳಿಸುತ್ತಿದ್ದರು. ಮಧ್ಯಮ ವರ್ಗದ ದಾಮೋದರನಿಗೆ ಸ್ಕೂಲು ಮತ್ತು ಆ ಮೇಲೆ ಉನ್ನತ ಶಿಕ್ಷಣಕ್ಕೆ ಆಗಿನ ಅಮೆರಿಕದ ಶಿಕ್ಷಣ ಕೇಂದ್ರವಾಗಿದ್ದ ಹಾರ್ವರ್ಡ್‌ನಲ್ಲಿ ಅವಕಾಶ ಸಿಕ್ಕಿದ್ದು ವಿಶೇಷವಾಗಿತ್ತು. ಆಗ ಅಮೆರಿಕ ಅಥವಾ ಹಾರ್ವರ್ಡ್‌ಗೆ ಈಗಿನ ಖ್ಯಾತಿ ಅಥವಾ ಹೈಪ್ ಇರಲಿಲ್ಲ. ಆದರೆ 1920ರ ದಶಕದಲ್ಲಿ ಅತ್ಯಂತ ವೇಗವಾಗಿ ಅಭಿವೃಧ್ಧಿ ಹೊಂದುತ್ತಿದ್ದ ಅಮೆರಿಕದ ವಿಜ್ಞಾನ–ತಂತ್ರಜ್ಞಾನ ಶಿಕ್ಷಣ ಕೇಂದ್ರವಾಗಿದ್ದ ಹಾರ್ವರ್ಡ್ ಶಿಕ್ಷಣ, ಪ್ರತಿಭಾವಂತ ದಾಮೋದರನ ಪ್ರತಿಭೆಗೆ ಅಪರಿಮಿತ ಅವಕಾಶ ಒದಗಿಸಿತು.

ಗ್ರಾಮರ್ ಸ್ಕೂಲ್ ನಲ್ಲಿ 1 ವರ್ಷ ಕೆಂಬ್ರಿಜ್ ಹೈ ಅಂಡ್ ಲ್ಯಾಟಿನ್ ಸ್ಕೂಲ್ ಮತ್ತು ಹಾರ್ವರ್ಡ್ ವಿಜ್ಞಾನ ತಂತ್ರಜ್ಞಾನ ವಿ ವಿ ದಲ್ಲಿ ಪದವಿ ಶಿಕ್ಷಣ–ಹೀಗೆ ಬಾಬಾ ಮುಂದಿನ ಹತ್ತು ವರ್ಷ (ಹೈ ಸ್ಕೂಲು ಮತ್ತು ಕಾಲೇಜು ನಡುವೆ ಒಂದು ವರ್ಷ ಬಿಟ್ಟರೆ) ಹಾರ್ವರ್ಡ್‌ನಲ್ಲಿ ಶಿಕ್ಷಣ ಮುಂದುವರೆಸಿದ. ಅಲ್ಲಿನ ಸ್ಕೂಲು ಕಾಲೇಜುಗಳಲ್ಲಿ ಎಲ್ಲಾ ವಿಷಯಗಳ ಬಗ್ಗೆ ಪುಸ್ತಕಗಳಿರುವ ಸಮೃಧ್ಧ ಲೈಬ್ರರಿ, ಕಲಿಕೆಗೆ ಉತ್ತಮ ವಾತಾವರಣ, ಉತ್ತಮ ಶಿಕ್ಷಕರು, ಪ್ರತಿಭಾವಂತ ವಿದ್ಯಾರ್ಥಿಗಳ ಒಡನಾಟ ಮತ್ತು ಪೈಪೋಟಿ – ಇವುಗಳಿಂದ ಬಾಬಾ ಪ್ರತಿಭೆ ಪೂರ್ಣವಾಗಿ ಅರಳಿ ಬೆಳೆಯಿತು. ಬಾಬಾ ಜ್ಞಾನದ ದಾಹ ಪಠ್ಯ ವಿಷಯಗಳಿಗೆ ಸೀಮಿತವಾಗಿರಲಿಲ್ಲ. ಸಿಕ್ಕಿದ ಎಲ್ಲಾ ವಿಷಯಗಳ ಅಧ್ಯಯನ ಮಾಡು, ಜ್ಞಾನಕ್ಕೆ ಗಡಿಗಳಿಗಿಲ್ಲ. ಎಷ್ಟು ಸಾಧ್ಯವೋ ಅಷ್ಟು ಭಾಷೆಗಳನ್ನು ಕಲಿ, ಯಾಕೆಂದರೆ ಕೆಲವು ಭಾಷೆಗಳು ವಿಶಿಷ್ಟ ಜ್ಞಾನಗಳ ಭಂಡಾರ ಆಗಿರುತ್ತವೆ, ಓದಿನಲ್ಲಿ ಅತ್ಯುತ್ಕೃಷ್ಟನಾಗಿ ಇರಬೇಕು ಎಂದು ತಂದೆಯ ಒತ್ತಾಸೆ ಬೇರೆ. ಹಾರ್ವರ್ಡ್ (ಆಗಲೂ ಈಗಲೂ) ಮೂಲಭೂತ ಪ್ರಶ್ನೆಗಳ ಬಗ್ಗೆ ಚರ್ಚೆ, ಸಂಶೋಧನೆಗೆ ಹೆಸರಾಗಿತ್ತು. ಹಾರ್ವರ್ಡ್‌ನ ವಾತಾವರಣ, ಅಲ್ಲಿ ಕಳೆದ ಹತ್ತು ವರ್ಷಗಳು ದಾಮೋದರನ ವೈಜ್ಞಾನಿಕ ಭೌತವಾದೀ ಕಣ್ಣೋಟ, ಮೂಲಭೂತ ವಿಷಯಗಳ ಬಗ್ಗೆ ಅಧ್ಯಯನ ಸಂಶೋಧನೆ ಬಗ್ಗೆ ತೀವ್ರ ಆಸಕ್ತಿ ಮತ್ತು ಪರಿಣತಿ ಬೆಳೆಸುವಲ್ಲಿ ದೊಡ್ಡ ಪಾತ್ರ ವಹಿಸಿರಬೇಕು ಎಂದು ಕೊಸಾಂಬಿ ನಿಕಟವರ್ತಿಗಳು ಅಭಿಪ್ರಾಯ ಪಟ್ಟಿದ್ದಾರೆ.

ಸತತ ಅನಾರೋಗ್ಯಕ್ಕೆ ಕಾರಣ ಟೊನ್ಸಿಲೈಟಿಸ್ ಎಂದು ಗುರುತಿಸಿ ಅದಕ್ಕೆ ಚಿಕಿತ್ಸೆ ಕೊಡಿಸಿದ್ದರಿಂದ ಹಾರ್ವರ್ಡ್‌ನಲ್ಲಿ ಬಾಬಾನ ಆರೋಗ್ಯ ಸಹ ಸುಧಾರಿಸಿತು. ಉತ್ತಮ ಆಹಾರ ವ್ಯಾಯಾಮ ಜಿಮ್‌ಗಳಲ್ಲಿ ಆಸಕ್ತಿ ವಹಿಸಿದ ಕೃಶಕಾಯ ಕುಳ್ಳ ಬಾಬಾ ಆಜಾನುಬಾಹು ಧೃಢಕಾಯದ ಪೈಲ್ವಾನ್ ಆಗಿ ಬೆಳೆದ. ಸ್ಕೇಟಿಂಗನಲ್ಲಿ ತೀವ್ರವಾಗಿ ತೊಡಗಿಸಿಕೊಂಡ ಬಾಬಾ ದುರ್ಗಮ ಪರ್ವತ ಪ್ರದೇಶಗಳಿಗೆ ಟ್ರೆಕ್ಕಿಂಗಿಗೆ ಹೋಗಲಾರಂಬಿಸಿದ. ಮುಂದೆ ಇದು ಬಾಬಾ ಜೀವನದಲ್ಲಿ ಪುರಾತತ್ವ ನಿವೇಶನಗಳ ಹುಡುಕಾಟಕ್ಕೆ ಅಲೆದಾಟ, ಕ್ಷೇತ್ರ ಅಧ್ಯಯನಗಳಿಗೆ ಬೇಕಾದ ಶಾರೀರಿಕ ಧೃಢತೆ ಅಜ್ಞಾತ ಪ್ರದೇಶಗಳ ಚಾರಣದಲ್ಲಿ ಆಸಕ್ತಿ ಮತ್ತು ಪರಿಣತಿ ಒದಗಿಸಿತು. ಅಹಿಂಸಾವಾದಿ ಬೌಧ್ಧ ತಂದೆಯ ಮಗನಿಗೆ ಬೇಟೆಯಲ್ಲೂ ಭಾರೀ ಆಸಕ್ತಿ. ಮುದ್ದು ಮಾಡುವ ತಾಯಿಯ ಸಾನಿಧ್ಯ ಸಿಗದಿದ್ದರೂ, 4 ವರ್ಷಗಳ ಕಾಲ ತಂದೆ, ಅಕ್ಕನ ಜತೆ ಮನೆಯಲ್ಲಿ ಇದ್ದ ಬಾಬಾನಿಗೆ ಮನೆಯ ಅಕ್ಕರೆಯ ವಾತಾವರಣ ಸಹ ಭಾಗಶಃ ಆದರೂ ಸಿಕ್ಕಿತು.

1922 ರಲ್ಲಿ 15 ವರ್ಷದ ಬಾಬಾನನ್ನು ಹಾರ್ವರ್ಡ್‌ನಲ್ಲಿ ಇರಲು ವ್ಯವಸ್ಥೆ ಮಾಡಿ ಧರ್ಮಾನಂದ ಮತ್ತು ಮಾಣಿಕ್ ಭಾರತಕ್ಕೆ ಹಿಂತಿರುಗಿದರು. ಬಾಬಾ ಒಬ್ಬನೇ ರೂಮಿನಲ್ಲಿ ವಾಸಿಸಲು ಆರಂಭಿಸಿದರೂ ಒಂಟಿಯೇನು ಆಗಿರಲಿಲ್ಲ. ಪಕ್ಕದ ರೂಮಿನ ಹುಡುಗರಲ್ಲದೆ ಹಲವು ಮಿತ್ರರು ಇದ್ದು ಟ್ರೆಕಿಂಗ್ ಇರಲಿ, ಫಿಲಂ ಶೋ ಇರಲಿ ಗ್ಯಾಂಗಿನ ನಾಯಕತ್ವ ಬಾಬಾನದ್ದೇ. 1924 ರಲ್ಲಿ 17ನೇ ವಯಸ್ಸಿನಲ್ಲಿ ಹೈಸ್ಕೂಲನ್ನು ಅತ್ಯಂತ ಒಳ್ಳೆಯ ಗ್ರೇಡುಗಳೊಂದಿಗೆ ಮುಗಿಸಿದ. ಈಜು, ಓಟದ ಸ್ಪರ್ಧೆಗಳಲ್ಲಿ ಪದಕಗಳನ್ನೂ ಗಳಿಸಿದ್ದ. ಹಾರ್ವರ್ಡ್ ವಿ ವಿ ಯಲ್ಲಿ ಪ್ರವೇಶ ಪರೀಕ್ಷೆ ಇಲ್ಲದೆ ಸೀಟು ಗಿಟ್ಟಿಸಿದ. ಸ್ಕಾಲರ್‌ಶಿಪ್ ಗಿಟ್ಟಿಸಿದ್ದ. ಆದರೆ ತಾಯಿಯ ಮಮತೆಯಿಂದಲೋ ಅಥವಾ ಕಾಲೇಜು ಶಿಕ್ಷಣ ಭಾರತದಲ್ಲಿ ಮುಂದುವರೆಸಲೋ ತಂದೆಯ ಇಚ್ಛೆಯಂತೆ ಭಾರತಕ್ಕೆ ವಾಪಸು ಬಂದ.

ಅಷ್ಟು ಹೊತ್ತಿಗೆ ಗಾಂಧೀಜಿಯ ಕಟ್ಟಾ ಅನುಯಾಯಿ ಆಗಿದ್ದ ತಂದೆ ಅಹ್ಮದಾಬಾದಿನಲ್ಲಿ ನೆಲೆಸಿದ್ದರು. ಗಾಂಧೀಜಿಯ ಎಲ್ಲಾ ಕಾರ್ಯಕ್ರಮಗಳಲ್ಲಿ ಭಾಗವಹಿಸುತ್ತಿದ್ದರು. ತಾಯಿ ಮತ್ತು ಸೋದರಿಯರು ಅಕ್ಕ ಮಾಣಿಕ್ ಕೆಲಸ ಮಾಡುತ್ತಿದ್ದ ಇಂದೋರಿನಲ್ಲಿ ವಾಸಿಸುತ್ತಿದ್ದರು. ಸ್ವದೇಶಕ್ಕೆ ವಾಪಸಾದ ಬಾಬಾ, ತಂದೆ ಕಾಲೇಜು ಶಿಕ್ಷಣಕ್ಕೆ ಹುಡುಕಾಡುತ್ತಿದ್ದಾಗ ಅಹ್ಮದಾಬಾದ್ ಮತ್ತು ಇಂದೊರ್ ಮಧ್ಯೆ ಓಡಾಡತೊಡಗಿದ. ಮಧ್ಯೆ ಗೋವಾಕ್ಕೂ ಪುಣೆಗೂ ಹೋಗಿ ಬರುತ್ತಿದ್ದ. ತಂದೆಯ ಜತೆ ಓಡಾಡುತ್ತಾ ಗಾಂಧೀಜಿ, ಕೃಪಲಾನಿ (ಆಗ ಗುಜರಾತ ವಿ ವಿ ಯ ಉಪಕುಲಪತಿ) ಮತ್ತು ಇತರ ಹಲವು ಸ್ವಾತಂತ್ರ್ಯ ಆಂದೋಲನದ ಅಗ್ರಣಿ ನಾಯಕರ, ಮತ್ತು ಹೋರಾಟದ ಪರಿಚಯ ಹತ್ತಿರದಿಂದ ಆಯಿತು. ಗೋವಾಕ್ಕೆ ಹೋದಾಗ ಅಲ್ಲಿನ ಗಣಿ ಮತ್ತು ಜಲ ಸಂಪತ್ತಿನ ಬಗ್ಗೆ ಅಧ್ಯಯನ ನಡೆಸಿದ. ಕಾಡು ಮೇಡು ಅಲೆಯುತ್ತಾ ಬೇಟೆಯನ್ನೂ ಆಡುತ್ತಿದ್ದನಂತೆ. ಭಾರತದ ವಿ ವಿ ಗಳಲ್ಲಿ ಬಾಬಾನಿಗೆ ಕಾಲೇಜು ಪ್ರವೇಶಕ್ಕೆ ಪ್ರಯತ್ನಿಸಿದ ತಂದೆಯ ಶ್ರಮವೆಲ್ಲಾ ವ್ಯರ್ಥವಾದವು. ಹೆಚ್ಚಿನ ಉತ್ತಮ ಕಾಲೇಜುಗಳಲ್ಲಿ ಅಮೆರಿಕನ್ ಹೈಸ್ಕೂಲು ಸರ್ಟಿಫಿಕೇಟಿಗೆ ಮಾನ್ಯತೆ ಇರಲಿಲ್ಲವಂತೆ

! ಪ್ರತಿಭಾವಂತ ಬಾಬಾನಿಗೆ ತಕ್ಕ ಉತ್ತಮ ಶಿಕ್ಷಣ ಕೊಡಬಹುದು ಎಂದು ಧರ್ಮಾನಂದ ಪರಿಗಣಿಸುವ ಕಾಲೇಜು ಸಿಗದೆ ಹೋಯಿತು. ಅಷ್ಟರಲ್ಲಿ ಅವರಿಗೆ ಪುನಃ ಅದೃಷ್ಟವಶಾತ್ ಹಾರ್ವರ್ಡ್‌ನಿಂದ ಇನ್ನೂ ಕೆಲವು ಪಾಲಿ ಗ್ರಂಥಗಳ ಸಂಪಾದನೆ–ಸಂಗ್ರಹ ಕೆಲಸಕ್ಕೆ ಬರುವಂತೆ ಆಹ್ವಾನ ಬಂತು. ಪುನಃ 1926ರಲ್ಲಿ ತಂದೆ ಮಗ ಹಾರ್ವರ್ಡಿಗೆ ಹಡಗು ಹತ್ತಿದರು. ಈ ನಡುವಿನ ಸುಮಾರು ಒಂದೂವರೆ ವರ್ಷಗಳ "ವಿರಾಮ" ಸಹ ದಾಮೋದರನ ಜೀವನದ ದಿಕ್ಕಿನ ಮೇಲೆ ಪ್ರಮುಖ ಸಕಾರಾತ್ಮಕ, ನಕಾರಾತ್ಮಕ ಪರಿಣಾಮ ಬೀರಿತು ಅಂತ ಅವರ ಜೀವನ ಚರಿತ್ರೆಕಾರ ದೇಶಮುಖ್ ಹೇಳುತ್ತಾರೆ. ಯುವಕ ಸುಶಿಕ್ಷಿತ ದಾಮೋದರನಿಗೆ ಭಾರತದ ರಾಜಕೀಯ–ಸಾಮಾಜಿಕ ಪರಿಸ್ಥಿತಿಯನ್ನು ನೇರ ಅನುಭವದ ಮೂಲಕ ಪರಿಚಯ ಮಾಡಿಸಿದ್ದು ಸಕಾರಾತ್ಮಕ ಅಂಶ. ಬಾಬಾನ 4 ವರ್ಷದ ಪದವಿ ಶಿಕ್ಷಣ ಮುಗಿಸುವ ಹೊತ್ತಿಗೆ ಅಮೆರಿಕದ ಆರ್ಥಿಕ ಸುಗ್ಗಿ ಕುಸಿತದ ಹಾದಿಯಲ್ಲಿತ್ತು. ಮುಖ್ಯವಾಗಿ ಇದರಿಂದಾಗಿ (ಹಲವು ಇತರ ಕಾರಣಗಳಿದ್ದರೂ) ದಾಮೋದರನಿಗೆ ಅಲ್ಲಿ ಸಂಶೋಧನೆ ನಡೆಸುವ ಅವಕಾಶ ತಪ್ಪಿ ಹೋಯಿತು. ಈ "ವಿರಾಮ" ಇಲ್ಲದಿದ್ದರೆ ಬಹುಶಃ ಕುಸಿತ ಆರಂಭವಾಗುವ ಮೊದಲು ಪದವಿ ಶಿಕ್ಷಣ ಮುಗಿಯುತ್ತಿತ್ತು ಎಂಬುದು ನಕಾರಾತ್ಮಕ ಅಂಶ.

ಟೌನ್ ಮತ್ತು ಗೌನ್‌ಗಳ ನಡುವೆ

ಮುಂದಿನ 4 ವರ್ಷ ದಾಮೋದರ ತನಗೆ ಪ್ರಿಯವಾದ ಗಣಿತ ವಿಶೇಷ ವಿಷಯವಾಗಿ ಆರಿಸಿಕೊಂಡು ಹಾರ್ವರ್ಡ್ ವಿ ವಿ ಯಲ್ಲಿ ಪದವಿ ಶಿಕ್ಷಣದಲ್ಲಿ ತೊಡಗಿಸಿಕೊಂಡ. ಮಾತ್ರವಲ್ಲ ತಂದೆಯ ಸಂಶೋಧನೆ ಸಂಪಾದನೆ ಕೆಲಸಕ್ಕೂ ನೆರವಾದ. ಗಣಿತ ಮುಖ್ಯ ವಿಷಯವಾದರೂ ಆತನಿಗೆ ಎಲ್ಲಾ ವಿಷಯಗಳನ್ನು ಆಳವಾಗಿ ಅಧ್ಯಯನ ಮಾಡುವ ಆಸಕ್ತಿ. ವರ್ಷಕ್ಕೆ ಹಲವು ಐಚ್ಛಿಕ ವಿಷಯಗಳನ್ನು ಸೇರಿಸಿ 18 ವಿಷಯಗಳನ್ನು ಅಧ್ಯಯನಕ್ಕೆ ತೆಗೆದುಕೊಂಡು ನಿಭಾಯಿಸುತ್ತಿದ್ದ. ವೇಗದ ಓದು ಮತ್ತು ಫೋಟೋಗ್ರಾಫಿಕ್ ನೆನಪು ಶಕ್ತಿ ಆತನಿಗೆ ಸಿದ್ಧಿಸಿತ್ತು. ಗಣಿತದಲ್ಲೂ ಆಳವಾದ ಅಧ್ಯಯನ ಮಾಡಿ ಆಗ ಪ್ರಖ್ಯಾತರಾಗಿದ್ದ ಪ್ರೊ. ಬಿರ್ಕೊಫ್ ಅವರ ಮೆಚ್ಚಿನ ಶಿಷ್ಯನಾಗಿದ್ದ. ಅವರಿಗೆ ಸಂಶೋಧನೆಯಲ್ಲಿ ಆಗಲೇ ನೆರವಾಗುತ್ತಿದ್ದ. ತಂದೆ ಒಂದೂವರೆ ವರ್ಷದಲ್ಲಿ ತಮ್ಮ ಕೆಲಸ ಮುಗಿಸಿ ವಾಪಸಾದರು.

ಹಲವು ಆಧುನಿಕ, ಪ್ರಾಚೀನ ಯುರೋಪಿಯನ್ ಭಾಷೆಗಳನ್ನು – ಗ್ರೀಕ್, ಲ್ಯಾಟಿನ್, ಫ್ರೆಂಚ್, ಜರ್ಮನ್, ರಶ್ಯನ್ ಬಾಬಾ ಕಲಿತ. ಅವನಿಗೆ ವಿಷಯ–ಜ್ಞಾನಶಿಸ್ತುಗಳ ನಡುವೆ ಗೋಡೆಗಳಿರಲಿಲ್ಲ. ಹಲವು ವಿಷಯಗಳನ್ನು ಆಳವಾಗಿ ಅಧ್ಯಯನ ಮಾಡುತ್ತಾ ದಣಿವೂ ಇರಲಿಲ್ಲ. ತಂದೆಯ ಜ್ಞಾನಾರ್ಜನೆ, ಸ್ವತಂತ್ರ ಸಂಶೋಧನೆಗಳಲ್ಲಿ ಅಪರಿಮಿತ ಆಸಕ್ತಿ, ಏಕಾಗ್ರತೆ, ದಣಿವರಿಯದ ಕಠಿಣ ಪರಿಶ್ರಮ, ಸರಳ ಜೀವನ, ತೋಚಿದ್ದು ಮಾಡುವ ಮರ್ಜಿ ಅವನಿಗೂ ಬಳುವಳಿಯಾಗಿ ಬಂದಿತ್ತು. ಪದವಿ ಶಿಕ್ಷಣದ ಸಮಯದಲ್ಲಿ ಆತನ

ಅಗಿನ ಒಡನಾಡಿಗಳ ರೂಮಿನ ಚಿತ್ರಣ ಇದಕ್ಕೆ ಹಿಡಿದ ಕನ್ನಡಿ. ಆತನ ರೂಮು ಯಾವುದೇ ಅಲಂಕಾರ ಇಲ್ಲದೆ ಸರಳವಾಗಿತ್ತು. ಗಾಂಧೀಜಿ ಫೋಟೋ ಮಾತ್ರ ಇದ್ದ ಅಲಂಕಾರ. ಉಳಿದಿದ್ದೆಲ್ಲ ಪುಸ್ತಕಗಳ ರಾಶಿ. ಪುಸ್ತಕಗಳ ವಿಷಯಗಳ ಭಾಷಾ ವೈವಿಧ್ಯತೆ ಯಾರನ್ನಾದರೂ ಬೆರಗಾಗಿಸುತ್ತಿತ್ತು. ಜರ್ಮನ್ ಭಾಷೆಯಲಿದ್ದ ಗಣಿತ ಮತ್ತು ವಿಜ್ಞಾನ ಪುಸ್ತಕಗಳು; ಗ್ರೀಕ್, ಲ್ಯಾಟಿನ್, ಜರ್ಮನ್, ಫ್ರೆಂಚ್ ಭಾಷೆಯ ಬೈಬಲ್ ಅವತರಣಿಕೆಗಳು; ಹಲವು ಭಾಷಾಶಾಸ್ತ್ರದ ಪುಸ್ತಕಗಳು; ಐದು ಭಾಷೆಗಳಲ್ಲಿ ಎಲ್ಲಾ ವಿಷಯದ ನೂರಾರು ಪುಸ್ತಕಗಳು. ವಿವಿಧ ಭಾಷೆಯ ಬೈಬಲ್ ಅವತರಣಿಕೆಗಳನ್ನು ಭಾಷೆಗಳ ತುಲನಾತ್ಮಕ ಅಧ್ಯಯನಕ್ಕೆ ಬಳಸುತ್ತಿದ್ದನಂತೆ.

ಅಧ್ಯಯನದಲ್ಲಿ ಬಾಬಾನ ಆಳ, ಹಿಡಿತ, ಛಲಗಳ ಬಗ್ಗೆ ಹಲವು ಕಥೆಗಳಿವೆ. ಧರ್ಮಾನಂದ ಭಾರತಕ್ಕೆ ವಾಪಸು ಹೋದ ಮೇಲೆ ಒಂದು ಬಾರಿ ಒಂದು ವಿಷಯದಲ್ಲಿ ಮಾತ್ರ ಬಿ ಗ್ರೇಡ್ ಬಂದಿದೆ. ಉಳಿದೆಲ್ಲಾ ಎ ಗ್ರೇಡ್ ಬಂದಿದೆ ಎಂದು ಬಾಬಾ ಬರೆದ. ಕಷ್ಟ ಪಟ್ಟು ಅಧ್ಯಯನ ಮಾಡುವ ಮನಸ್ಸಿಲ್ಲದಿದ್ದರೆ ವಾಪಸು ಬಾ ಅಂತ ಖಾರವಾಗಿ ತಂದೆ ಬರೆದರಂತೆ. ಅದಕ್ಕೆ ಪ್ರಾಥಮಿಕ ಮತ್ತು ಮಾಧ್ಯಮಿಕ ಇಟಾಲಿಯನ್ ವಿಷಯ ತೆಗೆದುಕೊಂಡು ಎರಡರಲ್ಲೂ ಎ+ ಗ್ರೇಡ್ ತೆಗೆದುಕೊಂಡನಂತೆ. ಕೊನೆಯದಾಗಿ ಕಲಿತ ಭಾಷೆ ಇಟಾಲಿಯನಿನಲ್ಲಿ ಬಾಬಾನ ಪ್ರಭುತ್ವದ ಬಗೆಗೂ ಒಂದು ಕಥೆ ಇದೆ. ಒಂದು ದಿನ ಒಬ್ಬ ಇಟಾಲಿಯನ್ ಸಂಶೋಧನಾ ವಿದ್ಯಾರ್ಥಿಯೊಬ್ಬ ಬಾಬಾ ರೂಮಿಗೆ ಬಂದು ದೀರ್ಘವಾಗಿ ಜೋರು ಜೋರಾಗಿ ಚರ್ಚೆ ಮಾಡುತ್ತಿದ್ದನಂತೆ. ಅವನು ಹೋದ ಮೇಲೆ ಬಾಬಾ ಪಕ್ಕದ ರೂಮಿನ ಹುಡುಗ ಕೇಳಿದನಂತೆ. ಅಷ್ಟು ಜೋರಾಗಿ ದೀರ್ಘವಾಗಿ ಏನು ಚರ್ಚೆ ಮಾಡಿದ್ದು ಅಂತ. ಇಟಾಲಿಯನ್ ಕವಿ ಡಾಂಟೆಯ ಕಾವ್ಯದ ಮೇಲೆ ಆತನ ಸಂಶೋಧನೆಯಲ್ಲಿ ಅವನಿಗೆ ಹಲವು ಸಂದೇಹಗಳಿದ್ದವು. ಅದಕ್ಕೆ ಅವನಿಗೆ ಮಾರ್ಗದರ್ಶನ ಮಾಡಿದೆ ಅಂದನಂತೆ. ಇತ್ತೀಚೆಗೆ ಮಾಧ್ಯಮಿಕ ಇಟಾಲಿಯನ್ ಪಾಸು ಮಾಡಿದವನಿಂದ ಪಿ.ಹೆಚ್.ಡಿ ವಿದ್ಯಾರ್ಥಿಗೆ ಮಾರ್ಗದರ್ಶನ ! ಅದೇ ರೀತಿ ಭೌತಶಾಸ್ತ್ರದ ಪಿ.ಹೆಚ್.ಡಿ ವಿದ್ಯಾರ್ಥಿಯೊಬ್ಬನೊಂದಿಗೆ ಬೋಹ್ರ್ ಅಣು ಸಿಧ್ಧಾಂತದ ಬಗ್ಗೆ ಚರ್ಚೆ ಮಾಡುತ್ತಾ ಐನ್‌ಸ್ಟೀನ್ ಇತ್ತೀಚೆಗೆ ಅದರ ಬಗ್ಗೆ (ಜರ್ಮನ್ ಭಾಷೆಯ ಜರ್ನಲ್ ಒಂದರಲ್ಲಿ ಪ್ರಕಟವಾದ ಪ್ರಬಂಧದಲ್ಲಿ) ಕೊಟ್ಟ ಅಭಿಪ್ರಾಯದ ಬಗ್ಗೆ ಬಾಬಾ ತನ್ನ ವಿಶ್ಲೇಷಣೆ ಕೊಟ್ಟನಂತೆ. ಅಲ್ಲದೆ ಇದರ ಬಗ್ಗೆ ಐನ್‌ಸ್ಟೀನ್ ಬೇರೆ ಏನು ಬರೆದಿದ್ದಾನೆ ಅಂತ ಅವನಿಗೆ ಕ್ಲಾಸು ಹಾಕಿದನಂತೆ.

ಹಲವು ವಿಷಯಗಳ ಸಿದ್ಧಾಂತದ ಅಧ್ಯಯನ ಮಾತ್ರವಲ್ಲ, ಅದನ್ನು ಜೀವನದಲ್ಲಿ ಅನ್ವಯ ಮಾಡುವುದರ ಬಾಬಾನ ಗೀಳಿನ ಬಗೆಗೂ ಒಂದು ಕಥೆ ಇದೆ. ಕಾಲೇಜಿನಲ್ಲಿ ಭೌತಶಾಸ್ತ್ರದಲ್ಲಿ ಓದುವ ಎಷ್ಟೋ ಮೊದಲು ಬಂದೂಕಿನ ಗುಂಡಿನ ಪಥ ಪರಾಬೊಲಾ ಇರುತ್ತದೆ ಅಂತ ಗೊತ್ತಿತ್ತು. ಆದರೆ ದೈನಂದಿನ ಜೀವನದಲ್ಲಿ ಈ ಪರಾಬೊಲಾ ಪಥ ಹಲವು ಅಂಶಗಳ (ಗಾಳಿಯ ದಿಕ್ಕು ವೇಗ, ವಾತಾವರಣ ಇತ್ಯಾದಿ) ಮೇಲೆ ಆಧರಿಸಿ ಬಹಳ ಬದಲಾಗಿ ಗುಂಡಿನ ಪಥ ಕರಾರುವಾಕ್ಕಾಗಿ ಹೇಳುವುದು ಕಷ್ಟ. ಅದರ ಬಗ್ಗೆ

ಬಾಬಾ ಸಂಶೋಧನೆ ಮಾಡಿ ಒಂದು ಸಂಕೀರ್ಣ ಫಾರ್ಮುಲಾ ತಯಾರಿಸಿದ್ದ. ಬೇಟೆಗೆ ಹೋದಾಗ ಆತನ ಗುರಿ ಸಾಧಿಸಿತೆ ಎನ್ನುವುದಕ್ಕಿಂತ ಹೆಚ್ಚಾಗಿ ಗುಂಡಿನ ಪಥದ ಬಗ್ಗೆ ಅವನಿಗೆ ಆಸಕ್ತಿ. ಅಲ್ಲೇ ಏನೇನೋ ಲೆಕ್ಕ ಹಾಕುತ್ತಾ ಕುಳಿತಿರುತ್ತಿದ್ದ ಅಂತ ಬೇಟೆಗೆ ಆತನ ಜತೆ ಹೋಗುತ್ತಿದ್ದ (ಹಾರ್ವರ್ಡಿನ ಮತ್ತು ಮಡಗಾಂವಿನ) ಮಿತ್ರರು ಹೇಳಿದ್ದಾರಂತೆ. ಕ್ಲಾಸಿನಲ್ಲಿ ಪರಾಬೊಲಾ ಪಾಠ ಕೇಳುವ ಮೊದಲೇ ಇವನ್ನೆಲ್ಲಾ ಮಾಡಿ ಬಿಟ್ಟಿರುವುದರಿಂದ ಆತನಿಗೆ ಸ್ವಾಭಾವಿಕವಾಗಿ ಕ್ಲಾಸಿನಲ್ಲಿ ಬೋರು ಹಿಡಿದಿರಬೇಕು. ಇಷ್ಟು ಸರಳ ವಿಷಯದ ಬಗ್ಗೆ ಎಷ್ಟು ಕಾಲಹರಣ ಮಾಡುತ್ತಿದ್ದಾರೆ ಅಂತ ಗೊಣಗುತ್ತಾ ಕ್ಲಾಸಿನಿಂದ ಎದ್ದು ಹೊರಗೆ ನಡೆದ !

ಇಂತಹ ಹಲವು ಸನ್ನಿವೇಶಗಳು ಸಾಮಾನ್ಯವಾಗಿದ್ದವಂತೆ. ಅವನ ದೈತ್ಯ ಪ್ರತಿಭೆ–ಅಧ್ಯಯನಗಳಲ್ಲಿ (ಬೆರಳೆಣಿಕೆಯ ಅಧ್ಯಾಪಕರನ್ನು–ಸಹಪಾಠಿಗಳನ್ನು ಬಿಟ್ಟರೆ) ಹೆಚ್ಚಿನ ಅಧ್ಯಾಪಕರು–ಸಹಪಾಠಿಗಳ ಮತ್ತು ಅವನ ನಡುವೆ ಇದ್ದ ಭಾರೀ ಅಂತರವೇ ಇದಕ್ಕೆ ಮುಖ್ಯ ಕಾರಣ. ಆದರೂ ಅದನ್ನು ಹೆಚ್ಚಾಗಿ ವಿನಯದ ಅಭಾವ ಮತ್ತು ಒರಟು ಸ್ವಭಾವ ಮಾತ್ರ ಎಂದು ಅಂದುಕೊಳ್ಳುತಿದ್ದರು. ಬೊಗಳೆ ಅಹಂ ಅಥವಾ ನಾಟಕ ಅಂತ ಅಂದುಕೊಳ್ಳುತ್ತಿರಲಿಲ್ಲ. ಆದರೆ ಇದು ಅತಿ ಅಹಂ ಮತ್ತು ಅವಮಾನಿಸುವ ಒರಟುತನದ ವರ್ತನೆ ಎಂದು ಕೆಲವರಿಗೆ ಅನ್ನಿಸಿದ್ದೂ ಅಪರೂಪವೇನಲ್ಲ. ಇಂತಹ ಘಟನೆಗಳು ಬಾಬಾನಿಗೆ ಅನಗತ್ಯ ಕಹಿ ಮತ್ತು ಕಷ್ಟ ತಂದೊಡ್ಡಿದ್ದು ನಿಜ. ಅದೇ ರೀತಿ ಹಲವು ನಿಲುವುಗಳಲ್ಲಿ ಬಾಬಾ ರಾಜಿಗೆ ಸಿದ್ಧವಿರಲಿಲ್ಲ. ಹಲವು ವಿಷಯಗಳಲ್ಲಿ ಬಾಬಾನ ಆಸಕ್ತಿ, ದೈತ್ಯ ಪ್ರತಿಭೆ ಗಮನಿಸಿದ್ದ ಹಲವು ಪ್ರಾಧ್ಯಾಪಕರು, ಸಹಪಾಠಿಗಳು ಆತನಿಗೆ ಸಲಹೆ ನೀಡುತ್ತಿದ್ದರು. ಒಂದು ವಿಷಯದಲ್ಲಿ ಗಮನ ಕೇಂದ್ರೀಕರಿಸಿದರೆ ಅದರಲ್ಲಿ ಇನ್ನಷ್ಟು ಪರಿಣತಿ ಪಡೆಯಬಹುದು, ಇನ್ನೂ ಮೂಲಭೂತವಾದ ಸಂಶೋಧನೆ ಮಾಡಬಹುದು ಅಂತ. ಜ್ಞಾನಶಿಸ್ತುಗಳ ನಡುವೆ ಗೋಡೆ ಕಟ್ಟಲು ಆಗುವುದಿಲ್ಲ. ಪ್ರಕೃತಿ ಮತ್ತು ಸಮಾಜಗಳಲ್ಲಿ ಅಂತಹ ಗೋಡೆಗಳಿಲ್ಲ. ಅದನ್ನು ಅಧ್ಯಯನ ಮಾಡುವ ಜ್ಞಾನಶಿಸ್ತುಗಳಲ್ಲಿ ಹೇಗೆ ಅಂತಹ ಗೋಡೆ ಕಟ್ಟುವುದು. ಬದಲಾಗಿ ಹಲವು ಬಾರಿ ಒಂದು ಜ್ಞಾನಶಿಸ್ತಿನ ವಿಧಾನ, ಅನುಭವ ಇನ್ನೊಂದು ಜ್ಞಾನಶಿಸ್ತಿನ ಸಂಶೋಧನೆಯಲ್ಲಿ ಸಹಾಯ ಮಾಡಬಹುದು ಅಂತ ಬಾಬಾ ನಿಲುವು. ಆತ ಬಲುವಾಗಿ ಗೌರವಿಸುತ್ತಿದ್ದ ಗಣಿತ ಗುರು ಬಿರ್ಕೊಫ್ ಸಹ ಇಂತಹ ಸಲಹೆ ಕೊಟ್ಟಾಗ ಮಾತ್ರ ಸ್ವಲ್ಪ ವಿಚಲಿತನಾದನಂತೆ. ತಂದೆಗೆ ಪತ್ರ ಬರೆದು ಕೇಳಿದನಂತೆ. ತನ್ನ ನಿಲುವು ಏನು ಅಂತಲೂ ವಿವರಿಸಿದನಂತೆ. ತಂದೆ ನಿನ್ನ ನಿಲುವೇ ಸರಿ ಅಂತ ಕಾಣ್ತದೆ, ಆದರೆ ನಿನಗೆ ಸರಿ ಕಂಡಂತೆ ಮಾಡು ಎಂದರಂತೆ. ಆ ನಂತರ ಬಿರ್ಕೊಫ್‌ಗೆ ಗಣಿತಕ್ಕೆ ನನ್ನನ್ನು ಸೀಮಿತ ಮಾಡಿಕೊಳ್ಳಲು ಸಾಧ್ಯವಿಲ್ಲ ಅಂತ ಖಡಾ ಖಂಡಿತವಾಗಿ ಹೇಳಿದರಂತೆ. ಬಿರ್ಕೊಫ್ ಆಗ ಏನೂ ಹೇಳದಿದ್ದರೂ ಮುಂದೆ ಅದರ ದುಷ್ಪರಿಣಾಮ ಬಾಬಾ ಎದುರಿಸಬೇಕಾಯಿತು. ಮುಂದೆಯೂ ಜೀವನದಲ್ಲಿ ಕೊನೆಯ ವರೆಗೂ ಹಲವು ಬಾರಿ ಇಂತಹ (ಒಂದು ವಿಷಯದ ಮೇಲೆ ಗಮನ ಕೇಂದ್ರೀಕರಿಸುವ) ವಿವಾದ ಎದುರಾಯಿತು. ಆದರೆ ಕೊಸಾಂಬಿ ತನ್ನ ನಿಲುವು ಬದಲಾಯಿಸಲಿಲ್ಲ.

ಹಾರ್ವರ್ಡ್‌ನಲ್ಲಿ ತಂದೆಗೆ ಮಿತ್ರರಾದ ಹಲವು ಹಿರಿಯ ಪ್ರಾಧ್ಯಾಪಕರು ಮತ್ತು ಸಂಶೋಧಕರ ಪರಿಚಯ ಒಡನಾಟ ಸಹ ಬಾಬಾನಿಗೆ ಪ್ರೇರಕವಾಯಿತು. ಪ್ರಸಿದ್ಧ ಕಂಪ್ಯೂಟರ್ ವಿಜ್ಞಾನಿ ನಾರ್ಬರ್ಟ್ ವೀನರ್ ಇದಕ್ಕೆ ಉತ್ತಮ ಉದಾಹರಣೆ. ನಾರ್ಬರ್ಟ್ ತಂದೆ ಸೀನಿಯರ್ ವೀನರ್ ರಶ್ಯನ್ ಭಾಷಾತಜ್ಞರಾಗಿದ್ದು ತಂದೆಯ ಸ್ನೇಹಿತರಾಗಿದ್ದರು. ಬಾಬಾ ಅವರ ಬಳಿ ರಶ್ಯನ್ ಕಲಿತ. ನಾರ್ಬರ್ಟ್ 13 ವರ್ಷ ಸೀನಿಯರ್ ಆದರೂ ಉತ್ತಮ ಸ್ನೇಹಿತನಾಗಿ ಬಾಬಾ ವ್ಯಕ್ತಿತ್ವ ಬೆಳವಣಿಗೆಯಲ್ಲಿ ಗಾಢ ಪ್ರಭಾವ ಬೀರಿದ. ಗಣಿತದಲ್ಲಿ ಆಳವಾದ ಅಸಕ್ತಿ, ಹಲವು ವಿಷಯಗಳಲ್ಲಿ ಆಸಕ್ತಿ ಪರಿಣತಿ, ವಿಜ್ಞಾನ ಸಮಾಜದ ಒಳಿತಿಗೆ ಬಳಕೆ ಆಗಬೇಕೆಂಬ ತೀವ್ರ ಸಾಮಾಜಿಕ ಕಾಳಜಿ, ಯಾವುದೇ ಅಧಿಪತ್ಯಕ್ಕೆ ಬಗ್ಗದ ಧೃಢತೆ –ಇವು ಇಬ್ಬರಿಗೂ ಸಾಮಾನ್ಯ ಅಂಶಗಳಾಗಿದ್ದವು ಎಂದು ನಾರ್ಬರ್ಟ್ ಜೀವನ ಚರಿತ್ರೆಗಾರನೊಬ್ಬ ಹೇಳಿದ್ದಾನಂತೆ. ಎರಡನೆ ಮಹಾಯುದ್ಧದ ಸಮಯದಲ್ಲಿ ಪ್ರತಿಷ್ಠಿತ (ಅಣು ಬಾಂಬು ತಯಾರಿಯ) "ಮ್ಯಾನ್ ಹಟನ್ ಪ್ರಾಜೆಕ್ಟ್" ನಲ್ಲಿ ಭಾಗವಹಿಸಲು ಆಹ್ವಾನ ಬಂದರೂ ನಾರ್ಬರ್ಟ್ ನಿರಾಕರಿಸಿದ್ದ. ಕೊಸಾಂಬಿ ಸಹ ಭಾರತದ ಪ್ರತಿಷ್ಠಿತ ಅಣು ಶಕ್ತಿ ಕಾರ್ಯಕ್ರಮವನ್ನು ವಿರೋಧಿಸಿ ಅದರಲ್ಲಿ ಪಾಲ್ಗೊಳ್ಳಲು ನಿರಾಕರಿಸಿದ್ದರು.

ಹಾರ್ವರ್ಡ್ ಪಟ್ಟಣದಲ್ಲೂ ಹೆಚ್ಚಿನ ಪಟ್ಟಣಗಳಂತೆ ಎರಡು ಭಾಗಗಳಿದ್ದವು. ಒಂದು ಕಾರ್ಮಿಕರು ಸಾಮಾನ್ಯರು ವಾಸಿಸುವ "ಟೌನ್". ಇನ್ನೊಂದು ವಿ ವಿ ಪ್ರಾಧ್ಯಾಪಕರು ಉಚ್ಛ ವರ್ಗದವರು ವಾಸಿಸುವ ಮತ್ತು ವಿ ವಿ ಕ್ಯಾಂಪಸ್ ಇದ್ದ "ಗೌನ್". ಬಾಬಾ ಇದ್ದ ರೂಂ "ಟೌನ್" ಮತ್ತು "ಗೌನ್"ಗಳ ನಡು ಮಧ್ಯೆ ಇತ್ತಂತೆ ! ಎರಡರಲ್ಲೂ ಬಾಬಾಗೆ ಬಹಳ ಸ್ನೇಹಿತರು. ಹಗಲಲ್ಲಿ "ಗೌನ್"ನಲ್ಲಿ, ಸಂಜೆ–ರಾತ್ರಿಗಳನ್ನು ರಜಾದ ಹೆಚ್ಚಿನ ಸಮಯವನ್ನು "ಟೌನ್"ನಲ್ಲಿ ಕಳೆಯುತ್ತಿದ್ದ. ಬಾಬಾ ಹಾರ್ವರ್ಡಿನಲ್ಲಿ ವಾಸಿಸುತ್ತಾ ಅಮೆರಿಕದ ಹಲವು ಉತ್ತಮ ಮೌಲ್ಯಗಳನ್ನು ಮೈಗೂಡಿಸಿಕೊಂಡಿದ್ದ. ದೈಹಿಕ ಶ್ರಮವನ್ನು (ಕೈ ಕೆಸರು ಮಾಡಿಕೊಳ್ಳಲು ಹಿಂಜರಿಯದ) ಗೌರವಿಸುವ, ಸಾಮಾಜಿಕ ತಾರತಮ್ಯ ಮನ್ನಿಸದ ಪ್ರಜಾಸತ್ತಾತ್ಮಕ ಪ್ರಜ್ಞೆ, ಅನಗತ್ಯ ಔಪಚಾರಿಕತೆ ಇಲ್ಲದ ಸಹಜ ನಡವಳಿಕೆ, ಜ್ಞಾನ–ವಿಜ್ಞಾನಗಳನ್ನು ಜೀವನಕ್ಕೆ ಅಳವಡಿಸುವುದು–ಆ ಮೌಲ್ಯಗಳಲ್ಲಿ ಕೆಲವು. ರಜಾದಿನಗಳಲ್ಲಿ ಅಮೆರಿಕದ ಇತರ ಹುಡುಗರಂತೆ ತೋಟಗಳಲ್ಲಿ ಕಿತ್ತಳೆ ಕೀಳುವ ಕೂಲಿ ಕೆಲಸ ಮಾಡಿದ್ದ. ಆತ "ಗೌನ್" ಜನಗಳಿಗಿಂತ "ಟೌನ್"ನ ದುಡಿಯುವ ಜನರ ಸಂಗ ಹೆಚ್ಚು ಇಷ್ಟ ಪಡುತ್ತಿದ್ದನಂತೆ.

ಕರಿಯ ಬಣ್ಣ ಮತ್ತು ಯೆಹೂದಿ ಮೂಗು ಸಮಸ್ಯೆ

1929 ರಲ್ಲಿ ಉತ್ತಮ ಗ್ರೇಡುಗಳೊಂದಿಗೆ ಬಾಬಾ ಪದವಿ ಪಡೆದ. ಹಾರ್ವರ್ಡ್ ವಿವಿಯ "Summa cum Laude" (ನಮ್ಮ ವಿಶ್ವವಿದ್ಯಾಲಯಗಳಲ್ಲಿ ಡಿಸ್ಟಿಂಕ್ಶನ್ ಥರ) ಮತ್ತು "ಪೈ ಬೀಟಾ ಕಪ್ಪ" ಸದಸ್ಯತ್ವ ಪಡೆದ. ಹಾರ್ವರ್ಡ್ ವಿವಿಯಲ್ಲೇ ಫೆಲೋಶಿಪ್ ಪಡೆದು ಗಣಿತದಲ್ಲಿ ಸಂಶೋಧನೆ ಮಾಡಬೇಕೆಂದು ಬಾಬಾ ಆಸೆ. ಗಣಿತ ಗುರು

ಪ್ರೊ. ಬಿರ್ಕೋಫ್ ಅವರನ್ನು ಸಂಪರ್ಕಿಸಿದ. ಅಷ್ಟು ಹೊತ್ತಿಗೆ ಮಹಾ ಕುಸಿತದ ಪರಿಣಾಮ ಹಾರ್ವರ್ಡ್‌ನ್ನು ಸಹ ತಲುಪಿತ್ತು. ಫೆಲೋಶಿಪ್‌ಗಳಲ್ಲಿ ಕಡಿತಗಳು ಆಗಿದ್ದವು. ಗಣಿತ ವಿಭಾಗದಲ್ಲಿ ಪ್ರಭಾವಶಾಲಿಯಾಗಿದ್ದ ಪ್ರೊ. ಬಿರ್ಕೋಫ್‌ರಿಗೆ ಬಾಬಾ ಗಣಿತದ ಮೇಲೆ ಗಮನ ಕೇಂದ್ರೀಕರಿಸಲಿಕ್ಕಿಲ್ಲ ಅಂತ ಅನುಮಾನ ಇತ್ತು. ಸಾಲದ್ದಕ್ಕೆ ಬಾಬಾ ಬಯಸಿದ ಡಿಫರೆಂಶಿಯಲ್ ಜಾಮಿಟ್ರಿಯ ಪ್ರೊಫೆಸರ್ ಆ ಅವಧಿಯಲ್ಲಿ ಹಾರ್ವರ್ಡ್‌ನಲ್ಲಿ ಇರಲಿಲ್ಲ. ಹಾರ್ವರ್ಡ್ ವಿವಿಯಲ್ಲಿ ಪದವಿ ಪಡೆದವರು ಸ್ವಲ್ಪ ಸಮಯವಾದರೂ ಬೇರೆ ಯಾವುದೇ ವಿವಿಯಲ್ಲಿ ಕಲಿತು ಬರಬೇಕು. ಪದವಿಯ ನಂತರ ತಕ್ಷಣ ಫೆಲೋಶಿಪ್ ಕೊಡುವುದಿಲ್ಲ ಎಂಬ ಒಂದು ಅಲಿಖಿತ ನಿಯಮ ಇತ್ತು. ಇದರಿಂದ ಅಪರೂಪದ ಪ್ರತಿಭಾವಂತ ವಿದ್ಯಾರ್ಥಿಗಳಿಗೆ ರಿಯಾಯಿತಿ ಸಹ ಇತ್ತು. ಇದಲ್ಲದೆ 1920 ರ ದಶಕದ ಅಮೆರಿಕದಲ್ಲಿ ಪ್ರಜಾಸತ್ತಾತ್ಮಕ ಮೌಲ್ಯಗಳು ಪ್ರಬಲವಾಗಿದ್ದರೂ, ಜನಾಂಗೀಯ (ಕರಿಯರು, ಏಶ್ಯನರು, ಲ್ಯಾಟಿನ್ ಅಮೆರಿಕನ್ನರು, ಯೆಹೂದಿಗಳು ಮತ್ತಿತರ ಅಲ್ಪಸಂಖ್ಯಾತರು) ಪೂರ್ವಗ್ರಹ, ತಾರತಮ್ಯಗಳು ಸಾಕಷ್ಟು ವ್ಯಾಪಕವಾಗಿಯೇ ಇದ್ದವು. ಬಾಬಾ ಅಮೆರಿಕನ್ ಮಿತ್ರನಿಗೆ ಬರೆದ ಪತ್ರದಲ್ಲಿ "ನನ್ನ ಕರಿಯ ಬಣ್ಣ ಮತ್ತು ಯೆಹೂದಿ–ಥರದ ಉದ್ದ ಮೂಗು ನನ್ನ ಸಮಸ್ಯೆ" ಎಂದಿದ್ದರಂತೆ. ಇವುಗಳಲ್ಲಿ ಯಾವ ಅಂಶ ಪ್ರಧಾನವಾಯಿತು ಅಂತ ಹೇಳುವುದು ಕಷ್ಟ. ಆದರೆ ಇವೆಲ್ಲಾ ಸೇರಿ ಬಾಬಾನಿಗೆ ಹಾರ್ವರ್ಡಿನಲ್ಲಿ ಸಂಶೋಧನಾ ಫೆಲೋಶಿಪ್ ಸಿಗಲಿಲ್ಲ. ಕೆಲ ಸಮಯ ಇತರ ಅಮೆರಿಕನ್ ಮತ್ತು ಯುರೋಪಿಯನ್ ವಿವಿಗಳಲ್ಲಿ ಪ್ರಯತ್ನಿಸಿದ ಮೇಲೆ ನಿರಾಶನಾಗಿ ಬಾಬಾ ಭಾರತಕ್ಕೆ ವಾಪಸಾಗಬೇಕಾಯಿತು.

ಒಟ್ಟಾರೆಯಾಗಿ ಹಾರ್ವರ್ಡ್ ವಿವಿಯಲ್ಲಿ ಗಣಿತದ ಫೆಲೋಶಿಪ್ ಸಿಕ್ಕಿದ್ದರೆ ಕೊಸಾಂಬಿಯವರ ಜೀವನಪಥ ಬೇರೆನೇ ಆಗುತ್ತಿತ್ತು ಎಂದು ಅವರ ಜೀವನ ಚರಿತ್ರಕಾರ ಮತ್ತಿತರರು ಅಭಿಪ್ರಾಯ ಪಡುತ್ತಾರೆ. ಅದೇನೇ ಇರಲಿ ಹಾರ್ವರ್ಡಿನಲ್ಲಿ ಸಂಶೋಧನಾ ಅವಕಾಶ ದೊರೆಯದ್ದು ಅವರಲ್ಲಿ ಬಹಳ ಕಹಿ ಮತ್ತು ಹತಾಶ ಭಾವನೆ ಉಂಟು ಮಾಡಿತು. ಸ್ವಲ್ಪ ಮಟ್ಟಿಗಾದರೂ ಈ ಕಹಿ ಮತ್ತು ಹತಾಶೆ ಅವರ ಜೀವನದ ಉದ್ದಕ್ಕೂ ಕಾಡಿತು. ಕೊಸಾಂಬಿಯವರು ಗಣಿತದಲ್ಲಿ ಸಾಕಷ್ಟು ಮೂಲಭೂತ ಸಂಶೋಧನೆ ಮಾಡಿದರೂ ಅವರಿಗೆ ಗಣಿತಜ್ಞರಾಗಿ ಅಂತಹ ಮಾನ್ಯತೆ ಸಿಗಲಿಲ್ಲ. ಹಾರ್ವರ್ಡಿನಲ್ಲಿ ಕೆಲವು ವರ್ಷಗಳ ಗಣಿತ ಸಂಶೋಧನೆ ಅವಕಾಶ ದೊರಕಿದ್ದರೆ ಗಣಿತಕ್ಕೆ ಕೊಡುಗೆ ಇನ್ನೂ ಗಮನಾರ್ಹವಾಗಿರುತ್ತಿತ್ತು ಎಂಬ ಅಭಿಪ್ರಾಯ ಇದೆ. ಎಲ್ಲಿದ್ದರೂ ಕೊಸಾಂಬಿ ಬೌದ್ಧಿಕ ಪಥ ಅದೇ ಇರುತ್ತಿತ್ತು. ಆದರೆ ಭಾರತಕ್ಕೆ ಹಿಂದಿರುಗದಿದ್ದರೆ ಭಾರತದ ಇತಿಹಾಸಕ್ಕೆ ಅವರ ಕೊಡುಗೆ ಕಡಿಮೆಯಾಗುತ್ತಿತ್ತೋ ಏನೋ ಎಂದು ಅನುಮಾನ ಪಡುವವರೂ ಇದ್ದಾರೆ. ಭಾರತದ ವಿವಿಗಳಲ್ಲಿ ಸಂಶೋಧನೆಗೆ ಅನುಕೂಲಕರವಾದ ಬೌದ್ಧಿಕ ವಾತಾವರಣ ಮತ್ತು ಸಂಪನ್ಮೂಲಗಳ ಅಭಾವದಿಂದ ಕೊಸಾಂಬಿಯವರು ಕಷ್ಟಪಟ್ಟಿದ್ದಂತೂ ನಿಜ. ಆದರೆ ಅದರಿಂದ ಧೃತಿಗೆಡದೆ ಏಕಲವ್ಯನಂತೆ ಹೋರಾಡಿ ಸಂಶೋಧನೆಯಲ್ಲಿ ತೊಡಗಿದರು. ಆದರೆ ಕೆಲವು ವರ್ಷಗಳ ಹಾರ್ವರ್ಡ್ ಅವಕಾಶದಿಂದ ಅವರ ಸರ್ವತೋಮುಖಿ ಕೊಡುಗೆ ಇನ್ನಷ್ಟು ಪ್ರಖರವಾಗಿರುತ್ತಿತ್ತು ಎನ್ನುವವರೂ ಇದ್ದಾರೆ.

'ಚಿಕನ್ ಮಟನ್ ಬ್ರಾಹ್ಮಣ' ಪ್ರೊಫೆಸರು

ಭಾರತಕ್ಕೆ ವಾಪಸು ಬಂದ ಮೇಲೆ ಕೊಸಾಂಬಿಯವರಿಗೆ ತಕ್ಕ ಕೆಲಸ ಸಿಗಲು ಕಷ್ಟವೇ ಆಯಿತು. ಆಗ ಉಚ್ಚ ಶಿಕ್ಷಣ ಸೀಮಿತವಾಗಿದ್ದು ಉದ್ಯೋಗಾವಕಾಶಗಳು ಸೀಮಿತವಾಗಿದ್ದವು. ಸ್ವಲ್ಪ ಹುಡುಕಾಟದ ನಂತರ ಬನಾರಸ್ ಹಿಂದೂ ವಿವಿಯಲ್ಲಿ ಗಣಿತ ಅಧ್ಯಾಪಕರಾಗಿ ಸೇರುವ ಅವಕಾಶ ಸಿಕ್ಕಿತು. ಭಾರತದಲ್ಲಿ ಕೊಸಾಂಬಿಯವರ ಪ್ರೊಫೆಸರಗಿರಿಯ ಆರಂಭ ಚೆನ್ನಾಗೇ ಆಯಿತು. ವಿದ್ಯಾರ್ಥಿಗಳು ಅವರ ಕ್ಲಾಸುಗಳನ್ನು ಇಷ್ಟ ಪಟ್ಟರೋ ಇಲ್ಲವೋ ಗೊತ್ತಿಲ್ಲ. ಆದರೆ ತಮ್ಮ ಜತೆ ಹಾಕಿ ಆಡುವ, "ಚಿಕನ್–ಮಟನ್ ತಿನ್ನುವ ಬ್ರಾಹ್ಮಣ" ಪ್ರೊಫೆಸರು ಅವರಿಗೆ ಪ್ರಿಯರಾದರು. ಸಂಶೋಧನೆ ಸಹ ಆರಂಭಿಸಿ ತಮ್ಮ ಮೊದಲ ಪ್ರಬಂಧ (ಭೌತಶಾಸ್ತ್ರದಲ್ಲಿ) ಪ್ರಕಟಿಸಿದರು ಕೂಡಾ. ಸಂಜೆ ಸಮಯದಲ್ಲಿ ಆಸಕ್ತರಿಗೆ ಜರ್ಮನ್ ಕಲಿಸುತ್ತಿದ್ದರು. ಅವರ ಜರ್ಮನ್ ಕ್ಲಾಸುಗಳು ಪ್ರಸಿದ್ಧವಾದವು. ಕೆಲವು ಹಿರಿಯ ಅಧ್ಯಾಪಕರೂ ಅವರ ಜರ್ಮನ್ ಕ್ಲಾಸಿಗೆ ಬರುತ್ತಿದ್ದರು. ಆದರೆ ವಿಚಿತ್ರ ರೀತಿಯಲ್ಲಿ ಅದೇ ಅವರ ಮುಂದುವರಿಕೆಗೆ ಮುಳುವಾಯಿತು.

ಅವರ ಜರ್ಮನ್ ಕ್ಲಾಸುಗಳು ಐಚ್ಛಿಕವಾಗಿದ್ದರೂ ಕ್ಲಾಸಿಗೆ ಬರುವ ಆಸಕ್ತಿ ಇರುವವರು ಸಮಯಕ್ಕೆ ಸರಿಯಾಗಿ ಬರಬೇಕು. ಬರಲು ಆರಂಭಿಸಿದ ಮೇಲೆ ಒಂದು ಕ್ಲಾಸೂ ತಪ್ಪಿಸಬಾರದು. ಈ ನಿಯಮಗಳಿಗೆ ಬದ್ಧರಾಗಿರುವವರು ಮಾತ್ರ ಬರಬೇಕು. ಅಂತಹವರನ್ನು ಮಾತ್ರ ಕರೆ ತರಬೇಕು ಎಂಬುದು ಅವರ ಶರತ್ತಾಗಿತ್ತು. ಇದನ್ನು ಮುರಿದವರನ್ನು ತರಾಟೆಗೆ ತೆಗೆದುಕೊಳ್ಳುತ್ತಿದ್ದರು. ಒಂದು ದಿನ ಅವರ ಕ್ಲಾಸಿಗೆ ಬರುತ್ತಿದ್ದ ಹಿರಿಯ ಪ್ರಾಧ್ಯಾಪಕರು ತಡವಾಗಿ ಬಂದಾಗ ಅವರಿಗೆ "ಗೆಟೌಟ್" ಮಾಡಿದರು ! ಅನಗತ್ಯ ವಿವಾದ ಉಂಟಾಗಿ ಅವರು ವಿವಿಯಲ್ಲಿ ಮುಂದುವರೆಯದಂತಹ ಪರಿಸ್ಥಿತಿ ಉಂಟಾಯಿತು. ಕೆಲವು ವಿಷಯಗಳ ಬಗ್ಗೆ ಅನಗತ್ಯ ಹಠ, ಕಠೋರ ಧೋರಣೆಯ ಅವರ ವಿಕ್ಷಿಪ್ತ ಸ್ವಭಾವ ಪ್ರಕಟವಾಗಲು ಶುರುವಾಗಿತ್ತು. ಇದು ಇಂತಹ ಮೊದಲ ಘಟನೆಯೂ ಅಲ್ಲ. ಕೊನೆಯದೂ ಅಲ್ಲ. ಅಮೆರಿಕದಲ್ಲಿ 10 ವರ್ಷಕ್ಕೂ ಹೆಚ್ಚು ಸಮಯ ಕಳೆದ ಕೊಸಾಂಬಿಯವರ ನಡವಳಿಕೆ ಆಗಿನ ಬ್ರಿಟಿಷ್ ಭಾರತದಲ್ಲಿ ಸಾಮಾನ್ಯವಾಗಿದ್ದ ಅಧಿಕಾರಸ್ತರು ಹಿರಿಯರನ್ನು ಭಯಮಿಶ್ರಿತ ಗೌರವ–ವಿಧೇಯತೆಗಳಿಂದ ಕಾಣುವ, ಉಡುಪು–ನಡವಳಿಕೆಗಳಲ್ಲಿ ವಿಪರೀತ ಔಪಚಾರಿಕತೆಗೆ ತದ್ವಿರುದ್ಧವಾಗಿತ್ತು. ಅವರು ಅಮೆರಿಕದ ಹಲವು ಸಕಾರಾತ್ಮಕ ಮತ್ತು ನಕಾರಾತ್ಮಕ ಮೌಲ್ಯಗಳನ್ನು ಮೈಗೂಡಿಸಿಕೊಂಡಿದ್ದರು. ಅಮೆರಿಕದಲ್ಲಿ ಸಾಮಾನ್ಯವಾದ ಕನಿಷ್ಟ ವಿನಯ–ಶಿಷ್ಟಾಚಾರಗಳ ಅಭಾವ, ಅನೌಪಚಾರಿಕತೆ, ಕಟುವಾದ ನೇರ ನುಡಿ ಆಗಿನ ಬ್ರಿಟಿಷ್ ಭಾರತದ ವಿವಿಗಳಲ್ಲಿ ಅಂಗೀಕಾರಾರ್ಹ ಆಗಿರಲಿಲ್ಲ.

ಅಲೀಘರ್ ಮುಸ್ಲಿಂ ವಿವಿಯಲ್ಲಿ ಗಣಿತದ ಪ್ರೊಫೆಸರಗಿರಿ ಕೊಸಾಂಬಿಯವರಿಗೆ ಸಿಗುವುದು ಕಷ್ಟವಾಗಲಿಲ್ಲ. ಮುಂದಿನ ಎರಡು ವರ್ಷ ಅವರು ಪುನಃ ಅಧ್ಯಾಪನ, ಸಂಶೋಧನೆಯಲ್ಲಿ ತೊಡಗಿಸಿಕೊಂಡರು. 1930–32 ಅವಧಿಯ 2 ವರ್ಷಗಳಲ್ಲಿ 8 ಪ್ರಬಂಧಗಳನ್ನು ಪ್ರಕಟಿಸಿದರು. ಅಲೀಘರದ ಹತ್ತಿರದ ಗುಡ್ಡ ಕಾಡುಗಳಲ್ಲಿ ಬೇಟೆಗೆ ಮತ್ತು

ಟ್ರೆಕಿಂಗ್ ಹೋಗುತ್ತಿದ್ದರು. ಅಂತಹ ಪ್ರವಾಸಗಳಲ್ಲಿ ಪುರಾತತ್ವ ವಸ್ತುಗಳ ಬಗ್ಗೆ ವಿವರವಾದ ಟಿಪ್ಪಣಿಗಳನ್ನು ಮಾಡುತ್ತಿದ್ದರು. ಅವನ್ನು ಸಂಗ್ರಹಿಸುತ್ತಿದ್ದರು. ಪುರಾತತ್ವ ಶಾಸ್ತ್ರದಲ್ಲಿ ಅವರ ಸಂಶೋಧನಾ ಆಸಕ್ತಿ ಹರಿದದ್ದು ಕಂಡು ಬಂದಿತ್ತು. ಇದೇ ಅವಧಿಯಲ್ಲಿ ಅವರ ಮದುವೆ ಸಹ ಆಯಿತು. ಅವರ ಮದುವೆ "ಅರೆಂಜ್ಡ್" ಮದುವೆ ಆಗಿತ್ತು. ಧರ್ಮಾನಂದ ಅವರಿಗೆ ಮುಂಬಯಿಯಲ್ಲಿ ಮತ್ತು ಅಮೆರಿಕ ಪ್ರವಾಸಕ್ಕೆ ಬಹಳಷ್ಟು ಸಹಾಯ ಮಾಡಿದ ಅವರ ಊರಿನ ಸ್ನೇಹಿತ ಸ್ಥಿತಿವಂತರಾಗಿದ್ದ ಬಲವಂತರಾವ್ ಮಡಗಾಂವ್ಕರ್ ಗ್ರಾಜುಯೆಟ್ ಮಗಳು ನಳಿನಿ ಜತೆ ದಾಮೋದರನ ಮದುವೆ ನಿಶ್ಚಯಿಸಿದ್ದರು. ಅಮೆರಿಕದಲ್ಲೇ ವಾಸಿಸಿದ್ದ ದಾಮೋದರ "ಅರೆಂಜ್ಡ್" ಮದುವೆ ಆದದ್ದು ಹಲವರಿಗೆ ಅಚ್ಚರಿ ತಂದಿತ್ತು. ಅದರಲ್ಲೂ ಅವರ ಮೂವರೂ ಸೋದರಿಯರು –ಅಕ್ಕ ಮಾಣಿಕ್ ಬಿ ಕೆ ರಾಮಪ್ರಸಾದ್ (ಐಯ್ಯಂಗಾರ್) ಜತೆ, ತಂಗಿ ಮನೋರಮಾ ಟಿ ಆರ್ ಸಾಥೆ (ಮರಾಠಿ) ಜತೆ, ಕಮಲಾ ಬಿ ವಿ ಭೂತಾ (ಗುಜರಾತಿ) ಜತೆ – ಅಂತರ್ಜಾತೀಯ ಲವ್ ಮ್ಯಾರೇಜು ಮಾಡಿಕೊಂಡಿದ್ದರು. ಮಹಿಳೆಯರ ಜತೆ ದಾಮೋದರನ ಅತಿ ನಾಚಿಕೆ ಸ್ವಭಾವ ಇದಕ್ಕೆ ಕಾರಣ ಇರಬೇಕು ಅಂತ ಮಗಳು ಮೀರಾ ಊಹೆ. ಶ್ರೀಮಂತ ಸುಸಂಸ್ಕೃತ ಕುಟುಂಬದ ನಳಿನಿ ಪಾರಂಪರಿಕ ಮೌಲ್ಯಗಳ ಜತೆ, ಈಜು ಟೆನ್ನಿಸ್ ಕುದುರೆ ಸವಾರಿಗಳಲ್ಲೂ ತೊಡಗಿಸಿಕೊಂಡಿದ್ದಳು. ಅಲೀಘರ್ ವಿವಿಯ ಒಟ್ಟಾರೆ ವಾತಾವರಣ ಸಂಶೋಧನೆಗೆ ಅಷ್ಟೇನೂ ಪೂರಕವಾಗಿರಲಿಲ್ಲ. ಅವರು ಮೊದಲ ಬಾರಿ ಬಂದಾಗ ಇದ್ದ ಸ್ವಲ್ಪ ಅನುಕೂಲಕರ ವಾತಾವರಣ ಸಹ ಬದಲಾಗಿತ್ತು. ಅವರ ವಿಭಾಗದ ಪ್ರಮುಖ ಅಧ್ಯಾಪಕ–ಸಂಶೋಧಕರು ಬಿಟ್ಟು ಹೊಗುತ್ತಿದ್ದಂತೆ ಕೊಸಾಂಬಿ ಸಹ ಅಲೀಘರ್ ಬಿಡಲು ನಿರ್ಧರಿಸಿದರು. ಪರೀಕ್ಷೆ ಡಿಗ್ರಿಗಳ ಸುತ್ತ ಗಿರಕಿ ಹೊಡೆಯುತ್ತಿದ್ದ ವಿವಿ ಅಧಿಕಾರಿ ಮತ್ತು ವಿದ್ಯಾರ್ಥಿಗಳ ಸೀಮಿತ ಜಗತ್ತು ಅವರಿಗೆ ಇಷ್ಟವಾಗಲಿಲ್ಲ. ವಿಷಯದ ಗಂಭೀರ ಅಧ್ಯಯನ ಸಂಶೋಧನೆಗೆ ಅಲ್ಲಿ ಜಾಗ ಇರಲಿಲ್ಲ.

ಕ್ರೊಮೊಸೊಮ್ ಮ್ಯಾಪಿಂಗ್‌ನಿಂದ ನಾಣ್ಯಶಾಸ್ತ್ರದವರೆಗೆ

ತಂದೆ ಧರ್ಮಾನಂದರ ಪರಿಚಯದ ಹಲವರ ಸಲಹೆ ಮೇರೆಗೆ ಪುಣೆಯ ಫರ್ಗ್ಯೂಸನ್ ಕಾಲೇಜಿನಿಂದ ಅವರಿಗೆ ಗಣಿತ ಪ್ರಾಧ್ಯಾಪಕರಾಗಿ ಬರುವಂತೆ ಆಹ್ವಾನ ಬಂತು. ಧರ್ಮಾನಂದಜೀ ಇದೇ ಕಾಲೇಜಿನಲ್ಲಿ ಪಾಲಿ ಅಧ್ಯಾಪಕರಾಗಿದ್ದರು ಎಂದು ಇಲ್ಲಿ ನೆನಪಿಸಿಕೊಳ್ಳಬಹುದು. ಮುಂದಿನ 12 ವರ್ಷ ಅವರು ಫರ್ಗ್ಯೂಸನ್ ಕಾಲೇಜಿನಲ್ಲಿ ಗಣಿತ ಅಧ್ಯಯನ–ಅಧ್ಯಾಪನ–ಸಂಶೋಧನೆಯಲ್ಲಿ ತೊಡಗಿದ್ದರು. 1933–39 ಅವಧಿಯಲ್ಲಿ 14 ಪ್ರಬಂಧಗಳನ್ನು ಪ್ರಕಟಿಸಿದರು. ಅವರ ಸಂಶೋಧನೆಗೆ ರಾಷ್ಟ್ರೀಯ ಅಂತರ್‌ರಾಷ್ಟ್ರೀಯ ಮನ್ನಣೆ ಸಿಗಲಾರಂಭಿಸಿತ್ತು. ಅವರಿಗೆ 1934 ರಲ್ಲಿ ಪ್ರತಿಷ್ಠಿತ ರಾಮಾನುಜಂ ಪ್ರಶಸ್ತಿ

ಬಂತು. ಅದೇ ವರ್ಷ ರಾಮಾನುಜಂ ಸ್ಥಾಪಿಸಿದ ನೇಶನಲ್ ಸಾಯನ್ಸ್ ಅಕಾಡೆಮಿಯ ಸ್ಥಾಪಕ ಸದಸ್ಯರಾಗಿ ಗೌರವ ಸಲ್ಲಿಸಲಾಯಿತು. ಇದೇ ಅವಧಿಯಲ್ಲಿ ಅವರು ಸ್ವಂತ ಮನೆಯನ್ನು ಕಟ್ಟಿದರು. ಇಬ್ಬರು ಹೆಣ್ಣು ಮಕ್ಕಳು –ಮಾಯಾ ಮತ್ತು ಮೀರಾ–ಹುಟ್ಟಿ ಅವರ ಕುಟುಂಬ ಸಹ ಪೂರ್ಣವಾಯಿತು. ಮುಂದೆ ಮೀರಾ ಸಹ ಫರ್ಗ್ಯೂಸನ್ ಕಾಲೇಜಿನಲ್ಲಿ ಇಂಗ್ಲಿಷ್ ಸಾಹಿತ್ಯದ ಅಧ್ಯಾಪಕಿಯಾಗಿ ಮೂರು ಪೀಳಿಗೆಗಳು ಒಂದೇ ಸಂಸ್ಥೆಯಲ್ಲಿ ಕೆಲಸ ಮಾಡಿದ ವಿಶಿಷ್ಟ ರೆಕಾರ್ಡ್ ಸ್ಥಾಪನೆ ಆಯಿತು.

1939ರಲ್ಲಿ ಹಲವು ರೀತಿಯಲ್ಲಿ ಕೊಸಾಂಬಿಯವರ ಜೀವನದಲ್ಲಿ ಹೊಸ ತಿರುವು ಬಂತು. ಗಣಿತ, ಭೌತಶಾಸ್ತ್ರದ ಜತೆಗೆ ಹಲವು ಇತರ ವಿಷಯ–ಜ್ಞಾನಶಿಸ್ತುಗಳಲ್ಲಿ ಅವರ ಆಸಕ್ತಿ ಮೂಡಿ ವ್ಯಾಪಕ ಸಂಶೋಧನೆಯಲ್ಲಿ ತೊಡಗಿದರು. ನಾಣ್ಯಶಾಸ್ತ್ರ, ಇಂಡಾಲಜಿ, ಜೆನೆಟಿಕ್ಸ್ (ವಂಶವಾಹಿ ಶಾಸ್ತ್ರ), ವಿಜ್ಞಾನ–ಸಮಾಜಗಳ ಸಂಬಂಧ, ತತ್ವಶಾಸ್ತ್ರ, ರಾಜಕೀಯ ವಿಷಯಗಳ ಅಧ್ಯಯನ ನಡೆಸಿ ಲೇಖನ–ಪ್ರಬಂಧಗಳನ್ನು ಬರೆಯತೊಡಗಿದರು. ಕೊಸಾಂಬಿ ಅವರು ತಮ್ಮ ಸ್ವಷ್ಟ ಸೈಧ್ಧಾಂತಿಕ, ತತ್ವಶಾಸ್ತ್ರೀಯ ರಾಜಕೀಯ ನಿಲುವು ರೂಪಿಸಿಕೊಂಡರು. ಅವರು ಮಾರ್ಕ್ಸ್‌ವಾದವನ್ನು ತಮ್ಮ ಜೀವನದ ಎಲ್ಲಾ ಸಂಶೋಧನೆಗಳ ಆಧಾರಭೂತ ಸಿದ್ಧಾಂತವಾಗಿ ಅಂಗೀಕರಿಸಿದರು. 1935–44 ರ ಅವಧಿಯಲ್ಲಿ ಅವರು ಬರೆದ 32 ಲೇಖನ–ಪ್ರಬಂಧಗಳಲ್ಲಿ 12 ಗಣಿತದ ಮೇಲಿದ್ದವು. 5 ನಾಣ್ಯಶಾಸ್ತ್ರದ ಮೇಲಿದ್ದವು. ತಮ್ಮ ಗಣಿತ ಮತ್ತು ಸಂಖ್ಯಾಶಾಸ್ತ್ರ ಜ್ಞಾನ ಬಳಸಿ, ಬರಿಯ ಹವ್ಯಾಸವಾಗಿದ್ದ ನಾಣ್ಯಸಂಗ್ರಹವನ್ನು ನಾಣ್ಯಶಾಸ್ತ್ರ ಎಂಬ ಹೊಸ ಜ್ಞಾನಶಿಸ್ತನ್ನು ಆರಂಭಿಸಿದ್ದರು. ತಮ್ಮ 5 ಪ್ರಬಂಧಗಳನ್ನು ಪ್ರಕಟಿಸುವ ಮೂಲಕ ನಾಣ್ಯಶಾಸ್ತ್ರವನ್ನು ಒಂದು ವಿಜ್ಞಾನವಾಗಿ ಸ್ಥಾಪಿಸಿದರು. "ಕ್ರೋಮೋಸೋಮ್ ಮ್ಯಾಪಿಂಗಿಗೆ ಫಾರ್ಮುಲಾ" ಕೊಟ್ಟು ಜೆನೆಟಿಕ್ಸ್ ನಲ್ಲೂ ಪ್ರವೇಶಿಸಿದರು. ಅದು ಈಗಲೂ "ಕೊಸಾಂಬಿ ಫಾರ್ಮುಲಾ" ಎಂದೇ ಪ್ರಸಿದ್ಧವಾಗಿದೆ. ಇಂಡಾಲಜಿಯಲ್ಲಿ ಸಹ ತೀವ್ರವಾಗಿ ತಮ್ಮನ್ನು ತೊಡಗಿಸಿಕೊಂಡರು. 1940 ರಲ್ಲಿ ಅವರು ಬರೆದ ಭರ್ತೃಹರಿಯ ಕಾವ್ಯದ (ವಿಶ್ಲೇಷಣಾತ್ಮಕ ಮುನ್ನುಡಿ ಜತೆ) ಸಂಗ್ರಹ–ಸಂಪಾದನೆ ಇಂಡಾಲಜಿ ಸಂಶೋಧಕರ ತೀವ್ರ ಗಮನ ಸೆಳೆಯಿತು. ಆಗ ಇನ್ನೂ ಭಾರತದ ಇತಿಹಾಸದ ಬಗ್ಗೆ ಏನೂ ಬರೆದಿರದಿದ್ದರೂ, ಅದಕ್ಕೆ ಬೇಕಾದ ವಿಧಾನ ಪರಿಕರಗಳನ್ನು (ಉದಾ: ನಾಣ್ಯಶಾಸ್ತ್ರ, ಪುರಾತತ್ವ, ಭಾಷಾಶಾಸ್ತ್ರ) ಹರಿತ ಮಾಡುವುದರಲ್ಲಿ ಮತ್ತು ಇತಿಹಾಸ ಲೇಖನದ ಸಮಸ್ಯೆಗಳ ಬಗ್ಗೆ ಚಿಂತನೆಯಲ್ಲಿ ತೊಡಗಿದ್ದರು.

ಆಗ ಎರಡನೇ ಮಹಾಯುಧ್ಧ ನಡೆಯುತ್ತಿದ್ದು ರಾಷ್ಟ್ರೀಯ ಚಳುವಳಿ ತೀವ್ರವಾಗಿದ್ದ ಕಾಲ. ಆಗಲೇ ಮಾರ್ಕ್ಸ್ ವಾದವನ್ನು ಅಂಗೀಕರಿಸಿದ್ದ ಕೊಸಾಂಬಿ ರಾಜಕೀಯ ವಿಚಾರಗಳ ಬಗೆಗೂ ಲೇಖನ ಬರೆಯಲು ಆರಂಭಿಸಿದರು. ಅವರು ಕಾಂಗ್ರೆಸ್, ಕಾಂಗ್ರೆಸ್ ಸೋಶಲಿಸ್ಟ್ ಮತ್ತು ಕಮ್ಯುನಿಸ್ಟ್ ಚಳುವಳಿ ಬಗ್ಗೆ ಸಹಾನುಭೂತಿ ಉಳ್ಳವರಾಗಿದ್ದು. ಅವರಿಗೆ ಹಲವು ಹಿರಿಯ ನಾಯಕರ ವೈಯಕ್ತಿಕ ಪರಿಚಯವಿತ್ತು. ನೆಹರೂ, ಗಾಂಧಿ, ಕೃಪಲಾನಿ ಮುಂತಾದ ಕಾಂಗ್ರೆಸ್ ನಾಯಕರು ಮತ್ತು ಡಾ. ಅಧಿಕಾರಿ ಮುಂತಾದ ಕಮ್ಯುನಿಸ್ಟ ನಾಯಕರ ನಿಕಟ ಪರಿಚಯವಿತ್ತು. ಆದರೆ ಯಾವುದೇ ಪಕ್ಷಕ್ಕೂ ಸೇರದೆ ಸ್ವತಂತ್ರ ರಾಜಕೀಯ ನಿಲುವು

ಹೊಂದಿದ್ದರು. ಈ ಅವಧಿಯಲ್ಲಿ ಕೊಸಾಂಬಿ ಈಗಾಗಲೇ ನೋಡಿದ ಹಾಗೆ ಹಲವು ಕ್ಷೇತ್ರಗಳಲ್ಲಿ ಆಳವಾದ ಅಧ್ಯಯನ–ಸಂಶೋಧನೆ ಮಾಡಿದ್ದರೂ ಅವರಿಗೆ ಅದರ ಬಗ್ಗೆ ತೃಪ್ತಿ ಇರಲಿಲ್ಲ. ಎಷ್ಟೋ ಬಾರಿ ಅವರ ಪ್ರಬಂಧಗಳನ್ನು ಅರ್ಥ ಮಾಡಿಕೊಂಡು ಅದಕ್ಕೆ ತಕ್ಕ ಚರ್ಚೆ ಪ್ರತಿಕ್ರಿಯೆ ಕೊಡುವವರ ಅಭಾವ ಇರುತ್ತಿತ್ತು. ಅವರ ಪ್ರಬಂಧಗಳ ಮಹತ್ವ ಅರಿತು ಅದನ್ನು ಮುಂದೊಯ್ಯುವ ತಂಡದ ಕೊರತೆ ಇತ್ತು. ಅವರಂತಹ ಅದ್ಭುತ ಪ್ರತಿಭೆಯ ವ್ಯಕ್ತಿ ವಿವಿ ಒಂದರಲ್ಲಿ ಇರಬೇಕಾಗಿತ್ತು. ರಾಷ್ಟ್ರೀಯ–ಅಂತರ್ರಾಷ್ಟ್ರೀಯ ಖ್ಯಾತಿಯ ವಿವಿಗಳ ಜತೆ ಸಂಪರ್ಕ–ಸಂಬಂಧ–ಭೇಟಿ–ವಿನಿಮಯ ಅಗತ್ಯ ಇತ್ತು. ಆದರೆ ಅವು ಯಾವುವೂ ಫರ್ಗ್ಯೂಸನ್ ಕಾಲೇಜಿನಲ್ಲಿ ಸಾಧ್ಯವಿರಲಿಲ್ಲ. ಅವರ ಪರೀಕ್ಷೆ–ಮಾರ್ಕುಗಳನ್ನು ಗಮನಕ್ಕೆ ತೆಗೆದುಕೊಳ್ಳದ, ಅಧ್ಯಯನ–ಸಂಶೋಧನೆ ಬಗ್ಗೆ ಒತ್ತು ಇರುವ ಅಧ್ಯಾಪನ ಕಾಲೇಜಿನ ವಿದ್ಯಾರ್ಥಿಗಳು ಅಥವಾ ಆಡಳಿತ ಮಂಡಳಿಯವರಿಗೆ ಪ್ರಿಯವಾಗಿರಲಿಲ್ಲ. ಆದ್ದರಿಂದ ಅವರ ಬಗ್ಗೆ ಹಲವರಿಗೆ ಗೌರವ ಅಭಿಮಾನ ಇದ್ದರೂ, ಅವರ ಸುತ್ತ ಒಂದು ವಿದ್ಯಾರ್ಥಿಗಳ ಸಂಶೋಧಕರ ಗುಂಪು ತಯಾರಾಗಲಿಲ್ಲ. ಕಾಲೇಜಿನ ಆಡಳಿತ ವರ್ಗದ ಜತೆ ಇತರ ಹಲವು ಕಾರಣಗಳಿಗೂ ವಿರಸ ಇತ್ತು. ಅವರು ಫರ್ಗ್ಯೂಸನ್ ಕಾಲೇಜಿನಲ್ಲಿ ತಮ್ಮ 12 ವರ್ಷಗಳ ಅವಧಿಯನ್ನು "ವನವಾಸ" ಎಂದು ಬಣ್ಣಿಸಿದ್ದು ಈ ಅಂಶಗಳನ್ನು ಗಮನದಲ್ಲಿ ಇಟ್ಟುಕೊಂಡು ಅಂತ ಕಾಣ್ತದೆ. ಇದಕ್ಕೆ ಸರಿಯಾಗಿ ಈ ವಿರಸ ಆಸ್ಫೋಟ ಆಗುವ ಘಟನೆಯೊಂದು ನಡೆಯಿತು. ಅದರಿಂದಾಗಿ ಅವರು 12 ವರ್ಷಗಳ ನಂತರ ಕಾಲೇಜಿಗೆ ವಿದಾಯ ಹೇಳಬೇಕಾಯಿತು.

ಟಿ.ಐ.ಎಫ್.ಆರ್. ಗಣಿತ ಪ್ರೊಫೆಸರ್

ಈ ವಿದಾಯ ಕೊಸಾಂಬಿಯವರ ಜೀವನದಲ್ಲಿ ಇನ್ನೊಂದು ಪ್ರಮುಖ ತಿರುವು ಆಯಿತು. ಅಷ್ಟು ಹೊತ್ತಿಗೆ ಅಮೆರಿಕದಿಂದ ಹಿಂತಿರುಗಿದ ಪ್ರಸಿದ್ಧ ಅಣು ವಿಜ್ಞಾನಿ ಡಾ. ಹೋಮಿ ಭಾಭಾ ಮೂಲಭೂತ ಸಂಶೋಧನೆಗೆ ಮೀಸಲಾದ ಸಂಸ್ಥೆ ಕಟ್ಟಲು ಯೋಜಿಸಿದ್ದು, ಬೇರೆ ಬೇರೆ ವಿಷಯಗಳಲ್ಲಿ ಸಂಶೋಧನಾ ವಿಭಾಗ ಸ್ಥಾಪಿಸಲು ಹಿರಿಯ ವಿಜ್ಞಾನಿಗಳನ್ನು ಹುಡುಕುತ್ತಿದ್ದರು. ಕೊಸಾಂಬಿಯವರ ಗಣಿತದ ಸಂಶೋಧನೆ ಬಗ್ಗೆ ಗೊತ್ತಿದ್ದು ಅವರನ್ನು ಗಣಿತ ವಿಭಾಗ ಸ್ಥಾಪಿಸಲು ಆಹ್ವಾನಿಸಿದರು. ಟಾಟಾ ಟ್ರಸ್ಟ್ ಬೆಂಬಲದಿಂದ ಸ್ಥಾಪಿತವಾದ ಈ ಸಂಸ್ಥೆಗೆ ಟಾಟಾ ಇನ್ಸ್ಟಿಟ್ಯೂಟ್ ಆಫ್ ಫಂಡಮೆಂಟಲ್ ರಿಸರ್ಚ್ (ಟಿಐಎಫ್ಆರ್) ಎಂಬ ಹೆಸರಿಡಲಾಯಿತು. ಟಿಐಎಫ್ಆರ್ ನಲ್ಲಿ ಕೊಸಾಂಬಿ ಅವರಿಗೆ ಕೊಡಲಾದ ಸ್ಥಾನ ಅವರ ಪ್ರತಿಭೆಗೆ ತಕ್ಕುದಾಗಿತ್ತು. ಟಿಐಎಫ್ಆರ್ ನಲ್ಲಿ ಪ್ರೊಫೆಸರ್ ಆಗಿದ್ದ ಅವಧಿ ಅವರ ಅತ್ಯಂತ ಸೃಜನಾತ್ಮಕ ಅವಧಿ. ಅವರಿಗೆ ಸಂಶೋಧನೆಯಲ್ಲಿ ಶಾಶ್ವತ ಸ್ಥಾನ ತಂದು ಕೊಟ್ಟ ಹಲವು ಕೃತಿಗಳು –ಅದರಲ್ಲೂ ಇತಿಹಾಸದ ಅವರ ಮೇರು ಕೃತಿಗಳು–ಇದೇ ಅವಧಿಯಲ್ಲಿ ರಚಿಸಲ್ಪಟ್ಟವು. ಅವರಿಗೆ ಅಗತ್ಯವಾಗಿದ್ದ ಅಂತರ್ರಾಷ್ಟ್ರೀಯ ಖ್ಯಾತಿಯ ವಿವಿಗಳ ಜತೆ ಸಂಪರ್ಕ–ಸಂಬಂಧ–ಭೇಟಿ–ವಿನಿಮಯ ದೊರಕಿತು. 1948–49 ರಲ್ಲಿ ಯುನೆಸ್ಕೊ

ಫೆಲೋಶಿಪ್ ಮೇಲೆ ಕಂಪ್ಯೂಟರ್ ಸಾಯನ್ಸ್ ಅಧ್ಯಯನಕ್ಕೆ ಅವರು ಇಂಗ್ಲೆಂಡ್–ಅಮೆರಿಕ ಪ್ರವಾಸ ಮಾಡಿದರು. ಚಿಕಾಗೊ ವಿವಿ ಆಹ್ವಾನದ ಮೇರೆಗೆ ಅಲ್ಲಿ ಅವರು "ಟೆನ್ಸರ್ ಅನಾಲಿಸಿಸ್" ಮೇಲೆ 36 ಉಪನ್ಯಾಸಗಳ ಕೋರ್ಸು ಕೊಟ್ಟರು. ಹಾರ್ವರ್ಡ್ ಮತ್ತು ಪ್ರಿನ್ಸ್‌ಟನ್ ಗೆ ಭೇಟಿ ಕೊಟ್ಟು ವೀನರ್, ಐನಸ್ಟೀನ್ ಜತೆ ಚರ್ಚೆ ನಡೆಸಿದರು. ಲಂಡನಿನಲ್ಲಿ ಪ್ರಾಚೀನ ಭಾರತೀಯ ಇತಿಹಾಸದ ಪ್ರಸಿದ್ಧ ಪ್ರೊ. ಬಾಶಂ ಅವರನ್ನು ಭೇಟಿ ಮಾಡಿ ಚರ್ಚೆ ನಡೆಸಿದರು. ಟಿಐಎಫ್‌ಆರ್ ನ ಮೊದಲ ಕೆಲವು ವರ್ಷಗಳು ಚೆನ್ನಾಗೇ ನಡೆದವು. ಕೊಸಾಂಬಿ ಅಲ್ಲಿ "ನಂಬರ್ 2" ಆಗಿದ್ದರು. ಡೈರೆಕ್ಟರ್ ಆಗಿದ್ದ ಭಾಭಾ ಅವರನ್ನು ಹೆಚ್ಚಿನ ವಿಷಯಗಳಿಗೆ ಸಲಹೆ ಕೇಳುತ್ತಿದ್ದರು. ಭಾಭಾ ಪ್ರವಾಸದಲ್ಲಿ ಇದ್ದಾಗ ಕೊಸಾಂಬಿ ಅವರೇ ಡೈರೆಕ್ಟರ್ ಆಗಿ ಕಾರ್ಯ ನಿರ್ವಹಿಸುತ್ತಿದ್ದರು. ಕೊಸಾಂಬಿ ಅವರ ಕೆಲಸದ ಬಗ್ಗೆ ಭಾಭಾ ಅವರಿಗೆ ಗೌರವ ಮೆಚ್ಚುಗೆ ಎರಡೂ ಇತ್ತು. ಆಗ ದೇಶ ಸ್ವತಂತ್ರವಾಗುವ ಮುನ್ನಾ ದಿನಗಳು. ದೇಶ ಮತ್ತು ದೇಶದಲ್ಲಿ ವಿಜ್ಞಾನ–ತಂತ್ರಜ್ಞಾನ ಸಂಸ್ಥೆಗಳನ್ನು ಕಟ್ಟುವ ಬಗ್ಗೆ, ಬೆಳವಣಿಗೆ ಪಥದ ಬಗ್ಗೆ ತೀವ್ರ ಚರ್ಚೆ ಆಗುತ್ತಿದ್ದ ದಿನಗಳು. 1946 ರಲ್ಲಿ ನಡೆದ ಇಂಡಿಯನ್ ಸಾಯನ್ಸ್ ಕಾಂಗ್ರೆಸ್ ಅಧಿವೇಶನದ ಅಧ್ಯಕ್ಷತೆಯನ್ನು ಆಗಲೇ ಹಿರಿಯ ನಾಯಕರಾಗುತ್ತಾರೆ ಎಂದು ಭಾವಿಸಲಾಗಿದ್ದ ನೆಹರೂ ವಹಿಸಿದ್ದರು. ಅಲ್ಲಿ ಒಂದು ಗೋಷ್ಠಿಯ ಅಧ್ಯಕ್ಷತೆಯನ್ನು ಕೊಸಾಂಬಿಯವರು ವಹಿಸಿದ್ದರು. ಆ ಮೇಲೂ ದೇಶದಲ್ಲಿ ವಿಜ್ಞಾನ–ತಂತ್ರಜ್ಞಾನ ಬೆಳೆಸುವ ಬಗ್ಗೆ, ಬೆಳವಣಿಗೆ ಪಥದ ಬಗ್ಗೆ ಅವರು ತಮ್ಮ ಸಲಹೆ ಸೂಚನೆಗಳನ್ನು ಭಾಭಾ ಮತ್ತು ನೆಹರೂ ಅವರಿಗೆ ಕೊಟ್ಟಿದ್ದರು. ಕೊಸಾಂಬಿ ಅವರ ಸಂಶೋಧನಾ ವಿಷಯಗಳಿಗೆ ಯಥಾ ಪ್ರಕಾರ ಗಡಿಗಳಿಗಿರಲಿಲ್ಲ. ತಮಗೆ ಆಸಕ್ತಿ ಹುಟ್ಟಿದ ವಿಷಯದ ಸಂಶೋಧನೆಯ ಹಿಂದೆ ಹೋಗುತ್ತಿದ್ದರು.

ಕ್ರಮೇಣ ಭಾಭಾ–ಕೊಸಾಂಬಿ ನಡುವೆ ಭಿನ್ನಾಭಿಪ್ರಾಯಗಳು ಕಾಣಿಸಿಕೊಂಡವು. ಮುಖ್ಯ ವಿವಾದ ಕೊಸಾಂಬಿಯವರನ್ನು ಯಾವಾಗಲೂ ಭಾಧಿಸುತ್ತಿದ್ದ ವಿವಾದವೇ. ಗಣಿತದ ಮೇಲೆ ಗಮನ ಕೇಂದ್ರೀಕರಿಸಬೇಕು ಅಂತ. ಟಿಐಎಫ್‌ಆರ್ ನಲ್ಲಿ ಗಣಿತದ ವಿಭಾಗವನ್ನು ಗಣಿತದ ಅತ್ಯುತ್ಕೃಷ್ಟ ಕೇಂದ್ರವಾಗಿ ಬೆಳೆಸುವುದರಲ್ಲಿ ಸಂಶೋಧಕರು–ವಿದ್ಯಾರ್ಥಿಗಳ ತಂಡ ಕಟ್ಟುವುದರಲ್ಲಿ ವಿಸ್ತರಿಸುವುದರಲ್ಲಿ ಸಾಕಷ್ಟು ಗಮನ ಕೊಡುತ್ತಿಲ್ಲ ಎಂಬುದು ಭಾಭಾ ದೂರು ಆಗಿತ್ತು. ಯಥಾ ಪ್ರಕಾರ ತನ್ನ ಸಂಶೋಧನೆಯನ್ನು ಒಂದು ವಿಷಯಕ್ಕೆ ಸೀಮಿತಗೊಳಿಸಲು ಕೊಸಾಂಬಿ ತಯಾರಿರಲಿಲ್ಲ. ಆದರೆ ಗಣಿತ ವಿಭಾಗದಲ್ಲಿ ಉತ್ತಮ ಸಂಶೋಧನೆ ನಡೆಯುತ್ತಿದೆ ಅಂತ ಅವರ ಉತ್ತರ. ಅಷ್ಟು ಹೊತ್ತಿಗೆ ಸ್ವಾತಂತ್ರ್ಯ ಬಂದು ಭಾಭಾ ಹೊಸದಾಗಿ ಸ್ಥಾಪಿತವಾದ ಅಣು ಸಂಶೋಧನಾ ಕೇಂದ್ರ, ಮತ್ತು ಬೃಹತ್ ಅಣು ಶಕ್ತಿ ಕಾರ್ಯಕ್ರಮದ ಆದ್ಯರಾಗಿದ್ದರು. ಪ್ರಧಾನಿ ನೆಹರೂರವರ ವಿಜ್ಞಾನ ಸಲಹೆಗಾರರಾಗಿದ್ದರು. ವಿಜ್ಞಾನ ನೀತಿ ರೂಪಿಸುವವರಾಗಿದ್ದರು. ಅವರ ನಿಕಟ ವಲಯದಲ್ಲಿದ್ದರು. ಭಾರತದ ವಿಜ್ಞಾನದ "ಅನಭಿಷಿಕ್ತ ಚಕ್ರವರ್ತಿ" ಆಗಿದ್ದರು. ಅವರು ಅಣು ಶಕ್ತಿಗೆ ಒತ್ತು ಕೊಟ್ಟಿದ್ದು ಪಾಶ್ಚಿಮಾತ್ಯ ದೇಶಗಳ ಜತೆ ಸರಿ ಕಟ್ಟಲು "ಉಚ್ಚ ವಿಜ್ಞಾನ" ಬೆಳೆಸುವ ನೀತಿ ರೂಪಿಸಿದ್ದರು. ಆ ವಿಜ್ಞಾನದ ಆದ್ಯತೆಗಳು ಪಾಶ್ಚಿಮಾತ್ಯ ದೇಶಗಳದ್ದೇ.

ಅಣು ಶಕ್ತಿಯನ್ನು ಕೊಸಾಂಬಿ ತೀವ್ರವಾಗಿ ವಿರೋಧಿಸುತ್ತಿದ್ದರು. ಅಣ್ವಸ್ತ್ರ ತಯಾರಿಕೆಗೆ ಅದು ನೆಪ ಮಾತ್ರ. ಅಲ್ಲದೆ ಭಾರತದ ಶಕ್ತಿ ಅಗತ್ಯಗಳಿಗೆ ಅಣುಶಕ್ತಿ ಬದಲು ಸೌರಶಕ್ತಿ ಸಂಶೋಧನೆಗೆ ಒತ್ತು ಕೊಡುವುದು ಹೆಚ್ಚು ಪ್ರಯೋಜನಕರ. ಭಾರತದ ವಿಜ್ಞಾನದ ಸಂಶೋಧನಾ ವಿಷಯಗಳು ಜನರ ಜೀವನ ಉತ್ತಮ ಪಡಿಸುವ, ಸರ್ವತೋಮುಖ ಬೆಳವಣಿಗೆ ಸಾಧಿಸುವ ಉದ್ದೇಶದಿಂದ ಹುಟ್ಟಬೇಕು. 1970–80 ದಶಕದಲ್ಲಿ ಅಂತರ್ರಾಷ್ಟ್ರೀಯವಾಗಿಯೂ ನಮ್ಮ ದೇಶದಲ್ಲಿಯೂ ವ್ಯಾಪಕವಾಗಿ ಸ್ಥಾಪಿತವಾದ ಸೌರ ಶಕ್ತಿ ಮತ್ತು "ಜನಪರ ವಿಜ್ಞಾನ"ದ ಪರಿಕಲ್ಪನೆಯನ್ನು ಕೊಸಾಂಬಿ 1950 ರ ದಶಕದಲ್ಲಿ ಪ್ರತಿಪಾದಿಸಿದ್ದರು ಎಂಬುದು ಗಮನಾರ್ಹ. ಅಲ್ಲದೆ ಕೊಸಾಂಬಿ ನೆಹರೂ ಅವರ ವಿಜ್ಞಾನ ನೀತಿ ಮಾತ್ರವಲ್ಲ, ರಾಜಕೀಯ–ಆರ್ಥಿಕ ನೀತಿಗಳನ್ನು ಟೀಕಿಸುತ್ತಿದ್ದರು. ಅದು ಆಳುವ ಬೂರ್ಜ್ವಾ ವರ್ಗದ ನೀತಿ ಎನ್ನುತಿದ್ದರು. ಮಾರ್ಕ್ಸ್‌ವಾದಿಗಳು ಮತ್ತು ಬೂರ್ಜ್ವಾವಾದಿಗಳ ನಡುವೆ ಇರಬಹುದಾದ ಸೈದ್ಧಾಂತಿಕ ಭೌದ್ಧಿಕ ಭಿನ್ನಾಭಿಪ್ರಾಯಗಳೂ ಸೇರಿದವು. ಭಾಭಾ ಅಷ್ಟು ಹೊತ್ತಿಗೆ ವಿಜ್ಞಾನದಲ್ಲಿ ಸಕ್ರಿಯ ಸಂಶೋಧನೆ ಬಿಟ್ಟು, ಪೂರ್ತಿ ವಿಜ್ಞಾನ ಆಡಳಿತಗಾರರಾಗಿದ್ದರು. ವಿಜ್ಞಾನಿಗಳ ಮುಖ್ಯ ಕೆಲಸ ಸಂಶೋಧನೆ ಆಗಿರಬೇಕು. ಆಡಳಿತದ ಜವಾಬ್ದಾರಿ ಕನಿಷ್ಠ ಪ್ರಮಾಣದಲ್ಲಿರಬೇಕು ಅಂತ ಕೊಸಾಂಬಿ ಮತ. ಹೀಗೆ ಭಾಭಾ–ಕೊಸಾಂಬಿ ನಡುವೆ ಭಿನ್ನಾಭಿಪ್ರಾಯಕ್ಕೆ ಹಲವು ಆಯಾಮಗಳು ಇದ್ದವು. ಅವು ಹಲವರು ಅಂದುಕೊಂಡಂತೆ ವೈಯಕ್ತಿಕ ಅಥವಾ ಅಹಂ–ಘರ್ಷಣೆ ಆಗಿರಲಿಲ್ಲ.

ಇತಿಹಾಸ ಲೇಖನಕ್ಕೆ ಬದಲಿ ಹಾದಿ

ಈ ಅವಧಿಯಲ್ಲಿ ಕೊಸಾಂಬಿ ಭಾರತದ ಪ್ರಾಚೀನ ಮತ್ತು ಮಧ್ಯಮ ಯುಗದ ಇತಿಹಾಸದ ಪ್ರಮುಖ ಪ್ರಶ್ನೆಗಳನ್ನು ಹಾಕಿಕೊಂಡು ಅದಕ್ಕೆ ಉತ್ತರ ಹುಡುಕುವ ಉಪಕರಣ–ವಿಧಾನಗಳನ್ನು ಬೆಳೆಸುವುದರ ಮೇಲೆ ಗಮನ ಕೇಂದ್ರೀಕರಿಸಿದ್ದರು. ಈ ಪ್ರಕ್ರಿಯೆಯ ಭಾಗವಾಗಿ ಹಲವು ಪ್ರಬಂಧ–ಲೇಖನಗಳನ್ನು ಪ್ರಕಟಿಸಿದ್ದರು. 1956 ರಲ್ಲಿ ಅವರ "ಭಾರತದ ಇತಿಹಾಸ ಪ್ರವೇಶಿಕೆ" ಪ್ರಕಟಣೆ ಅವರ ಜೀವನ ಮತ್ತು ಭಾರತೀಯ ಇತಿಹಾಸದಲ್ಲಿ ಸಹ ಒಂದು ಮೈಲಿಗಲ್ಲು. ಕೆಲವು ಸಾಮ್ರಾಜ್ಯಗಳ ಧಾರ್ಮಿಕ ಅಧಿಪತ್ಯದ ಅವಧಿಗಳಿಗೆ ಸೀಮಿತಗೊಳಿಸಿದ ಬ್ರಿಟಿಷ್ ವಸಾಹತುಶಾಹಿ ಮತ್ತು ಸುವರ್ಣ ಯುಗ ಹುಡುಕುತ್ತಾ ಇತರ ಎಲ್ಲಾ ಪ್ರಶ್ನೆಗಳನ್ನು ನಿರ್ಲಕ್ಷ ಮಾಡಿದ ರಾಷ್ಟ್ರೀಯವಾದಿ ಧೋರಣೆಗಳ ಇತಿಹಾಸ ಲೇಖನಕ್ಕೆ ಬದಲಿ ಹಾದಿಯನ್ನು ಈ ಕೃತಿ ತೋರಿಸಿತು. ಸ್ವಾಭಾವಿಕವಾಗಿಯೇ ಇದು ವಿವಾದಕ್ಕೊಳಗಾದ ಬಹು ಚರ್ಚಿತ ಕೃತಿಯಾಗಿತ್ತು. ಈ ಹೊತ್ತಿಗೆ ಅವರು ಗಣಿತ ಮುಂತಾದ ಹಲವು ವಿಷಯಗಳಲ್ಲಿ ತಮ್ಮ ಸಂಶೋದನೆ ಮುಂದುವರೆಸಿದರೂ, ಇತಿಹಾಸ ಅವರ ಪ್ರಮುಖ ಕಾಳಜಿ ಆಯಿತು ಅಂದರೆ ತಪ್ಪಾಗಲಾರದು. ಈ ಅವಧಿಯಲ್ಲಿ ಇಂಡಾಲಜಿ, ಭಾಷಾಶಾಸ್ತ್ರ, ಪುರಾತತ್ವ, ನಾಣ್ಯಶಾಸ್ತ್ರ ಮುಂತಾದ ಎಲ್ಲಾ ಕ್ಷೇತ್ರಗಳಲ್ಲಿ ಅವರ ಸಂಶೋಧನೆಯಿಂದ ಇತಿಹಾಸದ ಹಲವು ಕ್ಲಿಷ್ಟ ಪ್ರಶ್ನೆಗಳನ್ನು ಬಿಡಿಸುವ ಪ್ರಯತ್ನ

ಮಾಡುತ್ತಿದ್ದರು. ಅವರೇ ಹಾಕಿಕೊಂಡಿದ್ದ ಹಲವು ಪ್ರಶ್ನೆಗಳಿಗೆ ಉತ್ತರ ಹುಡುಕುವ ಪ್ರಯತ್ನ ಮಾಡಿದರು. "ಭಾರತದ ಇತಿಹಾಸ ಪ್ರವೇಶಿಕೆ" ಅದನ್ನು ಸಮಗ್ರವಾಗಿ ಹೇಳುವ ಮೊದಲ ಕೃತಿಯಾದರೆ, ಆ ಮೇಲಿನ ಪ್ರಬಂಧಗಳು ಪುಸ್ತಕಗಳು ಅದರ ಹಲವು ವಿವರಗಳನ್ನು ಆಯಾಮಗಳನ್ನು ವಿಸ್ತರಿಸಹತ್ತಿದವು.

ಈ ಹೊತ್ತಿಗೆ ಜೆ ಡಿ ಬರ್ನಾಲ್, ಜೂಲಿಯೋ ಕ್ಯೂರಿ, ಸಾರ್ತ್ರೆ ಮುಂತಾದ ವಿಜ್ಞಾನಿಗಳು ಚಿಂತಕರು ಆರಂಭಿಸಿದ ವಿಶ್ವ ಶಾಂತಿ ಚಳುವಳಿಗೆ ಕೊಸಾಂಬಿಯವರು ಆಕರ್ಷಿತರಾದರು. ಈ ಚಳುವಳಿ ಅಣ್ವಸ್ತ್ರಗಳಿಗೆ ಪೂರ್ಣ ವಿರೋಧ ವ್ಯಕ್ತಪಡಿಸಿ ಆ ಬಗ್ಗೆ ವಿಶ್ವವ್ಯಾಪಿ ಚಳುವಳಿ ನಡೆಸಿತ್ತು. ವಿಶ್ವ ಮಟ್ಟದಲ್ಲೇ ಅವರು ಆ ಚಳುವಳಿಯ ಆದ್ಯ ಪ್ರವರ್ತಕರಲ್ಲಿ ಒಬ್ಬರಾಗಿದ್ದರು. ಸ್ವಾಭಾವಿಕವಾಗಿಯೇ ಅವರು ಭಾರತದಲ್ಲೂ ಶಾಂತಿ ಚಳುವಳಿಯಲ್ಲಿ ಸಕ್ರಿಯವಾಗಿ ಭಾಗವಹಿಸಿದರು. ಅವರು ಹಲವು ಚಳುವಳಿಗಳ ಬೆಂಬಲಿಗರಾಗಿದ್ದರೂ ಮೊದಲ ಬಾರಿಗೆ ಅವರು ಸಾರ್ವಜನಿಕವಾಗಿ ಯಾವುದೇ ಚಳುವಳಿಯಲ್ಲಿ ಭಾಗವಹಿಸಿದ್ದು. ಅವರು ವಿಶ್ವ ಶಾಂತಿ ಸಂಘಟನೆಯ ಭಾರತ ವಿಭಾಗದ ಸ್ಥಾಪಕ ಉಪಾಧ್ಯಕ್ಷರಾಗಿ ಹಲವು ವರ್ಷಗಳ ಕಾಲ ಕೆಲಸ ಮಾಡಿದರು. 1955ರಲ್ಲಿ ನಡೆದ ಹೆಲ್ಸಿಂಕಿ ವಿಶ್ವ ಶಾಂತಿ ಸಮ್ಮೇಳನದಲ್ಲಿ ಅತಿ ದೊಡ್ಡ ದೇಶೀಯ ಶಿಷ್ಟಮಂಡಲವಾಗಿದ್ದ ಭಾರತೀಯ ಶಿಷ್ಟಮಂಡಲದ ನಾಯಕತ್ವ ವಹಿಸಿದರು. ಆ ಮೇಲೆ ಮಾಸ್ಕೋದಲ್ಲಿ ನಡೆದ ಅಣು ಶಕ್ತಿ ಶಾಂತಿಯುತ ಬಳಕೆಯ ಸಮ್ಮೇಳನದಲ್ಲೂ ಪ್ರಮುಖ ಪಾತ್ರ ವಹಿಸಿದರು. ಈ ಅವಧಿಯಲ್ಲಿ ಮುಂಬಯಿ, ಪುಣೆಗಳಲ್ಲಿ ಶಾಂತಿ ಚಳುವಳಿಯ ಸಾರ್ವಜನಿಕ ಸಭೆಗಳಲ್ಲಿ ಭಾಷಣ ಮಾಡುತ್ತಿದ್ದರು. ಭಾರತದ ಶಾಂತಿ ಚಳುವಳಿಯಲ್ಲಿ ದೊಡ್ಡ ರೀತಿಯಲ್ಲಿ ತೊಡಗಿಸಿಕೊಂಡಿದ್ದ ಕಮ್ಯುನಿಸ್ಟ್ ಪಕ್ಷ ಮತ್ತು ಅದರ ಪ್ರಮುಖ ಕಾರ್ಯಕರ್ತರ ಜತೆ ಅವರಿಗೆ ಸಂಪರ್ಕವಾಗಿದ್ದು ಇದೇ ಅವಧಿಯಲ್ಲೇ. ವಿಶ್ವ ಶಾಂತಿ ಮಂಡಳಿಯ ಸದಸ್ಯರಾಗಿದ್ದ ಅವರು ಈ ಸಂಬಂಧ ಹಲವು ದೇಶಗಳಿಗೆ ಭೇಟಿ ನೀಡಿದರು. 1950 ರ ದಶಕದ ಕೊನೆ ಹೊತ್ತಿಗೆ ಹಲವು ಕಾರಣಗಳಿಂದ ವಿಶ್ವ ಶಾಂತಿ ಚಳುವಳಿ ತಣ್ಣಗಾಗ ತೊಡಗಿತ್ತು. ಭಾರತ ಶಾಂತಿ ಚಳುವಳಿಯಲ್ಲಿ ನಾಯಕತ್ವದ ಸ್ಥಾನದಲ್ಲಿದ್ದವರ ಜತೆ ಅವರಿಗೆ ಭಿನ್ನಾಭಿಪ್ರಾಯ ಉಂಟಾಗಿ 1963 ರಲ್ಲಿ ರಾಜಿನಾಮೆ ಕೊಟ್ಟರು.

ಧರ್ಮಾನಂದರ ಮಾರ್ಕ್ಸ್‌ವಾದದ ಬಳುವಳಿ

ಈ ಅವಧಿಯಲ್ಲಿ ಕೊಸಾಂಬಿ ತಂದೆ ತಾಯಿ ಇಬ್ಬರನ್ನೂ ಕಳೆದುಕೊಂಡಿದ್ದರು. ತಂದೆ ತಮ್ಮ 70 ನೇ ಇಳಿ ವಯಸ್ಸಿನಲ್ಲಿ ಜೂನ್ 1947 ರಲ್ಲಿ ಜೈನ್ ಪದ್ಧತಿ ಪ್ರಕಾರ "ಸಲ್ಲೇಖನ" (ಧಾರ್ಮಿಕ ಆಮರಣಾಂತ ಉಪವಾಸ) ಮಾಡಿ ತೀರಿಕೊಂಡರು. ತಂದೆಯ ಜತೆ ಬಹಳ ನಿಕಟ ಆದರೆ ಸಂಕೀರ್ಣ ಸಂಬಂದ ಹೊಂದಿದ್ದ ಕೊಸಾಂಬಿಗೆ ತಂದೆಯ ವಿಚಿತ್ರ ಅಂತ್ಯ ತೀವ್ರ ತಳಮಳ ಉಂಟು ಮಾಡಿತ್ತಂತೆ. ತಂದೆ–ಮಗನ ಸಂಬಂಧದಲ್ಲಿ ಪ್ರೀತಿ–ದ್ವೇಷ, ಅಂಗಿಕಾರ–ತಿರಸ್ಕಾರ ಮತ್ತು ಸಂಘರ್ಷ–ಅನುಸರಣೆಗಳ ದ್ವಂದ್ವ ಸಾಮಾನ್ಯ. ಆದರೆ ಈ ಇಬ್ಬರು ವಿಶಿಷ್ಟ ವ್ಯಕ್ತಿಗಳ ಸಂಬಂಧ ಇನ್ನಷ್ಟು ಸಂಕೀರ್ಣವಾಗಿತ್ತು. ಹೆಂಡತಿ

ಮಕ್ಕಳು ತನ್ನ ಅಂತ್ಯ ನೋಡಲು ಬರಬಾರದೆಂದು ನಿಷೇಧಿಸಿದ್ದ ಅವರ ಈ ಜೈನ ಪದ್ಧತಿಯ ಅಂತ್ಯವನ್ನು ಕೊಸಾಂಬಿ ಸಾರ್ವಜನಿಕವಾಗಿಯೇ ಟೀಕಿಸಿದ್ದರಂತೆ. ಇದರಲ್ಲಿ ಗಂಡನನ್ನು ಕೊನೆಗಾಲದಲ್ಲಿ ನೋಡಲಾಗದೆ ಒದ್ದಾಡಿದ ತಾಯಿಯ ನೋವಿಗೆ ಮಿಡಿದದ್ದು, ಜೀವನದುದ್ದಕ್ಕೂ ಅವರ ಹುಡುಕಾಟ–ಅಲೆದಾಟಗಳಲ್ಲಿ ತಾಯಿಗೆ ಶಾಂತಿ–ನೆಮ್ಮದಿ ಇಲ್ಲದೆ ಹೋದದ್ದರ ಬಗ್ಗೆ ಅವರಿಗೆ ತಂದೆಯ ಬಗ್ಗೆ ಆಕ್ರೋಶ ಒಂದು ಕಡೆ. ಇನ್ನೊಂದು ಕಡೆ ತಂದೆಯಿಂದ ಸೈದ್ಧಾಂತಿಕವಾಗಿ ಬಹಳ ಭಿನ್ನವಾಗಿದ್ದು ಅವರ ಇಂಡಾಲಜಿ ಬೌದ್ಧ ಕೃತಿಗಳ ತೀವ್ರ ಟೀಕೆಯನ್ನೂ ಮಾಡಿದ್ದಾರೆ. ಆದರೆ ಅವರ ವ್ಯಕ್ತಿತ್ವ, ಬೌದ್ಧಿಕ ವಿಕಾಸದಲ್ಲಿ ದೊಡ್ಡ ಪಾತ್ರ ವಹಿಸಿ ಅವರಿಗೆ ಆಪ್ತರಾಗಿದ್ದು ಅಷ್ಟೇ ನಿಜ ಅಂತಾರೆ ಅವರ ಸಂಬಂಧವನ್ನು ಸೂಕ್ಷ್ಮವಾಗಿ ವೀಕ್ಷಿಸಿದ ಹಲವರು. ಕೊಸಾಂಬಿ ಅವರ ಬೌದ್ಧಿಕ ಪಥದಲ್ಲಿ ಪ್ರಮುಖ ಪಾತ್ರ ವಹಿಸಿದ ಇಂಡಾಲಜಿ ಮತ್ತು ಮಾರ್ಕ್ಸ್‌ವಾದವನ್ನು ಅವರು ಅಂಗೀಕರಿಸಿದ್ದು ಹೇಗೆ ? ಅದರ ಹಿಂದಿರುವ ಪ್ರೇರಕ ಶಕ್ತಿ ಯಾವುದು ? ಎಂಬುದು ಅವರ ವಿಶಿಷ್ಟತೆಯ ಮೂಲ ಹುಡುಕ ಹೊರಟ ಹಲವರ ಜಿಜ್ಞಾಸೆಗೆ ಕಾರಣವಾಗಿದೆ. ಇವೆರಡೂ ತಂದೆ ಧರ್ಮಾನಂದರ ಬಳುವಳಿ ಅಂತ ಅವರಲ್ಲಿ ಹೆಚ್ಚಿನವರ ತೀರ್ಮಾನ. ಅವರು ಬೌದ್ಧ ಗ್ರಂಥಗಳ ಅಧ್ಯಯನ–ಸಂಪಾದನೆಯಲ್ಲಿ ತೊಡಗಿದ್ದರಿಂದ, ಇಂಡಾಲಜಿ ಬಗ್ಗೆ ಇದು ಸ್ವಯಂ–ವೇದ್ಯ.

ಕೊಸಾಂಬಿಯವರು ಮಾರ್ಕ್ಸ್‌ವಾದದತ್ತ ಒಲಿದ ಅವಧಿಯಲ್ಲಿ 1930–40 ರ ದಶಕದಲ್ಲಿ ಮಾರ್ಕ್ಸ್‌ವಾದಿ ಗ್ರಂಥಗಳು ಭಾರತದಲ್ಲಿ ನಿಷಿದ್ಧವಾಗಿದ್ದು ಲಭ್ಯವಿರಲಿಲ್ಲ. ಒಬ್ಬ ಡಚ್ ಸಹ ಪ್ರಯಾಣಿಕ ಧರ್ಮಾನಂದ ಅವರಿಗೆ ಮಾರ್ಕ್ಸ್ ವಾದದ ಪರಿಚಯ ಮಾಡಿಸಿದ. ಮಾರ್ಕ್ಸ್‌ವಾದಿ ಪುಸ್ತಕಗಳನ್ನು ಕೊಟ್ಟ. ಮುಂದೆ ನೆಹರೂ ಅವರ ಸಲಹೆ ಮೇರೆಗೆ ಸೋವಿಯೆಟ್ ಒಕ್ಕೂಟದ ವಿವಿಯೊಂದರ ಆಹ್ವಾನದ ಮೇರೆಗೆ ಅಲ್ಲಿಗೆ ಭೇಟಿ ನೀಡಿದಾಗ ಅವರು ಮಾರ್ಕ್ಸ್‌ವಾದದತ್ತ ಆಕರ್ಷಿತರಾದರು. ಅವರು ಪುಣೆಯಲ್ಲಿ 1912 ರಲ್ಲಿ ಮಾರ್ಕ್ಸ್‌ವಾದ ಮತ್ತು ಸಮಾಜವಾದದ ಬಗ್ಗೆ ಒಂದು ಭಾಷಣ ಮಾಲೆಯನ್ನು ನೀಡಿದ್ದರಂತೆ. ತಿಲಕರ ಅನುಯಾಯಿಗಳಿಗೆ ಮಾರ್ಕ್ಸ್‌ವಾದದ ಅಧ್ಯಯನ ಮಾಡುವಂತೆ ತಾಕೀತು ಮಾಡುತ್ತಿದ್ದರಂತೆ ! ಮಾರ್ಕ್ಸ್‌ವಾದದ ಸಮಾನತೆ ಮತ್ತು ಮಾನವೀಯತೆಯನ್ನು ಬಹಳವಾಗಿ ಮೆಚ್ಚಿಕೊಂಡಿದ್ದರು. ಆದರೆ ಹಿಂಸೆಯನ್ನು ವಿರೋಧಿಸಿದರು. ಅವರು ಬೌದ್ಧ ಧರ್ಮದ ಅನುಯಾಯಿ ಆಗಿದ್ದರೂ ತಾನು ನಾಸ್ತಿಕ ಎಂದು ಹೇಳಿಕೊಳ್ಳುತ್ತಿದ್ದರಂತೆ. ಅವರ ಜೀವನ ಚರಿತ್ರಕಾರ ಸುಖ್ತಾಂಕರ್ ಅವರನ್ನು "ಅತ್ಯಂತ ಧಾರ್ಮಿಕನಾದ ನಾಸ್ತಿಕ" ಎಂದು ಕರೆದಿದ್ದಾರೆ ! ಕೊಸಾಂಬಿಯವರಿಗೆ ಮಾರ್ಕ್ಸ್‌ವಾದದ ಮೊದಲ ಪರಿಚಯ ಆಗಿದ್ದು ಮತ್ತು ಮಾರ್ಕ್ಸ್‌ವಾದದ ಗ್ರಂಥಗಳು ಸಿಕ್ಕಿದ್ದು ತಂದೆಯಿಂದಲೇ ಎಂಬುದು ಸ್ಪಷ್ಟ. ಮೊದಲ ವರ್ಷಗಳಲ್ಲಿ ತಂದೆಗೆ ಅವರ ಸಂಶೋಧನೆ–ಸಂಪಾದನೆಯಲ್ಲಿ ನೆರವಾಗಿದ್ದರಂತೆ. ಅಲ್ಲದೆ ಸಂಶೋಧನೆಯಲ್ಲಿ ಆಸಕ್ತಿ ಅವಿರತ ಶ್ರಮ, ಆಸಕ್ತಿ ಇದ್ದ ವಿಷಯದ ಅಧ್ಯಯನಕ್ಕೆ ಏನೂ ಮಾಡಲು ಎಲ್ಲಿಗೂ ಹೋಗಲೂ ತಯಾರಿರುವ ಛಲ – ಸಹ ಅವರಿಂದ ಬಂದ ಬಳುವಳಿಗಳೇ. ಧರ್ಮಾನಂದ ಅವರ ಮರಣದ ಸುದ್ದಿ ಹಾರ್ವರ್ಡ್ ತಲುಪಿದಾಗ ಅಲ್ಲಿ ಸ್ಮರಣ ಸಭೆ ನಡೆಯಿತು, ಡಿ ಡಿ ಕೊಸಾಂಬಿಯವರ

"ಅಕಾಲಿಕ" ಮರಣದ ಬಗ್ಗೆ ಸಂತಾಪ ಸೂಚಿಸಲು. ಆದರೆ ಅವರು ಅಂದುಕೊಂಡಿದ್ದು ದಾಮೋದರ 'ಬಾಬಾ' ನಿಧನ ಹೊಂದಿದ್ದು ಅಂತ. ಇಬ್ಬರೂ ಡಿ ಡಿ ಕೊಸಾಂಬಿ ಆದ್ದರಿಂದ ಈ ಗೊಂದಲ ! ತಾಯಿಯನ್ನು ಸಹ ಕೊನೆಗಾಲದಲ್ಲಿ ನೋಡುವ ಅವಕಾಶ ಅವರಿಗೆ ಸಿಗಲಿಲ್ಲ. 1955 ರಲ್ಲಿ ಅವರು ಸೋವಿಯಟ್ ಒಕ್ಕೂಟದ ಪ್ರವಾಸದಲ್ಲಿ ಇದ್ದಾಗ ತಾಯಿ ಬೆಂಗಳೂರಲ್ಲಿ ತೀರಿಕೊಂಡರು. ವಾಪಸು ಬಂದು ಇದು ಗೊತ್ತಾದಾಗ ಮಗುವಿನಂತೆ ಬಿಕ್ಕಿ ಬಿಕ್ಕಿ ಅತ್ತರಂತೆ. 1957ರಲ್ಲಿ ಒಂದು ಪುಸ್ತಕವನ್ನು ತಾಯಿಗೆ ಅರ್ಪಿಸಿ "ಇದಕ್ಕಿಂತ ಒಳ್ಳೆಯ ಪುಸ್ತಕ ನಾನು ಅರ್ಪಿಸಬೇಕಿತ್ತು...ನನಗಿಂತ ಉತ್ತಮ ಮಗನನ್ನು ಆಕೆ ಪಡೆಯಬೇಕಿತ್ತು.." ಅಂತ ಉದ್ಗರಿಸಿದ್ದಾರೆ.

ಕೊಸಾಂಬಿ 1952–62 ರ ನಡುವೆ ಹಲವು ಬಾರಿ ಚೀನಾಕ್ಕೂ ಭೇಟಿ ನೀಡಿದ್ದರು. ಅವರ ಮೊದಲ ಭೇಟಿ ನಂತರವೇ ಅವರಿಗೆ ಚೀನದ ಬಗ್ಗೆ ವಿಶೇಷ ಒಲವು ಇತ್ತು. ಇದರಲ್ಲಿ ಕೆಲವು ಭೇಟಿಗಳು ಶಾಂತಿ ಚಳುವಳಿಗೆ ಸಂಬಂಧಿಸಿದ್ದಾದರೆ, ಹಲವು ಬಾರಿ ವಿಜ್ಞಾನಿ ಆಗಿ ಅವರನ್ನು ಆಹ್ವಾನಿಸಲಾಗಿತ್ತು. ಆಗ ಮಾರ್ಕ್ಸ್‌ವಾದಿಗಳಲ್ಲಿ ಹೆಚ್ಚಿನವರು ಚೀನಾದ ಕ್ರಾಂತಿ ಮತ್ತು ಆ ಮೇಲಿನ ಪ್ರಗತಿಪರ ನಿಲುವು–ಕ್ರಮಗಳು ಮತ್ತು ಪ್ರಗತಿಯನ್ನು ಮೆಚ್ಚಿಕೊಂಡಿದ್ದರು. ವಿಕಾಸಶೀಲ ಸ್ವತಂತ್ರ ದೇಶಗಳಿಗೆ ಅದು ಮಾದರಿ ಎಂದು ಪರಿಗಣಿಸಲಾಗುತ್ತಿತ್ತು. ಚೀನಾದ ಯೋಜನೆ, ನೀರಾವರಿ ಅಧ್ಯಯನ, ಮುಂತಾದ ವಿಷಯಗಳಿಗೆ ಸಂಖ್ಯಾಶಾಸ್ತ್ರ ತಜ್ಞನಾಗಿ ಸಲಹೆ ಕೊಡಲು ಅವರನ್ನು ಕರೆಸಲಾಗಿತ್ತು. ಚೀನಾದ ವಿಜ್ಞಾನ–ತಂತ್ರಜ್ಞಾನ ನೀತಿ, ಕಮ್ಯೂನ್ ಆಧಾರಿತ ವಿಕೇಂದ್ರೀಕರಣವನ್ನು ಅವರು ಮೆಚ್ಚಿಕೊಂಡಿದ್ದರು. ಚೀನಾದ ಸರ್ಕಾರ ಸಹ ಅವರನ್ನು ಬಹಳವಾಗಿ ಗೌರವಿಸುತ್ತಿತ್ತು. "ಹಿಂದೀ–ಚೀನೀ ಭಾಯಿ ಭಾಯಿ" ಹಂತ ಮುಗಿದು ಗಡಿ ವಿವಾದ ಮುಂದೆ ಬಂದಿತ್ತು. ಆಗ ಕೊಸಾಂಬಿ ಅವರ ಚೀನಾ ಭೇಟಿಯೊಂದರಲ್ಲಿ ಪ್ರಧಾನಿ ಚೌ ಇನ್ ಲೈ ಅವರ ಜತೆ ಗಡಿ ವಿವಾದ ಸೇರಿದಂತೆ ಹಲವು ವಿಷಯಗಳ ಬಗ್ಗೆ 6 ಗಂಟೆ ಚರ್ಚೆ ನಡೆಸಿದರಂತೆ. ಭಾರತ–ಚೀನಾ ಗಡಿ ವಿವಾದ ತೀವ್ರವಾಗುತ್ತಾ ಘರ್ಷಣೆ ನಡೆದ ಅವಧಿಯಲ್ಲಿ ಕೊಸಾಂಬಿಯನ್ನು ಭಾರತ ಸರ್ಕಾರ ಸಂಶಯದಿಂದ ನೋಡಲು ಆರಂಭಿಸಿತ್ತು. ಅವರಿಗೆ ಚೀನಾ ವೀಸಾ ಸಿಗುವುದು ಕಷ್ಟವಾಗ ಹತ್ತಿತ್ತು. ಅವರ ಪತ್ರಗಳನ್ನು ಒಡೆಯಲಾಗುತ್ತಿತ್ತಂತೆ. ಕೊಸಾಂಬಿ ನೆಹರೂಗೆ ಈ ಬಗ್ಗೆ ದೂರು ಕೊಡಬೇಕಾಯಿತು.

ಭಾಭಾ ಜತೆ ವಿರಸ

ಕೊಸಾಂಬಿ–ಭಾಭಾ ನಡುವಣ ಹಲವು ಆಯಾಮಗಳ ಭಿನ್ನಾಭಿಪ್ರಾಯಗಳ ಬಗ್ಗೆ ನೋಡಿದ್ದೇವೆ. ಆದರೆ ಭಾಭಾ ಗಣಿತ ವಿಭಾಗಕ್ಕೆ ಮುಖ್ಯಸ್ಥರಾಗಿ ಇನ್ನೊಬ್ಬ ಪ್ರಸಿದ್ಧ ಗಣಿತಜ್ಞ ಡಾ. ಚಂದ್ರಶೇಖರನ್ ಅವರನ್ನು ತಂದು ಡೆಪ್ಯುಟಿ ಡೈರೆಕ್ಟರ್ ಮಾಡಿ ಕೊಸಾಂಬಿಯವರನ್ನು ಮೂಲೆಗೆ ಸರಿಸಲು ಪ್ರಯತ್ನಿಸಿದಾಗ, ಕ್ರಮೇಣ ಅಹಂ–ಘರ್ಷಣೆ ವೈಯಕ್ತಿಕ ವಿರಸಕ್ಕೆ ಸಹ ಎಡೆ ಆಯಿತು. ಅವರಿಬ್ಬರು ಪರಸ್ಪರ ಮಾತನಾಡುತ್ತಲೂ ಇರಲಿಲ್ಲ. ಎದುರಿಗೆ ಬಂದರೆ ಔಪಚಾರಿಕವಾಗಿ ಅಭಿನಂದಿಸುತ್ತಲೂ ಇರಲಿಲ್ಲ. ಅಂತಹ ಸ್ಥಿತಿ ಬಂತು. ಆದರೂ ಸಂಸ್ಥೆಗೆ ದೇಶಕ್ಕೆ ಪರಸ್ಪರರ ಕೊಡುಗೆಯನ್ನು ನೆನೆಸಿಕೊಂಡೋ

ಏನೋ ಇಬ್ಬರೂ ತಾಳ್ಮೆಯಿಂದ ಇದ್ದರು. ಆದರೆ ಈ ವಿವಾದ–ವಿರಸದಿಂದ ಕೊಸಾಂಬಿಯಂತಹ ಪ್ರಕಾಂಡ ಬುದ್ಧಿಜೀವಿ ಚಿಂತಕನಿಗೆ ದೇಶದ ವಿಜ್ಞಾನ ನೀತಿ ರೂಪಿಸುವಲ್ಲಿ ಮತ್ತು ಅಗಾಧವಾಗಿ ಬೆಳೆಯುತ್ತಿದ್ದ ವಿಜ್ಞಾನ–ತಂತ್ರಜ್ಞಾನ ಸಂಶೋಧನಾ ಜಾಲದಲ್ಲಿ ಇರಬೇಕಾಗಿದ್ದ ಪಾತ್ರ, ಅವಕಾಶ ಸಿಗಲಿಲ್ಲ. ಟಿಐಎಫ್‌ಆರ್ ನಲ್ಲಿ ಹಿರಿಯ ವಿಜ್ಞಾನಿಗಳನ್ನು ಕಾಂಟ್ರಾಕ್ಟಿನ ಮೇಲೆ ನೇಮಿಸಲಾಗುತ್ತಿತ್ತು. ನಿವೃತ್ತಿಯ ವಯಸ್ಸು 55 ಆಗಿತ್ತು. ಸಾಮಾನ್ಯವಾಗಿ ಹಿರಿಯ ವಿಜ್ಞಾನಿಗಳಿಗೆ ವಿಸ್ತರಣೆ ಕೊಟ್ಟು ಕಾಂಟ್ರಾಕ್ಟು ನವೀಕರಣ ಮಾಡುತ್ತಿದ್ದರು.

ಆದರೆ 1962 ರಲ್ಲಿ ಕೊಸಾಂಬಿ 55 ವರ್ಷ ಮುಟ್ಟಿದಾಗ ಅವರ ಕಾಂಟ್ರಾಕ್ಟನ್ನು ನವೀಕರಿಸಲಿಲ್ಲ. ಅವರು ದೀರ್ಘ ರಜಾದಲ್ಲಿ ಇದ್ದಾಗ ನಿವೃತ್ತರಾಗುವ ಬಗ್ಗೆ ಭಾಭಾ ನೋಟೀಸು ಕಳಿಸಿದರು. ಅವರು ರಜಾದಿಂದ ಬರುವ ಅಗತ್ಯ ಇಲ್ಲ ಮತ್ತು ತಮ್ಮ ಇಷ್ಟ ಬಂದ ಕ್ಷೇತ್ರದಲ್ಲಿ ಸಂಶೋಧನೆ ಮಾಡಲು ಈಗ ಸ್ವತಂತ್ರರು ಅಂತ ಗಾಯದ ಮೇಲೆ ಬರೆ ಎಳೆಯುವಂತೆ ಬರೆದಿದ್ದರಂತೆ. ಗಣಿತದಲ್ಲಿ "ರೀಮಾನ್ ಸಮಸ್ಯೆ" ಪರಿಹಾರದ ಬಗ್ಗೆ ಅವರ ಪ್ರಬಂಧದಲ್ಲಿ ಇದ್ದ ಕೆಲವು ನ್ಯೂನ್ಯತೆಗಳು ಮತ್ತು ಅದನ್ನು ಅಷ್ಟೇನೂ ಉಚಿತವಲ್ಲದ ಕೃಷಿ ಸಂಖ್ಯಾಶಾಸ್ತ್ರ ಪತ್ರಿಕೆಯಲ್ಲಿ ಪ್ರಕಟಣೆ ಮಾಡಿದ "ಅನುಚಿತ ವರ್ತನೆ"ಯ ಬಗ್ಗೆ ಆಪಾದನೆಗಳನ್ನೂ ಬಳಸಿಕೊಳ್ಳಲಾಯಿತು. ಆಗ ಸರ್ಕಾರದಲ್ಲಿ ಮತ್ತು ವಿಜ್ಞಾನ ಕ್ಷೇತ್ರದಲ್ಲಿ ಭಾಭಾ ಅವರ ಪ್ರಭಾವ ಎಷ್ಟಿತ್ತೆಂದರೆ ಅವರು ಹೇಳಿದ್ದು ಕೊನೆಯ ಮಾತಾಗಿತ್ತು. ಟಿಐಎಫ್‌ಆರ್ ನಲ್ಲಿ ಮತ್ತು ವಿಜ್ಞಾನ ಕ್ಷೇತ್ರ–ಸರ್ಕಾರಗಳಲ್ಲಿ ಕೊಸಾಂಬಿ ಬಗ್ಗೆ ಗೌರವ ಇರುವವರು ಅಭಿಮಾನಿಗಳು ಸಾಕಷ್ಟು ಸಂಖ್ಯೆಯಲ್ಲಿ ಇದ್ದರೂ ಇಂತಹ ವರ್ತನೆ ಬಗ್ಗೆ ಪ್ರತಿಭಟಿಸಲು ಯಾರೂ ಮುಂದೆ ಬರಲಿಲ್ಲ. ಯಾರೂ ಭಾಭಾರನ್ನು ಎದುರು ಹಾಕಿಕೊಳ್ಳಲು ಸಿದ್ಧರಿರಲಿಲ್ಲ. ಟಿಐಎಫ್‌ಆರ್ ನ ಹಿರಿಯ ಸ್ಥಾಪಕ ಸದಸ್ಯರಾಗಿದ್ದು 17 ವರ್ಷ ಸೇವೆ ಸಲ್ಲಿಸಿದ ಅವರಿಗೆ ಒಂದು ಔಪಚಾರಿಕ ಬೀಳ್ಕೊಡುಗೆಯನ್ನೂ ಕೊಡಲಿಲ್ಲ.

ಕೊಸಾಂಬಿ ಅವರು ತಮ್ಮ ಹಲವು ಸಂಶೋಧನೆಗಳ ತುತ್ತ ತುದಿಯಲ್ಲಿದ್ದಾಗ ಈ ಆಘಾತ ಅವರಿಗ ವೈಯಕ್ತಿಕ ಮಾತ್ರವಲ್ಲ ಅಕಡೆಮಿಕ್ ಆಗಿ ಸಹ ದೊಡ್ಡ ಆಘಾತ ಆಯಿತು. ಉತ್ತಮ ಸಂಬಳ ಪಡೆಯುತ್ತಿದ್ದರೂ ಅವರು ಕೊಡುಗೈ ದಾನಿ ಮತ್ತು ದಿಲ್ದಾರ್ ಆಗಿ ಖರ್ಚು ಮಾಡುವವರಾಗಿದ್ದು ಹೆಚ್ಚೇನೂ ಉಳಿತಾಯ ಮಾಡಿದವರಲ್ಲ. ಟಿಐಎಫ್‌ಆರ್ ನಲ್ಲಿ ಕೆಲಸ ಮಾಡುತ್ತಿದ್ದ 17 ವರ್ಷಗಳಲ್ಲಿ 10 ವರ್ಷ ದಿನಾ ಪುಣೆ–ಮುಂಬಯಿ ಮಧ್ಯೆ ರೈಲಿನಲ್ಲಿ ಓಡಾಡುತಿದ್ದರು. ಅದೂ ಫಸ್ಟ್ ಕ್ಲಾಸಿನಲ್ಲಿ ! ಅವರ ಎರಡು ಪುಸ್ತಕಗಳ -Introduction to Indian History ಮತ್ತು Exasaperating Essays – ಮುನ್ನುಡಿಗೆ ಅವರ ಸ್ಥಳ "ಡೆಕ್ಕನ್ ಕ್ವೀನ್" ಅಂತ ಬರೆದಿದ್ದರು. "ಡೆಕ್ಕನ್ ಕ್ವೀನ್" ಮುಂಬಯಿ–ಪುಣೆ ಮಧ್ಯೆ ಓಡಾಡುವ ಎಕ್ಸ್‌ಪ್ರೆಸ್ ರೈಲು. ಈಗ ಸ್ವತಂತ್ರರಾಗಿದ್ದರೂ ಯಾವುದೇ ಸಂಸ್ಥೆಯ ಬೆಂಬಲ ಇಲ್ಲದೆ ಅವರು ಆಗಲೇ ಕೈಗೆತ್ತಿಕೊಂಡ ಕೆಲಸಗಳನ್ನು ಮುಗಿಸಲು ಪರದಾಡುವಂತೆ ಆಯಿತು. ಅವರ ಆರೋಗ್ಯ ಕೆಟ್ಟು ರೂಮಾಟಿಸ್ಮ್ ಅವರನ್ನು ಕಾಡಿಸತೊಡಗಿತ್ತು. ಕ್ಷೇತ್ರ ಸರ್ವೇ ಮುಂತಾದ ಕೆಲಸಕ್ಕೆ ಸ್ವಯಂಸೇವಾ

ವಿದ್ಯಾರ್ಥಿಗಳ ತಂಡ ಅವರ ನೆರವಿಗೆ ಬರುತ್ತಿತ್ತು. ಆದರೆ ಟೈಪಿಂಗ್ ವಿಷಯ ಸಂಗ್ರಹಣೆಗೆ ಕನಿಷ್ಟ ಪ್ರವಾಸಗಳಿಗೆ ಬೆಂಬಲ ಸಹಾಯ ಇಲ್ಲದೆ ಕಷ್ಟವಾಗಿತ್ತು. ಆದರೂ ಕೊಸಾಂಬಿ ಅವಿರತ ಶ್ರಮ ಹಾಕಿ ತಮ್ಮ ಕೆಲಸ ಮುಂದುವರೆಸಿದರು. ಅಷ್ಟು ಹೊತ್ತಿಗೆ ಅವರ ಇತಿಹಾಸದ ಮೇಲೆ ಬರೆದ ಇನ್ನೊಂದು ಪ್ರಮುಖ ಕೃತಿ Myth and Reality(1962ರಲ್ಲಿ) ಪ್ರಕಟವಾಗಿತ್ತು.

ಭಾರತದ ನಾಗರೀಕತೆ ಮತ್ತು ಸಂಸ್ಕೃತಿಯ ಐತಿಹಾಸಿಕ ಚಿತ್ರಣ

ಈ ಅವಧಿಯಲ್ಲಿ ಹೊಸ ವಿಷಯಗಳ ಬಗ್ಗೆ ಸಂಶೋಧನೆ ಮಾಡುವ ಯೋಜನೆ ಹಾಕಿದರು. ಅವರಿಗೆ ವಿದೇಶಗಳಿಂದ ಹಲವು ಆಹ್ವಾನಗಳು ಬಂದವು. ಟಾಗೋರ್ ಶತಮಾನ ಭಾಷಣಗಳ ಪ್ರವಾಸಕ್ಕೆ ಹಾರ್ವರ್ಡ್ ವಿವಿಯ ಪ್ರೊ ಈಂಗಾಲ್ಸ್ ಪ್ರಸ್ತಾವಿಸಿದರು. ಆಗ ತಾನೇ ಸರ್ವಾಧಿಕಾರಿ ಬಾಟಿಸ್ಟಾ ವಿರುದ್ಧ ಕ್ರಾಂತಿ ಮಾಡಿ ಸ್ವತಂತ್ರವಾಗಿದ್ದ ಕ್ಯೂಬಾ ಸರ್ಕಾರ 100 ಸಂಪುಟಗಳ ವಿಶ್ವಕೋಶ ಬರೆಸಲು ಹೊರಟಿತ್ತು. ಅದರಲ್ಲಿ ಭಾರತ ಮತ್ತು ಬ್ರಿಟನ್ ಮೇಲಿನ ಸಂಪುಟ ಬರೆಯಲು ಕೊಸಾಂಬಿ ಅವರಿಗೆ ಆಹ್ವಾನ ಇತ್ತಿತು. ಆದರೆ ಬೇರೆ ಬೇರೆ ಕಾರಣಗಳಿಗೆ (ಅಮೆರಿಕೆಯ ಆಹ್ವಾನ ರಾಜಕೀಯ ಕಾರಣಗಳಿಗೆ, ಕ್ಯೂಬಾ ಆರ್ಥಿಕ ಸಂನ್ಮೂಲ ಹೊಂದಿಸಲು ಸಾಧ್ಯವಾಗದೆ) ಅವರೆಡೂ ಪ್ರಸ್ತಾವಗಳೂ ಕಾರ್ಯಗತವಾಗಲಿಲ್ಲ. ಆದರೆ ಕೊಸಾಂಬಿ ಭಾರತದ ವಿಶ್ವಕೋಶ ಸಂಪುಟ ಬರೆಯಲು ಆರಂಭಿಸಿ ಬಿಟ್ಟಿದ್ದರು. ಅದನ್ನೇ ಇನ್ನಷ್ಟು ಸರಳ ಶೈಲಿಯಲ್ಲಿ ಎಲ್ಲರೂ ಓದಬಹುದಾದ ಪ್ರಾಚೀನ "ಭಾರತದ ನಾಗರೀಕತೆ ಮತ್ತು ಸಂಸ್ಕೃತಿಯ ಐತಿಹಾಸಿಕ ಚಿತ್ರಣ" ಎಂಬ ಪುಸ್ತಕವಾಗಿ ಮಾರ್ಪಡಿಸಿದರು. ಇದು ಅವರ ಒಂದು ಮೇರು ಕೃತಿ. ಅಲ್ಲಿಯವರೆಗಿನ ಇತಿಹಾಸದ ಬಗೆಗಿನ ಎಲ್ಲಾ ಪ್ರಬಂಧಗಳ ಸಾರ. ಅಷ್ಟರ ವರೆಗೆ ಇತಿಹಾಸದ ಬಗೆಗೆ ಬರೆದ ಎಲ್ಲಾ ಪ್ರಬಂಧಗಳು ಈ ಪುಸ್ತಕ ಬರೆಯಲು ಹಾಕಿಕೊಂಡ ನೋಟ್ಸಿನಂತೆ ಅಂತ ಅವರೇ ಈ ಪುಸ್ತಕದ ಪ್ರಸ್ತಾವನೆಯಲ್ಲಿ ಬರೆದಿದ್ದಾರೆ. 1965 ರಲ್ಲಿ ಆ ಪುಸ್ತಕವನ್ನು ಬ್ರಿಟಿಶ್ ಪ್ರಕಾಶನ ಒಂದು ಪ್ರಕಟಿಸಿತು. ಅಮೆರಿದಲ್ಲೂ ಅದೇ ವರ್ಷ ಅಮೆರಿಕನ್ ಆವೃತ್ತಿ ಪ್ರಕಟವಾಯಿತು. ಅದರ ಬೆನ್ನಿಗೆ ಜರ್ಮನ್ ಫ್ರೆಂಚ್ ಜಪಾನಿ ಆವೃತ್ತಿಗಳು ಪ್ರಕಟವಾಯಿತು. ಆದರೆ ಯೋಜಿಸಲಾಗಿದ್ದ ಅಮೆರಿಕನ್ ಮತ್ತು ಭಾರತೀಯ ಸಾಧಾರಣ (ಪೆಪರ್ ಬ್ಯಾಕ್) ಆವೃತ್ತಿಗಳು ಅವರು ಬದುಕಿರುವವರೆಗೆ ಬರಲಿಲ್ಲ. 1970 ರಲ್ಲಷ್ಟೇ ವಿಕಾಸ್ ಪ್ರಕಾಶನ ಬ್ರಿಟಿಶ್ ಪ್ರಕಾಶನದ ಅನುಮತಿ ತೆಗೆದುಕೊಂಡು ಭಾರತದಲ್ಲಿ ಸಾಧಾರಣ ಆವೃತ್ತಿ ತಂದರು. ವಿಕಾಸ್ ಪ್ರಕಾಶನ 1984 ರ ವರೆಗೆ ಆ ಪುಸ್ತಕದ 8 ಆವೃತ್ತಿ ತಂದರು ಎನ್ನಲಾಗಿದೆ.

ಈ ನಡುವೆ ಅವರಿಗೆ ಯಾವುದಾದರೂ ಸಂಸ್ಥೆಯ ಬೆಂಬಲ ಕೊಡಿಸಲು ಅವರ ಹಲವು ಅಭಿಮಾನಿಗಳು ಪ್ರಯತ್ನಿಸುತ್ತಿದ್ದರು. ಪುಣೆಯಲ್ಲಿಯೇ ಇದ್ದ ಎನ್ ಡಿ ಎ

(ನ್ಯಾಶನಲ್ ಡಿಫೆನ್ಸ್ ಅಕಾಡೆಮಿ) ಮೇಜರ್ ಜನರಲ್ ಹಬೀಬುಲ್ಲಾ ಅಕಾಡೆಮಿಯಲ್ಲಿ ಪುರಾತತ್ವ ವಿಭಾಗ ಒಂದನ್ನು ತೆರೆದು ಕೊಸಾಂಬಿಯವರನ್ನು ಅದಕ್ಕೆ ಸಲಹೆಗಾರರಾಗಿ ನೇಮಿಸಿದರು. ಎನ್ ಡಿ ಎ ವಿದ್ಯಾರ್ಥಿಗಳನ್ನು ಕರೆದುಕೊಂಡು ಅವರು ಟ್ರೆಕಿಂಗಿಗೆ ಹೋಗಿ ಸಂಶೋಧನೆ ಮಾಡುತ್ತಿದ್ದ ರೀತಿಯನ್ನು ಅವರು ಬಹಳ ಮೆಚ್ಚಿಕೊಂಡಿದ್ದರು. ಸೈನ್ಯಕ್ಕೇನಾದರೂ ಸೇರಿದ್ದರೆ ಅವರು ಖಂಡಿತ ಜನರಲ್ ಆಗುತ್ತಿದ್ದರು ಅಂತ ಹೇಳುತ್ತಿದ್ದರಂತೆ. ಪ್ರೊ. ಆರ್ ಎಸ್ ಶರ್ಮ, ಪ್ರೊ. ನೂರುಲ್ ಹಸನ್ ಅವರ ಆಹ್ವಾನದ ಮೇರೆಗೆ ಅವರು ಉತ್ತರ ಭಾರತದ ವಿವಿಗಳ ಪ್ರವಾಸ ಸಹ ಮಾಡಿದರು. ಪ್ರೊ. ನೂರುಲ್ ಹಸನ್, ಪ್ರೊ. ರಹಮಾನ್ ಮತ್ತು ಮೇ,ಜ. ಹಬೀಬುಲ್ಲಾ ಪ್ರಯತ್ನದಿಂದ 1964 ರಲ್ಲಿ ಅವರಿಗೆ ಮಹಾರಾಷ್ಟ್ರ ವಿದ್ಯಾವರ್ಧಿನಿ ಸಂಸ್ಥೆಯಲ್ಲಿ ಸಿಎಸ್ಐಆರ್ ಪ್ರೊಫೆಸರ್ ಎಮರಿಟಸ್ ಆಗಿ ನೇಮಿಸಲಾಯಿತು. ಅದೂ ಅಷ್ಟು ಹೊತ್ತಿಗೆ ನೆಹರೂ ನಿಧನದಿಂದ ಭಾಬಾ ಪ್ರಭಾವ ಕಡಿಮೆಯಾಗಿದ್ದು ಮತ್ತು ಸಿಎಸ್ಐಆರ್ ನಲ್ಲಿ ಭಾಭಾ ಪ್ರಭಾವ ಕಡಿಮೆ ಇದ್ದದ್ದರಿಂದ ಇದು ಸಾಧ್ಯವಾಯಿತು ಎನ್ನಲಾಗಿದೆ. ಕೊಸಾಂಬಿ ಎಂದಿನಂತೆ ಹಲವು ಕ್ಷೇತ್ರಗಳಲ್ಲಿ ಸಂಶೋಧನೆಯಲ್ಲಿ ತೊಡಗಿದ್ದರು. ಅವರ ಸಂಖ್ಯಾಶಾಸ್ತ್ರ ಮತ್ತು ನಂಬರ್ ಥಿಯರಿಯ ಮೇಲಿನ ಹಲವು ಪ್ರಕಟಿತ ಅಪ್ರಕಟಿತ ಪ್ರಬಂಧಗಳು ಲಭ್ಯವಿರಲಿಲ್ಲ. ಅದನ್ನು ಪುಸ್ತಕ ರೂಪದಲ್ಲಿ ಪ್ರಕಟಿಸ ಬಯಸಿ ಒಬ್ಬ ಬ್ರಿಟಿಷ್ ಪ್ರಕಾಶಕನಿಗೆ ಕೊಟ್ಟರು. ಆದರೆ ಆ ಪ್ರಕಾಶಕ ಅವರ ಹಸ್ತಪ್ರತಿಯನ್ನು ಕಳೆದು ಹಾಕಿ ಅದು ಪ್ರಕಟವಾಗಲಿಲ್ಲ. ಮಾತ್ರವಲ್ಲ ಲಭ್ಯವಿಲ್ಲದೆ ಹೋಯಿತು. ಸಂಸ್ಥೆಯ ಬೆಂಬಲ ಸಿಕ್ಕಿದ್ದರಿಂದ ಅವರು ಪುನಃ ಹೊಸ ಸಂಶೋಧನಾ ಯೋಜನೆಗಳನ್ನು ಹಾಕತೊಡಗಿದರು. ಸಿಎಸ್ಐಆರ್ ಮೂಲಕ ದೇಶದ ವಿಜ್ಞಾನ ನೀತಿಯಲ್ಲೂ ಪ್ರಮುಖ ಪಾತ್ರ ವಹಿಸುವ ಸಾಧ್ಯತೆ ತೆರೆದುಕೊಂಡಿತ್ತು. ಆದರೆ ಸತತ ಅವಿರತ ಶ್ರಮದಿಂದ ಅವರ ಆರೋಗ್ಯ ಕೆಡುತ್ತಾ ಬಂದಿತ್ತು. 1966 ಜೂನಿನ ಒಂದು ರಾತ್ರಿ ಅವರ ಎಲ್ಲಾ ಕನಸುಗಳು ಮತ್ತು ಯೋಜನೆಗಳೊಂದಿಗೆ ಮಲಗಿದವರು ಬೆಳಿಗ್ಗೆ ಏಳಲೇ ಇಲ್ಲ. 1966 ಜನವರಿಯಲ್ಲಿ ಭಾಭಾ ಸಹ ವಿಮಾನ ಅಘಘಾತ ಒಂದರಲ್ಲಿ ನಿಧನ ಹೊಂದಿದ್ದರು. ಅವರಿಬ್ಬರ ವಿಜ್ಞಾನ ನೀತಿ ಸೈಧ್ಧಾಂತಿಕ ನಿಲುವು ಮತ್ತು ಬೌಧ್ಧಿಕ ಪಥ ಬೇರೆ ಬೇರೆ ದಾರಿ ಹಿಡಿದರೂ ಒಟ್ಟಿಗೆ ಕೊನೆಗಂಡಿತ್ತು.

ಶಿಸ್ತಿನ ಬಾಬಾ, ಪ್ರೀತಿಯ ಅಜೋಬಾ

ಕೊಸಾಂಬಿಯ ಕುಟುಂಬದವರ ಮತ್ತು ವೈಯಕ್ತಿಕ ಜೀವನದ ಬಗ್ಗೆ ಅಷ್ಟೇನೂ ವಿವರಗಳು ಲಭ್ಯವಿಲ್ಲ. ಅವರಿಗೆ ಇಬ್ಬರು ಮಕ್ಕಳು –ಮಾಯಾ ಮತ್ತು ಮೀರಾ. ಈಗ ಮುಂಬಯಿಯ ಎಸ್ಎನ್ ಡಿಟಿ ಮಹಿಳಾ ವಿಶ್ವವಿದ್ಯಾಲಯದ ಮಹಿಳಾ ಅಧ್ಯಯನ ವಿಭಾಗದ ಮುಖ್ಯಸ್ಥೆಯಾಗಿರುವ ಮಗಳು ಮೀರಾ ಕೊಸಾಂಬಿ ತಂದೆಯವರ ಬಗ್ಗೆ ಹೀಗೆ ನೆನಪಿಸಿಕೊಳ್ಳುತ್ತಾರೆ : ಪುಣೆಯಲ್ಲಿ ಬೆಳೆದ ಅವರು ಹೈಸ್ಕೂಲಿನ ವರೆಗೆ ಮರಾಠಿ ಮಾಧ್ಯಮದಲ್ಲಿ ಶಿಕ್ಷಣ ಪಡೆದರಂತೆ. ಮಾತೃಭಾಷೆಯಲ್ಲೇ ಸ್ಕೂಲು ಶಿಕ್ಷಣ ಇರಬೇಕು ಎಂಬುದು ಕೊಸಾಂಬಿಯವರ ಅಭಿಪ್ರಾಯವಾಗಿತ್ತು. ಅವರು ಮಾಮೂಲಿ ತಂದೆ

ಆಗಿರದೆ ಬಹಳ ಶಿಸ್ತಿನ ಸಿಪಾಹಿ ಆಗಿದ್ದರಂತೆ. ಅವರು ವಿಶ್ರಾಂತಿಯಿಲ್ಲದೆ ಮಧ್ಯ ರಾತ್ರಿಯವರೆಗೆ ಕೆಲಸ ಮಾಡುತ್ತಿದ್ದರು. ಅಧ್ಯಯನದಿಂದ ಅವರ ವಿಶ್ರಾಂತಿಯೆಂದರೆ ವ್ಯಾಯಾಮ (ವೈಟ್ ಲಿಫ್ಟಿಂಗ್ ಮಾಡುತ್ತಿದ್ದರು) ಮತ್ತು ಪತ್ತೇದಾರಿ ಕಾದಂಬರಿ ಓದುವುದು! ಕೆಲವೊಮ್ಮೆ ಅಮ್ಮನ ಜತೆ ಬ್ರಿಡ್ಜ್ ಆಡುತ್ತಿದ್ದರು. ಕೆಲವೊಮ್ಮೆ ನಾವೂ ಸೇರಿಕೊಳ್ಳುತ್ತಿದ್ದೆವು. ಅವರು ಮನೆಯಲ್ಲಿರುವಾಗ ಸಹ ಅಧ್ಯಯನದ ಕೊಠಡಿಯಲ್ಲಿ ಇದ್ದರೆ ಮಕ್ಕಳು ಅಲ್ಲಿಗೆ ಹೋಗುವಂತಿರಲಿಲ್ಲ. ಅವರು ಕರೆದರೆ ಮಾತ್ರ ಅಥವಾ 'ಪರ್ಮಿಶನ್' ಕೇಳಿ ಹೋಗಬೇಕು. ಮಾಯಾನಿಗೆ ಹೆಚ್ಚು ಸಲಿಗೆ ಇತ್ತು. ನನಗೆ ಬಾಬಾ ಅಂದರೆ ಭಯ. ಆದರೆ ಭಾನುವಾರ ಒಟ್ಟಿಗೆ ಹೊರಗೆ ಹೋದಾಗ ಅವೆಲ್ಲಾ ಮಾಯವಾಗಿರುತ್ತಿತ್ತು. ಬಾಬಾ ಯಾವ ದುರಭ್ಯಾಸ ಇಲ್ಲದ ಸರಳ ಜೀವಿ ಆಗಿದ್ದರು. ಬಹಳ ಸಮಯ ಖಾದಿ ಧರಿಸುತ್ತಿದ್ದರು ಮದ್ಯ ಸಿಗರೇಟು ಅಂತೂ ಮುಟ್ಟುತ್ತಿರಲಿಲ್ಲ. ಬಹಳ ಸಮಯದ ವರೆಗೆ ಕಾಫಿ–ಟೀ ಸಹ ಕುಡಿಯುತ್ತಿರಲಿಲ್ಲ. ಇಡೀ ದಿನ ಚಾಕೋಲೇಟ್ (ಅದೂ ಇಂಪೋರ್ಟೆಡ್ ಕ್ಯಾಡ್ಬರಿ), ಕನಿಷ್ಟ ವಾರಕ್ಕೊಮ್ಮೆಯಾದರೂ ಚೀನೀ ಮತ್ತು ಬಿರಿಯಾನಿ ಊಟ ಮಾತ್ರ ಅವರಿಗಿದ್ದ ದೌರ್ಬಲ್ಯ! ಅವರಿಗೆ ಫೊಟೋಗ್ರಫಿಯಲ್ಲಿ ಬಹಳ ಆಸಕ್ತಿ. ಪಾಲ್ ರುಬೆನ್ಸನ್ ಹಾಡುಗಳು ಮತ್ತು ಸುಬ್ಬಲಕ್ಷ್ಮಿಯ ಭಜನೆಗಳು ಅವರಿಗೆ ಇಷ್ಟ. ಅಕ್ಕ ಮಾಯಾ ಸೈಕಾಲಜಿಯಲ್ಲಿ ಎಂಎ ಮಾಡಿ ಕಾಲೇಜು ಮಿತ್ರ ಬಿಬಿ ಸರ್ಕಾರ್ ನನ್ನು 1960 ರಲ್ಲಿ ಮದುವೆಯಾಗಿ ಮೊದಲು ಅಮೆರಿಕಕ್ಕೆ ಹೋಗಿ ಆ ಮೇಲೆ ಸ್ವೀಡನಿನಲ್ಲಿ ನೆಲೆಸಿದಳು. ಆಕೆಯ ಮಗಳು ನಂದಿತಾಗೆ ಮಾತ್ರ ಮಾಮೂಲಿ ಅಜ್ಜ ಆಗಿದ್ದರು. ನಂದಿತಾಗೆ ಮಾತ್ರ ಹೋಗಲು ಅವರ ರೂಮಿಗೆ ಯಾವ ಪರ್ಮಿಶನ್ ಬೇಕಾಗಿರಲಿಲ್ಲ. ಅವರು ಟೈಪು ಮಾಡುವಾಗ ಅವಳು ಮಧ್ಯೆ ಕೈ ಹಾಕಿದರೂ ಗದರುತ್ತಿರಲಿಲ್ಲ. ನಂದಿತಾ ಮಾತ್ರವಲ್ಲ ಆಕೆಯ ನೆರೆಯ ಎಲ್ಲಾ ಮಿತ್ರರಿಗೂ ಪ್ರೀತಿಯ "ಅಜ್ಜ" ಆಗಿದ್ದರು. ಜರ್ಮನ್ ಪ್ರೊಫೆಸರ್ ವಿ ವಿ ಗೋಖಲೆ ಮತ್ತು (ಭಾರತೀಯ ಚರಿತ್ರೆಯ ಮಾರ್ಕ್ಸ್‌ವಾದಿ ನಿರೂಪಣೆಯಲ್ಲಿ ಅತೀವ ಆಸಕ್ತಿ ಇದ್ದ) ಕಮ್ಯುನಿಸ್ಟ್ ಪಾರ್ಟಿ ಕಾರ್ಯಕರ್ತ ಆರ್ ಪಿ ನೇನೆ ನಮ್ಮ ಮನೆಗೆ ಖಾಯಂ ಅತಿಥಿಗಳು. ಇಬ್ಬರೂ ಬಾಬಾಗೆ ಅವರ ಸಂಶೋಧನಾ ಕೆಲಸದಲ್ಲಿ ಸಹಾಯ ಮಾಡುತ್ತಿದ್ದರು. ನಾನು ಇಂಗ್ಲಿಷ್ ಸಾಹಿತ್ಯದಲ್ಲಿ ಎಂಎ ಮಾಡಿ ಸ್ವೀಡನಿಗೆ ಉಚ್ಚ ಅಧ್ಯಯನಕ್ಕೆ ಹೋದೆ. ಅಲ್ಲಿ ಸಮಾಜಶಾಸ್ತ್ರದಲ್ಲಿ ಡಾಕ್ಟರೆಟ್ ಮಾಡಿ 20 ವರ್ಷಗಳ ಸಂಶೋಧನಾ ಕಾರ್ಯದ ನಂತರ ಭಾರತಕ್ಕೆ 1985 ರಲ್ಲಿ ವಾಪಸು ಬಂದು ನೆಲೆಸಿದೆ. ಮಾಯಾ ಅಕಾಲಿಕವಾಗಿ 1975 ರಲ್ಲಿ ನಿಧನ ಹೊಂದಿದಳು. ಸ್ವೀಡನಿನಲ್ಲಿ ನೆಲೆಸಿರುವ ಮೊಮ್ಮಗಳು (ಮಾಯಾ ಮಗಳು) ನಂದಿತಾ ಡಬಲ್ ಡಾಕ್ಟರೇಟ್ ಮತ್ತು ಪ್ರಸಿಧ್ಧ ಹೃದಯ ರೋಗ ತಜ್ಞೆ.

ತಕ್ಕ ಮನ್ನಣೆ ಸಿಗದ ದೈತ್ಯ ಪ್ರತಿಭೆ

ಕೊಸಾಂಬಿಯವರ ವಿಶಿಷ್ಟತೆ ಮತ್ತು ಅಪಾರ ಕೊಡುಗೆ ಅವರ ಜೀವಿತ ಅವಧಿಯಲ್ಲಿ ಅರ್ಥ ಮಾಡಿಕೊಂಡವರೂ ವಿರಳ. ಅವರಿಗೆ ಅದಕ್ಕೆ ತಕ್ಕ ಮನ್ನಣೆಯಂತೂ ಸಿಗಲೇ ಇಲ್ಲ. ಅವರ ಹಲವು ಮಹತ್ವದ ಪ್ರಬಂದಗಳು ಕೃತಿಗಳು ಅವರ ಅವರ ನಿಧನದ ನಂತರ ಪ್ರಕಟವಾದವು. ಕೆಲವು ಕಳೆದು ಹೋದವು ಅಥವಾ ಅಪ್ರಕಟಿತವಾಗಿ ಉಳಿದವು. ನಿಧನದ ನಂತರವೂ ಅದು ಪೂರ್ಣ ಪ್ರಮಾಣದಲ್ಲಿ ಆಗಿದೆ ಎನ್ನುವಂತಿಲ್ಲ. ಉದಾಹರಣೆಗೆ ಈಗಲೂ ಗಣಿತ, ಸಂಖ್ಯಾಶಾಸ್ತ್ರ, ಜೆನೆಟಿಕ್ಸ್ ಮತ್ತಿತರ ಪ್ರಾಕೃತಿಕ ವಿಜ್ಞಾನಗಳಲ್ಲಿ ಅವರ ಅವರ ಕೃತಿಗಳು ಪುಸ್ತಕ ರೂಪದಲ್ಲಿ ಲಭ್ಯವಿಲ್ಲ. ಅವರ ಕೊಡುಗೆಯ ಪೂರ್ಣ ಮೌಲ್ಯಮಾಪನವೂ ಆಗಿಲ್ಲ. ತಮ್ಮ ಸಮಯಕ್ಕಿಂತ ಗಾವುದ ದೂರ ಮುಂದಕ್ಕಿದ್ದ ಅವರ ವಿಚಾರ ಲಹರಿ, ನಿಲುವುಗಳು, ಕೃತಿಗಳು ಅವರ ಸಮಕಾಲೀನರಿಗೆ ಅರ್ಥವಾಗುವುದು ಕಷ್ಟವಿತ್ತು. ಸಾಲದ್ದಕ್ಕೆ ಅವರ ವಿಕ್ಷಿಪ್ತ ವ್ಯಕ್ತಿತ್ವ, ಕನಿಷ್ಟ ಔಪಚಾರಿಕತೆಗೆ ಸಹ ಒಗ್ಗದ ಒರಟು ವರ್ತನೆ, ಕೆಲವೊಮ್ಮೆ ಅನಗತ್ಯ ಕಟು ವ್ಯಂಗ್ಯ ನುಡಿ, ಯಾವುದೇ ಗುಂಪು (ಒಳ್ಳೆಯ ಅರ್ಥದಲ್ಲಿ) ಕಟ್ಟದ, ಸೇರದ ಗುಂಪಿನ ಜತೆ ಹೊಂದಾಣಿಕೆ ಮಾಡದ ಗುರುತಿಸಿಕೊಳ್ಳದ ಒಂಟಿ ಸ್ವಭಾವ ಅವರು ಇದ್ದ ಪರಿಸರದಲ್ಲಿ ಅಂಗೀಕಾರಾರ್ಹತೆಯನ್ನು ಇನ್ನಷ್ಟು ಕಷ್ಟಕರವಾಗಿಸಿತ್ತು. "ಬಾಬಾನಿಗೆ ಪ್ರತಿಭೆಯಿದ್ದಷ್ಟು ಅಹಂ ಸಹ ಇದೆ" ಅಂತ ಅವರ ತಂದೆಯವರೇ ಹೇಳಿದ್ದಾರಂತೆ. ಅವರ ನಿಕಟ ಸ್ನೇಹಿತರಲ್ಲಿ ಒಬ್ಬರಾಗಿದ್ದ ಕಮ್ಯುನಿಸ್ಟ್ ನಾಯಕ ಡಾ. ಅಧಿಕಾರಿ ಅವರನ್ನು ಧರ್ಮಾನಂದ ಒಮ್ಮೆ ಕೇಳಿದ್ದರಂತೆ "ಎಲ್ಲರ ಹತ್ತಿರ ಕೊನೆಗೂ ಜಗಳ ಮಾಡಿಕೊಳ್ತಾನೆ. ನಿಮ್ಮ ಹತ್ತಿರ ಯಾಕೆ ಇನ್ನೂ ಜಗಳ ಮಾಡಿಲ್ಲ" ಡಾ. ಅಧಿಕಾರಿಯವರ ಉತ್ತರ "ಹಾಗೇನಿಲ್ಲ. ನಾವು ಭೇಟಿ ಮಾಡಿದಾಗ ಅವರೇ ಮಾತನಾಡುತ್ತಾರೆ. ನಾನು ಬರಿಯ ಕೇಳುತ್ತೇನೆ. ಆದ್ದರಿಂದ ಜಗಳ ಆಗಿಲ್ಲ" ಅಂತ. ಭಾರತದ ಗಣಿತದ "ಸ್ಥಾಪಿತ ಹಿತಾಸಕ್ತಿಗಳು" ತಮ್ಮನ್ನು ಬದಿಗೊತ್ತಲು ಪ್ರಯತ್ನಿಸುತ್ತಾರೆ ಎಂಬ (ಸ್ವಲ್ಪ ಅತಿಶಯೋಕ್ತಿ ಎನ್ನಬಹುದಾದ) ಭಾವನೆ ಇದ್ದ ಕೊಸಾಂಬಿ ತಮ್ಮ ಮೂರು ಗಣಿತದ ಪ್ರೆಬಂದಗಳನ್ನು ಒಂದು ಹುಸಿ ಹೆಸರಲ್ಲಿ ಪ್ರಕಟಿಸಿದ್ದರಂತೆ. ಆ ಹೆಸರು S.Ducray ಆಗಿತ್ತು. ತೋರಿಕೆಯಲ್ಲಿ ಫ್ರೆಂಚ್ ಹೆಸರಿನಂತೆ ಇತ್ತು. ಆದರೆ ಅದು ಮರಾಠಿಯಲ್ಲಿ ಹಂದಿ (ಡುಕ್ಕರ) ಎಂಬ ಅರ್ಥ ಬರುವಂತಿತ್ತು. ಮಾತ್ರವಲ್ಲ ಪ್ರಬಂಧದ ಕೊನೆಯಲ್ಲಿ "ಈ ಪ್ರಬಂಧವನ್ನು ಪ್ರೊ. ಡಿ ಡಿ ಕೊಸಾಂಬಿಯವರ ಜತೆ ಚರ್ಚೆ ಮಾಡದೆ ಬರೆಯುವುದು ಸಾಧ್ಯವಿರಲಿಲ್ಲ" ಎಂದೂ ಇತ್ತು ! "ವಿದೇಶೀ ಹಂದಿ"ಯ ಪ್ರಬಂಧವನ್ನೂ ಇವರು ಪ್ರಕಟಿಸುತ್ತಾರೆ. ಆದರೆ ನನ್ನನ್ನು ಮೂಲೆಗೊತ್ತಲು ಪ್ರಯತ್ನಿಸುತ್ತಾರೆ ಅಂತ ಲೇವಡಿ ಮಾಡುವ ಅವರ ಮಾದರಿ ಇದು. ಅವರು ದೀರ್ಘ ಕಾಲ ಒಡನಾಡಿದ್ದ ಫರ್ಗ್ಯೂಸನ್ ಕಾಲೇಜು, ಟಿಐಎಫ್‌ಆರ್, ಶಾಂತಿ ಚಳುವಳಿಗಳಲ್ಲಿ ತೀರಾ ಕಹಿಯಾದ ವಿದಾಯ ಹೇಳಬೇಕಾದ ವಿರಸ ಬರಲಿಕ್ಕೆ ಅವರ ನೀತಿಬದ್ಧ ನಿಲುವಿನಷ್ಟೇ ಒರಟು ವರ್ತನೆ ಸಹ ಕಾರಣ ಎನ್ನಲಾಗಿದೆ.

ಆದರೆ ಹಲವು ಕ್ಷೇತ್ರಗಳಲ್ಲಿ ಕೆಲಸ ಮಾಡುತ್ತಲೇ ಭಾರತದ ಇತಿಹಾಸ ಲೇಖನವನ್ನು ವೈಜ್ಞಾನಿಕ ಆಧಾರದ ಮೇಲೆ ಸ್ಥಾಪಿಸುವ ಕೆಲಸವನ್ನು ತಮ್ಮ ಜೀವನದ ಪರಮೋದ್ದೇಶ ಆಗಿಸಿಕೊಂಡದ್ದು ಮತ್ತು ಮಾರ್ಕ್ಸ್ ವಾದಿ ಕಣ್ಣೋಟದ ಅಂಗೀಕಾರ, ಉಳಿದೆಲ್ಲಾವನ್ನು ಅದಕ್ಕೆ ಪೂರಕ ಮತ್ತು ಅಧೀನವಾಗಿಸಿದ್ದು –ಈ ನಿರ್ಧಾರಗಳಿಂದ ಅವರು ಹಲವು ಕಷ್ಟ ತೊಂದರೆ ಎದುರಿಸಬೇಕಾಯಿತು. ಇದು ಸುಮಾರು 1950 ರ ದಶಕದ ಮಧ್ಯದಲ್ಲಿ ಅವರು ಪ್ರಜ್ಞಾಪೂರ್ವಕವಾಗಿ ಮಾಡಿದ ನೀತಿಬದ್ಧ ನಿರ್ಧಾರ. ಇದರಿಂದಾಗಿ ಅವರು ಇತರ ಕ್ಷೇತ್ರಗಳಲ್ಲಿ (ಮುಖ್ಯವಾಗಿ ಅವರ ಮುಖ್ಯ ಮತ್ತು ಪ್ರಿಯ ವಿಷಯವಾಗಿದ್ದ ಗಣಿತದಲ್ಲಿ) ಅವಗಣನೆ ಎದುರಿಸಬೇಕಾಯಿತು. ಹಲವು ಬಾರಿ ಕೆಲಸ ಮತ್ತು ಹಲವು ಅವಕಾಶಗಳನ್ನು ಕಳೆದುಕೊಳ್ಳಬೇಕಾಯಿತು. ಆದರೆ ಅವರು ಮಾಡಿದ ಈ ನಿರ್ಧಾರ ಸಮಾನತೆ ಸ್ಥಾಪಿಸುವ ಸಮಾಜ ಬದಲಾವಣೆಗೆ ಮತ್ತು ದೇಶದ ದುಡಿಯುವ ಜನರಿಗೆ ತಮ್ಮ ಬಧ್ಧತೆಯ ಒಂದು ಭಾಗ. ಅದು ತಮ್ಮ ಕರ್ತವ್ಯ ಎಂದು ಅವರು ಪರಿಗಣಿಸಿದ್ದರು. ಅವರ ಒರಟು ವರ್ತನೆ, ಒಂಟಿತನ ಸಹ ಈ ಪರಮೋದ್ದೇಶದಿಂದ ತಮ್ಮನ್ನು ದಾರಿ ತಪ್ಪಿಸುವ ಸಾಧ್ಯತೆಗಳನ್ನು ತಡೆಯಲು ಅಂತಹವರನ್ನು ದೂರವಿಡಲು ಎಂದು ಅರ್ಥೈಸುವವರೂ ಇದ್ದಾರೆ.

ಕೊಸಾಂಬಿಯವರ ಕೊಡುಗೆಗಳು

ಕೊಸಾಂಬಿಯವರ ಜನ್ಮಶತಾಬ್ಧಿ ಸಂದರ್ಭದಲ್ಲಿ
ಭಾರತೀಯ ಅಂಚೆ ವಿಭಾಗ ಪ್ರಕಟಿಸಿದ ವಿಶೇಷ
ಅಂಚೆಚೀಟಿಯ ಮೊದಲ ದಿನದ ಕವರ್‌ನಲ್ಲಿರುವ ಚಿತ್ರ

ಕೊಸಾಂಬಿಯವರ ಸಾಧನೆ ಕೊಡುಗೆಗಳ ಹಲವು ಆಯಾಮಗಳನ್ನು ಗುರುತಿಸಿ ಅವರನ್ನು – ಪುನರುತ್ಥಾನ ಪುರುಷ, ಬಹುಮುಖ ಪ್ರತಿಭೆಯ ಅಸಾಧಾರಣ ಪಂಡಿತ, ಬಹುಶ್ರುತ, ಪ್ರಚಂಡ ಇಂಡಾಲಜಿಸ್ಟ್, ಉತ್ತುಂಗಕ್ಕೆ ಏರಿದ ಒಂಟಿ ಸಂಶೋಧಕ, ಭಾರತದ ಪ್ರಾಚೀನ ನಾಗರಿಕತೆ–ಸಂಸ್ಕೃತಿಯ ಸಾರದ ನಿರೂಪಕ, ವೈಜ್ಞಾನಿಕ ಇತಿಹಾಸ ರಚನೆಯ ಪ್ರವರ್ತಕ, ಪ್ರಾಕೃತಿಕ ಮತ್ತು ಸಮಾಜ ವಿಜ್ಞಾನದ ಹಲವು ಕ್ಷೇತ್ರಗಳಲ್ಲಿ ಮೂಲಭೂತ ಕೊಡುಗೆ ನೀಡಿದ ಅಪರೂಪದ ವಿಜ್ಞಾನಿ, ಚಾರಿತ್ರಿಕ ಭೌತವಾದದ ಪರಿಧಿ ವಿಸ್ತರಿಸಿದ ಮಾರ್ಕ್ಸವಾದಿ ಬುದ್ಧಿಜೀವಿ, ಸಫಲ ಅಂತರಶಿಸ್ತೀಯ ಅಧ್ಯಯನದ ಮಾದರಿ ರೂಪಿಸಿದ ಮಹಾನ್ ಅಕಡೆಮಿಕ್, ಭಾರತಕ್ಕೆ ತಕ್ಕ ವಿಜ್ಞಾನ–ತಂತ್ರಜ್ಞಾನ ನೀತಿ ನಿರೂಪಕ, ಜನಪರ ವಿಜ್ಞಾನ ಚಳುವಳಿಯ ಆದ್ಯ ಸಿಧ್ಧಾಂತಿ –ಹೀಗೆ ಬೇರೆ ಬೇರೆ ಹೆಸರುಗಳಿಂದ ಕರೆಯಲಾಗಿದೆ. ಅವರ ಬೌಧ್ಧಿಕ ಜೀವನ ಪಥ ನಂಬಲಾರದಷ್ಟು ವೈವಿಧ್ಯತೆ, ಆಳ, ಎತ್ತರ, ತಿರುವುಗಳನ್ನು ಕಂಡಿದೆ. ಗಣಿತ, ಸಂಖ್ಯಾಶಾಸ್ತ್ರ, ಜೆನೆಟಿಕ್ಸ್,, ಇಂಡಾಲಜಿ, ನಾಣ್ಯಶಾಸ್ತ್ರ, ಭಾಷಾಶಾಸ್ತ್ರ, ಪ್ರಾಚೀನ ಭಾಷಾ ಸಾಹಿತ್ಯ ಸಂಪಾದನೆ–ವಿಮರ್ಶೆ, ಪುರಾತತ್ವ, ಇತಿಹಾಸ, ತತ್ವಶಾಸ್ತ್ರ, ಜನಾಂಗ ಶಾಸ್ತ್ರ –ಇಂತಹ ಅಗಾಧ ವ್ಯಾಪ್ತಿಯ ಕ್ಷೇತ್ರಗಳಲ್ಲಿ ಕೆಲಸ ಮಾಡುವುದೇ ಒಂದು ಅಚ್ಚರಿ. ಅದರಲ್ಲೂ ಹೆಚ್ಚಿನ ಕ್ಷೇತ್ರಗಳಲ್ಲಿ ಮೂಲಭೂತ ಕೊಡುಗೆ ನೀಡಿದ ದೈತ್ಯ ಪ್ರತಿಭೆ ಕೊಸಾಂಬಿಯವರದು.

ಆದರೆ ಅವರನ್ನು ಇಂದು ನೆನೆಸಿಕೊಳ್ಳುವುದು ಹೆಚ್ಚಾಗಿ ಅವರು ಭಾರತೀಯ ಇತಿಹಾಸ ರಚನೆಗೆ ನೀಡಿದ ಮೂಲಭೂತ ಕೊಡುಗೆ ಮತ್ತು ಆ ಕ್ಷೇತ್ರದ ಸಾಧನೆಗಳಿಗಾಗಿ. ಇಂಡಾಲಜಿ, ನಾಣ್ಯಶಾಸ್ತ್ರ, ಭಾಷಾಶಾಸ್ತ್ರ, ಪ್ರಾಚೀನ ಭಾಷಾ ಸಾಹಿತ್ಯ ಸಂಪಾದನೆ–ವಿಮರ್ಶೆ, ಪುರಾತತ್ವ, ತತ್ವಶಾಸ್ತ್ರ, ಸಂಸ್ಕೃತಿ ಅಧ್ಯಯನ, ಜನಾಂಗ ಶಾಸ್ತ್ರ – ಈ ಎಲ್ಲಾ ಕ್ಷೇತ್ರಗಳಲ್ಲಿ ಅವರ ಆಸಕ್ತಿ ಅಧ್ಯಯನ–ಸಂಶೋಧನೆ ಭಾರತೀಯ ಇತಿಹಾಸಕ್ಕೆ ಸಂಬಂಧಿಸಿದ ಹಲವು ಪ್ರಶ್ನೆಗಳನ್ನು ಎಬ್ಬಿಸಿದವು. ಉದಾಹರಣೆಗೆ 12 ಸಾವಿರ ನಾಣ್ಯಗಳ (ತೂಕ, ಮೇಲಿನ ವಿಶಿಷ್ಟ ಗುರುತುಗಳು, ಕಾಲ, ಸಿಕ್ಕಿದ ಸ್ಥಳ, ಮುದ್ರಿಸಿದ ರಾಜ) ಬಗ್ಗೆ ಅವರ ಅಧ್ಯಯನ ಅವರಲ್ಲಿ ಹಲವು ಪ್ರಶ್ನೆಗಳನ್ನು ಎಬ್ಬಿಸಿತು. ಈ ನಾಣ್ಯಗಳನ್ನು ಹೊರಡಿಸುತ್ತಿದ್ದು ರಾಜರುಗಳೇ ಅಥವಾ ವಾಣಿಜ್ಯ ಗುಂಪುಗಳೇ ? ಈ ನಾಣ್ಯಗಳ ಮೇಲೆ ಇರುವ ವಿಶಿಷ್ಟ ಗುರುತುಗಳು ಏನು ? ಗುಪ್ತರ ಕಾಲದ ನಂತರ ದೊಡ್ಡ ಸಂಖ್ಯೆಯಲ್ಲಿ ನಾಣ್ಯಗಳು ಏಕೆ ಸಿಗುವುದಿಲ್ಲ ? ಅದರ ಅರ್ಥ ವಾಣಿಜ್ಯ ಆ ನಂತರ ಕುಂದಿತು ಎಂದಲ್ಲವೇ ? ವಾಣಿಜ್ಯ

ಕುಂದುವಿಕೆಗೂ ಜಾತಿ ಪದ್ಧತಿ ಆಧಾರಿತ ಗ್ರಾಮಗಳ ಉದಯಕ್ಕೂ ಭಾರತೀಯ ಊಳಿಗಮಾನ್ಯ ಪದ್ಧತಿಗೂ ಸಂಬಂಧವಿದೆಯೇ ?

ಭಾರತೀಯ ಇತಿಹಾಸದ ಮೂಲ ಪ್ರಕ್ರಿಯೆಯ ಬಗ್ಗೆ ಅವರಿಗೆ ಹೀಗೆ ಎದುರಾದ ಮತ್ತು ಹಾಕಿಕೊಂಡ ಪ್ರಶ್ನೆಗಳ ಉತ್ತರದ ಹುಡುಕಾಟದಲ್ಲಿ ಪುನಃ ಇಂಡಾಲಜಿ, ನಾಣ್ಯಶಾಸ್ತ್ರ, ಭಾಷಾಶಾಸ್ತ್ರ, ಸಂಸ್ಕೃತಿ ಅಧ್ಯಯನ, ಜನಾಂಗ ಶಾಸ್ತ್ರೀಯ ಅಧ್ಯಯನದಲ್ಲಿ ತೊಡಗುತ್ತಾರೆ. ಇತಿಹಾಸದ ಮೂಲ ಆಕರಗಳನ್ನು ವಿಸ್ತರಿಸುತ್ತಾ ಅದನ್ನು ಶ್ರೀಮಂತಗೊಳಿಸುತ್ತಾರೆ. ಉದಾಹರಣೆಗೆ ಇತಿಹಾಸದ ಮೂಲ ಪ್ರಕ್ರಿಯೆಗಳ ವಿಶ್ಲೇಷಣೆಯಿಂದ ಬೌದ್ಧ ಧರ್ಮಕ್ಕೂ ವಾಣಿಜ್ಯ ವಿಕಾಸಕ್ಕೂ ಸಂಬಂಧದ ಬಗ್ಗೆ ಅನುಮಾನಿಸುತ್ತಾರೆ. ಪ್ರಸಿದ್ಧ ಭೌದ್ಧ ವಿಹಾರ ಇರುವ ಸ್ಥಳಗಳು ಪ್ರಮುಖ ವಾಣಿಜ್ಯ ಹೆದ್ದಾರಿಗಳಲ್ಲೇ ಇರುವುದನ್ನು ಕ್ಷೇತ್ರ ಅಧ್ಯಯನದಿಂದ ಖಚಿತ ಪಡಿಸಿಕೊಳ್ಳುತ್ತಾರೆ. ಈಗ ಇರುವ ಹಬ್ಬ ಹರಿದಿನಗಳು, ದೇವರುಗಳ ಕಥೆಗಳು, ಆಚರಣೆಗಳು, ವಿವಿಧ ಬುಡಕಟ್ಟು ಜನಾಂಗಗಳ ಅಧ್ಯಯನದಿಂದ ಜಾತಿ ಪದ್ಧತಿಯ ಉಗಮ, ಪ್ರಾಚೀನ ಮಧ್ಯಯುಗೀನ ಸಾಮಾಜಿಕ ವ್ಯವಸ್ಥೆಯ ರಚನೆಯಾದ ರೀತಿ ಬಗ್ಗೆ ಸಾಕ್ಷ್ಯ ಸಂಗ್ರಹಿಸುತ್ತಾರೆ. ಒಟ್ಟಾರೆಯಾಗಿ ಹಲವು ಕ್ಷೇತ್ರಗಳ ಸಂಶೋಧನೆಗಳ ಫಲವನ್ನು ಇತಿಹಾಸದ ಮೂಲ ಪ್ರಕ್ರಿಯೆಯ ಪ್ರಶ್ನೆಗೆ ಉತ್ತರ ಹುಡುಕಲು ಬಳಸುತ್ತಾರೆ. ಇವುಗಳ ಆಧಾರದ ಮೇಲೆ ಪ್ರಾಚೀನ ಭಾರತದ ಸಾಮಾಜಿಕ ಆರ್ಥಿಕ ವ್ಯವಸ್ಥೆ ಸ್ವರೂಪ, ವಿಕಾಸವಾದ ರೀತಿಯ ಚಿತ್ರ ಕಟ್ಟಿ ಕೊಡುತ್ತಾರೆ. ಇಂತಹ ಚಿತ್ರ ಕಟ್ಟಿಕೊಡುವಲ್ಲಿ ಮಾರ್ಕ್ಸ್‌ವಾದಿ ಚಾರಿತ್ರಿಕ ಭೌತವಾದದ ವಿಧಾನ ಬಳಸುತ್ತಾರೆ. ಅವರ (ಬಹುಶಃ ಗಣಿತ, ಸಂಖ್ಯಾಶಾಸ್ತ್ರ, ಜೆನೆಟಿಕ್ಸ್ ಬಿಟ್ಟರೆ ಉಳಿದ) ಹಲವು ಕ್ಷೇತ್ರಗಳ ಅಧ್ಯಯನ ಇತಿಹಾಸದ ಪ್ರಕ್ರಿಯೆಯನ್ನು ಅರ್ಥ ಮಾಡಿಕೊಳ್ಳುವ ಏಕಸೂತ್ರದಲ್ಲಿ ಬಂಧಿಸಲ್ಪಟ್ಟಿದ್ದವು ಎಂದು ಹೇಳಬಹುದು. ಇಲ್ಲವೆ ಆ ಕ್ಷೇತ್ರಗಳ ಹೊಸ ಜ್ಞಾನ ಇತಿಹಾಸದ ರಚನೆಯಲ್ಲಿ ಹೊಸ ಹೊಳಹನ್ನು ಕೊಟ್ಟವು ಎನ್ನಬಹುದು.

ಭಾರತದ ಇತಿಹಾಸ ಲೇಖನ (ಅದರಲ್ಲೂ ಪ್ರಾಚೀನ ಮತ್ತು ಮಧ್ಯಯುಗೀನ ಅವಧಿಯದ್ದು) ಮತ್ತು ರಚನೆಯನ್ನು ಯುರೋಪಿಯನ್ ಇತಿಹಾಸಕಾರರು ಅಥವಾ ಇತಿಹಾಸ ರಚನೆ ಮಾದರಿಯಲ್ಲಿ ರಚಿಸಲು ಸಾಧ್ಯವಿಲ್ಲ. ಯುರೋಪಿನಲ್ಲಿ ಇದ್ದಂತೆ ಅಥವಾ ಅವರು ಬಯಸುವ ನೆಚ್ಚಬಹುದಾದ ಪುರಾತತ್ವ ಅಥವಾ ಲಿಖಿತ ದಾಖಲೆಗಳು (ತಾಳೆಗರಿ, ಶಾಸನ) ನಮ್ಮಲ್ಲಿ ವಿರಳ. ಚರಿತ್ರೆ ಬರೆಯುವ ಪದ್ಧತಿಯಾಗಲಿ ಅದನ್ನು ಕಾದಿಡುವ ಅಭ್ಯಾಸವಾಗಲಿ ನಮ್ಮಲ್ಲಿ ಇಲ್ಲ. ಇದ್ದ ದಾಖಲೆಗಳ ನಡುವೆ ಸಹ ತಾಳೆ ಇಲ್ಲ. ಕಲ್ಹಣನ ರಾಜತಂಗಿಣಿ ನಮ್ಮ ಇತಿಹಾಸ ಲೇಖನಕ್ಕೆ ಆಕರವಾಗಬಹುದಾದ ಮೊದಲ ಲಿಖಿತ ಸಾಹಿತ್ಯಕ ದಾಖಲೆ. ಆದರೆ ಗ್ರೀಕ್ ರೋಮನ್ ಇತಿಹಾಸಕಾರನಿಗೆ ಇಂತಹ ದಾಖಲೆಗಳು ಪ್ರಾಚೀನ ಕಾಲದಿಂದಲೂ ದೊರೆಯುತ್ತವೆ. ಆದರೆ ಭಾರತದ ರಾಷ್ಟ್ರೀಯವಾದಿ ಇತಿಹಾಸಕಾರರು ಹಿಡಿದ ಹಾದಿ – ನಮಗೂ ಭವ್ಯ ಇತಿಹಾಸ ಇತ್ತು, ನಮ್ಮಲ್ಲೂ ಭಾರೀ ಸಾಮ್ರಾಜ್ಯಗಳು, ಸಾಮ್ರಾಟರು, ಸುವರ್ಣ ಯುಗ ಇವೆಲ್ಲಾ ಇದ್ದವು – ಎಂಬ ರಾಷ್ಟ್ರಾಭಿಮಾನ

ಮೂಡಿಸುವ ಉದ್ದೇಶ ಸಾಧಿಸಿದವು. ಆದರೆ ದಾಖಲೆ ಪುರಾವೆಗಳ ಬಗ್ಗೆ ಹೆಚ್ಚು ತಲೆ ಕೆಡಿಸಿಕೊಳ್ಳದ ಈ ಹಾದಿ ವಾಸ್ತವ ಇತಿಹಾಸ ಕಟ್ಟಿಕೊಡುವುದರಲ್ಲಿ ವಿಫಲವಾಯಿತು. ಇವೆರಡನ್ನೂ ತಿರಸ್ಕರಿಸಿದ ಮೂರನೇ ವೈಜ್ಞಾನಿಕ ಹಾದಿಯ ಪ್ರವರ್ತಕ ಕೊಸಾಂಬಿಯವರು ಎಂದು ಪರಿಗಣಿಸಲಾಗುತ್ತದೆ. ಅವರು ಇತಿಹಾಸ ರಚನೆಯಲ್ಲಿ ಒಂದು ಹೊಸ ಚಿಂತನಾ ಕ್ರಮವನ್ನೇ ಆರಂಬಿಸಿದರು ಎಂದು ಪ್ರೊ. ರೊಮಿಲಾ ಥಾಪರ್ ಹೇಳುತ್ತಾರೆ. ಈ ಮೂರನೇ ಹಾದಿ ವೈಜ್ಞಾನಿಕ ದೃಷ್ಟಿಕೋಣ ಮಾತ್ರವಲ್ಲ ವೈಜ್ಞಾನಿಕ ವಿಧಾನವೊಂದನ್ನೂ ರೂಪಿಸಿತು. ಇದು ಕೊಸಾಂಬಿಯವರ ಪ್ರಮುಖ ಕೊಡುಗೆಗಳಲ್ಲಿ ಒಂದು.

ಲಭ್ಯವಿರುವ ಸಾಹಿತ್ಯಕ ಪುರಾತತ್ವ ಆಕರಗಳೊಂದಿಗೆ ನಮ್ಮ ದೇಶದ ದೈನಂದಿನ ಆಚರಣೆ ವಿಧಿ–ವಿಧಾನಗಳಲ್ಲಿ ಉಳಿದುಕೊಂಡಿರುವ ಸಾಂಸ್ಕೃತಿಕ ಸಾಮಾಜಿಕ ಅವಶೇಷಗಳ ವಿಶ್ಲೇಷಣೆಯ ಮೂಲಕ ಬಳಕೆ, ಅದಕ್ಕಾಗಿ ವ್ಯಾಪಕ ಕ್ಷೇತ್ರ ಸರ್ವೇ, ಎಲ್ಲಾ ಆಕರಗಳಿಂದ ಸಿಕ್ಕಿದ ಮಾಹಿತಿಯ ತಾಳೆ ಮತ್ತು ವಿಶ್ಲೇಷಣೆ –ಇದು ಕೊಸಾಂಬಿ ರೂಪಿಸಿದ ಭಾರತೀಯ ಪ್ರಾಚೀನ ಇತಿಹಾಸ ಕಟ್ಟುವ ವಿಧಾನ. ಇದನ್ನು ಅವರು ಸ್ವತಃ ಪ್ರಾಯೋಗಿಕವಾಗಿ ಅವರ ಎಲ್ಲಾ ಕೃತಿಗಳಲ್ಲಿ ತೋರಿಸಿಕೊಟ್ಟಿದ್ದಲ್ಲದೆ, Combined methods in Indology [VIII.(1)] ಮತ್ತು Living Prehistory in Indian [VIII.1.2] ಎಂಬ ಪ್ರಸಿದ್ಧ ಪ್ರಬಂಧಗಳಲ್ಲಿ ಮತ್ತು Culture and Civilization...[IV] ಪುಸ್ತಕದ ಮೊದಲ ಅಧ್ಯಾಯದಲ್ಲಿ ವಿವರಿಸಿದ್ದಾರೆ.

ಇತಿಹಾಸ ಎಂದರೇನು ? ಇತಿಹಾಸದ ಸಾಮಗ್ರಿಯಾಗಿ ಯಾವ ವಿವರಗಳ ಸಂಶೋಧನೆ ಮಾಡಬೇಕು ? ಇತಿಹಾಸ ಕಟ್ಟುವುದು ಏತಕ್ಕಾಗಿ ? ಎಂಬುದರ ಬಗ್ಗೆ ಸಹ ಕೊಸಾಂಬಿ ಹೊಸ ಚಿಂತನಾ ಕ್ರಮ ಹರಿಯಬಿಟ್ಟರು. ಇತಿಹಾಸ ಎಂದರೆ ರಾಜರು ಮತ್ತು ಅವರು ನಡೆಸಿದ ಯುದ್ಧಗಳ ಪಟ್ಟಿ ಅಲ್ಲ. ಒಂದು ಕಾಲ ಮತ್ತು ಪ್ರದೇಶದಲ್ಲಿ ಯಾವ ರಾಜ ಆಳಿದ ಎಂಬುದಕ್ಕಿಂತ ಆ ಜನರಿಗೆ ನೇಗಿಲು ಬಳಸುವುದು ತಿಳಿದಿತ್ತೋ ಇಲ್ಲವೋ ಎಂಬುದು ಮುಖ್ಯವಾಗುತ್ತದೆ. ಬೇಸಾಯಕ್ಕೆ ಬಳಸುತ್ತಿದ್ದ ವ್ಯವಸ್ಥೆಯ ಮೇಲೆ ರಾಜಾಧಿಕಾರದ ಸ್ವರೂಪ ಯಾವ ಬಗೆಯದಾಗಿತ್ತು ಎಂದು ತಿಳಿಯಲು ಸಹಾಯಕವಾಗುತ್ತದೆಯೇ ಎಂಬ ಮಟ್ಟಿಗಷ್ಟೇ ರಾಜರ ಮಾಹಿತಿ ಪ್ರಸ್ತುತ. ಈ ರಾಜನು ಮೊದಲೋ ಆ ರಾಜನು ಮೊದಲೋ ಎಂಬುದು ಅನಗತ್ಯ ಜಿಜ್ಞಾಸೆ. ಕಬ್ಬಿಣದ ಬಳಕೆ ಈ ರಾಜನ ಕಾಲದಲ್ಲಿ ಮೊದಲಾಯಿತೋ ಆ ರಾಜನ ಕಾಲದಲ್ಲಿ ಮೊದಲಾಯಿತೋ ಎಂಬ ಪ್ರಶ್ನೆಯ ಭಾಗವಾಗಿ ಮಾತ್ರ ಅದು ಪ್ರಸ್ತುತವಾಗುತ್ತದೆ. ಉತ್ಪಾದನಾ ಸಂಬಂಧ ಮತ್ತು ವಿಧಾನಗಳಲ್ಲಾದ ಬದಲಾವಣೆಯನ್ನು ಕಾಲಾನುಕ್ರಮಣಿಕೆಯಲ್ಲಿ ಮಂಡಿಸುವುದು ಇತಿಹಾಸ. ಭಾರತೀಯ ಸಮಾಜದ ಬೆಳವಣಿಗೆಯನ್ನು ಪೂರ್ವೇತಿಹಾಸದ ಅವಸ್ಥೆಯಿಂದ ಪ್ರಭುತ್ವವಿದ್ದ ಸಮಾಜಗಳ ಹಂತದ ವರೆಗೆ ಮತ್ತು ಅದರಿಂದೀಚೆಗೆ ಒಂದು ಪ್ರಕ್ರಿಯೆಯಾಗಿ ಕಟ್ಟಿಕೊಡಬೇಕು. ಆ ಪ್ರಕ್ರಿಯೆಯ ಕಾರಣೀಭೂತ ಶಕ್ತಿಯು ಉತ್ಪಾದನೆ ಆಗಿದೆ. ಇಂತಹ ವಿಶ್ಲೇಷಣಾ ಪರಿಕರ ಇಲ್ಲದೆ ಭಾರತದ ಇತಿಹಾಸಕಾರನಿಗೆ ಅನ್ಯ ಮಾರ್ಗಗಳಿಲ್ಲ. ಪ್ರಾಚೀನ ಭಾರತೀಯ ಇತಿಹಾಸದ ಕುರಿತು ಅಪೂರ್ಣ ಮತ್ತು ಅಸ್ಪಷ್ಟ ಆಕರಗಳಿಂದ ಒಂದು ಸಾಮಾಜಿಕ

ಸಾಂಸ್ಕೃತಿಕ ಇತಿಹಾಸವನ್ನು ಗ್ರಹಿಸಬೇಕಾದರೆ ಸೈದ್ಧಾಂತಿಕ ಪರಿಕರ ಅನಿವಾರ್ಯ. ಮಾರ್ಕ್ಸ್‌ವಾದ ಇಂತಹ ಸೈದ್ಧಾಂತಿಕ ಪರಿಕರ ಒದಗಿಸುತ್ತದೆ. ಭೂತ ಮತ್ತು ವರ್ತಮಾನಗಳ ನಡುವಣ ಅಂತಸ್ಸಂಬಂಧಗಳ ಅಧ್ಯಯನಗಳ ಮೂಲಕ ಅವೆರಡನ್ನೂ ಗಾಢವಾಗಿ ಅರ್ಥ ಮಾಡಿಕೊಳ್ಳುವುದು ಇತಿಹಾಸದ ಉದ್ದೇಶ. ಭೂತ ಮತ್ತು ವರ್ತಮಾನಗಳ ಇಂತಹ ಗಾಢ ತಿಳುವಳಿಕೆ ವರ್ತಮಾನದಲ್ಲಿ ಅಗತ್ಯ ಬದಲಾವಣೆ ತಂದು ಭವ್ಯ ಭವಿಷ್ಯ ನಿರ್ಮಿಸಲು ಅಗತ್ಯ. ಇದು ಕೊಸಾಂಬಿಯವರು ರೂಪಿಸಿ ಚಾಲ್ತಿಗೆ ತಂದ ಹೊಸ ವೈಜ್ಞಾನಿಕ ಇತಿಹಾಸ ರಚನೆಯ ಚಿಂತನಾ ಕ್ರಮ. ಇದರಿಂದ ಒಂದು ಪ್ರಬಲ ವೈಜ್ಞಾನಿಕ ಇತಿಹಾಸ ರಚನೆಯ ಚಳುವಳಿ ಮತ್ತು ಪಂಥ ಬೆಳೆದು ಬಂದು ಆರ್. ಎಸ್.ಶರ್ಮ, ರೊಮಿಲಾ ಥಾಪರ್, ಇರ್ಫಾನ್ ಹಬೀಬ್ ಮುಂತಾದವರ ಸಂಶೋಧನೆಗಳಿಂದ ಭಾರತೀಯ ಇತಿಹಾಸ ಕಟ್ಟಿಕೊಳ್ಳುವ ಪ್ರಕ್ರಿಯೆ ಕಸುವು ಪಡೆದು ಜೀವಂತವಾಗಿದೆ. ಇದರ ಫಲವಾಗಿ ಭಾರತದ ಸಮಾಜ ವಿದೇಶೀ ಆಕ್ರಮಣಕಾರರು ತಂದ ಬದಲಾವಣೆ ಅಲ್ಲದೆ ಬೇರೆ ಯಾವುದೇ ಚಲನೆ ಇಲ್ಲದೆ ಜಡ್ಡುಗಟ್ಟಿದ ಸಮಾಜ ಆದ್ದರಿಂದ ಭಾರತಕ್ಕೆ 'ಇತಿಹಾಸ'ವೇ ಇಲ್ಲ ಎಂಬ ಧೋರಣೆಗೂ ತಕ್ಕ ಉತ್ತರ ಕೊಡುವುದು ಸಾಧ್ಯವಾಯಿತು.

ಆಹಾರ ಶೇಖರಣೆಯ ಹಂತದಿಂದ ಆಹಾರ ಉತ್ಪಾದನೆಯ ಕಡೆಗೆ ಆದ ಚಲನೆ, ಆಹಾರ ಉತ್ಪಾದನೆಯ ಕಾರಣವಾಗಿ ಹುಟ್ಟುಕೊಂಡ ಸ್ಥಿರ ಬೇಸಾಯ ಮಾಡುವ ಗ್ರಾಮಗಳು, ಈ ಸ್ಥಿರ ಬೇಸಾಯ ಗ್ರಾಮಗಳು ಭೂಸ್ವಾಮ್ಯ ಆಧಾರಿತ ವ್ಯವಸ್ಥೆಗೆ ಬುನಾದಿ ಹಾಕಿದ್ದು – ಭಾರತದ ಇತಿಹಾಸ ಕಂಡ ಪ್ರಮುಖ ಸ್ಥಿತ್ಯಂತರಗಳು. ಬುಡಕಟ್ಟುಗಳು ಈಗಾಗಲೇ ಇದ್ದ ಸಾಮಾನ್ಯ ಸಮಾಜದ ಜತೆ ಬೆಸೆಯುವ ಪ್ರಕ್ರಿಯೆ ಭಾರತದ ಇತಿಹಾಸದ ಒಟ್ಟಾರೆ ಹಾದಿಯಲ್ಲಿ ಜರುಗುವ ಒಂದು ಪ್ರಮುಖ ಪ್ರಕ್ರಿಯೆ. ಭಾರತದ ಸಮಾಜದಲ್ಲಿ ವಿಶಿಷ್ಟವಾಗಿ ಕಂಡು ಬರುವ ಜಾತಿಗೂ ಈ ಪ್ರಕ್ರಿಯೆಗೂ ಇರುವ ಸಂಬಂಧ, ಬುಡಕಟ್ಟು ಜನಾಂಗ ಭಾರತದ ಸಮಾಜದಲ್ಲಿ ಬೆಸೆಯಲು ಇತಿಹಾಸದ ಉದ್ದಕ್ಕೂ ಬಳಸಲಾದ ಹಲವು ವಿಧಾನಗಳು ಸಹ ಭಾರತದ ಇತಿಹಾಸಕಾರ ಅನ್ವೇಷಿಸಬೇಕಾದ್ದು. ಇದು ಕೊಸಾಂಬಿ ಇತಿಹಾಸಕಾರನಾಗಿ ತನ್ನ ಕಾರ್ಯ ವ್ಯಾಪ್ತಿಯನ್ನು ಕಂಡುಕೊಂಡ ಬಗೆ. ಇದು ವೈಜ್ಞಾನಿಕವಾಗಿ ಭಾರತದ ಇತಿಹಾಸ ರಚನೆಗೆ ತೊಡಗಿದ ಆ ಮೇಲಿನ ಇತಿಹಾಸಕಾರರಿಗೆ ಮೂಲ ಮಾದರಿಯಾಯಿತು.

ಕೊಸಾಂಬಿ ತಮ್ಮ ಕಾಲದಲ್ಲಿ ಪ್ರಚಲಿತವಿದ್ದ ಹಲವು ಭಾರತದ ಇತಿಹಾಸ ಲೇಖನದ ಮಾರ್ಕ್ಸ್‌ವಾದಿ ಪರಿಕಲ್ಪನೆಗಳನ್ನು ಸಹ ಪ್ರಶ್ನಿಸಿದರು ಅಥವಾ ಅವುಗಳನ್ನು ವಿಸ್ತರಿಸಿದರು. ಮಾರ್ಕ್ಸ್‌ವಾದಿ ಚಾರಿತ್ರಿಕ ಭೌತವಾದವನ್ನು ಅಂಗೀಕರಿಸುತ್ತಾ ಉಳಿದ ಎಲ್ಲಾ ಪರಿಕಲ್ಪನೆಗಳನ್ನು ತೀವ್ರ ಪರೀಕ್ಷಣೆಗೆ ಗುರಿ ಮಾಡಿದರು. ಮಾರ್ಕ್ಸ್ ಸ್ವತಃ ರೂಪಿಸಿದ್ದ ಆದರೆ ಅಷ್ಟೇನು ಸ್ಪಷ್ಟವಾಗಿ ನಿರ್ವಚಿಸಿರದ "ಏಶ್ಯಾಟಿಕ್ ಉತ್ಪಾದನಾ ವಿಧಾನ" ವನ್ನು ಅವರು ಒಪ್ಪಲಿಲ್ಲ. ಭೂಮಿಯ ಸಾಮುದಾಯಿಕ ಒಡೆತನ, ಸಣ್ಣ ಗ್ರಾಮ ಸಮುದಾಯದಲ್ಲಿ ಕೃಷಿ ಮತ್ತು ಕೈಗಾರಿಕೆಯ ಮಿಶ್ರಣದ ಮೇಲೆ ಆಧಾರಿತ ಸ್ವಯಂಪರಿಪೂರ್ಣ ಆರ್ಥಿಕ, ಇದರಿಂದಾಗಿ

ಬಹಳ ನಿಧಾನವಾಗಿ ಬದಲಾಗುವ ಅಥವಾ ಬದಲೇ ಆಗದ ಸಮಾಜದ ಅಸ್ತಿತ್ವ– ಇವು ಏಶ್ಯಾಟಿಕ್ ವಿಧಾನದ ಕೆಲವು ವಿಶಿಷ್ಟ ಲಕ್ಷಣಗಳು ಎನ್ನಲಾಗುತ್ತಿತ್ತು. ಆಗ ಹಲವು ಪಾಶ್ಚಿಮಾತ್ಯ ಮತ್ತು ಸೋವಿಯೆಟ್ ಇತಿಹಾಸಕಾರರು ಭಾರತದ ಇತಿಹಾಸ ರಚನೆಯಲ್ಲಿ "ಏಶ್ಯಾಟಿಕ್ ಉತ್ಪಾದನಾ ವಿಧಾನ" ವನ್ನು ಒಂದು ಪ್ರಮುಖ ಪರಿಕಲ್ಪನೆಯಾಗಿ ಬಳಸುತ್ತಿದ್ದರು. ಅದಕ್ಕೆ ವಾಸ್ತವದಲ್ಲಿ ಪ್ರಬಲ ಪುರಾವೆ ಇಲ್ಲ. ಹೆಚ್ಚಿನ ಹಳ್ಳಿಗಳು ಅಗತ್ಯ ವಸ್ತುಗಳಾದ ಕಬ್ಬಿಣ ಮತ್ತು ಉಪ್ಪು ಉತ್ಪಾದಿಸುತ್ತಿರಲಿಲ್ಲ. ಅದನ್ನು ವಿನಿಮಯದಿಂದ ಕೊಳ್ಳಬೇಕಾಗಿತ್ತು. ಕೃಷಿಯ ವಿಸ್ತರಣೆ, ಕೃಷಿ ತಂತ್ರಜ್ಞಾನದ ಬೆಳವಣಿಗೆ, ನಗರೀಕರಣ ಮತ್ತು ಪ್ರಭುತ್ವದ ಉದಯ–ವಿಕಾಸ ಇವೆಲ್ಲಾ ಏಶ್ಯಾಟಿಕ್ ವಿಧಾನವನ್ನು ಸಮರ್ಥಿಸುವುದಿಲ್ಲ. ಭಾರತದ ಇತಿಹಾಸ ರಚನೆಯಲ್ಲಿ ಅದು ಸಹಾಯಕವಾಗಲಾರದು ಎಂಬುದು ಅವರ ಅಭಿಪ್ರಾಯವಾಗಿತ್ತು.

ಅದೇ ರೀತಿ ಮಾರ್ಕ್ಸ್ ನಿರ್ವಚಿಸಿದ – ಆದಿಮ ಸಮತಾವಾದ, ಗುಲಾಮಗಿರಿ, ಊಳಿಗಮಾನ್ಯಶಾಹಿ, ಬಂಡವಾಳಶಾಹಿ – ಯುರೋಪಿನ ಸಮಾಜದ ಬೆಳವಣಿಗೆಯ ನಾಲ್ಕು ಪ್ರಮುಖ ಉತ್ಪಾದನಾ ವಿಧಾನ ಅಥವಾ ಘಟ್ಟಗಳನ್ನು ಯಾಂತ್ರಿಕವಾಗಿ ಭಾರತದ (ಅಥವಾ ಇನ್ನ್ಯಾವುದೇ ಪ್ರದೇಶದ) ಇತಿಹಾಸದ ಅಧ್ಯಯನಕ್ಕೆ ಅನ್ವಯ ಮಾಡುವುದನ್ನು ಅವರು ವಿರೋಧಿಸಿದರು. ಡಾಂಗೆ ಮತ್ತು ಹಲವು ಸೋವಿಯೆಟ್ ಇತಿಹಾಸಕಾರರ ಇಂತಹ ಪ್ರಯತ್ನಗಳನ್ನು ಅವರು ತೀವ್ರವಾಗಿ ಟೀಕಿಸಿದರು. ಮಾರ್ಕ್ಸ್ ಯುರೋಪಿನ ಬಗ್ಗೆ ಈ ನಿರ್ವಚನೆಗೆ ಬರಲು ಬಳಸಿದ ಚಾರಿತ್ರಿಕ ಭೌತವಾದಿ ವಿಧಾನ ಬಳಸುತ್ತಲೇ, ಪೂರ್ವನಿರ್ಧಾರಗಳನ್ನು ಅಥವಾ ಚಾರಿತ್ರಿಕ ಸಾಮಾನ್ಯೀಕರಣಗಳನ್ನು ನಿರಾಕರಿಸಬೇಕು. ಭಾರತ ಅಥವಾ ಇತರ ಸಮಾಜಗಳು ವಾಸ್ತವದಲ್ಲಿ ವಿಕಾಸವಾದ ಬಗ್ಗೆ ಇರುವ ಪುರಾವೆಗಳ ಸಂಕಲನ ಅಧ್ಯಯನ ಇಲ್ಲದೆ ಇಂತಹ ನಿರ್ಧಾರಗಳಿಗೆ ಬರುವುದು ಅವೈಜ್ಞಾನಿಕ. ಸ್ವತಃ ಅಂತಹ ಅಧ್ಯಯನ ಮಾಡಿದ ಅವರು ಭಾರತದಲ್ಲಿ ಮಾರ್ಕ್ಸ್ ನಿರ್ವಚಿಸಿದ ಸ್ವರೂಪದ ಆದಿಮ ಸಮತಾವಾದ ಮತ್ತು ಗುಲಾಮಗಿರಿ ಇರಲಿಲ್ಲ ಎಂದು ಬಲವಾಗಿ ವಾದಿಸಿದರು. ತಮ್ಮ ಅಧ್ಯಯನದಿಂದ ಭಾರತದಲ್ಲಿ ಇದ್ದ ಊಳಿಗಮಾನ್ಯ ಪದ್ಧತಿ ಸಹ ಯುರೋಪಿನದಕ್ಕಿಂತ ಹಲವು ರೀತಿಯಲ್ಲಿ ಭಿನ್ನವಾಗಿತ್ತು ಎಂಬ ತೀರ್ಮಾನಕ್ಕೆ ಬಂದರು.

ಭಾರತದ ಪ್ರಾಚೀನ ಇತಿಹಾಸದ ಮೂರು ವಿಷಯಗಳಲ್ಲಿ ಕೊಸಾಂಬಿಯವರ ವಿಶಿಷ್ಟ ಸಾಧನೆ ಕೊಡುಗೆಗಳನ್ನು ರೊಮಿಲಾ ಥಾಪರ್ ಪ್ರಧಾನವಾಗಿ ಪ್ರಸ್ತಾಪಿಸುತ್ತಾರೆ. ಈ ವಿಷಯಗಳ ಬಗ್ಗೆ ಕೊಸಾಂಬಿಯವರ ವಿಶೇಷವಾದ ಒಳನೋಟಗಳನ್ನು ಹೊಂದಿದ್ದ ಅಧ್ಯಯನ–ಆಕರ–ತೀರ್ಮಾನಗಳು ಇಂದಿಗೂ ಚರ್ಚೆ ಮತ್ತು ಅಧ್ಯಯನಕ್ಕೆ ಯೋಗ್ಯ. ಆ ವಿಷಯಗಳೆಂದರೆ – ಜಾತಿ ಮತ್ತು ಬುಡಕಟ್ಟುಗಳ ನಡುವೆ ಸಂಬಂಧ, ಬೌದ್ಧಧರ್ಮ ಮತ್ತು ವಾಣಿಜ್ಯಗಳ ನಡುವೆ ಸಂಬಂಧ, ಭಾರತದ ಊಳಿಗಮಾನ್ಯ ಪದ್ಧತಿಯ ಸ್ವರೂಪ, ವರ್ಣ ಪದ್ಧತಿಯ ಎರಡು ತುದಿಗಳಾದ ಬ್ರಾಹ್ಮಣ ಮತ್ತು ಶೂದ್ರ ವರ್ಣಗಳ ಉಗಮ ವಿಕಾಸದ ಅಧ್ಯಯನದ ಮೇಲೆ ಕೊಸಾಂಬಿ ಹೆಚ್ಚು ಒತ್ತು ಕೊಟ್ಟಿದ್ದರು. ಅವರ ಹಲವು

ಅಧ್ಯಯನ–ಆಕರಗಳು ಈ ಪ್ರಕ್ರಿಯೆಯ ಭಾಗವಾಗಿ ಪ್ರಭುತ್ವದ ಉದಯದ ಬಗೆಗೂ ಬೆಳಕು ಚೆಲ್ಲುತ್ತವೆ. ಅಲ್ಲದೆ ವರ್ಣಗಳ ಭಾಗವಾಗಿ ಹಲವು ಹಂತಗಳ ಜಾತಿ ಪದ್ಧತಿಯ ಬೆಳವಣಿಗೆಯ ಸಂಕೀರ್ಣ ಪ್ರಕ್ರಿಯೆಯನ್ನು ಅರ್ಥೈಸುವುದರಲ್ಲಿ ಕೊಸಾಂಬಿ ಪಥ ಪ್ರದರ್ಶಕರಾಗಿದ್ದಾರೆ. ಕೊಸಾಂಬಿಯವರು ತಮ್ಮ ಪ್ರಸಿದ್ಧ "ಜೀವಂತ ಪೂರ್ವೇತಿಹಾಸ" [?] ಪ್ರಬಂಧದಲ್ಲಿ ವಿವರಿಸಿದ ಆಕರಗಳು, ವಿಧಾನಗಳು ಇಂದಿಗೂ ಈ ವಿಷಯದ ಅಧ್ಯಯನದಲ್ಲಿ ಗಮನಾರ್ಹ ಪಾತ್ರ ವಹಿಸುತ್ತಿವೆ. ಆರ್ಯ ಮತ್ತು ಆರ್ಯೇತರ ಬಣಗಳ ಮುಖಾಮುಖಿ ಬಗ್ಗೆ ಕೊಸಾಂಬಿ ಒತ್ತು ಕೊಟ್ಟರು. ಬೇಸಾಯದಲ್ಲಿ ನೇಗಿಲು ಬಳಕೆ, ಕಬ್ಬಿಣ ತಂತ್ರಜ್ಞಾನ, ಚಲನೆಗೆ ಕುದುರೆಗಳ ಬಳಕೆ, ಆಹಾರಕ್ಕೆ ಪಶುಗಳ ಬಳಕೆ – ಆರ್ಯರು ಪ್ರಧಾನವಾಗುವಲ್ಲಿ ಕಾರಣವಾಗಿರಬಹುದಾದ ಅಂಶಗಳು ಎಂದು ಅವರು ಗುರುತಿಸುತ್ತಾರೆ. ನಾಣ್ಯಗಳ ವೈಜ್ಞಾನಿಕ ಅಧ್ಯಯನ ಬಳಸಿ ಸರಕು ವಿನಿಮಯದಿಂದ, ಹಣ ಆಧಾರಿತ ವ್ಯಾಪಾರದ ಬೆಳವಣಿಗೆಯ ಸಮಾನಾಂತರ ಪ್ರಕ್ರಿಯೆಯ ಹಲವು ಆಯಾಮಗಳನ್ನು ಗುರುತಿಸುವ ಅವರು ಆ ಮೂಲಕ ಮೌರ್ಯ ವಂಶದ ಪತನದ ಕಾರಣ ಹಣಕಾಸು ಬಿಕ್ಕಟ್ಟು, ಸಾಮಾನ್ಯವಾಗಿ ಅಂದುಕೊಂಡಂತೆ ವಿದೇಶೀ ಆಕ್ರಮಣ ಅಲ್ಲ ಎಂಬ ಕುತೂಹಲಕಾರಿ ತೀರ್ಮಾನಕ್ಕೆ ಬರುತ್ತಾರೆ.

ಪಶ್ಚಿಮ ಡೆಕ್ಕನ್ ಬೌದ್ಧ ವಿಹಾರಗಳು ಪ್ರಮುಖ ವ್ಯಾಪಾರದ ಹಾದಿಯಲ್ಲಿ ಇವೆ. ಬೌದ್ಧ ವಿಹಾರಗಳಿಗೂ ಭಿಕ್ಕುಗಳಿಗೂ ವ್ಯಾಪಾರಕ್ಕೆ ಸಂಬಂಧ ಪಟ್ಟ ಚಟುವಟಿಕೆಯಲ್ಲೂ ಸಹ ಪಾತ್ರ ಇತ್ತು. ಬೌದ್ಧ ವಿಹಾರಗಳನ್ನು ನಡೆಸುವ ಹಣ ಕುಶಲ ಕರ್ಮಿಗಳ ಕೂಟ, ವ್ಯಾಪಾರಿಗಳು ಮತ್ತು ಸ್ಥಳೀಯ ರಾಜರು ಭೂಮಾಲಕರಿಂದ ಬರುತ್ತಿತ್ತು. ಬೌದ್ಧ ಧರ್ಮದ ಅವಸಾನಕ್ಕೂ ವ್ಯಾಪಾರದ ಕುಗ್ಗುವಿಕೆಗೂ ಸಂಬಂಧ ಇತ್ತು ಎಂದು ಕೊಸಾಂಬಿ ವಾದಿಸಿದರು. ಈಗ ಧರ್ಮಗಳ ಇತಿಹಾಸದ ಅಧ್ಯಯನದಲ್ಲಿ ಸಮಾಜ, ಆರ್ಥಿಕ ಮತ್ತು ಧರ್ಮಗಳ ನಡುವಣ ಸಂಕೀರ್ಣ ಮುಖಾಮುಖಿಯನ್ನು ಗಮನಕ್ಕೆ ತೆಗೆದುಕೊಳ್ಳುವುದು ಅಗತ್ಯ ಎಂದು ಪರಿಗಣಿಸಲಾಗಿದೆ. ಕೊಸಾಂಬಿಯವರ ಈ ವಾದ ಮತ್ತು ಅಧ್ಯಯನ ಕ್ರಮ ಅದಕ್ಕೆ ಅಡಿಗಲ್ಲು ಹಾಕಿತ್ತು. ಭಾರತದಲ್ಲಿ ಚಾಲ್ತಿಯಲ್ಲಿದ್ದ ಊಳಿಗಮಾನ್ಯ ಪದ್ಧತಿಯ ಬಗ್ಗೆ ಕೊಸಾಂಬಿಯವರ ಸಂಶೋಧನೆಯಲ್ಲಿ ಎತ್ತಿ ಉತ್ತರಿಸಿದ ಹಲವು ಪ್ರಶ್ನೆಗಳು ಭಾರತಕ್ಕೆ ಮಾತ್ರವಲ್ಲ, ಹಲವು ಇತರ ಪ್ರದೇಶಗಳ ಮತ್ತು ಒಟ್ಟಾರೆ ಊಳಿಗಮಾನ್ಯ ಪದ್ಧತಿಯ ಇನ್ನಷ್ಟು ಆಳವಾದ ವಿಸ್ತಾರವಾದ ಅರ್ಥೈಸುವಿಕೆಯಲ್ಲಿ ಮಹತ್ವದ ಪಾತ್ರ ವಹಿಸಿವೆ ಎನ್ನುತ್ತಾರೆ ರೊಮಿಲಾ ಥಾಪರ್.

ಭಾರತದ ಸಮಾಜದ ವಿಕಾಸದ ಪ್ರಮುಖ ಘಟ್ಟಗಳು ಪ್ರಕ್ರಿಯೆಗಳು, ಜಾತಿ ಪದ್ಧತಿಯ ಉಗಮ ವಿಕಾಸ, ಭಾರತೀಯ ಊಳಿಗಮಾನ್ಯ ಪದ್ಧತಿ –ಇವುಗಳ ಬಗ್ಗೆ ಕೊಸಾಂಬಿಯವರು ಎತ್ತಿದ ಹಲವು ಪ್ರಶ್ನೆಗಳು ಅವರ ಉತ್ತರಗಳು ಮತ್ತು ಉತ್ತರಿಸಲು ಅನುಸರಿಸಿದ ವಿಧಾನಗಳು ಭಾರತೀಯ ಇತಿಹಾಸ ಲೇಖನವನ್ನು ಗುರುತಿಸಲಾಗದ ರೀತಿಯಲ್ಲಿ ಬದಲಾಯಿಸಿದವು. ಅವರು ಭಾರತದ ಸಮಾಜದ ಆರ್ಥಿಕ ತಳಹದಿ ("ಉತ್ಪಾದನಾ ಸಾಧನಗಳು ಮತ್ತು

ಸಂಬಂಧಗಳು"), ಬದಲಾಗುತ್ತಿದ್ದ ನಂಬಿಕೆಗಳು, ಆಚರಣೆಗಳು ಮತ್ತು ಸಂಸ್ಕೃತಿ (ಮೇಲ್ ರಚನೆ) ಮತ್ತು ಅವುಗಳ ಸಂಬಂಧಗಳನ್ನು ಕೊಸಾಂಬಿ ಇಡಿಯಾಗಿ ಅಧ್ಯಯನ ಮಾಡಿದರು. ಇದರ ಭಾಗವಾಗಿ ಅವರು ಒಂದು ಕಡೆ ತಂತ್ರಜ್ಞಾನ ಇನ್ನೊಂದು ಕಡೆ ಧರ್ಮ ವಹಿಸಿದ ಪಾತ್ರವನ್ನು ಗಣನೆಗೆ ತೆಗೆದುಕೊಂಡರು. ಧರ್ಮ ಒಂದು ದೈವದತ್ತ ಪದ್ಧತಿ ಎಂದು ಹೇಳುವ ಮೂಲಕ ಶೋಷಿತ ಸಮುದಾಯಗಳು ತಮ್ಮ ಶೋಷಣೆಯನ್ನು ಒಪ್ಪಿಕೊಳ್ಳುವಂತೆ ಮಾಡಿತು. ಶೋಷಕ ವ್ಯವಸ್ಥೆಯನ್ನು ಹೆಚ್ಚಿನ ಹಿಂಸೆ (ಮತ್ತು ಆಳುವ ವರ್ಗಗಳಿಗೆ ವೆಚ್ಚ ಇಲ್ಲದೆ) ಕಾಪಾಡುವುದರಲ್ಲಿ ಧರ್ಮ ಪ್ರಮುಖ ಪಾತ್ರ ವಹಿಸಿತು. ಜಾತಿ ವ್ಯವಸ್ಥೆಯ ಉಗಮ ವಿಕಾಸದಲ್ಲೂ ಧರ್ಮ ಪ್ರಮುಖ ಪಾತ್ರ ವಹಿಸಿತು. ಆಧುನಿಕ ಸೆನ್ಸಾರ್‌ಶಿಪ್ ಮತ್ತು ಭಾರತ ಶಸ್ತ್ರಾಸ್ತ್ರಗಳ ಮಸೂದೆ ಒಟ್ಟಾಗಿ ಇಂದಿನ ವ್ಯವಸ್ಥೆ ಕಾಪಾಡುವ ಪಾತ್ರವನ್ನು ಜಾತಿ ವಹಿಸಿತು ಎಂದು ಅವರು ಚುಟುಕಾಗಿ ಆದರೆ ಮಾರ್ಮಿಕವಾಗಿ ಹೇಳಿದ್ದಾರೆ. ಅವರ ಕಾಲದಲ್ಲಿ ಲಭ್ಯವಿದ್ದ ಸೀಮಿತ ಪುರಾವೆಗಳಿಂದಾಗಿ ಅವರ ಕೆಲವು ತೀರ್ಮಾನಗಳು, ವಾದಗಳು, ಊಹೆಗಳು ಆ ಮೇಲೆ ದೊರಕಿದ ಹೊಸ ಪುರಾವೆಗಳಿಂದ ಅಪ್ರಸ್ತುತವಾಗಿರಬಹುದು. ಆದರೆ ಅವರ ವಿಧಾನಗಳು ಒಟ್ಟಾರೆ ಚಾರಿತ್ರಿಕ ಪ್ರಕ್ರಿಯೆಯ ಬಗ್ಗೆ ಕಾಣ್ಕೆ, ಒಳನೋಟಗಳು ಯಾವಾಗಲೂ ಪ್ರಸ್ತುತ ಮತ್ತು ಚೇತೋಹಾರಿ ಎನ್ನುತ್ತಾರೆ ಪ್ರಸಿಧ್ಧ ಇತಿಹಾಸಕಾರ ಇರ್ಫಾನ್ ಹಬೀಬ್. ಕೊಸಾಂಬಿಯವರು ಗುರುತಿಸಿದ ಮಗಧ ಪ್ರಭುತ್ವದ ವಿಶಿಷ್ಟ ಸ್ವರೂಪ ಮತ್ತು ವರ್ಗ ಸಮಾಜದೊಳಗೆ ಬುಡಕಟ್ಟುಗಳನ್ನು ಅರಗಿಸಿಕೊಂಡ "ಪರಸ್ಪರ ಸಂಸ್ಕೃತಿ ಗ್ರಹಣ" (reciprocal acculturation) ಎಂಬ ವಿಶಿಷ್ಟ ಪ್ರಕ್ರಿಯೆ ಮೂಲಕ ಚಾರಿತ್ರಿಕ ಭೌತವಾದದ ಪರಿಧಿಗಳನ್ನು ವಿಸ್ತರಿಸಿದರು ಎನ್ನುತ್ತಾರೆ ಪ್ರೊ. ಪ್ರಭಾತ್ ಪಟ್ನಾಯಕ್.

ವಿಜ್ಞಾನ ಮತ್ತು ಸಮಾಜದ ಸಂಬಂಧಗಳ ಬಗ್ಗೆ ಕೊಸಾಂಬಿಯವರ ಚಿಂತನೆ ಹಲವು ಲೇಖನಗಳಲ್ಲಿ ಮೂಡಿ ಬಂದಿದ್ದು ಈ ನಿಟ್ಟಿನಲ್ಲೂ ಮೂಲಭೂತ ಕೊಡುಗೆ ನೀಡಿದ್ದಾರೆ, "ವಿಜ್ಞಾನ ಎಂದರೆ ಅಗತ್ಯದ ಅರಿವು" (Science is the cognition of necessity) ಎಂಬ ಅವರ ವಿಜ್ಞಾನದ ನಿರ್ವಚನೆ ಪ್ರಸಿದ್ಧವಾಗಿದೆ. Social Functions of Science ಮತ್ತು 4 ಸಂಪುಟಗಳ Science and Society ಮುಂತಾದ ಪ್ರಸಿಧ್ಧ ಪುಸ್ತಕಗಳ ಕರ್ತೃ ಜೆ ಡಿ ಬರ್ನಾಲ್ ಈ ನಿರ್ವಚನೆಯನ್ನು ಬಳಸುತ್ತಾರೆ. ಪ್ರಮುಖ ವಿಜ್ಞಾನಿ ಚಿಂತಕರು, Science Society and Peace [VI] ಎಂಬ ಪುಸ್ತಕದಲ್ಲಿ ಸಂಗ್ರಹಿಸಲಾದ 15 ಲೇಖನಗಳಲ್ಲಿ ವಿಜ್ಞಾನದ ಹಲವು ವಿಷಯಗಳ ಮೇಲೆ ಅವರು ಬೆಳಕು ಚೆಲ್ಲಿದ್ದಾರೆ. ವಿಜ್ಞಾನದ ಸ್ವರೂಪ, ವಿಜ್ಞಾನಿಗಳ ಸ್ವಾತಂತ್ರ್ಯದ ಪ್ರಶ್ನೆ, ವಿಕಾಸಶೀಲ ದೇಶಗಳಲ್ಲಿ ವಿಜ್ಞಾನದ ಪಾತ್ರ, ಸೋವಿಯೆಟ್ ವಿಜ್ಞಾನದಿಂದ ಏನು ಕಲಿಯಬಹುದು, ಅಣ್ವಸ್ತ್ರ ಮತ್ತು ವಿಶ್ವ ಶಾಂತಿ, ಭಾರತಕ್ಕೆ ಅಣು ಅಥವಾ ಸೌರ ಶಕ್ತಿ ಗಳಲ್ಲಿ ಯಾವ ಮೂಲ ಹೆಚ್ಚು ಸೂಕ್ತ, ಭಾರತದ ವಿಜ್ಞಾನ ತಂತ್ರಜ್ಞಾನ ನೀತಿಯ ಟೀಕೆ –ಇವೇ ಮುಂತಾದ ವಿಷಯಗಳಲ್ಲಿ ಅವರು ತಮ್ಮ ವಿಚಾರ ಪ್ರಕಟಿಸಿದರು. ಯುಧ್ಧ ಅಥವಾ "ಜ್ಞಾನಕ್ಕಾಗಿ ಜ್ಞಾನ" ಅಥವಾ "ದೇಶದ ಘನತೆಗೆ ವಿಜ್ಞಾನ"ಕ್ಕೆ ಬದಲಾಗಿ, ಜನತೆಯ

ಒಳಿತಿಗಾಗಿ ಶಾಂತಿಯುತ ಬೆಳವಣಿಗೆಗಾಗಿ ವಿಜ್ಞಾನದ ನೀತಿಯನ್ನು ಭಾರತದಲ್ಲಿ ಮೊದಲ ಬಾರಿಗೆ ಎತ್ತಿ ಹಿಡಿದ ಹೆಗ್ಗಳಿಕೆ ಕೊಸಾಂಬಿಯವರದು. ಅವರು ಅಣ್ವಸ್ತ್ರ–ವಿರೋಧೀ ಶಾಂತಿ ಚಳುವಳಿಯಲ್ಲಿ ದೊಡ್ಡ ರೀತಿಯಲ್ಲಿ ಭಾಗವಹಿಸಿದ ಅಪರೂಪದ ಹಿರಿಯ ಮತ್ತು ಪ್ರಮುಖ ವಿಜ್ಞಾನಿಯಾಗಿದ್ದರು. ಅಣುಶಕ್ತಿ ಮಂತ್ರಾಲಯಕ್ಕೆ ನಿಕಟ ಸಂಬಂಧ ಹೊಂದಿದ್ದ ಟಿಐಎಫ್ಆರ್‌ನಲ್ಲಿ ಕೆಲಸ ಮಾಡುತ್ತಲೇ ಅಣ್ವಸ್ತ್ರ–ವಿರೋಧೀ ಶಾಂತಿ ಚಳುವಳಿಯಲ್ಲಿ ಭಾಗವಹಿಸುವ ಧೈರ್ಯ ತೋರಿದರು. ಒಂದು ರೀತಿಯಲ್ಲಿ ಅವರನ್ನು ಈಗ 'ಜನ ವಿಜ್ಞಾನ ಚಳುವಳಿ' ಎಂದು ಕರೆಯಲಾಗುವ ಚಳುವಳಿಯ ಪ್ರವರ್ತಕ ಅಂತ ಹೇಳಬಹುದು. ಈ ಚಳುವಳಿಯ ಸೈದ್ಧಾಂತಿಕ ತಳಹದಿ ಹಾಕಿದ್ದು ಅವರ ಪ್ರಮುಖ ಕೊಡುಗೆಗಳಲ್ಲಿ ಒಂದು.

ಕೊಸಾಂಬಿ
ಹೀಗಂದರು

ಇತಿಹಾಸ ಅಂದರೇನು?

'ಉತ್ಪಾದನಾ ಸಾಧನಗಳು ಮತ್ತು ಸಂಬಂಧಗಳನ್ನು ಕಾಲಾನುಕ್ರಮವಾಗಿ ಪ್ರಸ್ತುತ ಪಡಿಸವುದು ಇತಿಹಾಸ'. ಈ ನಿರೂಪಣೆಯ ಅನುಕೂಲವೆಂದರೆ, ಇತಿಹಾಸವನ್ನು ಚಾರಿತ್ರಿಕ ಪ್ರಸಂಗಗಳ ಒಂದು ಸರಣಿಗಿಂತ ಭಿನ್ನವಾಗಿ ಬರೆಯಬಹುದು. ಆಗ ಸಂಸ್ಕೃತಿಯನ್ನು ಕೂಡ, ಸಮಸ್ತ ಜನತೆಯ ವಿಶಿಷ್ಟ ಜೀವನ ವಿಧಾನಗಳನ್ನು ವರ್ಣಿಸಲು, ಜನಾಂಗಶಾಸ್ತ್ರೀಯ ಇಂಗಿತದಲ್ಲಿ ಅರ್ಥವಮಾಡಿಕೊಳ್ಳಬೇಕು......... ನಮ್ಮ ನಿಲುವೆ ಯಾಂತ್ರಿಕ ನಿಯತಿವಾದದಿಂದಲೂ ಬಹಳ ದೂರವಿರಬೇಕು, ವಿಶೇಷವಾಗಿ ಭಾರತದ ಬಗ್ಗೆ ವ್ಯವಹರಿಸುವಾಗ, ಇಲ್ಲಿ ಹೊರರೂಪಕ್ಕೆ ವಿಪರೀತ ಮಹತ್ವ ಕೊಡಲಾಗುತ್ತದೆ, ಒಳಹೂರಣವನ್ನು ಕಡೆಗಣಿಸಲಾಗುತ್ತದೆ.

ಆರ್ಥಿಕ ನಿಯತಿವಾದವೂ ಸಲ್ಲದು. ಒಂದು ನಿರ್ದಿಷ್ಟ ಪ್ರಮಾಣದ ಸಂಪತ್ತು ಒಂದು ನಿರ್ದಿಷ್ಟ ತೆರನ ಅಭಿವೃದ್ಧಿ ತರುವುದು ಅನಿವಾರ್ಯವೇನಲ್ಲ, ಒಂದು ನಿರ್ದಿಷ್ಟ ಪ್ರಮಾಣದ ಸಂಪತ್ತಿನಿಂದ ಒಂದು ನಿರ್ದಿಷ್ಟ ರೀತಿಯ ಅಭಿವೃದ್ಧಿ ಆಗುತ್ತದೆ ಎಂಬುದು ನಿಜವೂ ಅಲ್ಲ. ಆಯಾಯ ಸಾಮಾಜಿಕ ಸ್ವರೂಪ ಸಂಪೂರ್ಣವಾಗಿ ಯಾವ ಐತಿಹಾಸಿಕ ಪ್ರಕ್ರಿಯೆಯ ಮೂಲಕ ಅದನ್ನು ಪಡೆದಿದೆ ಎಂಬುದೂ ಕೂಡ ಪ್ರಧಾನ ಮಹತ್ವದ್ದಾಗುತ್ತದೆ. ಅಮೆರಿಕಾಗಳ ಅಮೆರಿಂಡ್‌ಗಳನ್ನು ಕಾಡು ಮನುಷ್ಯರಾಗಿಟ್ಟಿದ್ದ ಬಂಗಾರ ಮತ್ತು ಬೆಳ್ಳಿ ಸ್ಪಾನಿಶರ ಕೈಗಳಲ್ಲಿ ಪಾಳೆಯಗಾರಿ ಮತ್ತು ಮತೀಯ ಪ್ರತಿಗಾಮಿತನವನ್ನು ಬಲಪಡಿಸಿತಷ್ಟೇ. ಡ್ರೇಕ್ ಮತ್ತು ಇಂಗ್ಲೆಂಡಿನ ಇತರ ನಾವಿಕ ಕ್ಯಾಪ್ಟನ್ ಗಳು ಕಡಲಿನಲ್ಲಿ ಲೂಟಿ ಹೊಡೆದ ಸಂಪತ್ತಿನ ಒಂದು ಸಣ್ಣ ಭಾಗವೇ ಇಂಗ್ಲೆಂಡನ್ನು ಪಾಳೆಯಗಾರಿಕೆಯಿಂದ ಹೊರಗೆತ್ತಿ ವ್ಯಾಪಾರಿ ಮತ್ತು ಬಂಡವಾಳಶಾಹಿ ಯುಗಕ್ಕೆ ಒಯ್ಯಲು ಅಪಾರ ಸಹಾಯ ಒದಗಿಸಿತು. ಪ್ರತಿಯೊಂದು ಹಂತದಲ್ಲಿ ಹಿಂದಿನ ಸ್ವರೂಪಗಳ ಮತ್ತು ಮೇಲ್ವರ್ಗಗಳ ತತ್ವಗಳ ಉಳಿಕೆಗಳು– ಸಂಪ್ರದಾಯದ ಮೂಲಕವಾಗಲೀ, ಅದರ ವಿರುದ್ಧ ಬಂಡಾಯದ ಮೂಲಕವಾಗಲೀ– ಅಗಾಧ ಬಲವನ್ನು ಹಾಕುತ್ತವೆ.

–*'ಕಲ್ಚರ್ ಅಂಡ್ ಸಿವಿಲಿಸೇಶನ್'(ಸಂಸ್ಕೃತಿ ಮತ್ತು ನಾಗರಿಕತೆ)*,[IV] ಪುಟ 10

ಇತಿಹಾಸ ನಿರ್ಮಿಸುವವರು...

ಇದುವರೆಗೆ ಬರೆದಿರುವಂತೆ, ಇತಿಹಾಸದ ಪ್ರಮುಖ ಉದ್ದೇಶ ಮಹಾನ್ ಘಟನೆಗಳನ್ನು ಕಾಲಾನುಕ್ರಮವಾದ ಸರಣಿಯಲ್ಲಿ ಪ್ರಸ್ತುತ ಪಡಿಸುವುದು. ಆದರೆ, ಈ ಘಟನೆಗಳ ಮಹತ್ವ ಇನ್ನೊಂದು ಸಮಯದ, ಸ್ಥಳ, ನಾಗರಿಕತೆಯ ಅಥವಾ ವರ್ಗ ಪಕ್ಷಪಾತದ ಜನರಿಗೆ

ಒಂದೇ ತೆರನಾಗಿ ಕಾಣುವುದು ಅಪರೂಪವೇ. ಆದ್ದರಿಂದ ಕೇವಲ ಕಾಲಾನುಕ್ರಮ ಜೋಡಣೆ ಸಾಲುವುದಿಲ್ಲ. ಯಾವುದೇ ಕೃತಿಗೆ ಗಂಭೀರ ಇತಿಹಾಸ ಎಂಬ ಹೆಸರಿನ ಘನತೆ ಸಿಗುವ ಮೊದಲು ಅದು ಸಾಮಾಜಿಕ ಬೆಳವಣಿಗೆಯ ದಾರಿ, ಗಮನ ಸೆಳೆಯುವ ಘಟನೆಗಳಲ್ಲಿ ಅಂತಿಮವಾಗಿ ಪ್ರಕಟವಾಗುವ ಆಂತರಿಕ ಕಾರಣಗಳು, ಮಹಾನ್ ಆಂದೋಲನಗಳ ಹಿಂದಿರುವ ಚಾಲಕ ಶಕ್ತಿಗಳು ಇವನ್ನು ಸ್ಪಷ್ಟ ಪಡಿಸಬೇಕಾಗುತ್ತದೆ. ಆದರೂ ಇಂತಹ ವಿಶ್ಲೇಷಣೆಯ ವಿಧಾನ ಕೆಲವು ಚರಿತ್ರೆಕಾರರಿಗೆ ಸ್ವಾಗತಾರ್ಹವೆನಿಸುವುದಿಲ್ಲ. ಅವರು, ಅಥವಾ ಅವರನ್ನು ನಿಜವಾಗಿಯೂ ಇತಿಹಾಸದ ಈ ಆವೃತ್ತಿಗೆ ಈಡು ಮಾಡುವವರು, ಈ ವಿಧಾನದ ಅನಿವಾರ್ಯ ಪರಿಣಾಮಗಳನ್ನು ಎದುರಿಸ ಬಯಸುವುದಿಲ್ಲ. ಏಕೆಂದರೆ ಈ ವಿಧಾನ, ಅಗತ್ಯವಾಗಿಯೂ ಎಲ್ಲಾ ಇತಿಹಾಸವನ್ನು ವಿಶ್ಲೇಷಿಸಬಹುದು, ಅದೇ ರೀತಿ ಪ್ರಸಕ್ತ ಘಟನೆಗಳನ್ನು ಕೂಡಾ, ಎಂಬುದನ್ನು ಸೂಚಿಸುತ್ತದೆ; ಪ್ರಸಕ್ತ ಘಟನೆಗಳನ್ನು ವಿಶ್ಲೇಷಿಸಬಹುದಾದರೆ, ಉದ್ದೇಶಪೂರ್ವಕ ಕ್ರಿಯೆಯ ಮೂಲಕ ಘಟನೆಗಳು ಹಿಡಿಯುವ ದಾರಿಯ ಮೇಲೆ ಪ್ರಭಾವವನ್ನೂ ಬೀರಬಹುದೆಂದಾಗುತ್ತದೆ, ಇತಿಹಾಸವನ್ನು ಒಂದು ಸುರಕ್ಷಿತ ಕಾಲಾವಧಿಯ ನಂತರ ವೃತ್ತಿಪರ ಇತಿಹಾಸಕಾರರು ಬರೆದಿಡುವುದಷ್ಟೇ ಅಲ್ಲ, ಇನ್ನು ಮೇಲೆ, ಅದನ್ನು ಅದರಲ್ಲಿ ಬದುಕುವವರೇ ಪ್ರಜ್ಞಾಪೂರ್ವಕವಾಗಿ ನಿರ್ಮಿಸಬೇಕು ಎಂದಾಗುತ್ತದೆ. ಇದು, ಇಂತಹ ಬದಲಾವಣೆ ತಟ್ಟುವವರಿಗೆ, ಸಾಮಾನ್ಯವಾಗಿ, ಅಧಿಕಾರದಲ್ಲಿರುವವರಿಗೆ ಅಪಾಯಕಾರಿ.

ಹೀಗೆ ಇಂತಹ ಇತಿಹಾಸ ರಚನೆಯನ್ನು ಬುಡಮೇಲು ಮಾಡುವಂತದ್ದು ಎಂದು ಹಣೆ ಪಟ್ಟಿ ಹಚ್ಚಲಾಗುತ್ತದೆ. ಆಗ ಇತಿಹಾಸ ಕೇವಲ ಒಂದು ಪಲಾಯನದ, ರಮ್ಯ ಕಾಲಕ್ಷೇಪದ ಒಂದು ವೃತ್ತಿಯಾಗಿ ಉಳಿಯುತ್ತದೆ, ಅಥವಾ ವಿಧೇಯತೆಯನ್ನು ಉದ್ದೀಪಿಸುವ ಒಂದು ವಿಧಾನವಾಗುತ್ತದೆ; ಅದು ಒಂದು ವೈಜ್ಞಾನಿಕ ಅನ್ವೇಷಣೆಯಾಗುವುದಿಲ್ಲ.

– *"ದಿ ಸ್ಟಡಿ ಆಫ್ ಇಂಡಿಯನ್ ಟ್ರೆಡಿಷನ್"*
(ಭಾರತದ ಪರಂಪರೆಯ ಒಂದು ಆಧ್ಯಯನ,
ದಿ ಮಾರ್ಕ್ಸಿಸ್ಟ್, ಸಂಪುಟ 34, ಸಂಚಿಕೆ 4 ರಲ್ಲಿ ಉದ್ಧೃತ ,[12],ಪುಟ 17

ರಾಜನೋ, ನೇಗಿಲೋ?

ಹೀಗೆ, ಹೆಚ್ಚು ಮಹತ್ವದ ಪ್ರಶ್ನೆಯೆಂದರೆ, ರಾಜ ಯಾರು ಎಂದಲ್ಲ, ಅಥವಾ ಒಂದು ನಿರ್ದಿಷ್ಟ ಪ್ರದೇಶದಲ್ಲಿ ಒಬ್ಬ ರಾಜ ಇದ್ದನೋ ಇಲ್ಲವೋ ಎಂದಲ್ಲ, ಆ ಸಮಯದಲ್ಲಿ ಅಲ್ಲಿಯ ಜನ ನೇಗಿಲು ಬಳಸುತ್ತಿದ್ದರೇ, ಅದು ಹಗುರವಾಗಿತ್ತೇ, ಭಾರವಾಗಿತ್ತೇ ಎಂಬುದು. ರಾಜತ್ವ ಯಾವ ರೀತಿಯದ್ದು ಎಂಬುದು ಆಸ್ತಿ ಸಂಬಂಧಗಳು ಮತ್ತು ಮಿಗುತೆ ಉತ್ಪಾದನೆಯ ನಿರ್ವಹಣೆಯ ಒಂದು ವಿಷುವಾಗಿ ಕೃಷಿಯ ವಿಧಾನ,ವನ್ನು ಅವಲಂಬಿಸಿರುತ್ತದೆಯೇ ಹೊರತು, ಕೃಷಿಯ ವಿಧಾನ ರಾಜತ್ವ ಯಾವ ರೀತಿಯದ್ದು ಎಂಬುದನ್ನು ಅವಲಂಬಿಸಿಲ್ಲ. ಬುಡಕಟ್ಟು ಗುಂಪುಗಳನ್ನು ಒಡೆದು ಅವರನ್ನು ಸಮಾಜದೊಳಗೆ ಲಗತ್ತಿಸಿಕೊಳ್ಳುವಲ್ಲಿ

ಜಾತಿಯ ಪಾತ್ರವೇನು? ಲೋಹಗಳು ಎಲ್ಲಿಂದ ಬಂದವು ? ತೆಂಗಿನಂತಹ ಸರಕು ವಿನಿಮಯ ಬೆಳೆಗಳು ಯಾವಾಗ ಮಹತ್ವ ಪಡೆದವು; ಸಾಮುದಾಯಿಕ ಮತ್ತು ಖಾಸಗೀ ಭೂಹಿಡುವಳಿಗಳೊಂದಿಗೆ ಅವುಗಳ ಸಂಬಂಧಗಳೇನಿದ್ದವು? ನಮ್ಮಲ್ಲಿ ಶಾಸ್ತ್ರೀಯ ಕಾಲದಲ್ಲಿ ವ್ಯಾಪಕವಾಗಿ ಜೀತ ಗುಲಾಮಿಕೆಯಾಗಲೀ, ಪಾಳೆಯಗಾರಿಕೆಯ ಅವಧಿಯಲ್ಲಿ ಊಳಿಗದ ಗುಲಾಮಿಕೆ ಎಂಬುದಾಗಲೀ ಇರಲಿಲ್ಲವೇಕೆ? ಇಂದಿಗೂ ಮಧ್ಯಶಿಲಾಯುಗದ ಆಚರಣೆಗಳು ಉಳಿಯಲು, ಶಿಲಾಯುಗದ ದೇವರುಗಳ ಪೂಜೆ ಎಲ್ಲ ವರ್ಗಗಳಲ್ಲಿಯೂ ಮುಂದುವರೆಯುತ್ತಿರಲು ಕಾರಣಗಳೇನು? ಏನಿಲ್ಲೆಂದರೂ ಈ ಪ್ರಶ್ನೆಗಳನ್ನು ಎತ್ತಬೇಕು ಮತ್ತು ಎಷ್ಟು ಸಾಧ್ಯವೋ ಅಷ್ಟು ಉತ್ತರಗಳನ್ನು ರೂಪಿಸಿಬೇಕು.

– *'ಇಂಟ್ರೊಡಕ್ಷನ್ ಟು ಇಂಡಿಯನ್ ಹಿಸ್ಟರಿ'*

(ಭಾರತದ ಇತಿಹಾಸಕ್ಕೆ ಒಂದು ಪ್ರವೇಶಿಕೆ), [I]ಪುಟ 13,

ಪಾಳೇಗಾರಿಕೆ

ಮೇಲಿನಿಂದ ಪಾಳೇಗಾರಿಕೆ ಎಂದರೆ ಒಬ್ಬ ಸಾಮ್ರಾಟ ಅಥವ ಬಲಿಷ್ಠ ರಾಜ ತನಗೆ ಅಡಿಯಾಳಾಗಿರುವವರಿಗೆ ಕಪ್ಪ–ಕಾಣಿಕೆಗಳನ್ನು ವಿಧಿಸುವ ಒಂದು ಘಟ್ಟ. ಇಲ್ಲಿ ಆತನಿಗೆ ಅಡಿಯಾಳಾಗಿರುವವರು ಪರಮೋಚ್ಚ ಆಳರಸನಿಗೆ ಲಪ್ಪ–ಕಾಣಿಕೆಗಳನ್ನು ಪಾವರಿ ಮಾಡುತ್ತಿರುವ ವರೆಗೆ ತಮ್ಮ ಸ್ವಂತ ಪ್ರದೇಶಗಳೊಳಗೆ ತಾವೇ ತಮಗೆ ಬೇಕಾದಂತೆ ವರ್ತಿಸಬಹುದಿತ್ತು. ಈ ಅಡಿಯಾಳು ಆಳರಸರು ಬುಡಕಟ್ಟು ಮುಖಂಡರೂ ಕೂಡ ಆಗಿದ್ದಿರಬಹುದು. ಇವರು ಸಾಮಾನ್ಯವಾಗಿ, ಇವರು ಒಂದು ಭೂಒಡೆತನದ ಒಂದು ಸ್ತರದ ಮಧ್ಯಸ್ಥಿಕೆ ಇಲ್ಲದೆ ನೇರ ಆಡಳಿತ ನಡೆಸುತ್ತಿದ್ದಂತೆ ಕಾಣುತ್ತದೆ. ಕೆಳಗಿನಿಂದ ಪಾಳೇಗಾರಿಕೆ ಎಂದರೆ ಇದರ ಮುಂದಿನ ಹಂತ...ಇಲ್ಲಿ ಹಳ್ಳಿಗಳೊಳಗೆ ಪ್ರಭುತ್ವ ಮತ್ತು ರೈತಾಪಿ ಜನಗಳ ನಡುವೆ ಕ್ರಮೇಣ ಸಶಸ್ತ್ರ ಅಧಿಕಾರ ನಡೆಸುವ ಒಂದು ಭೂಮಾಲಕರ ವರ್ಗ ಬೆಳೆಯಿತು ಈ ವರ್ಗ ಸೈನಿಕ ಸೇವೆಗೆ ಒಳಗಾಗಿತ್ತು. ಇದರಿಂದಾಗಿ, ಬೇರೆ ಯಾವುದೇ ಸ್ತರದ ಹಸ್ತಕ್ಷೇಪವಿಲ್ಲದೆ ಪ್ರಭುತ್ವದೊಂದಿಗೆ ನೇರ ಸಂಬಂಧದ ದಾವೆ ಹಾಕಿತ್ತು. ಮೇಲಿನಿಂದ ಪಾಳೇಗಾರಿಕೆಯಲ್ಲಿ ರಾಜನ ಅಧಿಕಾರಿಗಳು ನೇರವಾಗಿ ತೆರಿಗೆಗಳನ್ನು ಸಂಗ್ರಹಿಸುವುದಕ್ಕೆ ತದ್ವಿರುದ್ಧವಾಗಿ, ಇಲ್ಲಿ ಸಣ್ಣ ಮಧ್ಯವರ್ತಿಗಳು ತೆರಿಗೆಗಳನ್ನು ಸಂಗ್ರಹಿಸಿ ಪಾಳೆಗಾರಿ ಶ್ರೇಣಿ ವ್ಯವಸ್ಥೆಗೆ ಅದರ ಒಂದು ಪಾಲು ಕೊಡುತ್ತಿದ್ದರು. ಎರಡೂ ಸಂರ್ಭಗಳಲ್ಲಿ, ಆಹಾರ ಸಂಗ್ರಹಿಸಿಕೊಂಡು ಬದುಕಿದ್ದ ಬುಡಕಟ್ಟುಗಳ ವರೆಗೂ ಹಿಂದಿನ ಎಲ್ಲಾ ವ್ಯವಸ್ಥೆಗಳು ಉಳಿದುಕೊಂಡಿದ್ದವು. ಇವೆರಡು ಘಟ್ಟಗಳಲ್ಲಿನ ಮೂಲ ವ್ಯತ್ಯಾಸ ಹೊಮ್ಮಿದ್ದು ವ್ಯಾಪಾರ ಮತ್ತು ಸರಕಿನ ನಿಧಾನಗತಿಯ ಹೆಚ್ಚಳದಿಂದ.

– *'ಇಂಟ್ರೊಡಕ್ಷನ್ ಟು ಇಂಡಿಯನ್ ಹಿಸ್ಟರಿ,* [I] ಪುಟ 274–5

ವಸಾಹತುಶಾಹಿ ಮತ್ತು ರಾಷ್ಟ್ರೀಯವಾದಿ ಪಂಥಗಳ ವಿಮರ್ಶೆ

ವಿನ್ಸೆಂಟ್ ಸ್ಮಿಥ್ ರವರ (ಎಲ್ಲಾ ತೆರನ 'ಬಲಿಷ್ಟ ಸಾಮ್ರಾಜ್ಯ'ಗಳ ಪ್ರಶಂಸೆಯ) 'ಆಕ್ಸ್ ಫರ್ಡ್ ಹಿಸ್ಟರಿ ಆಫ್ ಇಂಡಿಯಾ'ದಿಂದ ಹಿಡಿದು 1954ರ ಭಾರತೀಯ ವಿದ್ಯಾಭವನದ 'ಏಜ್ ಆಫ್ ಇಂಪೀರಿಯಲ್ ಯುನಿಟಿ' (ಸಾಮ್ರಾಜ್ಯಗಳ ಐಕ್ಯತೆಯ ಯುಗ) ಮತ್ತು 'ದಿ ಕ್ಲಾಸಿಕಲ್ ಏಜ್'(ಶಾಸ್ತ್ರೀಯ ಯುಗ)ದ ವರೆಗಿನ ಈ ಎಲ್ಲಾ ಪುಸ್ತಕಗಳು ಸಪ್ರಮಾಣ ಮಾಹಿತಿಯ ನಂಬಲಸಾಧ್ಯವೆನ್ನುವಷ್ಟು ತೆಳ್ಳಗಿನ ಬುನಾದಿಯಿಂದ ಆರಂಭವಾಗಿ, ಅದರ ಮೇಲೆ ಊಹೆ, ಮಾತಿನ ಮಂಟಪ ಮತ್ತು ವರ್ಗರೂಢಿಗಳ ಒಂದು ಭವ್ಯ ಮೇಲ್ರಚನೆಯನ್ನು ನಿಲ್ಲಿಸುತ್ತವೆ;ನಿಜ, ಆವರ್ಗ ಈಗ ಬ್ರಿಟಿಶ್ ಬಂಡವಾಳಶಾಹಿಯಲ್ಲ, ತನ್ನದೇ ದೇಶದಲ್ಲಿ ವಿದೇಶೀಯರಷ್ಟೇ 'ಗೌರವಾನ್ವಿತ'ವಾದ ಒಂದು ಇತಿಹಾಸವನ್ನು ಪ್ರಸ್ತುತ ಪಡಿಸಲು ಹೆಣಗುತ್ತಿರುವ ಭಾರತೀಯ ಬಂಡವಾಳಶಾಹಿ.

–ಬೇಸಿಸ್ ಆಫ್ ಇಂಡಿಯನ್ ಹಿಸ್ಟರಿ(ಭಾರತದ ಇತಿಹಾಸದ ಆಧಾರ)

[VIII,II.17, II.18]

ನಾಣ್ಯ ವ್ಯವಸ್ಥೆ

.... ನಿಯಮಿತ ನಾಣ್ಯವ್ಯವಸ್ಥೆ ಯಾವಾಗ ಕಾಣ ಬಂದಿದೆ? ನಿರ್ದಿಷ್ಟವಾಗಿ, ಅಶೋಕನ ನಾಣ್ಯ ಹೇಗೆ ಕಾಣುತ್ತಿತ್ತು? ಇದಕ್ಕೆ ಉತ್ತರವಿದೆ. ಆದರೆ ಛಾಪ ಮುದ್ರೆಯಿರುವ ನಾಣ್ಯಗಳ ಬಗ್ಗೆ ಎಲ್ಲೂ ಏನೂ ಸಿಗುವುದಿಲ್ಲ. ಮೌರ್ಯ ಮತ್ತು ಗುಪ್ತ ಸಾಮ್ರಾಜ್ಯಗಳ ನಡುವೆ ಮೂಲ ಭಿನ್ನತೆಯಿದೆಯೇ, ಇದ್ದರೆ ಏನು? ಗುಪ್ತ ಸಾಮ್ರಾಜ್ಯ ಮಹಾನ್ ಸಂಸ್ಕೃತ ಸಾಹಿತ್ಯವನ್ನು ನಿರ್ಮಿಸಿತು, ಮೌರ್ಯ ಸಾಮ್ರಾಜ್ಯ ನಿರ್ಮಿಸಲಿಲ್ಲ, ಏಕೆ ? ಇನ್ನೊಂದೆಡೆ, ಬೌದ್ಧ, ಜೈನ, ಆಜೀವಿಕರಂತಹ ಹಲವಾರು ಧಾರ್ಮಿಕ ಪಂಥಗಳು ಮಗಧದಲ್ಲಿ ಎದ್ದು ಬಂದವು, ಎಲ್ಲವೂ ಸುಮಾರು ಒಂದೇ ಸಮಯದಲ್ಲಿ ಪ್ರಸಿದ್ಧಿಗೆ ಬಂದವು ಏಕೆ ? ಸಂಪುಟ 2ರಲ್ಲಿ ಅಷ್ಟೊಂದು ಹೇಳಿರುವ ಮಗಧ ಸಾಮ್ರಾಜ್ಯದ ವಿಸ್ತರಣೆಗೂ ಇದಕ್ಕೂ ಸಂಬಂಧವಿಲ್ಲವೇ? ಒಂದೊಮ್ಮೆ ಜಗತ್ತಿನ ಅತ್ಯಂತ ಮಹಾನ್ ನಗರವಾಗಿದ್ದ ಪಾಟ್ನಾ ಹುಯೆನ್‌ತ್ಸಾಂಗ್ ಬರುವ ವೇಳೆಗೆ ಕೇವಲ ಜೋಡಿ ಹಳ್ಳಿಯಾಗಿ ಕುಂಠಿತಗೊಂಡಿತೇಕೆ ಸುತ್ತಲಿನ ಗ್ರಾಮಾಂತರ ಆಗಲೂ ಹಿಂದಿನಷ್ಟೇ ಉತ್ಪಾದಕವಾಗಿತ್ತು, ಫಲವತ್ತಾಗಿತ್ತು ಮತ್ತು ಸಮೃದ್ಧಶೀಲವಾಗಿತ್ತಲ್ಲ ? ಗ್ರೀಸಿನವನಾದ ಮಿಯಾಂಡರ್ ಗ್ರೀಕ್ ಮಿನಾಡರ್ ಗ್ರೀಕ್ ಜೀವನ ವಿಧಾನವನ್ನು (ಕನಿಷ್ಟ ಅಥೇನಿಯನ್ ಅಕಾಡೆಮಿ ರೀತಿಯ ಏನನ್ನಾದರೂ) ದೇಶದೊಳಕ್ಕೆ ಏಕೆ ತರಲಿಲ್ಲ; ಆತನೂ ಇನ್ನೂ ಹಲವು ಯವನರು, ಶಕರು ಮತ್ತು ಇತರ ವಿದೇಶೀಯರಂತೆ ಬೌದ್ಧ ಅಥವ 'ಹಿಂದೂ' ಪಂಥದತ್ತ ಏಕೆ ತಿರುಗಿದ? ಈ ಪ್ರವೃತ್ತಿ ಇಸ್ಲಾಮೀ ವಿಜಯದೊಂದಿಗೆ ಇದ್ದಕ್ಕಿದ್ದಂತೆ ಬದಲಾಯಿತೇಕೆ– ಆದರೂ ಅಕ್ಬರನ ಕಾಲದ ವೇಳೆಗೆ ಒಂದು ಸಂಪೂರ್ಣವಾಗಿ ಭಿನ್ನ ರೀತಿಯಲ್ಲಿ ಮತ್ತೆ ಕಾಣಿಸಿಕೊಂಡಿತೇಕೆ?

–'ವಾಟ್ ಕಿಂಸಿಟೂಟ್ಸ್ ಇಂಡಿಯನ್ ಹಿಸ್ಟರಿ' [VIII.V.49

ಜಾತಿ ಮತ್ತು ಧರ್ಮ

ಭಾರತ ಒಂದು ಅನನ್ಯ ಸಾಮಾಜಿಕ ವಿಭಜನೆಯನ್ನು, (ಅಂತರ್ವಿವಾಹದ) ಜಾತಿ ವ್ಯವಸ್ಥೆಯನ್ನು ಹೊಂದಿದೆ. ಜಾತಿ ಒಂದು ಆದಿಕಾಲದ ಉತ್ಪಾದನಾ ಮಟ್ಟದ ವರ್ಗ, ಪ್ರಾಥಮಿಕ ಉತ್ಪಾದಕನ ಮಿಗುತಾಯವನ್ನು ಆತನಿಂದ ಕನಿಷ್ಟ ಬಲಪ್ರಯೋಗದಿಂದ ವಂಚಿಸುವ ರೀತಿಯಲ್ಲಿ ಸಾಮಾಜಿಕ ಪ್ರಜ್ಞೆಯನ್ನು ರೂಪಿಸುವ ಒಂದು ಧಾರ್ಮಿಕ ವಿಧಾನ.(ಒತ್ತು ಮೂಲದ್ದು)(?) ಇದನ್ನು ಸ್ಥಳೀಯ ಬಳಕೆಗಳನ್ನು ಧರ್ಮ ಮತ್ತು ವಾಹಿಕೆಯ ಅನುಷ್ಠಾನಗಳೊಳಗೆ ಸೇರಿಸುವುದರೊಂದಿಗೆ ಮಾಡಲಾಗುತ್ತದೆ. ಹೀಗೆ ಇದು ಯಾವುದೇ ಹೊಸ ಬೆಳವಣಿಗೆಗೆ, ಆ ಬದಲಾವಣೆಯನ್ನು ಸಂಪೂರ್ಣವಾಗಿ ಅಲ್ಲಗಳೆಯುತ್ತಲೇ, 'ಅನಾದಿ ಕಾಲ'ದ ಒಂದು ಹುಸಿ ಪ್ರಮಾಣವನ್ನು ಕೊಟ್ಟು ಆಮೂಲಕ ಇತಿಹಾಸದ ನಿರಾಕರಣೆಯಾಗುತ್ತದೆ. ಇಷ್ಟರ ಮಟ್ಟಿಗೆ ಮತ್ತು ಸರಕು ಉತ್ಪಾದನೆಯ ಒಂದು ಕೆಳಗಣ ಮಟ್ಟದಲ್ಲಿ, ಹಲವು ಹಂತಗಳ ನಂತರ ತಲುಪಿದ 'ಏಶ್ಯಾಟಿಕ್' ವಿಧಾನ ಇತ್ತು ಎಂಬುದು ಸ್ಪಷ್ಟ ; (ಒತ್ತು ಮೂಲದ್ದು)(?), ಏನಿಲ್ಲೆಂದರೂ ಆ ಪದ ಭಾರತಕ್ಕೆ ಅನ್ವಯವಾಗುತ್ತದೆ, ಬೇರೆಡೆಗಳಲ್ಲಿ ಏನೇ ಇರಬಹುದು.

–ಭಾರತೀಯ ಇತಿಹಾಸದ ಘಟ್ಟಗಳು

(ಇಂಡೋ ಸೋವಿಯೆತ್ ಕಲ್ಚರಲ್ ಸೊಸೈಟಿಯ ಪತ್ರಿಕೆ,1954)[VIII.I.4]

ಖಡ್ಗ, ಬಿಲ್ಲಿಗಿಂತ ಶಕ್ತಿಯುತವಾಗಿ

ಐತಿಹಾಸಿಕವಾಗಿ ಅತ್ಯಂತ ಮಹತ್ವದ ಒಂದು ಬದಲಾವಣೆಯೆಂದರೆ, ಉತ್ಪಾದಕ ಮೂಲರಚನೆಯ ಮೇಲೆ ತಾತ್ವಿಕ ಮೇಲ್ರಚನೆಯ ಸಂಬಂಧ ಕುರಿತಾದದ್ದು.. .. ಬುಡಕಟ್ಟುಗಳ ನಡುವೆ ಶಾಂತಿ ... ಮತ್ತು ಬೇಟೆಗಾರಿಕೆಯಿಂದ ಪಶುಪಾಲನೆಗೆ ಅಥವ ಬೇಸಾಯಕ್ಕೆ ಪರಿವರ್ತನೆ ಬುಡಕಟ್ಟು ಜನಗಳಿಗೆ ಖಂಡಿತವಾಗಿಯೂ ಒಂದು ಹೆಚ್ಚು ಸುಭದ್ರವಾದ ಜೀವನಾಧಾರವನ್ನು ಕೊಡಬಹುದಾಗಿದ್ದರೂ.......ಬ್ರಾಹ್ಮಣ ಧರ್ಮಕ್ಕೆ ಅಗತ್ಯವಿದ್ದ ಈ ಮೂಢನಂಬಿಕೆಗಳನ್ನು ಮೈಗೂಡಿಸಿಕೊಳ್ಳದೆ.....ಬುಡಕಟ್ಟು ಸಮಾಜವನ್ನು ಹೊಸ ಸ್ವರೂಪಗಳಿಗೆ ಶಾಂತಿಯುತವಾಗಿ ಪರಿವರ್ತಿಸುವುದು ಸಾಧ್ಯವಿರಲಿಲ್ಲ, ಹೊಸ ಕಾಡುಮನುಷ್ಯರನ್ನು ಅಸಹಾಯಕ ತೊತ್ತುಗಳಾಗಿ ಬದಲಿಸುವುದೂ ಸಾಧ್ಯವಿರಲಿಲ್ಲ... ಒಂದು ಪ್ರಭಾವಶಾಲಿ ಆಚರಣೆ, ಅಥವ ಪರವಶಗೊಳಿಸುವ ಶಕ್ತಿ ಅಥವ ಆಧುನಿಕ ಸಮಾಜವಾದ ಮಾತ್ರವೇ ಕಾಡುಮನುಷ್ಯರನ್ನು ಗೆದ್ದುಕೊಳ್ಳಲು ಸಾಧ್ಯವಿತ್ತು. ಭಾರತೀಯ ವಿಧಾನ ಅದರ ಸ್ಥಾನದಲ್ಲಿ ಧರ್ಮವನ್ನು ತಂದು ಹಿಂಸೆಯ ಅಗತ್ಯವನ್ನು ಕನಿಷ್ಟಗೊಳಿಸಿತು; ಜಾತಿ ಅಥವ ಸ್ಮೃತಿಗಳು ಖಡ್ಗ ಅಥವ ಬಿಲ್ಲಿಗಿಂತ ಹೆಚ್ಚು ಶಕ್ತಿಯುತವಾಗಿ ಬುಡಕಟ್ಟುಗಳ ಲಾಂಛನಗಳನ್ನು ಅಥವ ನಿಷಿದ್ಧಗಳನ್ನು ಅಂಗೀಕರಿಸಿದವು ಅಥವ ಬದಲಿಸಿದವು”

– *ಪ್ರಾಚೀನ ಭಾರತೀಯ ಇತಿಹಾಸದ ಆಧಾರ* [VIII.II.17, VIII.II.18]

ಕೆಸರಿನಿಂದ ತಾವರೆ ಮೂಡಿದ ಪ್ರಕ್ರಿಯೆ

"...ಇಲ್ಲಿನ ಬರಹಗಳಿಗೆ ಒಂದು ಸಮಾನ ಅಂಶ ಇದೆ. ಕ್ಷೇತ್ರ ಸಮೀಕ್ಷೆಯನ್ನು ಸಾಹಿತ್ಯಿಕ ಪುರಾವೆಗಳ ಜೊತೆ ತಾಳೆ ಹಚ್ಚಿ ಈ ಬರಹಗಳು ಮೂಡಿವೆ. ಈ ಅಧ್ಯಯನದಲ್ಲಿ ಭಾರತೀಯ ದರ್ಶನವನ್ನು ಕಡೆಗಣಿಸಲಾಗಿದೆ ಎಂದು ಕೆಲವು ಭಾರತೀಯ ವಿಮರ್ಶಕರು ಸಿಟ್ಟಾಗಬಹುದು. ವಾಸ್ತವದ ಗ್ರಹಿಕೆಗಿಂತಲೂ ರಾಷ್ಟ್ರಾಭಿಮಾನವೇ ಮುಖ್ಯ ಎಂದು ಭಾವಿಸುವವರಿಗೆ ಹಾಗಾಗುವುದು ಸ್ವಾಭಾವಿಕ. ಜನಪ್ರಿಯ ಮೂಢನಂಬಿಕೆಯ ಕೆಸರ ಮೇಲೆ ಕಣ್ಣಿಟ್ಟು ಮೇಲೆ ಅರಳಿರುವ ನಮ್ಮ ಭಾರತೀಯ ದರ್ಶನವೆಂಬ ಸುಂದರ ತಾವರೆಯನ್ನು ಕಡೆಗಣಿಸುವ ಆವಶ್ಯಕತೆಯಾದರೂ ಏನಿತ್ತು ಎನ್ನುತ್ತಾರೆ. ನಿಜ, ಚೆಲುವನ್ನು ಕಾಣುವ ಕಣ್ಣಿದ್ದವರೆಲ್ಲಾ ತಾವರೆಯ ಸೊಬಗು ನೋಡಿ ನಲಿಯಬಹುದು. ಆದರೆ ಕೆಸರಿನಿಂದ ತಾವರೆ ಮೂಡಿದ ಜೈವಿಕ ಪ್ರಕ್ರಿಯೆಯನ್ನು ಅರ್ಥಮಾಡಿಕೊಳ್ಳಲು ಸಾಕಷ್ಟು ವೈಜ್ಞಾನಿಕ ಪರಿಶ್ರಮ ಬೇಕಾಗುತ್ತದೆ.

ಭಾರತದಲ್ಲಿ ಹಿಂದೆ ಚಾಲ್ತಿಯಲ್ಲಿದ್ದ ದರ್ಶನಗಳನ್ನು ಅಭ್ಯಾಸ ಮಾಡಿದ ಮಾತ್ರಕ್ಕೆ ಈ ಪ್ರಕ್ರಿಯೆಯನ್ನು ಅರ್ಥ ಮಾಡಿಕೊಳ್ಳಲು ಸಾಧ್ಯವಿಲ್ಲ. ಮಹಾನ್ ಶಂಕರ, ಅವನಿಗಿಂತ ಮೊದಲು ಇದ್ದ ಬೌದ್ಧರು, ಅವನ ನಂತರದ ವೈಷ್ಣವರು, ಇವರೆಲ್ಲಾ ಧರ್ಮದ ಮೇಲು ಪದರವನ್ನು ಕೆಳಪದರದ ನಂಬಿಕೆಗಳಿಂದ ಬೇರ್ಪಡಿಸುವುದರಲ್ಲಿ ಯಶಸ್ವಿಯಾಗಿದ್ದರು. ಈ ಮೇಲು ಪದರವು ದೈವಿಕವಾದದ್ದು. ಎಲ್ಲದಕ್ಕೂ ಆದರ್ಶಪ್ರಾಯವಾದುದು. ಮಾನವನ ಆತ್ಮವು ಕೊನೆಯೇ ಇಲ್ಲದ ಎತ್ತರದ ಭ್ರಮೆಯಲ್ಲಿ ಹಾರಾಡಬಹುದಾದ ಜಾಗ ಇದು.

ಇನ್ನು, ಈ ಕೆಳಪದರವು ಜನಸಾಮಾನ್ಯರು ತಮ್ಮ ದೈನಂದಿನ ಬದುಕಿನ ಆಚಾರ ವಿಚಾರಗಳಲ್ಲಿ ನಿರ್ಭೀಢೆಯಿಂದ ತೊಡಗಿಕೊಳ್ಳಬಹುದಾಗಿದ್ದಂತಹ ಜಾಗ. ಜನಸಾಮಾನ್ಯರು ಆಚರಿಸುತ್ತಿದ್ದ ಈ ಕೆಳಸ್ತರದ ವ್ರತಾಚಾರಣೆಗಳಲ್ಲಿ ಭಾವನಾವಾದಿ ದಾರ್ಶನಿಕನೂ ಪಾಲ್ಗೊಳ್ಳಬಹುದಿತ್ತು. ಆದರೆ ಅವನ ಸಿದ್ಧಾಂತವು ಮಾತ್ರ ವಾಸ್ತವ ಜಗತ್ತಿನ ಸಂಪರ್ಕದಿಂದ ಮೈಲಿಗೆಗೊಳ್ಳಬಾರದಿತ್ತು. ಅನಂತ ಕಾಲದಿಂದಲೂ ಕೇವಲ ವಿಚಾರಗಳು ಮತ್ತು ಆದರ್ಶಗಳು ಮಾತ್ರ ಅಸ್ತಿತ್ವದಲ್ಲಿದ್ದವು. ಮೇಲೆ ಹೇಳಿದ ಭಾವನಾವಾದಿ ವಲಯದಲ್ಲಿ ಲೌಕಿಕ ಬದುಕಿಗೆ ಸ್ಥಾನವೇ ಇರಲಿಲ್ಲ...."

– "ಪುರಾಣ ಮತ್ತು ವಾಸ್ತವ" :[17],ಪ್ರವೇಶಿಕೆ ಪು.1–2

ಭರ್ತೃಹರಿ ಒಬ್ಬ ಜನತೆಯ ಕವಿಯಲ್ಲ

ಭರ್ತೃಹರಿಯ ಪಂಕ್ತಿಗಳು ಸದಾ, ಇಂದ್ರಿಯ ಸುಖಗಳ ತ್ಯಾಗ ಮತ್ತು ಭೋಗಲಾಲಸೆ ಈ ಎರಡು ಧ್ರುವಗಳ ನಡುವೆ ಓಲಾಡುತ್ತಿದೆಯೆನ್ನಲಾಗುವ 'ಭಾರತೀಯನ ದ್ವಂದ್ವ ವ್ಯಕ್ತಿತ್ವ'ವನ್ನು ಅಭಿವ್ಯಕ್ತಗೊಳಿಸುವುದಿಲ್ಲ; ಬದಲಿಗೆ, ಅದು ಅತ್ಯಂತ ಶ್ರೇಷ್ಠ ಪಲಾಯನ

ಸಾಹಿತ್ಯ. ಭರ್ತೃಹರಿಯ ತಾತ್ವಿಕ ಸೌಂದರ್ಯ ಎಂಬುದು ಆತನ ವರ್ಗದ ಸದಸ್ಯರು ಆತನ ಕಾವ್ಯದಿಂದ ಪಡೆಯ ಬಯಸಿದ್ದ ನಿಜವಾದ ಉಪಯೋಗವನ್ನು ಮರೆಮಾಚಲು ನಿಲ್ಲಿಸಿಟ್ಟ ಒಂದು ಆವರಣವಷ್ಟೇ.

ಹೀಗೆ, ಭರ್ತೃಹರಿ ಆತನ ವರ್ಗದ ಕವಿ; ತನ್ನ ಕಾರ್ಯವನ್ನು ನೆರವೇರಿಸದ ಒಂದು ವರ್ಗವದು, ಮತ್ತು ಆತ, ಎಷ್ಟೇ ಪ್ರಯತ್ನಿಸಿದರೂ ಆ ವರ್ಗದ ಹಂಬಲಗಳನ್ನು ಮತ್ತು ದೌರ್ಬಲ್ಯಗಳನ್ನು ಬಿಚ್ಚಿಡದೇ ಇರಲಾರದ ಒಬ್ಬ ಕವಿ. ಇದು ಆತನ ಗೆಲವು ಮತ್ತು ಸೋಲು ಎರಡನ್ನೂ ಒಟ್ಟಿಗೇ ವಿವರಿಸುತ್ತದೆ. ಆದರೆ ಆತ ಒಬ್ಬ ಜನತೆಯ ಕವಿಯಲ್ಲ. ಜನಗಳ ಹೃದಯದಲ್ಲಿ ಒಂದು ನಿಜವಾದ ಮತ್ತು ಶಾಶ್ವತ ಸ್ಥಾನವನ್ನು ಪಡೆದುಕೊಂಡ ಕವಿಗಳು ಆ ಜನಗಳ ಮಧ್ಯದಿಂದಲೇ ಬಂದವರು, ಹುಟ್ಟಿನಿಂದ, ತರಬೇತಿ ಮತ್ತು ವೃತ್ತಿ ಅಥವ ಅದರ ಅಭಾವ, ಭಾಷೆ ಮತ್ತು ಸಂಸ್ಕೃತಿಯಲ್ಲಿ ಜನಸಮೂಹಗಳಿಂದ ಪ್ರತ್ಯೇಕಗೊಂಡಿರುವ ಈ ಸಂಕುಚಿತ, ಅಸಹಾಯಕ ಶ್ರೇಣಿಯಿಂದ ಅಲ್ಲ. ಆ ಕವಿಗಳು ಜನಭಾಷೆಗಳನ್ನಾಡುವವರು, ಜನಗಳನ್ನು ಉದ್ದೇಶಿಸಿ ಮಾತಾಡಿದರು, ಆಸ್ಥಾನಗಳನ್ನಲ್ಲ. ಪ್ರತಿ ಮಗುವಿಗೂ ಅವರ ಹೆಸರು ಗೊತ್ತು, ಪ್ರತಿ ರೈತನಿಗೆ ಅವರ ಹಾಡುಗಳು ಗೊತ್ತು. ನಮ್ಮ ಬುದ್ಧಿಜೀವಿಗಳು ಅಥವ ಪಂಡಿತರು ಮತ್ತು ಸಂಪಾದಕರು ಅವರ ಚೈತನ್ಯಶಾಲಿ ರಕ್ತದ ಸ್ವಲ್ಪಾಂಶವನ್ನು ಹೀರಲು ಪ್ರಯತ್ನಿಸುತ್ತಾರೆ. ಕಬೀರ, ತುಕಾರಾಂ, ತುಲಸೀದಾಸ: ದೇಶದ ಯಾವ ಭಾಗ ಇಂತಹ ತನ್ನದೇ ಆದ ಕವಿಯನ್ನು ಹೊಂದಿಲ್ಲ? ಆದರೆ ಒಬ್ಬನೇ ಭರ್ತೃಹರಿ ಸಾಕಾಯಿತು. ಏಕೆಂದರೆ ಬುದ್ಧಿಜೀವಿಗಳು ಅವನ ಭಾಷೆಯನ್ನು ಕಲಿಯುವ ತೊಂದರೆ ತೆಗೆದುಕೊಳ್ಳ ಬಲ್ಲವರಾಗಿದ್ದರು, ವಾಸ್ತವವಾಗಿ ಅಂತಹ ತೊಂದರೆ ತೆಗೆದುಕೊಳ್ಳಲೇ ಬೇಕಾಗಿತ್ತು; ಆತ ಅವರ ಆಶಯಗಳನ್ನು ಬೇರೆ ಯಾರೂ ಸರಿಗಟ್ಟಲಾರದಂತಹ ಪದಗಳಲ್ಲಿ ಇಟ್ಟಿದ್ದ. ಈ ವರ್ಗ ಬಹುಶಃ ಭಾರತೀಯ ಜನತೆಯನ್ನು ಗುಲಾಮರಾಗಿಸುವಲ್ಲಿ ಆಳುವ ಶಕ್ತಿಯ, ಅದು ದೇಶೀ ಆಗಿರಬಹುದು ಅಥವ ವಿದೇಶಿಯಾಗಿರಬಹುದು, ಅತ್ಯಂತ ಅನುಕೂಲಕರ ಸಾಧನ; ಒಂದು ಗಮನಾರ್ಹ ಮಟ್ಟದ ವರೆಗೆ, ಆ ವರ್ಗ ಇನ್ನೂ ಈ ಅಸಂಗತ ಸ್ಥಾನಮಾನವನ್ನು ಉಳಿಸಿಕೊಂಡಿದೆ.

–ಭರ್ತೃಹರಿಯ ಕಾವ್ಯದಲ್ಲಿ ತ್ಯಾಗದ ಗುಣಮಟ್ಟ,
'ಎಕ್ಸಾಸ್ಪರೇಟಿಂಗ್ ಎಸ್ಸೇಸ್'ನಲ್ಲಿ
[II.9, VIII.IV.42]

ಚಾರಿತ್ರಿಕ ದೃಷ್ಟಿಕೋಣ

(ಇದು ಕೊಸಾಂಬಿಯವರ The Culture & Civilization of Ancient India in Historical Outline ನ ಮೊದಲ ಅಧ್ಯಾಯದ ಅನುವಾದ.
ಅನುವಾದಕರು: ಟಿ.ಎಸ್.ವೇಣುಗೋಪಾಲ ಮತ್ತು ಶೈಲಜಾ)

1. ಭಾರತದ ಚಿತ್ರಣ

ಯಾವುದೇ ಪೂರ್ವಾಗ್ರಹವಿಲ್ಲದ ನಿರ್ಲಿಪ್ತ ವೀಕ್ಷಕನೊಬ್ಬನಿಗೆ ಭಾರತವನ್ನು ಒಳಹೊಕ್ಕು ನೋಡಿದರೆ ಪರಸ್ಪರ ವಿರೋಧಿಯಾದ ಎರಡು ಅಂಶಗಳು ಗೋಚರವಾಗುತ್ತವೆ – ಒಂದು ವಿವಿಧತೆ ಮತ್ತೊಂದು ಏಕತೆ. ಎರಡನ್ನೂ ಇಲ್ಲಿ ಏಕಕಾಲದಲ್ಲಿ ನೋಡಬಹುದು.

ಇಲ್ಲಿ ಕಾಣುವ ಅನಂತ ವೈವಿಧ್ಯಗಳು ದಂಗುಬಡಿಸುತ್ತವೆ. ತುಂಬಾ ಸಲ ಈ ವೈವಿಧ್ಯಗಳು ಪರಸ್ಪರ ಅಸಂಗತವೂ ಆಗಿರುತ್ತವೆ. ಜನರ ವೇಶಭೂಷಣ, ಮಾತುಕತೆ, ಅವರ ದೈಹಿಕ ರೂಪ, ಆಚರಣೆಗಳು, ಜೀವನ ಮಟ್ಟ, ಆಹಾರ ಪದ್ದತಿ, ಹವಾಮಾನ, ಭೌಗೋಳಿಕ ಲಕ್ಷಣ ಏನನ್ನೇ ನೋಡಿದರೂ, ಎಲ್ಲದರಲ್ಲೂ ಅಪಾರ ವೈವಿಧ್ಯ. ಕೆಲವು ಶ್ರೀಮಂತ ಭಾರತೀಯರು ಥೇಟ್ ಐರೋಪ್ಯರಂತೆಯೇ ಬಟ್ಟೆ ಧರಿಸಿದ್ದರೆ, ಕೆಲವರ ಉಡುಗೆತೊಡುಗೆಯಲ್ಲಿ ಮುಸಲ್ಮಾನರ ಪ್ರಭಾವ ಎದ್ದುಕಾಣುತ್ತದೆ. ಇನ್ನು ಕೆಲವರು ಬೆಲೆಬಾಳುವ, ಥರಹಾವರಿ ವರ್ಣರಂಜಿತ ದೇಶೀ ಉಡುಪನ್ನು ಧರಿಸಿರುತ್ತಾರೆ. ಇನ್ನು ಸಮಾಜಿಕವಾಗಿ ಕೆಳಸ್ತರದಲ್ಲಿರುವ ಭಾರತೀಯರ ಕಥೆಯೇ ಬೇರೆ. ಅವರು ಚಿಂದಿ ಬಟ್ಟೆ ಅಥವಾ ಒಂದು ಲಂಗೋಟಿಯನ್ನು ತೊಟ್ಟಿರುವುದನ್ನು ಬಿಟ್ಟರೆ ಉಳಿದಂತೆ ಹೆಚ್ಚು ಕಡಿಮೆ ಬೆತ್ತಲೆಯಾಗಿರುತ್ತಾರೆ ಎನ್ನಬಹುದು. ಇಡೀ ದೇಶದ್ದು ಎನ್ನಬಹುದಾದ ರಾಷ್ಟ್ರೀಯ ಭಾಷೆಯಾಗಲೀ, ವರ್ಣಮಾಲೆಯಾಗಲಿ ಇಲ್ಲ. ಹತ್ತು ರೂಪಾಯಿ ನೋಟಿನಲ್ಲಿ ಕಡಿಮೆ ಎಂದರೆ ಒಂದು ಡಜನ್ ಭಾಷೆಗಳನ್ನು ನೋಡಬಹುದು. ಭಾರತೀಯ ಎನ್ನಬಹುದಾದ ಒಂದು ಜನಾಂಗವೂ ಇಲ್ಲ. ಕಪ್ಪು ಬಣ್ಣದ ಕಂದು ಕಣ್ಣಿನ ಭಾರತೀಯನಂತೆಯೇ, ಬಿಳಿ ಚರ್ಮದ ನೀಲಿ ಕಣ್ಣಿನ ಭಾರತೀಯನೂ ಇದ್ದಾನೆ. ಇವರಿಬ್ಬರ ನಡುವೆ ನೂರಾರು ನಮೂನೆಯ ಜನ ಕಾಣುತ್ತಾರೆ. ಇವರೆಲ್ಲರಲ್ಲಿ ಕಂಡುಬರುವ ಸಮಾನ ಅಂಶವೆಂದರೆ, ಇವರೆಲ್ಲರ ತಲೆಕೂದಲು ಕಪ್ಪಗಿರುತ್ತದೆ. ವಿಶಿಷ್ಟವಾಗಿ ಭಾರತೀಯವಾದದ್ದು ಎನ್ನಬಹುದಾದ ಆಹಾರವೂ ಇಲ್ಲ. ಯುರೋಪಿನವರಿಗೆ ಹೋಲಿಸಿದರೆ ಹೆಚ್ಚು ಅಕ್ಕಿ, ತರಕಾರಿ ಮಸಾಲೆ ಬಳಸುತ್ತಾರೆ ಎನ್ನುವುದನ್ನು ಬಿಟ್ಟರೆ ಭಾರತೀಯರಲ್ಲಿ ಒಂದು ಏಕರೂಪ ಆಹಾರಕ್ರಮವೂ ಇಲ್ಲ. ಉತ್ತರ ಭಾರತೀಯರು ಬಳಸುವ ಆಹಾರ ದಕ್ಷಿಣದವರಿಗೆ ಸೇರುವುದಿಲ್ಲ. ದಕ್ಷಿಣದವರದ್ದು ಉತ್ತರದವರಿಗೆ ರುಚಿಸುವುದಿಲ್ಲ. ಕೆಲವರಿಗೆ ಮಾಂಸ, ಮೀನು, ಮೊಟ್ಟೆ ಇವು ಸಂಪೂರ್ಣವಾಗಿ ವರ್ಜ್ಯ. ಇನ್ನು ಹಲವರು ಹಸಿವಿನಿಂದ ಸತ್ತರೂ ಸರಿಯೇ ದನದ ಮಾಂಸ ಮುಟ್ಟುವುದಿಲ್ಲ. ಕೆಲವರಿಗೆ ಅಂತಹ ಯಾವುದೇ ಕಟ್ಟುಪಾಡೂ ಇಲ್ಲ. ಇಲ್ಲಿ ಆಹಾರ ಪದ್ಧತಿಯನ್ನು ಅಭಿರುಚಿಗಿಂತ, ಹೆಚ್ಚಾಗಿ ಧಾರ್ಮಿಕ ಕಟ್ಟುಪಾಡುಗಳು

ನಿರ್ಧರಿಸುತ್ತವೆ. ಹವಾಮಾನದ ವಿಷಯಕ್ಕೆ ಬಂದಾಗಲೂ ನಾವು ಕಾಣುವ ವೈವಿಧ್ಯತೆ ಅಪಾರ. ಹಿಮಾಲಯದಲ್ಲಿ ಒಂದೇ ಸಮ ಸುರಿಯುವ ಹಿಮ. ಕಾಶ್ಮೀರದಲ್ಲಿ ಉತ್ತರ ಯುರೋಪನ್ನು ಹೋಲುವ ಹವಮಾನವಿದ್ದರೆ, ರಾಜಾಸ್ಥಾನದಲ್ಲಿ ಸುಡುವ ಮರಳುಗಾಡು ಹಾಗೂ ಅಗ್ನಿಶಿಲೆಯ ಬೆಟ್ಟದ ಸಾಲು; ಇನ್ನು ದಕ್ಷಿಣದ ಪರ್ಯಾಯ ದ್ವೀಪದ ಭಾಗದಲ್ಲಿ ಗ್ರಾನೈಟಿನ ಗುಡ್ಡಗಳು ಮತ್ತು ದಕ್ಷಿಣದ ತುತ್ತತುದಿಯಲ್ಲಿ ಉಷ್ಣವಲಯದ ಸೆಖೆ, ಪಶ್ಚಿಮದ ಕೆಲವು ಭಾಗಗಳಲ್ಲಿ ಜಂಬುಮಣ್ಣಿನ ದಟ್ಟವಾದ ಕಾಡುಗಳು ಹೀಗೆ ಪರಿಸರ ವೈವಿಧ್ಯವಿದೆ. ಇದರ ಜೊತೆಗೆ 2000 ಮೈಲಿ ಉದ್ದದ ಕರಾವಳಿ, ಮೆಕ್ಕೆ ಮಣ್ಣಿನಿಂದ ಕೂಡಿದ ಫಲವತ್ತಾದ ವಿಶಾಲವಾದ ಗಂಗಾಬಯಲು, ಹಲವು ದೊಡ್ಡ ನದಿಗಳು, ಕೆಲವು ಸರೋವರಗಳು, ಕಛ್ ಮತ್ತು ಒರಿಸ್ಸಾದ ಜೌಗುಪ್ರದೇಶಗಳು ಇವೆಲ್ಲಾ ಸೇರಿ ಭಾರತ ಉಪಖಂಡ ರೂಪುಗೊಂಡಿದೆ.

ದೇಶದ ವಿವಿಧ ಭಾಗಗಳಲ್ಲಿ ಕಾಣುವ ಭೌತಿಕ ವೈವಿಧ್ಯತೆಗಳಷ್ಟೇ ವ್ಯಾಪಕವಾದ ಸಾಂಸ್ಕೃತಿಕ ವೈವಿಧ್ಯತೆಗಳನ್ನೂ ಒಂದು ಪ್ರಾಂತ್ಯ ಅಥವಾ ಒಂದು ನಗರದಲ್ಲೇ ನಾವು ಕಾಣಬಹುದು. ಭಾರತದ ಸಾಹಿತ್ಯ ಕ್ಷೇತ್ರ ಟಾಗೂರರಂತಹ ಅಪ್ರತಿಮ ಸಾಹಿತಿಯನ್ನು ನೀಡಿದೆ. ಆದರೆ ಅವರ ಮನೆಯಿಂದ ಕಾಲ್ನಡಿಗೆಯಷ್ಟು ದೂರದಲ್ಲೇ ಟಾಗೂರರು ಯಾರೆಂಬುದೇ ತಿಳಿಯದ ಸಂತಾಲರು ಮತ್ತು ಇತರ ಆದಿಮ ಜನಾಂಗದವರಿದ್ದಾರೆ. ಅವರಲ್ಲಿ ಇನ್ನೂ ಹಲವರು ಆಹಾರ ಸಂಗ್ರಹಣೆಯ ಹಂತದಲ್ಲೇ ಉಳಿದು ಬಿಟ್ಟಿದ್ದಾರೆ. ಆಧುನಿಕ ಪಟ್ಟಣಗಳಲ್ಲಿ ಕಾಣುವ ಬ್ಯಾಂಕು, ಸರ್ಕಾರಿ ಕಛೇರಿ, ಫ್ಯಾಕ್ಟರಿ ಅಥವಾ ವೈಜ್ಞಾನಿಕ ಸಂಸ್ಥೆಗಳ ಭವ್ಯವಾದ ಕಟ್ಟಡಗಳನ್ನು ಯುರೋಪಿನ ಯಾವನೋ ಒಬ್ಬ ವಾಸ್ತುಶಿಲ್ಪಿಯೋ ಅಥವಾ ಭಾರತದಲ್ಲಿರುವ ಅವನ ಶಿಷ್ಯನೋ ವಿನ್ಯಾಸ ಮಾಡಿರುತ್ತಾನೆ. ಆದರೆ ಭಾರತದ ಬಡ ಕಾರ್ಮಿಕ ಅದನ್ನು ಕಟ್ಟಲು ಯಾವುದೋ ಓಬಿರಾಯನಕಾಲದ ತೀರಾ ಒರಟಾದ ಹತಾರಗಳನ್ನು ಬಳಸುತ್ತಿರುತ್ತಾನೆ. ಈ ಕೆಲಸಗಾರರಿಗೆ ಸಂದಾಯವಾಗಬೇಕಾದ ಕೂಲಿಯು ಒಟ್ಟಾಗಿ ಅವರ ಮೇಸ್ತ್ರಿಗೆ ಸಂದಾಯವಾಗುತ್ತದೆ. ಸಾಮಾನ್ಯವಾಗಿ ಅವನು ಈ ಗುಂಪಿಗಷ್ಟೇ ಅಲ್ಲದೇ ಆ ಕೆಲಸಗಾರರ ಕುಲಕ್ಕೂ ಒಡೆಯನಾಗಿರುತ್ತಾನೆ. ಈ ಕೆಲಸಗಾರರಿಗೆ ತಾವು ಯಾರಿಗಾಗಿ ಕಟ್ಟಡವನ್ನು ನಿರ್ಮಿಸುತ್ತಿದ್ದೇವೋ ಅವರು ಮಾಡುವ ಕೆಲಸವೇನು ಎಂಬುದನ್ನು ಗ್ರಹಿಸುವುದೂ ಸಾಧ್ಯವಿರಲಿಕ್ಕಿಲ್ಲ. ಹಣಕಾಸಿನ ವಹಿವಾಟು, ನೌಕರರಶಾಹಿಯ ಆಡಳಿತ ಕ್ರಮ, ಫ್ಯಾಕ್ಟರಿಯಲ್ಲಿ ಸಂಕೀರ್ಣವಾದ ಯಂತ್ರಗಳ ಮೂಲಕ ನಡೆಯುವ ಉತ್ಪಾದನೆ ಮತ್ತು ವಿಜ್ಞಾನದ ಕಲ್ಪನೆ ಇವೆಲ್ಲಾ ಈ ಜನರ ಗ್ರಹಿಕೆಗೆ ನಿಲುಕದೇ ಇರುವಂಥದ್ದು. ಕಾಡಿನಲ್ಲೋ, ಅತಿಯಾಗಿ ಕೃಷಿಮಾಡಿದ ಭೂಮಿಗಳ ಆಚೆಯೋ ದಾರಿದ್ರ್ಯದ ಬದುಕನ್ನು ನಡೆಸುತ್ತಿದ್ದ ಇವರಿಗೆ ಅವೆಲ್ಲಾ ತಿಳಿಯುವ ಸಾಧ್ಯತೆಗಳೂ ಇಲ್ಲ. ಅವರಲ್ಲಿ ಹೆಚ್ಚಿನವರು ಕ್ಷಾಮದ ಹೊಡೆತ ತಾಳಲಾರದೆ ಕಾಡನ್ನು ಬಿಟ್ಟು ಬಿಡುಗಾಸಿಗಾಗಿ ಇಲ್ಲಿ ದುಡಿಯಲು ಬಂದವರು.

ಮೇಲ್ನೋಟಕ್ಕೆ ಈ ಎಲ್ಲಾ ವೈವಿಧ್ಯತೆಗಳು ಕಾಣಬಂದರೂ, ಇಲ್ಲಿ ಒಂದು ದ್ವಿವಿಧ ಏಕತೆಯೂ ಇದೆ. ಆಳುವ ವರ್ಗದ ಕೃಪೆಯಿಂದ ಮೇಲ್ವರ್ಗದವರಲ್ಲಿ ಕೆಲವು ಸಮಾನ

ಲಕ್ಷಣಗಳನ್ನು ಕಾಣಬಹುದು. ಇಲ್ಲಿ ಆಳುವ ವರ್ಗ ಅಂದರೆ ಭಾರತೀಯ ಬೂರ್ಜ್ವಾಗಳದ್ದು. ಇವರ ಭಾಷೆ, ಪ್ರಾಂತೀಯ ಇತಿಹಾಸ, ಇತ್ಯಾದಿ ವಿವರಗಳ ಮಟ್ಟಿಗೆ ಇವರೆಲ್ಲಾ ಬೇರೆ ಬೇರೆಯೇ ಆಗಿದ್ದಾರೆ. ಆದರೆ ಇವರ ಪ್ರಮುಖ ಆಸಕ್ತಿ ಒಂದೆ. ಹಾಗಾಗಿ ಇವರು ಒಂದು ಗುಂಪಾಗಿದ್ದಾರೆ. ಇವರಲ್ಲಿ ಎರಡು ಥರದ ಜನರನ್ನು ನಾವು ಕಾಣಬಹುದು. ಹಣಕಾಸು ಮತ್ತು ಕೈಗಾರಿಕಾ ಉತ್ಪಾದನೆಯನ್ನು ನಿಜವಾದ ಬಂಡವಾಳಶಾಹಿ ಬೂರ್ಜ್ವಾಗಳು ನಿಯಂತ್ರಿಸುತ್ತಾರೆ. ಈ ಉತ್ಪಾದನೆಯ ವಿತರಣೆಯೆಲ್ಲವೂ ಮುಖ್ಯವಾಗಿ ಅಂಗಡಿ ಮಾಲಿಕರಾದ ಸಣ್ಣ ಬಂಡವಾಳಿಗರ ಹಿಡಿತದಲ್ಲಿದೆ. ಇವರು ಹೆಚ್ಚಿನ ಸಂಖ್ಯೆಯಲ್ಲಿರುವುದರಿಂದ ತುಂಬಾ ಬಲಿಷ್ಟರಾಗಿದ್ದಾರೆ. ಸಾಮಾನ್ಯವಾಗಿ ಆಹಾರೋತ್ಪಾದನೆಯು ಸಣ್ಣ ಸಣ್ಣ ಹಿಡುವಳಿಗಳಲ್ಲಿ ನಡೆಯುತ್ತದೆ. ಇದರಲ್ಲಿ ತೊಡಗಿರುವ ರೈತರಿಗೆ ತೆರಿಗೆ ಕಟ್ಟಲು ಮತ್ತು ಕೈಗಾರಿಕೋತ್ಪನ್ನಗಳನ್ನು ಕೊಂಡುಕೊಳ್ಳಲು ನಗದು ಹಣ ಬೇಕಾಗುತ್ತದೆ. ಹಾಗಾಗಿ ಈ ರೈತರು ಒಲ್ಲದ ಮನಸ್ಸಿನಿಂದಲೇ ಸಣ್ಣ ಬಂಡವಾಳಿಗರ ಹಿಂದೆ ಬೀಳಬೇಕಾಗುತ್ತದೆ. ಆ ವರ್ಗದ ಹಿಂದುಳಿದ ವಿಭಾಗವಾಗಿಬಿಟ್ಟಿದ್ದಾರೆ. ಕೃಷಿ ಉತ್ಪಾದನೆಯಲ್ಲಿ ಬಂದಂತಹ ಹೆಚ್ಚುವರಿ ಉತ್ಪನ್ನವೂ ಮಧ್ಯವರ್ತಿಗಳು ಮತ್ತು ಲೇವಾದೇವಿಯವರಿಗೇ ಸೇರುತ್ತದೆ. ಇವರು ಸಾಮಾನ್ಯವಾಗಿ ದೊಡ್ಡ ಬಂಡವಾಳಿಗರಾಗುವುದಿಲ್ಲ. ಶ್ರೀಮಂತ ರೈತ ಹಾಗೂ ಲೇವಾದೇವಿಯರ ನಡುವೆ ಹೆಚ್ಚಿನ ಭಿನ್ನಾಭಿಪ್ರಾಯಗಳು ಇಲ್ಲ. ಟೀ, ಕಾಫಿ, ಹತ್ತಿ, ತಂಬಾಕು, ಸೆಣಬು, ಗೋಡಂಬಿ, ಕಡಲೇಕಾಯಿ, ಕಬ್ಬು, ಮುಂತಾದ ವಾಣಿಜ್ಯಬೆಳೆಗಳು ಸಾಮಾನ್ಯವಾಗಿ ಅಂತರರಾಷ್ಟ್ರಿಯ ಮಾರುಕಟ್ಟೆಯನ್ನು ಮತ್ತು ಕಾರ್ಖಾನೆಯ ಉತ್ಪಾದನೆಯನ್ನು ಅವಲಂಬಿಸಿರುತ್ತದೆ. ಈ ವಾಣಿಜ್ಯ ಬೆಳೆಯನ್ನು ಆಧುನಿಕ ಬಂಡವಾಳಿಗರು ಕೆಲವೊಮ್ಮೆ ಆಧುನಿಕ ತಂತ್ರಜ್ಞಾನವನ್ನು ಬಳಸಿ, ವಿಶಾಲವಾದ ಭೂಪ್ರದೇಶಗಳಲ್ಲಿ ಬೆಳೆಯುತ್ತಾರೆ. ಇದರ ಬೆಲೆಯನ್ನು ಸಾಮಾನ್ಯವಾಗಿ ದೊಡ್ಡ ಬಂಡವಾಳಿಗರು ಅದರಲ್ಲೂ ಹೆಚ್ಚಾಗಿ ವಿದೇಶಿ ಬಂಡವಾಳಿಗರು ನಿರ್ಧರಿಸುತ್ತಾರೆ. ಲಾಭದ ಬಹುಪಾಲನ್ನೂ ಅವರೇ ದೋಚಿಕೊಳ್ಳುತ್ತಾರೆ. ಹೆಚ್ಚಿನ ಅನುಭೋಗಿ ವಸ್ತುಗಳು ಅದರಲ್ಲೂ ವಿಶೇಷವಾಗಿ ಪಾತ್ರೆ, ಬಟ್ಟೆ ಇವುಗಳ ಉತ್ಪಾದನೆ ಇನ್ನೂ ಕೈಕಸುಬಾಗಿಯೇ ಉಳಿದಿದೆ; ಹಾಗಾಗಿಯೇ ಅವು ಫ್ಯಾಕ್ಟರಿ ಉತ್ಪಾದನೆಯ ಪೈಪೋಟಿಯಿಂದ ನಾಶವಾಗದೆ ಇನ್ನೂ ಉಳಿದುಕೊಂಡಿದೆ. ಭಾರತದ ಇಡೀ ರಾಜಕೀಯವನ್ನು ಮುಖ್ಯವಾಗಿ ಮೇಲೆ ಹೇಳಿರುವ ಇಂಥ ಎರಡು ರೀತಿಯ ಬಂಡವಾಳಿಗರು ನಿಯಂತ್ರಿಸುತ್ತಿದ್ದಾರೆ. ಇನ್ನು ಶಾಸಕರು ಹಾಗೂ ಆಡಳಿತಯಂತ್ರದ ನಡುವೆ ವಕೀಲರು ಮುಂತಾದ ವೃತ್ತಿಪರರು ಮತ್ತು ಗುಮಾಸ್ತರು ಸೇತುವೆಗಳಾಗಿ ಇದ್ದಾರೆ.

ನಾವು ಇಲ್ಲಿ ಇನ್ನೊಂದು ಅಂಶವನ್ನು ಗಮನಿಸಬೇಕು. ಹಲವು ಚಾರಿತ್ರಿಕ ಕಾರಣಗಳಿಂದಾಗಿ ಭಾರತದಲ್ಲಿ ಸರ್ಕಾರವೇ ಅತಿದೊಡ್ಡ ಉದ್ದಿಮೆದಾರನಾಗಿದೆ. ಸರ್ಕಾರವು ಯಾವುದೋ ಕೆಲವು ನಿರ್ದಿಷ್ಟ ಕ್ಷೇತ್ರಗಳಲ್ಲಿ ಮಾತ್ರ ಬಂಡವಾಳವನ್ನು ಹೂಡಿದೆ. ಆದರೂ ಒಬ್ಬ ಬೃಹತ್ ಬಂಡವಾಳಿಗನಾಗಿ ಇದರ ಆಸ್ತಿಯು ಭಾರತದ ಎಲ್ಲಾ ಖಾಸಗಿ ಬಂಡವಾಳಿಗರ ಒಟ್ಟು ಆಸ್ತಿಗಿಂತ ಹೆಚ್ಚಿದೆ. ರೈಲುಸೇವೆ, ವಿಮಾನಸೇವೆ, ಅಂಚೆ ಮತ್ತು ತಂತಿ, ರೇಡಿಯೊ,

ಕೆಲವು ಬ್ಯಾಂಕುಗಳು, ಜೀವವಿಮೆ ಮತ್ತು ಮಿಲಿಟರಿ ಇವೆಲ್ಲವೂ ಸಂಪೂರ್ಣವಾಗಿ ಸರ್ಕಾರದ ಸ್ವಾಮ್ಯದಲ್ಲೇ ಇವೆ. ವಿದ್ಯುತ್ ಹಾಗೂ ಕಲ್ಲಿದ್ದಲಿನ ಉದ್ದಿಮೆ ಕೂಡ ಸ್ವಲ್ಪಮಟ್ಟಿಗೆ ಸರ್ಕಾರದ ಕೈಯಲ್ಲಿದೆ. ತೈಲ ಬಾವಿಗಳೆಲ್ಲಾ ಸರ್ಕಾರಿ ಸ್ವಾಮ್ಯದಲ್ಲಿವೆ. ಆದರೆ ಬೃಹತ್ ಪ್ರಮಾಣದ ತೈಲಶುದ್ಧೀಕರಣ ಸಂಸ್ಥೆಗಳೆಲ್ಲವೂ ಇನ್ನೂ ವಿದೇಶಿ ಕಂಪೆನಿಗಳ ಕೈಯಲ್ಲೇ ಉಳಿದಿವೆ. ಸರ್ಕಾರವು ಸದ್ಯದಲ್ಲೇ ತೈಲಶುದ್ಧೀಕರಣಗಳ ಸಂಪೂರ್ಣ ಉತ್ಪಾದನೆಯನ್ನೂ ಪ್ರಾರಂಭಿಸಲಿದೆ. ಉಕ್ಕಿನ ಉತ್ಪಾದನೆ ಹೆಚ್ಚಾಗಿ ಖಾಸಗೀ ಸ್ವಾಮ್ಯದಲ್ಲೇ ಇತ್ತು, ಆದರೆ ಈಗ ಸರ್ಕಾರವು ಕಬ್ಬಿಣ ಮತ್ತು ಉಕ್ಕಿನ ಉತ್ಪಾದನೆಯನ್ನು ಬೃಹತ್ ಪ್ರಮಾಣದಲ್ಲಿ ಪ್ರಾರಂಭಿಸಿದೆ. ಸರ್ಕಾರವು ಆಹಾರ ಪದಾರ್ಥಗಳನ್ನು ಉತ್ಪಾದಿಸುವುದಿಲ್ಲ. ಆಹಾರ ಪದಾರ್ಥಗಳ ಕೊರತೆಯುಂಟಾಗಿ, (ಈ ಕೊರತೆ ಸಾಮಾನ್ಯವಾಗಿ ವ್ಯಾಪಾರಿಗಳು ಮತ್ತು ಮಧ್ಯವರ್ತಿಗಳ ಕೃತಕ ಸೃಷ್ಟಿ) ಅಗ್ಗದ ಕೂಲಿಗಾಗಿ ಪಟ್ಟಣಗಳಲ್ಲಿ ದುಡಿಯುತ್ತಿದ್ದ ಕೂಲಿ ಕಾರ್ಮಿಕರು, ಪಟ್ಟಣಗಳನ್ನು ತೊರೆಯಬೇಕಾಗಿ ಬಂದಂತಹ ಪರಿಸ್ಥಿತಿಯಲ್ಲಿ, ಸರ್ಕಾರವು ಆಮದುಮಾಡಿಕೊಂಡ ಆಹಾರಧಾನ್ಯಗಳನ್ನು ಪ್ರಮುಖ ಕೈಗಾರಿಕಾ ಕೇಂದ್ರಗಳಲ್ಲಿ, ಪಡಿತರ ವ್ಯವಸ್ಥೆಯ ಮೂಲಕ ವಿತರಿಸುತ್ತದೆ. ಇದರಿಂದ ದೊಡ್ಡ ಹಾಗೂ ಸಣ್ಣ ಬಂಡವಾಳಿಗರ ಲಾಭಕ್ಕೇನೂ ಆಪಾಯವಿಲ್ಲ. ಹಾಗಾಗಿ ಸರ್ಕಾರದ ಈ ಕ್ರಮ ಇಬ್ಬರಿಗೂ ಸಂತೋಷವೆ. ಆಹಾರದ ಪರಿಸ್ಥಿತಿಯಲ್ಲಿ ಅನಿಶ್ಚಿತತೆ ಕೊನೆಗೊಂಡು, ಸ್ಥಿರತೆ ಉಂಟಾಗಬೇಕಾದರೆ, ಕೃಷಿ ತೆರಿಗೆಯನ್ನು ಆಹಾರಧಾನ್ಯಗಳ ರೂಪದಲ್ಲೇ ಸಂಗ್ರಹಿಸಿ, ಆದರ ಶೇಖರಣೆ ಮತ್ತು ವಿತರಣೆಯನ್ನು ಸರ್ಕಾರವೇ ಪರಿಣಾಮಕಾರಿಯಾಗಿ ಮಾಡಬೇಕು. ಈ ನಿಟ್ಟಿನಲ್ಲಿ ಹಲವಾರು ಬಾರಿ ಸಲಹೆಗಳನ್ನು ನೀಡಲಾಗಿದೆ. ಅಷ್ಟೇ ಅಲ್ಲ ಈ ಕ್ರಮವು ಪ್ರಾಚೀನ ಭಾರತದಲ್ಲಿ ಚಾಲ್ತಿಯಲ್ಲಿತ್ತು ಕೂಡ. ಆದರೂ ಈ ದಿಕ್ಕಿನಲ್ಲಿ ಸರ್ಕಾರ ಯಾವುದೇ ಕ್ರಮಗಳನ್ನು ಈವರೆಗೂ ಕೈಗೊಂಡಿಲ್ಲ. ಆಮದಾದ ಧಾನ್ಯಗಳನ್ನು ಹೀರುಕೊಳವೆಗಳ ಮೂಲಕ ಇಳಿಸಿಕೊಳ್ಳುವುದೇ ಆಗಲಿ, ಆಧುನಿಕ ವಿಧಾನಗಳನ್ನು ಬಳಸಿ ಶೇಖರಿಸುವುದಾಗಲಿ, ಯಂತ್ರಗಳ ಮೂಲಕ ಶುದ್ಧೀಕರಿಸುವುದಾಗಲೀ, ಯಾವುದನ್ನೂ ಸರ್ಕಾರ ಮಾಡುತ್ತಿಲ್ಲ. ಅನುಭೋಗಿ ಸರಕುಗಳ ಉತ್ಪಾದನೆಯು ಖಾಸಗಿಯವರ ಕೈಯಲ್ಲಿದೆ. ಇಲ್ಲೂ ಕೂಡ ಸರ್ಕಾರದ ಮಧ್ಯಪ್ರವೇಶ ಎರಡು ಕಾರಣಕ್ಕೆ ಬೇಕಾಗುತ್ತದೆ.

ಮೊದಲನೆಯದಾಗಿ ಮಿತಿಮೀರಿದ ದುರಾಸೆ ಹಾಗೂ ಅನಿಯಂತ್ರಿತ ಉತ್ಪಾದನೆಯಿಂದ ಆರ್ಥಿಕ ವ್ಯವಸ್ಥೆಯು ಛಿದ್ರವಾಗುತ್ತಿದೆ. ಈ ಉತ್ಪಾದನೆಗೆ ಬೇಕಾದ ಎಲ್ಲಾ ಯಂತ್ರಗಳನ್ನು ಮತ್ತು ಹೆಚ್ಚಿನ ಕಚ್ಚಾಪದಾರ್ಥಗಳನ್ನು ಕೊಳ್ಳುವುದಕ್ಕೆ ನಮ್ಮಲ್ಲಿ ತುಂಬಾ ಕಡಿಮೆ ಇರುವ ವಿದೇಶಿ ವಿನಿಮಯವನ್ನು ಬಳಸಿಕೊಳ್ಳಬೇಕಾಗುತ್ತದೆ. ಎರಡನೆಯದಾಗಿ, ಅಧಿಕಾರಕ್ಕೆ ಬರುವ ಮೊದಲೇ ಬಂಡವಾಳಿಗರಿಗೆ ಕೊರತೆಯ ಆರ್ಥಿಕತೆ, ಪರಿಮಿತ ಉತ್ಪಾದನೆ ಮತ್ತು ಕಾಳಸಂತೆಯ ಸಂಪೂರ್ಣ ಅರಿವಿತ್ತು. ಈ ಸಮಸ್ಯೆ ಅವರಿಗೆ ತಿಳಿದಿತ್ತು. ಎರಡು ಜಾಗತಿಕ ಮಹಾಯುದ್ಧಗಳ ಸಂದರ್ಭದಲ್ಲಿ ಉಂಟಾದ ಕೊರತೆ ಹಾಗೂ ಅದರ ಪರಿಣಾಮವನ್ನು ಅವರು ನೋಡಿದ್ದರು. ಈ ಯುದ್ಧಗಳು ಹಾಗೂ ಅದರಿಂದ ಉಂಟಾದ ಕೊರತೆಯಿಂದಾಗಿ ಬಂಡವಾಳ ಸಂಗ್ರಹಣೆ ಅನಿವಾರ್ಯವಾಗಿತ್ತು ಮತ್ತು ಇದನ್ನು

ನಿಭಾಯಿಸಲಾಗದೆ ಬ್ರಿಟಿಷರು ಭಾರತೀಯರಿಗೆ ಅಧಿಕಾರವನ್ನು ಹಸ್ತಾಂತರಿಸಬೇಕಾಯಿತು. ಖಾಸಗಿ ವ್ಯಾಪಾರೀ ಸಂಸ್ಥೆಗಳ ದುರಾಸೆ ನೋಡಿದರೆ ಹೇಸಿಗೆಯಾಗುತ್ತಿತ್ತು. ಹಾಗೂ ಮನುಷ್ಯರ ಏಳಿಗೆಯ ಬಗ್ಗೆ ಅವರಿಗಿದ್ದ ತಿರಸ್ಕಾರವು ಗಾಬರಿ ಹುಟ್ಟಿಸುತ್ತಿತ್ತು. ರೋಗನಿರೋಧಕಗಳು ಮತ್ತು ಇನ್ನಿತರ ಔಷಧಿಗಳ ತಯಾರಿಕೆಯ ಸಂದರ್ಭದಲ್ಲಿ ಅವರು ಎಂತಹ ಅಸಡ್ಡೆಯನ್ನು ತೋರಿದರೆಂದರೆ, ಕೊನೆಗೆ ಸರ್ಕಾರವೇ ದೊಡ್ಡ ಪ್ರಮಾಣದಲ್ಲಿ ಔಷಧಿ ಮತ್ತು ರೋಗನಿರೋಧಕಗಳ ಉತ್ಪಾದನೆಯನ್ನು ಪ್ರಾರಂಭಿಸಬೇಕಾಯಿತು. ಸರ್ಕಾರಕ್ಕೆ ಎಲ್ಲವನ್ನು ನಿಯಂತ್ರಿಸುವ ಅಧಿಕಾರವಿದೆ. ಈ ಅಧಿಕಾರವನ್ನು ಸರಿಯಾಗಿ ಬಳಸಿಕೊಳ್ಳಬೇಕು ಮತ್ತು ಭವಿಷ್ಯದ ಬೆಳವಣಿಗೆಯನ್ನು ಸರಿಯಾಗಿ ಯೋಜಿಸಬೇಕು. ಆಗ ಸರ್ಕಾರವು ಎಲ್ಲಾ ವರ್ಗಗಳನ್ನೂ ಮೀರಿ ನಿಲ್ಲಬಹುದು. ಭಾರತದ ಉನ್ನತ ಅಧಿಕಾರಶಾಹಿಗಳು ಬ್ರಿಟಿಷ್ ಮಾದರಿಯ ಆಡಳಿತ ವ್ಯವಸ್ಥೆಯನ್ನೆ ಅಳವಡಿಸಿಕೊಂಡಿದ್ದಾರೆ. ಅವರು ಭಾರತೀಯ ಎನ್ನಬಹುದಾದ ಎಲ್ಲದಕ್ಕಿಂತಲೂ ತಾವು ಮೇಲೆ ಎಂದು ಭಾವಿಸಿಕೊಂಡಿದ್ದಾರೆ ಮತ್ತು ಅವರ ವರ್ತನೆಯೂ ಹಾಗೆ ಇದೆ. ಸರ್ಕಾರವು ಸಂಪೂರ್ಣವಾಗಿ ಒಂದು ವರ್ಗದವರ ನಿಯಂತ್ರಣದಲ್ಲಿದೆ. ಹಾಗಾಗಿ ಸರ್ಕಾರ ಏನನ್ನು ನಿಯಂತ್ರಿಸುತ್ತದೆ ಮತ್ತು ಹೇಗೆ ನಿಯಂತ್ರಿಸುತ್ತಿದೆ ಎನ್ನುವುದು, ಸರ್ಕಾರವನ್ನು ಯಾರು ನಿಯಂತ್ರಿಸುತ್ತಾರೆ ಎನ್ನುವುದನ್ನು ಅವಲಂಬಿಸಿರುತ್ತದೆ. ಇತ್ತೀಚೆಗೆ ಚೀನಾದೊಂದಿಗೆ ಗಡಿ ಪ್ರಕರಣದಿಂದಾಗಿ ಕೇಂದ್ರ ಸರ್ಕಾರಕ್ಕೆ ತೀರಾ ವಿಶೇಷವಾದ ಸರ್ವಾಧಿಕಾರ ಸಿಕ್ಕಿತು. ಇದರಿಂದ ಸಮಾಜವಾದ ಅಥವಾ ಆ ರೀತಿಯ ಒಂದು ವ್ಯವಸ್ಥೆಯನ್ನು ಸ್ಥಾಪಿಸುವುದು ಸರ್ಕಾರಕ್ಕೆ ಸಾಧ್ಯವಾಗಬೇಕಿತ್ತು. ಆದರೆ ನಮ್ಮ ದೇಶ ಸಮಾಜವಾದದಿಂದ ದೂರ ಸರಿಯುತ್ತಿರುವುದನ್ನು ನೋಡಿದರೆ ಅದು ಹಿಡಿದ ದಾರಿ ಸರಿ ಇಲ್ಲ ಎಂಬ ಅರೋಪದಲ್ಲಿ ಸತ್ಯವಿರುವಂತೆ ತೋರುತ್ತದೆ. ಆದರೆ ಸ್ವಾತಂತ್ರ್ಯ ಬಂದ ಮೇಲೆ ದೇಶದಲ್ಲಿ ಅಭಿವೃದ್ಧಿಯಾಗಿದೆ ಅನ್ನುವುದು ನಿಜ. ಇದನ್ನು ಸರ್ಕಾರದ ಕಾರ್ಯನೀತಿಯನ್ನು ತೀರಾ ಕಟುವಾಗಿ ಟೀಕೆ ಮಾಡುವವರೂ ಕೂಡ ಒಪ್ಪಿಕೊಳ್ಳಬೇಕು. ಇನ್ನೂ ತುಂಬಾ ಸಾಧಿಸಬಹುದಿತ್ತು ಎನ್ನುವುದು ಬೇರೆಯ ವಿಷಯ. ಬ್ರಿಟಿಷ್ ಆಳ್ವಿಕೆಯ ಕೊನೆಯ ದಿನಗಳಲ್ಲಿ ಬಿಹಾರ್ ಮತ್ತು ಒರಿಸ್ಸಾದಲ್ಲಿ ಕ್ಷಾಮದಿಂದ ಲಕ್ಷಾಂತರ ಜನ ಸತ್ತರು. ಅದಕ್ಕೆ ವಸಾಹಾತುಶಾಹಿಯ ದುರಾಡಳಿತವೇ ಕಾರಣ. ಅದು ಮಾನವನಿರ್ಮಿತ ಕ್ಷಾಮ. ವಸಾಹತು ದುರಾಡಳಿತದಲ್ಲಿ ನಡೆದ ಹಲವಾರು ದುರ್ಘಟನೆಗಳಂತೆ ಆ ಕ್ಷಾಮವೂ ಕೂಡ ಅವಾಸ್ತವಿಕ. ಮನಸ್ಸು ಮಾಡಿದ್ದರೆ ಖಂಡಿತವಾಗಿಯೂ ಅದನ್ನು ತಪ್ಪಿಸಬಹುದಾಗಿತ್ತು.

2. ಆಧುನಿಕ ಆಳುವ ವರ್ಗ

ಭಾರತೀಯ ನಗರಗಳಲ್ಲಿರುವ ಬಂಡವಾಳಿಗರ ಮೇಲೆ ವಿದೇಶಿಯರ ಪ್ರಭಾವವನ್ನು ತೀರಾ ಸ್ಪಷ್ಟವಾಗಿ ಕಾಣಬಹುದು. ಸ್ವಾತಂತ್ರ್ಯ ಬಂದು 14 ವರ್ಷವಾದರೂ ಭಾರತದ ಆಡಳಿತದಲ್ಲಿ, ಪ್ರಮುಖ ವ್ಯವಹಾರಗಳಲ್ಲಿ, ಉನ್ನತ ಶಿಕ್ಷಣದಲ್ಲಿ ಇಂಗ್ಲಿಷ್ ಇನ್ನೂ ಅಧಿಕೃತ

ಭಾಷೆಯಾಗಿಯೇ ಉಳಿದಿದೆ. ನೂರಾರು ಸಮಿತಿಗಳ ನಿರ್ಣಯಗಳನ್ನು ಬಿಟ್ಟರೆ, ಇದನ್ನು ಬದಲಿಸುವ ಯಾವುದೇ ಮಹತ್ವದ ಪ್ರಯತ್ನವೂ ನಡೆದಿಲ್ಲ. ಬುದ್ಧಿಜೀವಿಗಳು ಬ್ರಿಟಿಷರ ಇತ್ತೀಚಿನ ಫ್ಯಾಷನ್ನುಗಳನ್ನು ಅನುಕರಿಸುತ್ತಾರೆ. ಈ ಅನುಕರಣೆ ಕೇವಲ ಉಡುಗೆತೊಡುಗೆಗೆ ಮಾತ್ರ ಸೀಮಿತವಾಗಿಲ್ಲ, ಸಾಹಿತ್ಯ ಮತ್ತು ಕಲೆಯ ಸೃಷ್ಟಿಯಲ್ಲಿ ಕೂಡ ಅತಿಯಾದ ಅಂಧಾನುಕರಣೆಯನ್ನು ಕಾಣಬಹುದು. ಭಾರತೀಯ ಭಾಷೆಗಳಲ್ಲಿ ಬರೆದಿರುವ ಕಥೆ, ಕಾದಂಬರಿಗಳು ಕೂಡ ವಿದೇಶಿ ಮಾದರಿಯಲ್ಲಿದೆ ಅಥವಾ ಪ್ರೇರಣೆ ಅಲ್ಲಿಂದ ಬಂದಿದೆ. ಭಾರತೀಯ ನಾಟಕ ಎರಡು ಸಾವಿರ ವರ್ಷಗಳಿಗಿಂತಲೂ ಹೆಚ್ಚು ಪುರಾತನವಾದದ್ದು. ಹಾಗಿದ್ದಾಗ್ಯೂ ಕೂಡ ಇಂದಿನ ಆಧುನಿಕ ರಂಗಭೂಮಿ ಮತ್ತು ಅದಕ್ಕಿಂತ ಹೆಚ್ಚಾಗಿ ಭಾರತೀಯ ಸಿನಿಮಾ ಬೇರೆ ದೇಶಗಳ ರಂಗಭೂಮಿ ಮತ್ತು ಸಿನಿಮಾಗಳನ್ನೆ ಅವಲಂಭಿಸಿವೆ. ಭಾರತೀಯ ಕಾವ್ಯ ಸ್ವಲ್ಪ ಪರವಾಗಿಲ್ಲ. ಕಾವ್ಯದ ವಸ್ತುವಿನ ಆಯ್ಕೆ ಮತ್ತು ಮುಕ್ತ ಛಂದಸ್ಸಿನ ಬಳಕೆಯಲ್ಲಿ ವಿದೇಶಿ ಪ್ರಭಾವವಿದೆ. ಆದರೆ ಭಾರತೀಯರ ಈ ಅಂಧಾನುಕರಣೆಗೆ ಒಂದಿಷ್ಟು ಪ್ರತಿರೋಧ ಒಡ್ಡಿರುವುದು ಭಾರತೀಯ ಕಾವ್ಯವೇ.

ನಮ್ಮ ಈ ಬುದ್ಧಿಜೀವಿಗಳು ಎರವಲು ಪಡೆದ ಜ್ಞಾನ ಕೇವಲ ಕೆಲವು ಮೂರನೇ ದರ್ಜೆಯ ಇಂಗ್ಲಿಷ್ ಪುಸ್ತಕಗಳಿಗೆ ಸೀಮಿತವಾಗಿದೆ. ಐರೋಪ್ಯ ಸಾಹಿತ್ಯ ಮತ್ತು ಸಾಂಸ್ಕೃತಿಕ ಪರಂಪರೆಯಲ್ಲಿರುವ ಭವ್ಯ ಹಾಗೂ ಉತ್ಕೃಷ್ಟವಾದದ್ದೇನೂ ಅವರ ಕಣ್ಣಿಗೆ ಬಿದ್ದೇ ಇಲ್ಲ. ಸತ್ಯ ಸಂಗತಿಯೆಂದರೆ, ಭಾರತದ ಇಡೀ ಬಂಡವಾಳಶಾಹಿ ಕಾರ್ಯವಿಧಾನವೇ ಹೊರಗಿನಿಂದ ಬಲಾತ್ಕಾರವಾಗಿ ಹೇರಿದ್ದು. ಈ ದೇಶದಲ್ಲಿ ಜಮೀನ್ದಾರಿ ವ್ಯವಸ್ಥೆಯಿದ್ದಾಗ ಮತ್ತು ಜಮೀನ್ದಾರಿ–ಪೂರ್ವ ವ್ಯವಸ್ಥೆಯ ಕಾಲದಲ್ಲೂ ಸಂಪತ್ತಿನ ಸಂಗ್ರಹಣೆಯು ಬೃಹತ್ ಪ್ರಮಾಣದಲ್ಲೇ ಆಗಿತ್ತು. ಆದರೆ ಆ ಸಂಪತ್ತು ನೇರವಾಗಿ ಆಧುನಿಕ ಬಂಡವಾಳವಾಗಿ ಬದಲಾಗಲೇ ಇಲ್ಲ. ಅದರ ಬಹುಪಾಲನ್ನು ಬ್ರಿಟಿಷರು 18 ಮತ್ತು 19ನೇ ಶತಮಾನದಲ್ಲಿ ತಮ್ಮ ದೇಶಕ್ಕೆ ಸಾಗಿಸಿದರು. ಈ ಸಂಪತ್ತಿನಿಂದಲೇ ಇಂಗ್ಲೆಂಡಿನಲ್ಲಿ ಮಹಾನ್ ಕೈಗಾರಿಕಾ ಕ್ರಾಂತಿ ಸಾಧ್ಯವಾದದ್ದು. ಈ ಸಂಪತ್ತು ಇಂಗ್ಲೆಂಡ್ ತಲುಪಿ, ಯಾಂತ್ರೀಕೃತ ಉತ್ಪಾದನೆಯಲ್ಲಿ ಹೂಡಿಕೆಯಾದ ಮೇಲಷ್ಟೇ ನಿಜವಾದ ಅರ್ಥದಲ್ಲಿ ಅದು ಆಧುನಿಕ ಬಂಡವಾಳವಾಗಿದ್ದು. ಅಮೇಲೆ ಅಲ್ಲಿ ಆಡಳಿತಾತ್ಮಕ ಮತ್ತು ಮಿಲಿಟರಿ ವೆಚ್ಚ ಒಂದೇ ಸಮ ಏರತೊಡಗಿತು. ಪರಿಣಾಮವಾಗಿ ಭಾರತದ ಸಂಪನ್ಮೂಲವು ಬ್ರಿಟನ್ನಿಗೆ ಹರಿದುಹೋಗುವುದು ಕೂಡ ಹೆಚ್ಚಾಯಿತು. ಪಿಂಚಣಿ, ಡಿವಿಡೆಂಡ್ ಮತ್ತು ಬಡ್ಡಿಯ ರೂಪದಲ್ಲಿ ಹಂಚಿಕೆಯಾದ ಹಣದಲ್ಲಿ ಬಹುಪಾಲು ಇಂಗ್ಲೆಂಡನ್ನು ಸೇರಿತು. ಅಷ್ಟೇ ಅಲ್ಲ, ಇಲ್ಲಿಯ ಕಚ್ಚಾ ಪದಾರ್ಥಗಳಿಗೆ ವಸಾಹತು ದೊರೆಗಳು ನಿರ್ಧರಿಸಿದ್ದೇ ಬೆಲೆಯಾಯಿತು. ನೀಲಿ, ಸೆಣಬು, ಟೀ, ತಂಬಾಕು, ಹತ್ತಿಯನ್ನು ಎಷ್ಟು ವ್ಯಾಪಕವಾಗಿ ಬೆಳೆದರೆಂದರೆ, ಅದು ಇಡೀ ಜಿಲ್ಲೆಯ ಆರ್ಥಿಕತೆಯನ್ನೇ ಬದಲಿಸಿಬಿಟ್ಟಿತು. ಅದನ್ನು ಇಲ್ಲೇ ಬೆಳೆದರೂ ಅದನ್ನು ಸಂಸ್ಕರಿಸುತ್ತಿದ್ದುದು ಮಾತ್ರ ಇಂಗ್ಲೆಂಡಿನಲ್ಲೇ. ಹಾಗಾಗಿ ಅದರ ನಿಯಂತ್ರಣವೆಲ್ಲಾ ವಿದೇಶಿಯರ ಕೈಯಲ್ಲೇ ಇತ್ತು. ಈ ಉತ್ಪನ್ನಗಳ ಒಂದು ಭಾಗ ಭಾರತದ ಮಾರುಕಟ್ಟೆಯಲ್ಲಿ ಒಳ್ಳೆಯ ಲಾಭಕ್ಕೆ ಮಾರಾಟವಾಗುತ್ತಿತ್ತು. ಅದರಿಂದ ಬಂದ ಲಾಭವು ಲಂಡನ್ನಿನ ಬಂಡವಾಳಗಾರ,

ಬರ್ಮಿಂಗ್‌ಹ್ಯಾಮ್ ಮತ್ತು ಮ್ಯಾಂಚೆಸ್ಟರಿನ ಉತ್ಪಾದಕರ ಜೇಬು ಸೇರುತ್ತಿತ್ತು. ಹೊಸದಾಗಿ ಹುಟ್ಟಿಕೊಂಡ ಪಟ್ಟಣಗಳಾದ ಬಾಂಬೆ, ಮದ್ರಾಸು ಮತ್ತು ಕಲ್ಕತ್ತಗಳಲ್ಲಿ ಅನಿವಾರ್ಯವಾಗಿ ಎರಡನೆಯ ಮಜಲಿನ ಬಂಡವಾಳ ಬೆಳೆಯಿತು. ಭಾರತೀಯ ಕಾರ್ಮಿಕರಿಗೆ ಯಂತ್ರಗಳನ್ನು ಬಳಸಲು ತರಬೇತಿ ನೀಡಿದರೆ ಗಿರಣಿಗಳಲ್ಲಿ ದುಡಿಯಬಲ್ಲ ಅಗ್ಗದ ಕೆಲಸಗಾರರು ಇಲ್ಲೇ ಸಿಗುತ್ತಾರೆ ಎಂಬ ಯೋಚನೆ 19ನೇ ಶತಮಾನದ ಉತ್ತರಾರ್ಧದಲ್ಲಿ ಬ್ರಿಟಿಷರಿಗೆ ಬಂತು. ಈ ರೀತಿಯ ಯೋಚನೆಯ ಫಲವೇ ಮುಂಬಯಿನ ಬಟ್ಟೆ ಗಿರಣಿಗಳು ಮತ್ತು ಕಲ್ಕತ್ತದ ಸೆಣಬಿನ ಕಾರ್ಖಾನೆಗಳು. ಜೊತೆಗೆ 1857ರ ದಂಗೆಯನ್ನು ಹತ್ತಿಕ್ಕಲು ತಗುಲಿದ ವೆಚ್ಚವನ್ನು ಭರಿಸಲು ಬ್ರಿಟನ್ನಿನ ಬಟ್ಟೆಯ ಮೇಲೆ ತೆರಿಗೆಯನ್ನು ವಿಧಿಸಲಾಗಿತ್ತು. ಆ ತೆರಿಗೆಯ ಹಣವೂ ಮೇಲಿನ ಕಾರ್ಖಾನೆಯ ಸ್ಥಾಪನೆಗೆ ನೆರವಾಯಿತು. ರೈಲ್ವೆಯಲ್ಲಿ ಕೆಲಸಮಾಡುವುದಕ್ಕೂ ಹೀಗೆ ತಂತ್ರಜ್ಞಾನದ ಅರಿವಿರುವ ಕಾರ್ಮಿಕರು ಬೇಕಾಗಿತ್ತು. ಆಡಳಿತಾತ್ಮಕ ಕೆಲಸಗಳಿಗೆ ಮತ್ತು ಗೃಹಗಣತಿ ಮಾಡಲು ಬ್ರಿಟನ್ನಿನಿಂದ ಗುಮಾಸ್ತರನ್ನು ಕರೆಸಿಕೊಳ್ಳುವುದಿಕ್ಕಿಂತ ಭಾರತದಲ್ಲೇ ಗುಮಾಸ್ತರರನ್ನು ತಯಾರಿಸುವುದು ಅಗ್ಗವೆಂಬ ಯೋಚನೆ ತುಂಬಾ ಮೊದಲೇ ಬಂದಿತ್ತು. ಭಾರತದಲ್ಲಿ ಮೊದಲ ಕಾಲೇಜು ಮತ್ತು ವಿಶ್ವವಿದ್ಯಾನಿಲಯಗಳು ಪ್ರಾರಂಭವಾಗಿದ್ದೇ ಈ ಉದ್ದೇಶಕ್ಕೆ. ಭಾರತೀಯರು ಕೆಲಸವನ್ನು ಬೇಗ ಕಲಿತುಕೊಂಡರು. ಅಷ್ಟೇ ಅಲ್ಲ, ವಿದೇಶಿ ಗುಮಾಸ್ತರಿಗೆ ಕೊಡುತ್ತಿದ್ದ ಸಂಬಳಕ್ಕೆ ಹೋಲಿಸಿದರೆ ಅವರ ಸಂಬಳವೂ ತುಂಬಾ ಕಡಿಮೆಯೆ. ಅವರ ಸಂಬಳದ ಮೂರನೇ ಒಂದರಿಂದ ಹತ್ತನೇ ಒಂದರಷ್ಟು ಸಂಬಳವನ್ನು ಮಾತ್ರ ತೆಗೆದುಕೊಂಡು, ಹೆಚ್ಚು ನಿಷ್ಠೆಯಿಂದ, ಸಮರ್ಥವಾಗಿ ಕೆಲಸ ನಿರ್ವಹಿಸುತ್ತಿದ್ದರು. ಹಾಗಿದ್ದಾಗ್ಯೂ ಉನ್ನತ ದರ್ಜೆಯ ಹುದ್ದೆಗಳೆಲ್ಲಾ ಬ್ರಿಟಿಷರಿಗೇ ಮೀಸಲಾಗಿದ್ದವು. ಕೊನೆಗೆ ತಾವೇ ತಮ್ಮ ಸ್ವಂತದ ಗಿರಣಿಗಳನ್ನು ಪ್ರಾರಂಭಿಸಬಹುದೆಂದು ಭಾರತದ ಮಧ್ಯವರ್ತಿಗಳಿಗೆ ತೋರಿತು. ಈ ಕ್ಷೇತ್ರಕ್ಕೆ ಮೊದಲು ಕಾಲಿಟ್ಟವರು ಬಾಂಬೆಯ ಪಾರ್ಸಿಗಳು. ಅವರಲ್ಲಿ ಅನೇಕರಿಗೆ ಈಸ್ಟ್ ಇಂಡಿಯಾ ಕಂಪೆನಿ ಜೊತೆ ಮಾಡಿಕೊಂಡಿದ್ದ ವಾಣಿಜ್ಯ ಸಹಯೋಗದಿಂದ ಸಾಕಷ್ಟು ಸಂಪತ್ತು ದೊರಕಿತ್ತು. ಅದರಲ್ಲೂ ವಿಶೇಷವಾಗಿ, ಚೀನಾ ಮೇಲೆ ಬಲಾತ್ಕಾರದಿಂದ ಹೇರಿದ ಓಪಿಯಂ ವ್ಯಾಪಾರದಿಂದ ಅವರು ಸಾಕಷ್ಟೇ ಹಣ ಮಾಡಿಕೊಂಡಿದ್ದರು. 1880ರ ನಂತರ ಭಾರತದಲ್ಲಿ ಹೊಸ ರೀತಿಯ ರಾಷ್ಟ್ರೀಯತೆಯ ಭಾವನೆ ಪ್ರಾರಂಭವಾಯಿತು. ಎಡ್ಮಂಡ್ ಬರ್ಕ್ ಮತ್ತು ಜಾನ್ ಸ್ಟುವರ್ಟ್ ಮಿಲ್‌ನಂತಹ ಚಿಂತಕರಿಂದ ಪ್ರಭಾವಿತರಾದಂತಹ ಭಾರತೀಯ ರಾಜಕೀಯ ನಾಯಕರು ಹೆಚ್ಚೆಚ್ಚು ಪ್ರಾಮುಖ್ಯ ಪಡೆಯತೊಡಗಿದರು. ಜೊತೆಗೆ ಭಾರತೀಯ ದೊಡ್ಡ ಬಂಡವಾಳಿಗರು ಮತ್ತು ಗಿರಣಿ ಮಾಲಿಕರು ಹುಟ್ಟಿಕೊಂಡರು.

ಈ ಬಂಡವಾಳಶಾಹಿಗಳು ಪ್ರಾರಂಭದಲ್ಲಿ ವಿದೇಶಿ ವ್ಯಾಪಾರಿಗರ ದಳ್ಳಾಳಿಗಳಾಗಿದ್ದರು. ಆದರೆ ಮೂಲತಃ ಇವರೆಲ್ಲರೂ ಪ್ರಾಚೀನ ಭಾರತದಲ್ಲಿ ಈಗಾಗಲೇ ಇದ್ದಂತಹ ವಿವಿಧ ಸಾಮಾಜಿಕ ವರ್ಗಗಳಿಗೆ ಸೇರಿದವರು. ಭಾರತದಲ್ಲಿ ಈ ವೇಳೆಗಾಗಲೇ ವರ್ಗವಿಭಜನೆ ಇತ್ತು. ನಿಜ ಹೇಳಬೇಕೆಂದರೆ ಆಧುನಿಕ ಬಂಡವಾಳದ ಬಹುಪಾಲು ಬಂದದ್ದೆ, ಹಿಂದಿನ ಜಮೀನುದಾರಿ ಮತ್ತು ಲೇವಾದೇವಿಯ ಸಂಗ್ರಹದಿಂದ. ಇತ್ತೀಚಿನ ದಿನಗಳಲ್ಲಿ ಭಾರತದ

ಊಳಿಗಮಾನ್ಯ ದೊರೆಗಳೂ ಕೂಡ ತಾವು ಕೂಡಿಟ್ಟ ಸಂಪತ್ತನ್ನು ಶೇರು ಮತ್ತು ಸ್ಟಾಕುಗಳಲ್ಲಿ ತೊಡಗಿಸುವುದು ಅನಿವಾರ್ಯವಾಗಿದೆ, ಇಲ್ಲವಾದಲ್ಲಿ ಅವರು ಎಲ್ಲವನ್ನೂ ಕಳೆದುಕೊಳ್ಳಬೇಕಾಗುತ್ತದೆ. ಜಮೀನುದಾರರು, ಲೇವಾದೇವಿಗಾರರು ಮತ್ತು ವ್ಯಾಪಾರಸ್ಥರು ಅದರಲ್ಲೂ ವಿಶೇಷವಾಗಿ ಆ ಗುಂಪಿನ ಮಹಿಳೆಯರು ಧಾರ್ಮಿಕ ಮೂಢನಂಬಿಕೆಗಳ ಹೊರರೂಪವನ್ನು ಇನ್ನೂ ಕಳಚಿಕೊಂಡೇ ಇಲ್ಲ. ಉಳಿದ ಗುಂಪುಗಳಿಂದ ಬುದ್ಧಿಜೀವಿಗಳು ಮತ್ತು ಕಸುಬುದಾರರು ಬಂದರು. ಅವರು ಈ ಎರಡೂ ಗುಂಪಿಗೆ ಸೇರಿದವರಲ್ಲ. ಬ್ರಿಟಿಷರ ವಸಾಹತುಶಾಹಿ ಆಳ್ವಿಕೆಯನ್ನು ಕೊನೆಗೊಳಿಸುವುದಕ್ಕೆ ಹೋರಾಟ ನಡೆಯುತ್ತಿದ್ದ ಸಂದರ್ಭದಲ್ಲಿ ಜನತೆಯಲ್ಲಿ ದೇಶಪ್ರೇಮ ಮತ್ತು ರಾಷ್ಟ್ರಾಭಿಮಾನವನ್ನು ಬೆಳೆಸಬೇಕು ಎಂದು ಈ ವರ್ಗಕ್ಕೆ ಬಲವಾಗಿ ಅನ್ನಿಸಿತು. ಇದಕ್ಕಾಗಿ ಈ ಬುದ್ಧಿಜೀವಿಗಳು ತಮ್ಮ ದೇಶದ ಗತವನ್ನು ಅನ್ವೇಷಿಸಲು ಪ್ರಾರಂಭಿಸಿದರು. ಏನೂ ಸಿಗದೇ ಹೋದ ಸಂದರ್ಭದಲ್ಲಿ ಕೆಲವೊಮ್ಮೆ ವೈಭವಯುತವಾದ ಗತಕಾಲವನ್ನು ಸೃಷ್ಟಿಸುವ ಕೆಲಸಕ್ಕೂ ಕೈಹಾಕಿದರು (ಇತ್ತೀಚೆಗೆ ಆಧುನೀಕರಣಗೊಂಡಿರುವ ಪೌರ್ವಾತ್ಯ ದೇಶವಾದ ಜಪಾನಿಗೆ ಈ ಸಮಸ್ಯೆ ಬರಲಿಲ್ಲ. ಜಪಾನಿನ ರಾಷ್ಟ್ರೀಯ ಇತಿಹಾಸ ಯಾವಾಗಲೂ ಬಲವಾಗಿತ್ತು ಮತ್ತು ಸೊಗಸಾಗಿ ದಾಖಲಾಗಿದೆ ಕೂಡ. ಜಪಾನಿನಲ್ಲಿ ಕೈಗಾರಿಕೀಕರಣ ರಾಷ್ಟ್ರೀಯ, ಸ್ಥಳೀಯ ಬಂಡವಾಳಿಗರ ನೇತೃತ್ವದಲ್ಲೇ ನಡೆಯಿತು. ಮತ್ತು ಅವರು ಯಾವುದೇ ವಿದೇಶಿ ಆಳ್ವಿಕೆಯಲ್ಲಿರಲಿಲ್ಲ. ಹಾಗಿದ್ದರೂ ಜಪಾನಿನ ಬುದ್ಧಿಜೀವಿಗಳು ಮೇಜಿ ಯುಗದಲ್ಲಿ ಪಾಶ್ಚಾತ್ಯ ಸಂಸ್ಕೃತಿಯನ್ನು ಹೆಚ್ಚು ಹುರುಪಿನಿಂದಲೇ ಅಧ್ಯಯನ ಮಾಡಿದ್ದನ್ನು ಮತ್ತೆ ಅದನ್ನು ಅನುಕರಿಸಲು ಪ್ರಯತ್ನಿಸಿದ್ದನ್ನು ಕಾಣಬಹುದು. ಹಾಗಾಗಿ ಅಂತಹ ಸಾಂಸ್ಕೃತಿಕ ಬದಲಾವಣೆಗೆ ಬಲವಾದ ಕಾರಣವಿರಲೇಬೇಕು. ಬರಿಯ ಮಿಲಿಟರಿ ಆಳ್ವಿಕೆಯಾಗಲೀ, ಹೊಸ ಫ್ಯಾಷನ್ನುಗಳನ್ನು ನಕಲುಮಾಡುವ ಆಕರ್ಷಣೆಯಾಗಲೀ ಕಾರಣವಾಗಿರಲಾರದು.) ಈ ಭಾರತೀಯ ಬಂಡವಾಳಿಗರು ಹೆಚ್ಚು ಬಲಿಷ್ಠರಾಗಿದ್ದ ಬ್ರಿಟಿಷರ ವಿರುದ್ಧ ತೀವ್ರವಾದ ಮತ್ತು ಸುಧೀರ್ಘವಾದ ಹೋರಾಟ ನಡೆಸಿ ಅವರನ್ನು ಓಡಿಸಿದ್ದು ನಿಜ. ಆದರೆ ಹೆಚ್ಚಿನ ಭಾರತೀಯರು ಈ ಬಂಡವಾಳಿಗರ ನಾಯಕತ್ವವನ್ನು ಒಪ್ಪಿಕೊಳ್ಳದೇ ಹೋಗಿದ್ದಲ್ಲಿ ಇದು ಸಾಧ್ಯವಾಗುತ್ತಿರಲಿಲ್ಲ. ಈ ಸಂದರ್ಭದಲ್ಲಿ ಭಾರತೀಯರದ್ದು ಸಶಸ್ತ್ರ ಹೋರಾಟವಾಗಿರಲಿಲ್ಲ. ಇದರ ನಾಯಕತ್ವವಹಿಸಿದ್ದ ಗಾಂಧಿಯವರ ಮಾರ್ಗ ಮತ್ತು ಸಿದ್ಧಾಂತವು ವಿಶಿಷ್ಟವಾಗಿ ಭಾರತೀಯವಾದದ್ದೇ ಆಗಿತ್ತು. ಅವರಿಗಿಂತ ಹಿಂದೆ ಹೋರಾಟ ನಡೆಸಿದ್ದ ತಿಲಕರೂ ಸೇರಿದಂತೆ ಉಳಿದ ನಾಯಕರುಗಳು ಕೂಡ ಇಂತಹುದೇ ದಾರಿಹಿಡಿದಿದ್ದರು. ಗಾಂಧಿಯ ಮಾರ್ಗಕ್ಕೂ ಟಾಲಸ್ಟಾಯ್ ಅಥವಾ ಸಿಲ್ವಿಯೊ ಪೆಲ್ಲಿಕೊ ಮಾರ್ಗಕ್ಕೂ ಸಂಬಂಧವಿರುವುದು ನಿಜವಾದರೂ ಗಾಂಧಿಯ ಕ್ರಮ ಮಾತ್ರ ಇಲ್ಲಿಯದೇ ಆಗಿತ್ತು. ಅವರು ಇದನ್ನು ಬಿಟ್ಟು ಬೇರೆ ಮಾರ್ಗ ಹಿಡಿದಿದ್ದರೆ, 19ನೇ ಶತಮಾನದ ಮೊದಲ ಭಾಗದಲ್ಲಿದ್ದ ಭಾರತೀಯ ಪರಿಸ್ಥಿತಿಯಲ್ಲಿ ಈ ಹೋರಾಟ ಇಷ್ಟೊಂದು ಪರಿಣಾಮಕಾರಿಯಾಗುವುದು ಸಾಧ್ಯವಿರಲಿಲ್ಲ. ಆದರೆ ಈ ಸಂಘರ್ಷದ ನಂತರ ಭಾರತೀಯ ಮಧ್ಯಮವರ್ಗದವರಿಗೆ ಪಾಶ್ಚಾತ್ಯ ಸಂಸ್ಕೃತಿಯ ಆಕರ್ಷಣೆ ಹೆಚ್ಚಾಯಿತು ಎಂದರೆ ಅದಕ್ಕೆ ವಿಶೇಷ ಮಹತ್ವವಿರಲೇಬೇಕು ಮತ್ತು ಅದಕ್ಕೆ ತೀರಾ ಗಂಭೀರವಾದ ಕಾರಣವೂ ಇರಬೇಕು. ಆದ್ದರಿಂದ ಈ ಸಾಂಸ್ಕೃತಿಕ

ಬದಲಾವಣೆಯ ಕಾರಣವನ್ನು ನಾವು ಬೇರೆಡೆ ಹುಡುಕಬೇಕು. ಅಂದರೆ ಸಾಮಾನ್ಯವಾಗಿ ಯಾವ ಅಂಶಗಳು ಸಂಸ್ಕೃತಿಯ ಮೂಲ ಸಾರವನ್ನು ಅಭಿವ್ಯಕ್ತಿಸುತ್ತವೆ ಎಂದು ನಾವು ಭಾವಿಸಿದ್ದೇವೋ ಅವುಗಳನ್ನು ಬಿಟ್ಟು ಬೇರೆ ಕಡೆ ಈ ಸಾಂಸ್ಕೃತಿಕ ಬದಲಾವಣೆಯ ಕಾರಣಗಳನ್ನು ಹುಡುಕಬೇಕು.

ಭಾರತದ ಹೊಸ ಬಂಡವಾಳಿಗರು ಕೇವಲ ಜರ್ಮನಿ ಹಾಗೂ ಇಂಗ್ಲೆಂಡಿನ ಬಂಡವಾಳಿಗರಷ್ಟೇ ಅಲ್ಲ, ಜಪಾನಿನ ಬಂಡವಾಳಿಗರಿಗಿಂತಲೂ ತಾಂತ್ರಿಕವಾಗಿ ತುಂಬಾ ಹಿಂದುಳಿದಿದ್ದರು. ಇವರು ಯಾವುದೇ ಹೊಸ ಯಂತ್ರಗಳನ್ನು ಕಂಡುಹಿಡಿದಿರಲಿಲ್ಲ. ಯಾವುದೇ ಮಹತ್ವದ ಅನ್ವೇಷಣೆಗಳನ್ನೂ ಮಾಡಿರಲಿಲ್ಲ. ಆಧುನಿಕ ಕೈಗಾರಿಕೆಗೆ ಬೇಕಾದ ಯಂತ್ರಗಳನ್ನು, ಹಣಕಾಸಿನ ವ್ಯವಸ್ಥೆಯನ್ನು, ಅಷ್ಟೇ ಏಕೆ ರಾಜಕೀಯ ಸಿದ್ಧಾಂತಗಳನ್ನು ಕೂಡ ಸಾರಾಸಗಟಾಗಿ ಇಂಗ್ಲೆಂಡಿನಿಂದಲೇ ಆಮದು ಮಾಡಿಕೊಂಡರು. ಈಗಾಗಲೇ ಬಡ, ಭೂರಹಿತ, ಭಾರತೀಯ ಕಾರ್ಮಿಕರ ದೊಡ್ಡ ವರ್ಗವೇ ಇದ್ದುದರಿಂದ ಯಂತ್ರಗಳನ್ನು ಬಳಸುತ್ತಿದ್ದ ಭಾರತೀಯ ಕಾರ್ಮಿಕರಿಗಿಂತ ವೇಗವಾಗಿ ಅಭಿವೃದ್ಧಿಹೊಂದುವುದಕ್ಕೆ ಹೊಸ ಬಂಡವಾಳಿಗರಿಗೆ ಸಾಧ್ಯವಾಯಿತು. ಕೈಗಾರಿಕೀಕರಣದ ನಿಜವಾದ ಸಮಸ್ಯೆ ಅರಿವಾಗಿದ್ದೇ ಸ್ವಾತಂತ್ರ ಬಂದಮೇಲೆ. ಈ ಹದಿನೈದು ವರ್ಷದ ಅವಧಿಯಲ್ಲಿ ಭಾರತ, ಇಡೀ ಬ್ರಿಟಿಷರ ಕಾಲದಲ್ಲಿ ಕಂಡ ಅಭಿವೃದ್ಧಿಗಿಂತ ಹೆಚ್ಚಿನ ಪ್ರಗತಿಯನ್ನು ಸಾಧಿಸಿದೆ. ಇನ್ನು ಭವಿಷ್ಯದಲ್ಲಿ ಏನು ಬೆಳವಣಿಗೆಯಾಗುತ್ತದೋ ಕಾದು ನೋಡಬೇಕು. ಈಗ ತೀರಾ ಹಿಂದಿನ ಕಾಲದತ್ತ ಹಿಂದಿರುಗಿ ನೋಡೋಣ. ನಮ್ಮ ಇಂದಿನ ಬೂರ್ಜ್ವಾಗಳ ಕಲ್ಪನೆಯ ಮೇಲೆ ಕೆಲವೊಮ್ಮೆ ಆ ಗತಕಾಲದ ಪ್ರಭಾವ ತುಂಬಾ ಗಾಢವಾಗಿದ್ದರೂ ಕೂಡ ಆ ಗತಕಾಲಕ್ಕೂ ಇವರಿಗೂ ಯಾವುದೇ ನಂಟೂ ಇಲ್ಲ; ಯಾವುದೇ ಕಠಿಣಶ್ರಮವಾಗಲೀ, ತಂತ್ರಜ್ಞಾನದ ಪರಿಣತಿಯಾಗಲೀ ಇಲ್ಲದೆ, ಸಲೀಸಾಗಿ, ಬಹು ಬೇಗ ಲಾಭ ಮಾಡಬೇಕೆನ್ನುವ ಇವರ ದುರಾಸೆಗೆ ಅಂತಹ ಕಲ್ಪನೆಯಿಂದ ಯಾವುದೇ ಅಡ್ಡಿಯೂ ಆಗಿಲ್ಲ.

3. ಇತಿಹಾಸಕಾರರು ಎದುರಿಸುತ್ತಿರುವ ಸಮಸ್ಯೆಗಳು

ಈವರೆಗೆ ಹೇಳಿದ್ದು ನೋಡಿದರೆ, ಭಾರತ ಎಂದೂ ಒಂದು ರಾಷ್ಟ್ರವೇ ಆಗಿರಲಿಲ್ಲ, ಭಾರತೀಯ ಸಂಸ್ಕೃತಿ ಮತ್ತು ನಾಗರೀಕತೆ ಎನ್ನುವುದು ಮುಸ್ಲಿಮರೋ ಅಥವಾ ಬ್ರಿಟಿಷರೋ, ಒಟ್ಟಿನಲ್ಲಿ ವಿದೇಶಿ ಆಕ್ರಮಣದ ಫಲ ಎಂಬ ವಾದಕ್ಕೆ ಇದು ಇಂಬುಕೊಡುತ್ತದೆ ಎನಿಸಬಹುದು. ಅದೇ ನಿಜವಾಗಿಬಿಟ್ಟರೆ, ಭಾರತೀಯ ಚರಿತ್ರೆ ಅಂದರೆ ಆಕ್ರಮಣಕಾರರ ಮತ್ತು ಆಕ್ರಮಣದ ಚರಿತ್ರೆಯನ್ನು ನಾವು ಬರೆಯಬೇಕಾಗುತ್ತದೆ. ವಿದೇಶಿಯರು ಇಲ್ಲಿ ಬಿಟ್ಟುಹೋಗಿರುವ ಪಠ್ಯಪುಸ್ತಕಗಳು ಈ ಅಭಿಪ್ರಾಯವನ್ನು ಸ್ವಾಭಾವಿಕವಾಗಿಯೇ ಇನ್ನಷ್ಟು ಪುಷ್ಟೀಕರಿಸುತ್ತವೆ. ಆದರೆ ಮ್ಯಾಸಿಡೋನಿಯದ ಅಲೆಕ್ಸಾಂಡರ್‌ನ್ನು ಪೂರ್ವದ ಕಡೆ ಆಕರ್ಷಿಸಿದ್ದೇ ಭಾರತದ ಅಪಾರವಾದ ಐಶ್ವರ್ಯ ಮತ್ತು ಅದರ ಮಾಂತ್ರಿಕ ಹೆಸರು.

ಆ ಕಾಲದಲ್ಲಿ ಇಂಗ್ಲೆಂಡ್ ಮತ್ತು ಫ್ರಾನ್ಸ್ ಆಗಷ್ಟೆ ಕಬ್ಬಿಣದ ಯುಗಕ್ಕೆ ಕಾಲಿಟ್ಟಿದ್ದವು. ಭಾರತಕ್ಕೆ ಬರಲು ಹೊಸ ವ್ಯಾಪಾರ ಮಾರ್ಗವನ್ನು ಹುಡುಕುತ್ತಿರುವಾಗ ಅಮೆರಿಕಾ ಸಿಕ್ಕಿತು. ಅಮೆರಿಕೆಯ ಮೂಲನಿವಾಸಿಗಳನ್ನು 'ಇಂಡಿಯನ್' ಎಂದು ಕರೆಯುವುದು ಕೂಡ ಇದನ್ನೇ ಸೂಚಿಸುತ್ತದೆ. ಅರಬ್ಬರು, ಜಗತ್ತಿನಲ್ಲೇ ಬೌದ್ಧಿಕವಾಗಿ ತೀರಾ ಪ್ರಗತಿಪರರು ಮತ್ತು ಚೂಟಿಯ ಜನ. ವೈದ್ಯಕೀಯಕ್ಕೆ ಸಂಬಂಧಿಸಿದ ತಮ್ಮ ಸಿದ್ಧಾಂತಗಳನ್ನು ಅವರು ಭಾರತದಿಂದಲೇ ತೆಗೆದುಕೊಂಡದ್ದು. ಗಣಿತವನ್ನು ಕುರಿತ ಅವರ ಹಲವಾರು ವಿಚಾರಗಳು ಕೂಡ ಭಾರತೀಯ ಮೂಲದಿಂದಲೇ ಬಂದಂತಹವು. ಏಷ್ಯಾದ ಸಂಸ್ಕೃತಿ ಮತ್ತು ನಾಗರೀಕತೆಯ ಮೂಲವನ್ನು ಭಾರತ ಮತ್ತು ಚೀನಾದಲ್ಲಿ ಕಾಣಬಹುದು. ಹತ್ತಿ ಬಟ್ಟೆ (ಕ್ಯಾಲಿಕೊ, ಚಿಂಟ್ಸ್, ಡುಂಗರೀ, ಪೈಜಾಮ, ಸ್ಯಾಶ್, ಜಿಂಗಾಮ್ ಮೊದಲಾದ ಪದಗಳು ಕೂಡ ಭಾರತೀಯ ಮೂಲದವು) ಮತ್ತು ಸಕ್ಕರೆ ಎರಡೂ ದೈನಂದಿನ ಬದುಕಿಗೆ ಭಾರತ ನೀಡಿದ ವಿಶಿಷ್ಟ ಕೊಡುಗೆಗಳು. ಅದೇ ರೀತಿಯಲ್ಲಿ ಪೇಪರ್, ಟೀ, ಪಿಂಗಾಣಿ, ರೇಶಿಮೆ ಇವೆಲ್ಲಾ ಚೀನಾದ ಕೊಡುಗೆ.

ಭಾರತದಲ್ಲಿ ಕಾಣುವ ವೈವಿಧ್ಯಗಳೇ ಈ ದೇಶದ ಪ್ರಾಚೀನ ನಾಗರೀಕತೆಯ ವಿಶಿಷ್ಟ ಲಕ್ಷಣ ಎಂದು ಹೇಳುವುದಕ್ಕಾಗುವುದಿಲ್ಲ. ಆಫ್ರಿಕ ಅಥವಾ ಚೀನಾದ ಯುನಾನ್ ಪ್ರಾಂತ್ಯವೊಂದರಲ್ಲೇ ಇಷ್ಟು ವೈವಿಧ್ಯತೆಯನ್ನು ಕಾಣಬಹುದು. ಆದರೆ ನಾವು ಭಾರತದಲ್ಲಿ ಕಾಣುವ ಮೂರುಸಾವಿರ ವರ್ಷಕ್ಕೂ ಮೀರಿದ ನಿರಂತರತೆಯನ್ನು ಆಫ್ರಿಕಾದ ಈಜಿಪ್ಟಿನ ಸಂಸ್ಕೃತಿಯಲ್ಲಿ ಕಾಣಲಾಗುವುದಿಲ್ಲ. ಈಜಿಪ್ಟ್ ಮತ್ತು ಮೆಸಪೊಟೇಮಿಯದ ನಾಗರೀಕತೆಯು ಅರೇಬಿಯಾದ ಸಂಸ್ಕೃತಿಗಿಂತ ಪ್ರಾಚೀನವಾದುದಲ್ಲ. ಹಾಗೆಯೇ ಯುನಾನಿಸ್ ಎನ್ನಬಹುದಾದ ನಾಗರೀಕತೆಯೂ ಇಲ್ಲ. ಹ್ಯಾನ್ ವಂಶವು ಒಂದು ಸ್ಥಿರವಾದ ಸಾಮ್ರಾಜ್ಯಶಾಹಿ ವ್ಯವಸ್ಥೆಯನ್ನು ಸ್ಥಾಪಿಸಿ ಉಳಿದವರ ಮೇಲೆ ಮೇಲುಗೈ ಸಾಧಿಸಿದ್ದರಿಂದಲೇ ಚೀನಾ ಹೆಚ್ಚಿನ ಅಭಿವೃದ್ಧಿ ಸಾಧಿಸಲು ಸಾಧ್ಯವಾಯಿತು. ಅದಕ್ಕೆ ಹೋಲಿಸಿದರೆ, ಚೀನಾದ ಉಳಿದ ರಾಜವಂಶಗಳು ತುಂಬಾ ಗಮನಾರ್ಹವಾದ ಸ್ವೋಪಜ್ಞ ಕೊಡುಗೆಯನ್ನೇನೂ ನೀಡಲಿಲ್ಲ. ಸ್ಪೇನಿನ ದಾಳಿಯಿಂದ ಇಂಕಾ ಮತ್ತು ಅಜ್ಟೆಕ್ ಜನಾಂಗಗಳು ನಾಶವಾದವು. ಮೆಕ್ಸಿಕೊ, ಪೆರು ಮತ್ತು ಲ್ಯಾಟಿನ್ ಅಮೇರಿಕಾದ ಸಂಸ್ಕೃತಿಗಳು ಯುರೋಪಿನ ಸಂಸ್ಕೃತಿಗಳೇ ಹೊರತು, ದೇಶಿಯವಾದ ಸಂಸ್ಕೃತಿಗಳಲ್ಲ. ಮೆಡಿಟರೇನಿಯನ್ ಪ್ರದೇಶಗಳ ಮೇಲೆ, ರೋಮನ್ನರು ತಮ್ಮ ನೇರ ಅಧಿಕಾರವನ್ನು ಸ್ಥಾಪಿಸುವ ಮೂಲಕ ವಿಶ್ವದ ಎಲ್ಲಾ ಸಂಸ್ಕೃತಿಗಳ ಮೇಲೆ ತಮ್ಮ ಛಾಪನ್ನು ಮೂಡಿಸಿದ್ದಾರೆ. ಕ್ಯಾಥೋಲಿಕ್ ಚರ್ಚು ಎಲ್ಲೆಲ್ಲಿ ಲ್ಯಾಟಿನ್ ಭಾಷೆ ಮತ್ತು ಸಂಸ್ಕೃತಿಯನ್ನು ಮುಂದುವರೆಸಿಕೊಂಡು ಹೋಗಿದೆಯೋ ಆ ಪ್ರದೇಶಗಳಲ್ಲಿ ಮಾತ್ರ ಈ ನಿರಂತರತೆ ಉಳಿದುಕೊಂಡಿದೆ. ಇದಕ್ಕೆ ವ್ಯತಿರಿಕ್ತವಾಗಿ ಜಪಾನ್ ಮತ್ತು ಚೀನಾ ದೇಶಗಳು ಭಾರತೀಯ ಧಾರ್ಮಿಕ ದರ್ಶನಗಳನ್ನು ಸ್ವೀಕರಿಸುವಂತೆ ಮಡಲು ಭಾರತದ ಸೈನ್ಯ ಅವರ ಮೇಲೆ ದಾಳಿಮಾಡಲಿಲ್ಲ. ಅಷ್ಟೇ ಅಲ್ಲ ಅಲ್ಲಿಗೆ ಯಾವ ಭಾರತೀಯನೂ ಭೇಟಿ ನೀಡಿರಲಿಲ್ಲ ಅಥವಾ ಆ ರಾಷ್ಟ್ರಗಳೊಂದಿಗೆ ಭಾರತ ವ್ಯಾಪಾರವನ್ನೂ ಮಾಡಿರಲಿಲ್ಲ. ಇಂಡೋನೇಷಿಯಾ, ವಿಯೆಟ್ನಾಂ, ಥಾಯ್‌ಲ್ಯಾಂಡ್, ಬರ್ಮಾ, ಸಿಲೋನ್

ಇವುಗಳ ಮೇಲೂ ಭಾರತ ಎಂದೂ ಆಕ್ರಮಣ ಮಾಡಿಲ್ಲ. ಹಾಗಿದ್ದಾಗ್ಯೂ ಅವುಗಳ ಸಾಂಸ್ಕೃತಿಕ ಚರಿತ್ರೆಯ ಮೇಲೆ ಭಾರತದ ಗಾಢ ಪ್ರಭಾವವನ್ನು ಕಾಣಬಹುದು.

ಭಾರತೀಯ ಸಂಸ್ಕೃತಿಯ ನಿರಂತರತೆಯೇ ಬಹುಶಃ ಅದರ ಪ್ರಮುಖ ಲಕ್ಷಣ. ಭಾರತೀಯ ಸಂಸ್ಕೃತಿ ಇತರ ದೇಶಗಳ ಮೇಲೆ ಹೇಗೆ ಪ್ರಭಾವ ಬೀರಿದೆ ಎಂಬುದಕ್ಕೆ ಬೇರೆ ಪುಸ್ತಕವನ್ನೇ ಬರೆಯಬೇಕಾಗುತ್ತದೆ. ಈ ಕೃತಿಯಲ್ಲಿ ಭಾರತೀಯ ಸಂಸ್ಕೃತಿಯ ಉಗಮ ಮತ್ತು ಭಾರತದಲ್ಲಿ ಅದರ ಬೆಳವಣಿಗೆಯ ಪ್ರಮುಖ ಲಕ್ಷಣಗಳನ್ನು ಗುರುತಿಸುವುದು ನಮ್ಮ ಉದ್ದೇಶ.

ಇತಿಹಾಸವನ್ನು ಕಟ್ಟಲು ಹೊರಟಾಗ ಪ್ರಾರಂಭದಲ್ಲೇ ನಮಗೆ ಪರಿಹಾರವೇ ಇಲ್ಲವೇನೋ ಎನ್ನಿಸುವಂಥ ಕಷ್ಟ ಎದುರಾಗುತ್ತದೆ. ಭಾರತಕ್ಕೆ ಹೇಳಿಕೊಳ್ಳುವಂತಹ ಯಾವುದೇ ಚಾರಿತ್ರಿಕ ದಾಖಲೆಗಳಿಲ್ಲ. ಚೀನಾದಲ್ಲಿ ಸಾಮ್ರಾಜ್ಯಶಾಹಿಗಳ ಬಖೈರುಗಳು (ಘಟನಾವಳಿಗಳ ಚರಿತ್ರೆ), ಪ್ರಾಂತೀಯ ದಾಖಲೆಗಳು, ಸು ಮ ಚ್ಯೆನ್ ಮೊದಲಾದ ಪ್ರಾಚೀನ ಇತಿಹಾಸಕಾರರ ಕೃತಿಗಳು, ಗೋರಿಗಳ ಮೇಲೆ ಕಂಡುಬರುವ ಶಾಸನಗಳು, ದೇವವಾಣಿಯ (ಒರಾಕಲ್) ಮೂಳೆಗಳು ದೊರೆಯುತ್ತವೆ. ಇವುಗಳ ಸಹಾಯದಿಂದ ಚೀನಾದ ಕ್ರಿ.ಪೂ. 1400ರ ನಂತರದ ಇತಿಹಾಸವನ್ನು ಹೆಚ್ಚುಕಡಿಮೆ ನಿಖರವಾಗಿ ಗುರುತಿಸಬಹುದು. ರೋಮ್ ಮತ್ತು ಗ್ರೀಸ್ ಅಷ್ಟೊಂದು ಪುರಾತನ ಸಂಸ್ಕೃತಿಗಳಲ್ಲ. ಆದರೆ ಅಲ್ಲಿ ನಮಗೆ ಉತ್ತಮವಾದ ಐತಿಹಾಸಿಕ ಸಾಹಿತ್ಯ ಸಿಗುತ್ತದೆ. ಇಜಿಪ್ಟ್, ಬ್ಯಾಬಿಲೋನ್, ಅಸ್ಸಿರಿಯಾ ಮತ್ತು ಸುಮೇರಿಯಾದ ದಾಖಲೆಗಳನ್ನು ಓದಲಾಗಿದೆ. ಆದರೆ ಭಾರತದಲ್ಲಿ ಜನಪ್ರಿಯ ಪರಂಪರೆಗಳು ತೀರಾ ಅಸ್ಪಷ್ಟವಾಗಿವೆ. ಹೆಚ್ಚಿನ ದಾಖಲೆಗಳು, ಪುರಾಣ ಮತ್ತು ಐತಿಹ್ಯಗಳ ಮಟ್ಟದಲ್ಲೇ ಉಳಿದಿವೆ. ಇಲ್ಲಿ ಆಳಿದ ರಾಜರ ಒಂದು ಸಮಗ್ರ ಪಟ್ಟಿಯನ್ನು ಸಿದ್ಧಮಾಡುವುದೂ ಕಷ್ಟ. ಕೆಲವೊಮ್ಮೆ ಕೆಲವು ರಾಜವಂಶಗಳನ್ನು ಸಂಪೂರ್ಣವಾಗಿ ಮರೆತೇಬಿಟ್ಟಿದ್ದೇವೆ. ಉಪಲಬ್ಧವಿರುವ ಅಲ್ಪಸ್ವಲ್ಪ ಮಾಹಿತಿಯೂ ಎಷ್ಟು ಅಸ್ಪಷ್ಟವಾಗಿದೆಯೆಂದರೆ ಮುಸ್ಲಿಮ್ ಅವಧಿಯವರೆಗಿನ ಯಾವುದೇ ಭಾರತೀಯ ವ್ಯಕ್ತಿಯ ಕಾಲವನ್ನು ನಿರ್ಣಯ ಮಾಡುವುದೂ ಕಷ್ಟ. ಯಾವುದೇ ಒಬ್ಬ ರಾಜ ಆಳುತ್ತಿದ್ದ ಪ್ರಾಂತ್ಯ ಎಷ್ಟು ವಿಶಾಲವಾಗಿತ್ತು ಎನ್ನುವುದನ್ನು ಹೇಳುವುದೂ ಕೂಡ ಕಷ್ಟ. ಕಾಶ್ಮೀರ ಮತ್ತು ಚಂಬಾ (ಚಂಪಾ) ಇವೆರಡು ರಾಜ್ಯಗಳನ್ನು ಬಿಟ್ಟು ಉಳಿದ ಯಾವುದೇ ರಾಜನ ಆಸ್ಥಾನದಲ್ಲೂ ದಸ್ತಾವೇಜುಗಳಿರಲಿಲ್ಲ. ಭಾರತೀಯ ಸಾಹಿತ್ಯ ಕ್ಷೇತ್ರದ ದಿಗ್ಗಜರ ವಿಷಯದಲ್ಲೂ ಈ ಸಮಸ್ಯೆ ಇದೆ. ಅವರ ಸಾಹಿತ್ಯ ಕೃತಿಗಳು ಉಳಿದಿವೆ. ಆದರೆ ಅದನ್ನು ಬರೆದವರ ಕಾಲ ಮಾತ್ರ ಹೆಚ್ಚಿನ ಸಂದರ್ಭದಲ್ಲಿ ಅನುಮಾನಾಸ್ಪದವಾಗಿದೆ. ಅದೃಷ್ಟವಿದ್ದರೆ, ಆ ಕೃತಿ ಯಾವ ಶತಮಾನಕ್ಕೆ ಸೇರಿದ್ದೆಂದು ಸುಮಾರಾಗಿ ಅಂದಾಜು ಮಾಡಬಹುದು. ಆ ಹೆಸರಿನ ಕವಿ ಇದ್ದ ಎಂದಷ್ಟೇ ಹೇಳಬಹುದು. ಕೆಲವೊಮ್ಮೆ ಅದೂ ಅನುಮಾನವೇ. ಯಾರೋ ಒಬ್ಬನ ಹೆಸರಿನಲ್ಲಿ ಚಾಲ್ತಿಯಲ್ಲಿರುವ ಕೃತಿಯು ಆ ವ್ಯಕ್ತಿಯ ರಚನೆಯೇ ಅಲ್ಲದಿರುವ ಸಾಧ್ಯತೆಯೂ ಇದೆ.

ಇದನ್ನೆಲ್ಲಾ ನೋಡಿ ಹಲವು ನಿಜವಾಗಿಯೂ ಒಳ್ಳೆಯ ವಿದ್ವಾಂಸರೂ ಕೂಡ ಭಾರತಕ್ಕೆ ಚರಿತ್ರೆಯೇ ಇಲ್ಲ ಎಂದಿದ್ದಾರೆ. ರೋಮ್ ಅಥವಾ ಗ್ರೀಸಿನ ಚರಿತ್ರೆಯಷ್ಟು ನಿಖರವಾದ, ವಿವರವಾದ ಪ್ರಾಚೀನ ಭಾರತದ ಚರಿತ್ರೆಯನ್ನು ಬರೆಯಲು ಸಾಧ್ಯವಿಲ್ಲ ಎನ್ನುವುದು ನಿಜ. ಆದರೆ ಇತಿಹಾಸವೆಂದರೇನು? ಇತಿಹಾಸವೆಂದರೆ ಕೆಲವು ಸ್ವಪ್ರತಿಷ್ಠೆಯ ವ್ಯಕ್ತಿಗಳ ಅಥವಾ ಆಕ್ರಮಣಗಳ ಕಾಲಾನುಕ್ರಮಣಿಕೆಯ ಪಟ್ಟಿ ಎಂದಾದಲ್ಲಿ ಭಾರತೀಯ ಇತಿಹಾಸವನ್ನು ಬರೆಯುವುದು ಕಷ್ಟ. ಆದರೆ ಒಂದು ನಿರ್ದಿಷ್ಟ ಜನರು ನೇಗಿಲನ್ನು ಬಳಸಿದರೋ ಇಲ್ಲವೋ ಎನ್ನುವುದನ್ನು ತಿಳಿದುಕೊಳ್ಳುವುದು ಅವರ ರಾಜರ ಹೆಸರನ್ನು ತಿಳಿದುಕೊಳ್ಳುವುದಕ್ಕಿಂತ ಮುಖ್ಯ ಎಂದಾದಲ್ಲಿ ಭಾರತಕ್ಕೆ ಚರಿತ್ರೆ ಇದೆ. ಈ ಕೃತಿಯಲ್ಲಿ ನಾನು ಚರಿತ್ರೆಯನ್ನು ಕೆಳಕಂಡಂತೆ ವ್ಯಾಖ್ಯಾನಿಸುತ್ತೇನೆ. ಚರಿತ್ರೆ ಅಂದರೆ ಉತ್ಪಾದನಾ ಸಂಬಂಧಗಳು ಮತ್ತು ಸಾಧನಗಳು ಕಾಲದಿಂದ ಕಾಲಕ್ಕೆ ಆದ ಬದಲಾವಣೆಯ ಅನುಕ್ರಮಣಿಕೆಯ ವಿವರ. ಈ ವ್ಯಾಖ್ಯೆಯ ಲಾಭವೆಂದರೆ, ಚರಿತ್ರೆಯನ್ನು ಚಾರಿತ್ರಿಕ ಘಟನೆಗಳ ಸರಣಿಗಿಂತ ಭಿನ್ನವಾಗಿ ಬರೆಯಬಹುದು. ಆಗ ಸಂಸ್ಕೃತಿಯನ್ನು ಕೂಡ ಮಾನವಶಾಸ್ತ್ರಜ್ಞನ ರೀತಿಯಲ್ಲಿ ಸಮುದಾಯದ ಜೀವನ ಕ್ರಮ ಎಂದೇ ವಿವರಿಸಬೇಕಾಗುತ್ತದೆ. ಈ ವ್ಯಾಖ್ಯೆಗಳನ್ನು ಹೆಚ್ಚು ಸೂಕ್ಷ್ಮವಾಗಿ ಪರಿಶೀಲಿಸೋಣ.

ಕೆಲವರು ಧರ್ಮ, ದರ್ಶನ, ಕಾನೂನು ವ್ಯವಸ್ಥೆ, ಸಾಹಿತ್ಯ, ಕಲೆ, ಸಂಗೀತ ಮೊದಲಾದ ಬೌದ್ಧಿಕ ಹಾಗೂ ಆಧ್ಯಾತ್ಮಿಕ ಮೌಲ್ಯಗಳನ್ನು ಮಾತ್ರ ಸಂಸ್ಕೃತಿ ಎಂದು ಪರಿಗಣಿಸುತ್ತಾರೆ. ಕೆಲವೊಮ್ಮೆ ಆಳುವ ವರ್ಗದ ನಡೆನುಡಿಯಲ್ಲಿ ಕಾಣುವ ಪರಿಷ್ಕರಣವನ್ನು ಇದರೊಳಗೆ ಸೇರಿಸಿಕೊಳ್ಳಲು ಸಂಸ್ಕೃತಿಯ ವ್ಯಾಖ್ಯೆಯನ್ನು ಒಂದಿಷ್ಟು ಹಿಗ್ಗಿಸಿಕೊಳ್ಳುವುದೂ ಉಂಟು. ಈ ಬುದ್ಧಿಜೀವಿಗಳ ಪ್ರಕಾರ, ಚರಿತ್ರೆ ಎಂಬುದು ಅಂತಹ 'ಸಂಸ್ಕೃತಿ' ಯನ್ನು ಆಧರಿಸಿದೆ ಮತ್ತು ಇತಿಹಾಸ ಇಂತಹ ಸಂಸ್ಕೃತಿಯನ್ನು ಮಾತ್ರ ಪರಿಶೀಲಿಸಬೇಕು ಮತ್ತು ಬೇರೆ ಯಾವುದೇ ವಿಷಯವೂ ಅದಕ್ಕೆ ಮುಖ್ಯವಾಗಬಾರದು. ಇಂತಹ -ಸಂಸ್ಕೃತಿಯನ್ನೇ ಚರಿತ್ರೆಯ ಪ್ರಧಾನ ಪ್ರೇರಣೆಯನ್ನಾಗಿ ಪರಿಗಣಿಸುವುದು ಕಷ್ಟವಾಗುತ್ತದೆ. ಇಂತಹ ಸಾಂಪ್ರದಾಯಿಕ ಸಂಸ್ಕೃತಿಗಳಲ್ಲಿ ಮೂರು ಪ್ರಮುಖ ಸಂಸ್ಕೃತಿಗಳನ್ನು ಮಧ್ಯ ಏಷಿಯಾದಲ್ಲಿ ಕಾಣಬಹುದು. ಅವು ಭಾರತ, ಚೀನಾ ಮತ್ತು ಗ್ರೀಸಿನ ಸಂಸ್ಕೃತಿಗಳು. ಇವುಗಳೊಂದಿಗೆ ಎರಡು ಪ್ರಮುಖ ಧರ್ಮಗಳಾದ ಬೌದ್ಧಧರ್ಮ ಮತ್ತು ಕ್ರೈಸ್ತಧರ್ಮ ಸೇರಿಕೊಳ್ಳುತ್ತವೆ. ಕುಶಾಣರ ಕಾಲದಲ್ಲಿ ವಾಣಿಜ್ಯಕ್ಕೆ ಸಂಬಂಧಿಸಿದಂತೆ ಮಧ್ಯ ಏಷಿಯಾ ಪ್ರಮುಖ ಸ್ಥಾನದಲ್ಲಿತ್ತು ಮತ್ತು ಈ ಪ್ರಾಂತ್ಯಕ್ಕೆ ರಾಜಕೀಯ ಮಹತ್ವವೂ ಇತ್ತು. ಪುರಾತತ್ವಜ್ಞರು ಇಂದಿಗೂ ಕೂಡ ಮಧ್ಯ ಏಷ್ಯಾದಲ್ಲಿ ಸುಂದರವಾದ ಅವಶೇಷಗಳನ್ನು ಹೊರತೆಗೆಯುತ್ತಲೇ ಇದ್ದಾರೆ. ಹಾಗಿದ್ದಾಗ್ಯೂ ಚೆನ್ನಾಗಿ ಅಭಿವೃದ್ಧಿಗೊಂಡಿದ್ದ ಮಧ್ಯ ಏಷಿಯಾ, ಮಾನವನ ಸಂಸ್ಕೃತಿ ಮತ್ತು ಚರಿತ್ರೆಗೆ ಅಂತಹ ಮಹತ್ವದ ಕೊಡುಗೆಯನ್ನೇನೂ ನೀಡಿಲ್ಲ. ಆದರೆ ಅಷ್ಟೊಂದು 'ಸುಸಂಸ್ಕೃತ'ವಲ್ಲದ ಪರಿಸರದಿಂದ ಬಂದ ಅರಬ್ಬರು ಗ್ರೀಕರ ಅನ್ವೇಷಣೆಗಳನ್ನು ಮತ್ತು ವಿಜ್ಞಾನ ಕ್ಷೇತ್ರಗಳಲ್ಲಿ ಭಾರತೀಯರು ಮಾಡಿದ್ದ ಮಹತ್ತರ ಅನ್ವೇಷಣೆಗಳನ್ನು ಉಳಿಸಿ,

ಬೆಳಸಿ ಮುಂದಿನ ತಲೆಮಾರಿಗೆ ತಲುಪಿಸುವ ದಿಕ್ಕಿನಲ್ಲಿ ಸಾಕಷ್ಟು ಕೆಲಸ ಮಾಡಿದರು. ಈ ಪ್ರಕ್ರಿಯೆಗೆ ಒಂದಿಷ್ಟು ಕಾಣಿಕೆ ನೀಡಿದ ಮಧ್ಯ ಏಷ್ಯಾದ ಆಲ್ ಬರೂನಿಯಂತಹ ಅಪರೂಪದ ವ್ಯಕ್ತಿ ಕೂಡ, ಇಸ್ಲಾಮಿಕ್ ಪ್ರತಿನಿಧಿಯಾಗಿ ಅರಬಿಕ್ ಭಾಷೆಯಲ್ಲಿ ಬರೆದನೇ ಹೊರತು ಮಧ್ಯ ಏಷಿಯಾದ ಪ್ರತಿನಿಧಿಯಾಗಿ ಬರೆಯಲಿಲ್ಲ. 'ಸುಸಂಸ್ಕೃತರಲ್ಲದ' ಮಂಗೋಲರ ದಾಳಿಯಿಂದ ಮಧ್ಯ ಏಷ್ಯಾದಲ್ಲಿ ಹೆಚ್ಚು ಪ್ರವರ್ಧಮಾನಕ್ಕೆ ಬರುತ್ತಿದ್ದ ಸಂಸ್ಕೃತಿಯು ಸಂಪೂರ್ಣವಾಗಿ ನಾಶವಾಗಿಹೋಯಿತು. ಆದರೆ ಚೀನೀ ಸಂಸ್ಕೃತಿಗೆ ಆ ದಾಳಿಯಿಂದ ಅಂತಹ ಸಮಸ್ಯೆಯೇನಾಗಲಿಲ್ಲ. ಆ ದಾಳಿಯ ನಂತರ ಚೀನಾ ಹೆಚ್ಚಿನ ಅಭಿವೃದ್ಧಿಯತ್ತ ಹೆಜ್ಜೆ ಹಾಕಿತು.

ಮನುಷ್ಯ ಕೇವಲ ರೊಟ್ಟಿಯನ್ನೇ ತಿಂದುಕೊಂಡು ಬದುಕಿರಲಾರ ನಿಜ. ಆದರೆ ರೊಟ್ಟಿ ಅಥವಾ ಇನ್ನ್ಯಾವುದೋ ರೀತಿಯ ಆಹಾರವಿಲ್ಲದೆ ಬದುಕಬಲ್ಲ ಮಾನವನ ಸಂತತಿಯನ್ನು ನಾವು ಈವರೆಗೂ ರೂಪಿಸಿಲ್ಲ. ನಿಜ ಹೇಳಬೇಕೆಂದರೆ, ಹುದುಗಿಲ್ಲದೆ ಬ್ರೆಡ್ಡನ್ನು ತಯಾರಿಸಿದ್ದು ನಂತರದ ನವಶಿಲಾಯುಗದ ಅನ್ವೇಷಣೆ. ಆಹಾರದ ತಯಾರಿಕೆ ಮತ್ತು ಸಂರಕ್ಷಣೆಯಲ್ಲಿ ಇದೊಂದು ಮಹತ್ವದ ಮುನ್ನಡೆ. ಎಲ್ಲಾ ಭೌತಿಕ ವಿಚಾರಗಳಿಗಿಂತ ಆಧ್ಯಾತ್ಮಿಕತೆಯೇ ಉನ್ನತವಾದುದು ಎಂದು ಕ್ರೈಸ್ತರ ಮತಧರ್ಮಶಾಸ್ತ್ರವು ಭಾವಿಸಿದ್ದರೂ ಕೂಡ, 'ನಮಗೆ ಇಂದಿನ ದಿನದ ಬ್ರೆಡ್ಡನ್ನು ಕರುಣಿಸು' ಎಂಬುದು ಇವತ್ತಿಗೂ ಕ್ರೈಸ್ತರ ದೈನಂದಿನ ಪ್ರಾರ್ಥನೆಯ ಭಾಗವಾಗಿದೆ. ಯಾವುದೇ ಒಂದು ಸಂಸ್ಕೃತಿಯು ಗಟ್ಟಿಯಾಗಿ ನೆಲೆ ನಿಂತು ಬೇರು ಬಿಟ್ಟುಕೊಳ್ಳಲು, ಹೆಚ್ಚುವರಿ ಆಹಾರದ ಉತ್ಪಾದನೆ ಅನಿವಾರ್ಯ. ಅಂದರೆ ಆಹಾರೋತ್ಪಾದಕ ಸಮುದಾಯವು ತನ್ನ ಅವಶ್ಯಕತೆಗಿಂತ ಹೆಚ್ಚಿನ ಆಹಾರ ಉತ್ಪಾದಿಸಬೇಕು. ಮೆಸಪೊಟೇಮಿಯಾದ ಜಿಗ್ಗುರಾತ್, ಚೀನಾದ ಮಹಾಗೋಡೆ, ಈಜಿಪ್ಟಿನ ಪಿರಮಿಡ್ಡು, ಅಥವಾ ಇಂದಿನ ಆಕಾಶಚುಂಬಿ ಕಟ್ಟಡಗಳು ಇವೆಲ್ಲಾ ಸಾಧ್ಯವಾಗಬೇಕಾದರೆ, ಅದಕ್ಕೆ ಪೂರಕವಾಗಿ ಆಹಾರದ ಮಿಗುತಾಯ ಉತ್ಪಾದನೆ ಆ ಕಾಲದಲ್ಲಿ ಆಗಿರಬೇಕು. ಮಿಗುತಾಯ ಉತ್ಪಾದನೆಯು ಆ ಕಾಲದಲ್ಲಿ ಬಳಸುವ ತಂತ್ರಗಳು ಹಾಗೂ ಉಪಕರಣಗಳನ್ನು ಅಂದರೆ ಉತ್ಪಾದನಾ ವಿಧಾನವನ್ನು ಅವಲಂಬಿಸಿರುತ್ತದೆ. ಈ ಉತ್ಪಾದನಾ ವಿಧಾನ ಎನ್ನುವುದು ಅನುಕೂಲಕರವಾದ ಪದವಾದರೂ ಇದು ಅತಿಯಾಗಿ ದುರ್ಬಳಕೆಯಾಗಿರುವ ಪದವಾಗಿದೆ. ಮಿಗುತಾಯ ಉತ್ಪಾದನೆ ಮಾತ್ರವಲ್ಲ, ಉಳಿದ ಎಲ್ಲಾ ಉತ್ಪಾದನೆಯೂ ಅಂತಿಮ ಬಳಕೆದಾರರ ಕೈಸೇರುವ ವಿಧಾನವನ್ನು (ಹಂಚಿಕೆಯ ವಿಧಾನ) ಅಂದಿನ ಸಮಾಜದ ಸ್ವರೂಪ ಅಂದರೆ ಉತ್ಪಾದನಾ ಸಂಬಂಧವು ನಿರ್ಧರಿಸುತ್ತದೆ. ಅದಕ್ಕೆ ಪ್ರತಿಯಾಗಿ ಈ ಹಂಚಿಕೆಯ ವಿಧಾನವು 'ಉತ್ಪಾದನಾ ಸಂಬಂಧ'ವನ್ನು ನಿರ್ಧರಿಸುತ್ತದೆ. ಆದಿಮ ಆಹಾರಸಂಗ್ರಹಣೆಯ ಹಂತದಲ್ಲಿ, ಉಳಿಯುತ್ತಿದ್ದ ಅತ್ಯಲ್ಪ ಮಿಗುತಾಯವನ್ನು ಅಲ್ಲಿನ ಮಹಿಳೆಯರು ವಿತರಿಸಿಬಿಡುತ್ತಿದ್ದರು. ಸಮಾಜ ಮತ್ತಷ್ಟು ಅಭಿವೃದ್ಧಿಗೊಂಡಂತೆ ವಿತರಣೆಯು ಮನೆಯೊಡೆಯ, ಕುಲದೊಡೆಯ, ಬುಡಕಟ್ಟಿನ ನಾಯಕನ ಕೆಲಸವಾಯಿತು. ಸಾಮಾನ್ಯವಾಗಿ ಆಹಾರವನ್ನು ಹಂಚುವುದಕ್ಕೆ ಕುಟುಂಬವನ್ನು ಒಂದು ಘಟಕವಾಗಿ ಪರಿಗಣಿಸಲಾಗುತ್ತಿತ್ತು. ಮಿಗುತಾಯ ಜಾಸ್ತಿಯಾಗಿ ಒಂದೆಡೆ ಕೇಂದ್ರೀಕೃತವಾದಾಗ

ಅದನ್ನು ಪುರೋಹಿತ ವರ್ಗ ಅಥವಾ ಕುಲೀನ ವರ್ಗ ಸಂಗ್ರಹಿಸಿ, ವಿತರಿಸುತ್ತಿತ್ತು. ಇದಕ್ಕೆ ಸಂಬಂಧಿಸಿದ ತೀರ್ಮಾನವನ್ನು ಅಲ್ಲಿಯ ದೊಡ್ಡ ದೇವಾಲಯ ಅಥವಾ ಪುರೋಹಿತರು ತೆಗೆದುಕೊಳ್ಳುತ್ತಿದ್ದರು. ಗುಲಾಮಗಿರಿಯ ಸಮಾಜದಲ್ಲಿ, ಉತ್ಪಾದನೆ ಮತ್ತು ವಿತರಣೆ ಇವೆರಡೂ ಗುಲಾಮರ ಒಡೆಯರ ಕೈಯಲ್ಲಿರುತ್ತಿತ್ತು. ಇವರು ಮೂಲತಃ ಪುರೋಹಿತರೋ, ಕುಲೀನರೋ, ಅಥವಾ ಬುಡಕಟ್ಟಿನ ಮುಖಂಡರೋ ಆಗಿದ್ದಿರಬಹುದು. ಆದರೆ ಈಗ ಅವರ ಕರ್ತವ್ಯ ಬೇರೆಯೇ ಆಗಿದೆ. ಊಳಿಗಮಾನ್ಯ ಸಮಾಜದಲ್ಲಿ ಜೀತಗಾರರನ್ನು ನಿಯಂತ್ರಿಸುವ ಜಮೀನ್ದಾರನೇ ಪ್ರಮುಖ ಸೂತ್ರದಾರ.ಈ ಜನೀನುದಾರರ ಇನ್ನೊಂದು ಮುಖವಾದ ವ್ಯಾಪಾರಸ್ಥರು ಮತ್ತು ಲೇವಾದೇವಿಗಾರರು, ಕುಶಲಕರ್ಮಿಗಳ ವೃತ್ತಿಶ್ರೇಣಿಗಳನ್ನು (ಗಿಲ್ಡ್) ನೋಡಿಕೊಳ್ಳುತ್ತಿದ್ದರು. ಉತ್ಪಾದನೆಯಲ್ಲಿ ತೊಡಗಿಕೊಳ್ಳುವುದರ ಮೂಲಕ ವ್ಯಾಪಾರೀ ವರ್ಗವು ಮಾರ್ಪಾಡನ್ನು ಹೊಂದಿ ಬಂಡವಾಳಶಾಹಿ ಯುಗಕ್ಕೆ ನಾಂದಿ ಹಾಡಬಹುದು. ಬಂಡವಾಳಶಾಹಿ ವ್ಯವಸ್ಥೆಯಲ್ಲಿ ಮನುಷ್ಯನ ದುಡಿಮೆಯೇ ಸರಕಾಗುತ್ತದೆ ಮತ್ತು ಮಾನವ ಸ್ವತಂತ್ರನಾಗಿರುತ್ತಾನೆ. ಇವು ಎಲ್ಲಾ ಕಡೆಯೂ ಹೀಗೆ ಇರಬೇಕು ಎಂದಿಲ್ಲ. ಇವುಗಳ ಸ್ವರೂಪ ಮತ್ತು ವಸ್ತು ಬೇರೆಯಾಗಿರಬಹುದು. ಬ್ರಿಟನ್ನಿನಲ್ಲಿ ದೊರೆಗಳು ಮತ್ತು ನೈಟ್‌ಗಳನ್ನು (ಸಿಪಾಯಿಗಳು) ಒಳಗೊಂಡಂಥ ಇಡೀ ಜಮೀನ್ದಾರಿ ಕುಲೀನರ ವರ್ಗದ ಎಲ್ಲರನ್ನೂ ಕಾಣಬಹುದು. ಆದರೆ ಅಂದಿನ ಜೀತಗಾರರು ಇಂದಿನ ಪ್ರಾಥಮಿಕ ಉತ್ಪಾದಕರಲ್ಲ. ಹಾಗಿದ್ದಾಗ್ಯೂ ಇಂಗ್ಲಿಷ್ ಸಮಾಜ ಇಂದು ಸಂಪೂರ್ಣವಾಗಿ ಬಂಡವಾಳಶಾಹಿ ಸಮಾಜ. ಆಧುನಿಕ ಬಂಡವಾಳಶಾಹಿಯು ಮೊಟ್ಟಮೊದಲಿಗೆ ಅಲ್ಲಿ ಪೂರ್ಣಪ್ರಮಾಣದಲ್ಲಿ ವಿಕಾಸಗೊಂಡಿತು. ಎಡ್ವರ್ಡ್ ದಿ ಕನ್ಫೆಸರ್‌ನ ಚರ್ಚಿನಲ್ಲಿ, ಅವನು ಕೂತ ಮರದ ಸಿಂಹಾಸನದ ಮೇಲೇ ಏಳನೇ ಎಡ್ವರ್ಡ್ ದೊರೆಯ ಪಟ್ಟಾಭಿಷೇಕವೂ ನಡೆದಿರಬಹುದು, ಆದರೆ ಆ ನಡುವಿನ ಅವಧಿಯಲ್ಲಿ ಅವರಿಬ್ಬರೂ ಆಳಿದ ಇಂಗ್ಲೆಂಡು ಗುರುತು ಸಿಗದಷ್ಟು ಬದಲಾಗಿತ್ತು. ಕೊನೆಯ ಮಹಾನ್ ಆಧುನಿಕ ಬೂರ್ಜ್ವಾಗಳಾದ ಜರ್ಮನಿ ಮತ್ತು ಜಪಾನಿನ ಬಂಡವಾಳಿಗರು, ಊಳಿಗಮಾನ್ಯ ವ್ಯವಸ್ಥೆಯನ್ನು ಪೂರ್ತಿ ನಾಶಮಾಡುವ ಸಂದರ್ಭದಲ್ಲೇ, ಊಳಿಗಮಾನ್ಯ ವ್ಯವಸ್ಥೆಯ ಕೆಲವು ಸಂರಚನೆಗಳನ್ನೂ ಅವರು ಬಲಪಡಿಸಿದರು. ಅಲ್ಲಿಯ ದೊರೆಗೆ ತಮ್ಮ ಸಂಪೂರ್ಣ ನಿಷ್ಠೆಯನ್ನು ತೋರಿಸುವ ನೆಪದಲ್ಲಿ ಅವರು ಈ ಕೆಲಸಮಾಡಿದರು.

ಈ ಅಧ್ಯಯನದಲ್ಲಿ ನಾವು ಯಾಂತ್ರಿಕ ನಿಯತಿವಾದವನ್ನು ಅನುಸರಿಸುವುದು ಸಾಧ್ಯವೇ ಇಲ್ಲ, ಅದೂ ನಿರ್ದಿಷ್ಟವಾಗಿ, ಭಾರತದ ಸಂದರ್ಭದಲ್ಲಿ. ಏಕೆಂದರೆ ಇಲ್ಲಿ ವಸ್ತುವಿಗಿಂತಲೂ ಸ್ವರೂಪಕ್ಕೇ ಹೆಚ್ಚಿನ ಮಹತ್ವವನ್ನು ನೀಡಿ ವಸ್ತುವನ್ನೇ ಕಡೆಗಣಿಸುವ ಪರಿಪಾಠವಿದೆ. ಆರ್ಥಿಕ ನಿಯತಿವಾದದಿಂದ ಏನೂ ಆಗದು. ಒಂದು ನಿರ್ದಿಷ್ಟ ಪ್ರಮಾಣದ ಸಂಪತ್ತಿನಿಂದ ನಿರ್ದಿಷ್ಟ ಮಾದರಿಯ ಬೆಳವಣಿಗೆ ಅನಿವಾರ್ಯವೇನಲ್ಲ, ಅದು ನಿಜವೂ ಅಲ್ಲ. ಒಂದು ಸಮಾಜವು ಒಂದು ನಿರ್ದಿಷ್ಟ ಸಾಮಾಜಿಕ ಸ್ವರೂಪವನ್ನು ಪಡೆಯಬೇಕಾದರೆ, ಅದು ಹಾದು ಬಂದ ಇಡೀ ಐತಿಹಾಸಿಕ ಪ್ರಕ್ರಿಯೆಯೂ ತುಂಬಾ ಮುಖ್ಯವಾಗುತ್ತದೆ. ಉದಾಹರಣೆಗೆ ದಕ್ಷಿಣ ಅಮೆರಿಕಾದ ಅಮೆರಿಂಡರನ್ನು

ಬರ್ಬರಾವಸ್ಥೆಯಲ್ಲಿಟ್ಟಿದ್ದ ಚಿನ್ನ ಮತ್ತು ಬೆಳ್ಳಿಯು ಸ್ಪೇನಿನವರ ಕೈಗೆ ಸಿಕ್ಕಾಗ, ಅದು ಅವರ ಊಳಿಗಮಾನ್ಯ ವ್ಯವಸ್ಥೆಯನ್ನು ಮತ್ತು ಧಾರ್ಮಿಕ ಪ್ರತಿಗಾಮಿತ್ವವನ್ನು ಬಲಗೊಳಿಸಿತು. ಇದೇ ಸಂಪತ್ತಿನ ಒಂದು ಭಾಗವನ್ನು ಡ್ರೇಕ್ ಮತ್ತು ಇಂಗ್ಲೆಂಡಿನ ಇತರ ಕಡಲ್‌ದೊರೆಗಳು ಕೊಳ್ಳೆಹೊಡೆದು ಸಾಗಿಸಿದರು. ಆ ಕೊಳ್ಳೆ ಹೊಡೆದು ಸಾಗಿಸಿದ ಸಂಪತ್ತು ಇಂಗ್ಲೆಂಡನ್ನು ಉಳಿಗಮಾನ್ಯ ವ್ಯವಸ್ಥೆಯಿಂದ ವ್ಯಾಪಾರಿ ಮತ್ತು ಬಂಡವಾಳಶಾಹಿ ಸ್ಥಿತಿಗೆ ಕೊಂಡೊಯ್ಯಲು ನೆರವಿಗೆ ಬಂತು. ಒಂದು ಸಮಾಜದಲ್ಲಿ ಪ್ರತಿಹಂತದಲ್ಲೂ ಇನ್ನೂ ಉಳಿದುಕೊಂಡು ಬಂದಿರುವ ಹಿಂದಿನ ಸಾಮಾಜಿಕ ಸಂರಚನೆಗಳು ಮತ್ತು ಆ ಸಮಾಜದ ಮೇಲ್ವರ್ಗದ ಸಿದ್ಧಾಂತಗಳು ಪ್ರತಿಯೊಂದು ಸಾಮಾಜಿಕ ಚಳುವಳಿಯ ಮೇಲೆ ತುಂಬಾ ಒತ್ತಡವನ್ನು ತರುತ್ತವೆ. ಇದು ಸಂಪ್ರದಾಯವು ಒಡ್ಡಿದ ಒತ್ತಡವಿರಬಹುದು ಅಥವಾ ಸಂಪ್ರದಾಯ ವಿರೋಧಿ ನೆಲೆಯಿಂದ ಬಂದ ಒತ್ತಡವೂ ಆಗಿರಬಹುದು. ಭಾಷೆ ಕೂಡ ವಿನಿಮಯ ಪ್ರಕ್ರಿಯೆ, ಹೊಸ ಸರಕುಗಳು, ಹೊಸ ವಿಚಾರಗಳು, ಅದಕ್ಕೆ ಸಂಬಂದಿಸಿದ ಹೊಸ ಪದಗಳು ಇವೆಲ್ಲ ಒಟ್ಟಾಗಿ ಸೇರಿಯೇ ಬೆಳೆಯುವುದು. ಉತ್ಪಾದನಾ ವಿಧಾನದಲ್ಲಿ ಯಾವುದೇ ಮಹತ್ತರ ಬೆಳವಣಿಗೆಯಾದರೆ ತಕ್ಷಣ ಜನಸಂಖ್ಯೆಯಲ್ಲೂ ಹೆಚ್ಚಳವಾಗುತ್ತದೆ. ಅದರಿಂದ ಮತ್ತೆ ಉತ್ಪಾದನಾ ಸಂಬಂಧಗಳು ಕೂಡ ಬದಲಾಗುತ್ತವೆ. ಹಿಂದೆ ಒಂಟಿಯಾಗಿ ನೂರಾರು ಜನರ ವ್ಯವಹಾರವನ್ನು ನಿಭಾಯಿಸುತ್ತಿದ್ದ ಮುಖಂಡನಿಗೆ ಈಗ ಸಾವಿರಾರು ಜನರನ್ನು ಇತರರ ಸಹಕಾರವಿಲ್ಲದೆ ನಿಭಾಯಿಸಲಾಗುವುದಿಲ್ಲ. ಹಾಗಾಗಿ ಈಗ ವ್ಯವಹಾರ ನಡೆಸಲು ಕುಲೀನರ ಅಥವಾ ಹಿರಿಯರ ಒಂದು ಸಮಿತಿಯೇ ಬೇಕಾಗುತ್ತದೆ. ಒಂದು ಜಿಲ್ಲೆಯಲ್ಲಿ ಕೇವಲ ಒಂದೋ ಎರಡೋ ಸಣ್ಣ ಹಳ್ಳಿಗಳಿದ್ದರೆ ಅಲ್ಲಿಗೆ ಸರ್ಕಾರ ಬೇಕಾಗುವುದಿಲ್ಲ. ಆದರೆ ಅದೇ ಜಿಲ್ಲೆಯಲ್ಲಿ 20,000 ದೊಡ್ಡ ಗ್ರಾಮಗಳು ಇದ್ದರೆ ಅಲ್ಲಿ ಸರ್ಕಾರ ಬೇಕಾಗುತ್ತದೆ. ಅಷ್ಟೇ ಅಲ್ಲ, ಅಲ್ಲಿ ಸರ್ಕಾರ ರಚಿಸುವುದು ಸಾಧ್ಯ ಕೂಡ. ಭಾರತದಲ್ಲಿ ಒಂದು ವಿಶಿಷ್ಟವಾದ ಸುತ್ತುಬಳಸಿನ ಪ್ರಕ್ರಿಯೆ ಕಂಡುಬರುತ್ತದೆ. ಒಂದೊಂದು ಹೊಸ ಉತ್ಪಾದನಾ ಹಂತವೂ ಒಂದೊಂದು ರೀತಿಯ ಬದಲಾವಣೆಯನ್ನು ತರುತ್ತದೆ. ಉತ್ಪಾದನೆ ಆದಿಮ ಹಂತದಲ್ಲಿದ್ದಾಗ, ಸಾಮಾನ್ಯವಾಗಿ ಬದಲಾವಣೆಗಳು ಧಾರ್ಮಿಕ ಸ್ವರೂಪದವಾಗಿರುತ್ತಿದ್ದವು. ಯಾವುದೇ ಹೊಸ ವ್ಯವಸ್ಥೆ ಉತ್ಪಾದನೆಯನ್ನು ಹೆಚ್ಚಿಸಿದರೆ, ಅದನ್ನು ಮೆಚ್ಚುತ್ತಾರೆ ಮತ್ತು ಅದು ಉಳಿದು ನೆಲೆಯೂರುತ್ತದೆ. ಆದರೆ ಈ ಬೆಳವಣಿಗೆಯಿಂದ ಜನಸಂಖ್ಯೆಯು ಹೆಚ್ಚಾಗುತ್ತದೆ. ಯಾವುದೇ ಬೆಳವಣಿಗೆಯಾದಾಗಲೂ ಮೇಲ್‌ರಚನೆಯು ಅದಕ್ಕೆ ಹೊಂದಿಕೆಯಾಗುವಂತೆ ಇರಬೇಕು. ಇಲ್ಲದಿದ್ದರೆ ಘರ್ಷಣೆ ಅನಿವಾರ್ಯವಾಗುತ್ತದೆ. ಕೆಲವೊಮ್ಮೆ ಸುಧಾರಣೆಯ ಹೆಸರಿನಲ್ಲಿ ನಡೆಯುವ ಕ್ರಾಂತಿಯು ಹಳೆಯ ಸಂರಚನೆಗಳನ್ನು ಸಂಪೂರ್ಣವಾಗಿ ನಾಶಮಾಡಿಬಿಡುತ್ತವೆ. ಇನ್ನು ಕೆಲವು ಸಂದರ್ಭದಲ್ಲಿ ಹಳೆಯ ಸಂರಚನೆಗಳನ್ನು ಉಳಿಸಿಕೊಂಡು ಅದರಿಂದ ಲಾಭ ಪಡೆದುಕೊಳ್ಳುವ ವರ್ಗವೇನಾದರೂ ಅಧಿಕಾರಕ್ಕೆ ಬಂದರೆ, ಆ ಸಮಾಜ ಸ್ಥಗಿತಗೊಳ್ಳುತ್ತದೆ, ಇಲ್ಲವೆ ಅವನತಿ ಹೊಂದುತ್ತದೆ ಅಥವಾ ಕ್ಷೀಣಿಸುತ್ತದೆ. ಭಾರತವು ಸೂಕ್ತವಾದ ಕಾಲವು ಬರುವುದಕ್ಕೆ ಮೊದಲೇ ಬೆಳವಣಿಗೆ ಕಂಡಿತ್ತು ಮತ್ತು ನಂತರ ವಿದೇಶಿಯರು ಆಕ್ರಮಣ ಮಾಡಿದಾಗ, ವಿಚಿತ್ರವಾದ ಅಸಹಾಯಕ ಸ್ಥಿತಿಯಲ್ಲಿತ್ತು. ಈ ಸಾಮಾನ್ಯ ಬೆಳವಣಿಗೆಯ ಮಾದರಿಗೆ ಭಾರತ ಒಂದು ಒಳ್ಳೆಯ ಉದಾಹರಣೆ.

4 ಗ್ರಾಮೀಣ ಹಾಗೂ ಬುಡಕಟ್ಟು ಸಮಾಜದ ಅಧ್ಯಯನ ಅಗತ್ಯ

ಎಲ್ಲೋ ಒಂದಿಷ್ಟು ದಾಖಲೆಗಳನ್ನು ಇಟ್ಟುಕೊಂಡು ಭಾರತದ ಇತಿಹಾಸವನ್ನು ಬರೆಯುವುದಾದರೂ ಹೇಗೆ? ಸಂಪೂರ್ಣ ನಶಿಸಿಹೋಗಿದ್ದ ರೋಮಿನಂತಹ ನಾಗರಿಕತೆಯ ಚರಿತ್ರೆಯನ್ನು, ಇಂದು ಆಧುನಿಕ ಕಾಲದಲ್ಲಿ ಬರೆಯುವುದಕ್ಕೆ ಹೇಗೆ ಸಾಧ್ಯವಾಯಿತು? ಅಲ್ಲಿ ದಾಖಲೆಗಳಿದ್ದವು. ಆದರೆ ಅಂದಿನ ಹಲವಾರು ಪದಗಳು ಇಂದು ನಮಗೆ ಅರ್ಥಹೀನವಾಗಿಬಿಟ್ಟಿವೆ. ಈಗ ಸಿಕ್ಕಿರುವ ಪುರಾತನ ಅವಶೇಷಗಳನ್ನು ಹೋಲಿಸಿ ನೋಡಿ ಅವುಗಳಿಗೆ ಅರ್ಥವನ್ನು ಕಂಡುಕೊಳ್ಳಲಾಯಿತು. ಕೆಲವು ವ್ಯಕ್ತಿಗಳು ನಿಜವಾಗಿಯೂ ಇದ್ದರು ಎಂಭೂದನ್ನು ಅವರ ನಾಣ್ಯಗಳು, ಮೂರ್ತಿಗಳು, ಸಮಾಧಿಗಳು, ಸ್ಮಾರಕಗಳು ಮತ್ತು ಶಾಸನಗಳಿಂದ ಸಾಬೀತಾಗಿದೆ ಎಂದು ಭಾವಿಸಲಾಯಿತು. ಈ ದೃಢೀಕರಣದಿಂದ ಉಳಿದ ದಸ್ತಾವೇಜುಗಳ ದಾಖಲೆಗಳಿಗೂ ಬೆಲೆ ಬದಿತು. ಪುರಾತತ್ವಜ್ಞರು ನೆಲದಲ್ಲಿ ಹೂತುಹೋಗಿರುವ ಪ್ರಾಚೀನಕಾಲದ ಹಲವಾರು ಅವಶೇಷಗಳನ್ನು ಹೊರತೆಗೆದಿದ್ದಾರೆ. ಪುರಾತತ್ವ ಸಂಶೋಧನಾ ವಿಧಾನದಿಂದ ಪುಷ್ಟೀಕರಣಗೊಳಿಸುವುದು ಸಾಧ್ಯವಾದಾಗ ಮಾತ್ರ ಸಾಹಿತ್ಯಿಕ ಆಕರಗಳು ನಿಜವಾದ ದಾಖಲೆಗಳಾಗುತ್ತವೆ. ಆ ಆಕರಗಳಲ್ಲಿ ಬರುವ ಹಲವಾರು ಮುಖ್ಯ ಪದಗಳಿಗೆ ಇಂದು ಅರ್ಥವೇ ಬದಲಾಗಿಬಿಟ್ಟಿದೆ. ನಾವು ಇಂದು ಅವನ್ನು ಬೇರೆಯದೇ ಅರ್ಥದಲ್ಲಿ ಬಳಸುತ್ತೇವೆ. ಆದರೂ ಪುರಾತತ್ತ್ವಶಾಸ್ತ್ರವನ್ನು ಸರಿಯಾಗಿ ಬಳಸಿಕೊಂಡರೆ, ಈ ದಾಖಲೆಗಳಿಂದ ಈಗ ಕಣ್ಮರೆಯಾಗಿರುವ ಜನ ಆಗ ನಿಜವಾಗಿ ಹೇಗೆ ಬದುಕಿದ್ದರು ಎಂಬುದನ್ನು ಅರ್ಥಮಾಡಿಕೊಳ್ಳಬಹುದು. ನಮ್ಮ ಗತವನ್ನು ಉತ್ಖನನಮಾಡುವುದರಿಂದ, ಮತ್ತು ಜಗತ್ತಿನ ಇತರ ಭಾಗದಲ್ಲಿ ಕಂಡುಬರುವ ಆದಿಮ ಜನರನ್ನು ವೈಜ್ಞಾನಿಕವಾಗಿ ಅಧ್ಯಯನ ಮಾಡುವುದರಿಂದ ಯಾವುದೇ ಲಿಖಿತ ದಾಖಲೆಗಳು ಅಸ್ತಿತ್ವಕ್ಕೆ ಬರುವುದಕ್ಕಿಂತ ಹಿಂದಿನ ಸಂಸ್ಕೃತಿಯ ಪುನರ್‌ರಚನೆಯು ಸಾಧ್ಯವಾಗುತ್ತದೆ. ಅದನ್ನು ಪೂರ್ವೇತಿಹಾಸ ಎಂದು ಕರೆಯುತ್ತಾರೆ.

ಈ ಎಲ್ಲಾ ವಿಧಾನಗಳನ್ನು ಭಾರತದಲ್ಲಿ ಇಂದಿಗೂ ಬಳಸಿಕೊಳ್ಳಬಹುದು. ಆದರೆ ಇವಿಷ್ಟೇ ಸಾಕಾಗುವುದಿಲ್ಲ. ಎಲ್ಲಾ ಮುಖ್ಯ ಪ್ರಶ್ನೆಗಳಿಗೂ ಉತ್ತರಕೊಡುವಷ್ಟು ಭಾರತೀಯ ಪುರಾತತ್ತ್ವಶಾಸ್ತ್ರ ಬೆಳೆದಿಲ್ಲ. ಅಷ್ಟೇ ಏಕೆ ಎಷ್ಟೋ ಪ್ರಮುಖ ಪ್ರಶ್ನೆಗಳನ್ನು ಎತ್ತುವಷ್ಟೂ ಅದು ಪ್ರಬುದ್ಧವಾಗಿಲ್ಲ. ಆದರೆ ನಮ್ಮ ದೇಶಕ್ಕೆ ಒಂದು ಅದ್ಭುತವಾದ ಅನುಕೂಲವಿದೆ. ಅದನ್ನು ಇತಿಹಾಸಕಾರರು ಇತ್ತೀಚಿನ ವರೆಗೂ ಬಳಸಿಕೊಂಡಿಲ್ಲ. ಭಾರತದ ವಿಭಿನ್ನ ಸಾಮಾಜಿಕ ಸ್ತರಗಳಲ್ಲಿ ಇಂದಿಗೂ ಉಳಿದುಕೊಂಡಿರುವ ಹಲವಾರು ಸಂರಚನೆಗಳನ್ನು ಅಧ್ಯಯನ ಮಾಡುವುದರ ಮೂಲಕ ಸಂಪೂರ್ಣವಾಗಿ ವೈವಿಧ್ಯಮಯವಾದ ಪ್ರಾಚೀನ ಚಾರಿತ್ರಿಕ ಘಟ್ಟಗಳನ್ನು ಪುನರ್‌ರಚಿಸಬಹುದು. ನಾವು ನಗರ ಪ್ರದೇಶಗಳನ್ನು ಬಿಟ್ಟು

ಗ್ರಾಮೀಣ ಪ್ರದೇಶಗಳಿಗೆ ಹೋದರೆ ವಿಭಿನ್ನ ಸ್ತರಗಳ ಬೇರೆ ಬೇರೆ ಸಂರಚನೆಗಳಲ್ಲಿ ಈಗಲೂ ಜೀವನ ನಡೆಸುತ್ತಿರುವ ಜನರನ್ನು ನೋಡಬಹುದು. ಇವರ ಮೇಲೆ ಶಿಕ್ಷಣ, ಇತ್ತೀಚಿನ ರಾಜಕೀಯ ಬೆಳವಣಿಗೆಗಳು, ಸಿನಿಮಾ, ರೇಡಿಯೊ, ಪಟ್ಟಣಗಳ ಉತ್ಪಾದನೆಯಾಧಾರಿತ ವಾಣಿಜ್ಯ ಇವೆಲ್ಲವುಗಳ ಪ್ರಭಾವ ಆಗಿರಬಹುದು. ಈ ಪ್ರಭಾವಗಳನ್ನೆಲ್ಲಾ ಬೇರ್ಪಡಿಸಿಯೇ ಇವರನ್ನು ಅಧ್ಯಯನ ಮಾಡಬೇಕಾಗುತ್ತದೆ. ವೇಗದ ಸಾಗಣೆ ವ್ಯವಸ್ಥೆಯಿಂದಾಗಿ ದೂರದ ಊರುಗಳಲ್ಲೂ ಹಲವಾರು ಬದಲಾವಣೆಗಳಾಗಿವೆ. ಉದಾಹರಣೆಗೆ, 19ನೇ ಶತಮಾನದ ಉತ್ತರಾರ್ಧದಲ್ಲಿ ಬಂದಂತಹ ರೈಲ್ವೆ, 1925ರ ನಂತರದ ಮೋಟಾರು ಸಾರಿಗೆ ಇವೆಲ್ಲವೂ, ದೂರದ ಹಳ್ಳಿಗಳ ಮೇಲೆ ಮಾಡಿರುವ ಪ್ರಭಾವವನ್ನು ಸಲೀಸಾಗಿ ನೋಡಬಹುದು. ವಿವರಕ್ಕೆ ಹೋದರೆ ಹಲವಾರು ಸ್ಥಳೀಯ ವ್ಯತ್ಯಾಸಗಳು ಸಹ ಕಾಣುತ್ತವೆ. ಒಂದೆರಡು ಪ್ರಾಂತ್ಯಗಳು ಒಂದೆರಡು ಹಂತಗಳನ್ನು ದಾಟಿಕೊಂಡು ಮುಂದೆ ಹೋಗಿರಬಹುದು. ಅಥವಾ ಕೆಲವೆಡೆ ಬದಲಾವಣೆಗಳ ಕ್ರಮವೇ ಹಿಂದುಮುಂದಾಗಿರಬಹುದು. ಆದರೂ ಮುಖ್ಯವಾದ ಮೂಲಭೂತವಾದ ಬೆಳವಣಿಗೆಗೆ ಸಂಬಂಧಿಸಿದಂತೆ ಮಾತ್ರ ಸ್ಥೂಲವಾಗಿ ಒಂದೇ ಮಾದರಿಯನ್ನು ನೋಡಬಹುದು.

ಭಾರತ ಇಂದಿಗೂ ರೈತರ ದೇಶವೇ. ಇಲ್ಲಿ ಕೃಷಿ ವ್ಯಾಪಕವಾಗಿ ಬೆಳೆದಿದೆ. ಆದರೆ ಇಲ್ಲಿ ಇನ್ನೂ ಆದಿಮ ಕೃಷಿ ತಂತ್ರಗಳನ್ನೇ ಬಳಸುತ್ತಿದ್ದಾರೆ. ಸುಮಾರು ಎರಡು ಸಾವಿರ ವರ್ಷಗಳ ಕಾಲ ಇಲ್ಲಿ ವ್ಯವಸಾಯ ನಡೆದು, ಭೂಮಿಯನ್ನು ಮಿತಿಮೀರಿ ಸಾಗುವಳಿ ಮಾಡಿರುವುದನ್ನು ನೋಡಬಹುದು. ಆ ಪ್ರದೇಶಗಳಲ್ಲಿ ದನಗಳನ್ನು ಅತಿಯಾಗಿ ಮೇಯಿಸಿರುವುದನ್ನು ಕಾಣಬಹುದು. ಬೇಸಾಯವನ್ನು ಸಣ್ಣ ಸಣ್ಣ ಹಿಡುವಳಿಗಳಲ್ಲಿ ಮಾಡಲಾಗುತ್ತಿದೆ. ಬೇಸಾಯಕ್ಕೆ ಬಳಸುತ್ತಿರುವ ವಿಧಾನ ಕೂಡ ತೀರಾ ಪುರಾತನವಾದದ್ದು. ಹಾಗಾಗಿ ಪ್ರತಿ ಎಕರೆಗೆ ಸಿಗುತ್ತಿರುವ ಫಸಲು ಕೂಡ ತುಂಬಾ ಕಡಿಮೆ. ವಿಮಾನದಿಂದ ನೋಡಿದರೆ ಈ ಭೂಪ್ರದೇಶದಲ್ಲಿ ಸಾರಿಗೆ ಸಂಪರ್ಕದ ಕೊರತೆಯಿದೆ ಎನ್ನುವುದು ಎದ್ದು ಕಾಣುತ್ತದೆ. ಅಮೇರಿಕೆಯಲ್ಲೋ, ಪಶ್ಚಿಮ ಯುರೋಪಿನಲ್ಲೋ ವಿಮಾನದಿಂದ ಕಾಣುವ ರೈಲು–ರಸ್ತೆಗಳ ಬಿಗಿಯಾದ ಜಾಲವನ್ನು ಇಲ್ಲಿ ನೋಡಲಾಗುವುದಿಲ್ಲ. ಅಂದರೆ ಇಲ್ಲಿ ಉತ್ಪಾದನೆಯ ಬಹುಪಾಲು ಸ್ಥಳೀಯವಾಗಿ ಆಗುತ್ತದೆ ಮತ್ತು ಅದರ ಹೆಚ್ಚಿನ ಪಾಲು ಸ್ಥಳೀಯವಾಗಿಯೇ ಬಳಕೆಯಾಗುತ್ತದೆ. ಉತ್ಪಾದನೆಯು ಸ್ಥಳೀಯವಾಗಿ ಆಗುತ್ತಿರುವುದರಿಂದ ಮತ್ತು ಉತ್ಪಾದನೆಗೆ ಪುರಾತನವಾದ ಮತ್ತು ಪರಿಣಾಮಕಾರಿಯಲ್ಲದ ವಿಧಾನವನ್ನು ಬಳಸುತ್ತಿರುವುದರಿಂದಲೇ ಅವನತಿಯ ಅಂಚಿನಲ್ಲಿದ್ದರೂ ಹಲವಾರು ಪ್ರಾಚೀನ ಬುಡಕಟ್ಟುಗಳು, ಇಂದಿಗೂ ಉಳಿದುಕೊಳ್ಳುವುದು ಸಾಧ್ಯವಾಗಿದೆ. ಇಡೀ ಗ್ರಾಮೀಣ ಆರ್ಥಿಕತೆಯು ಕಾಲಿಕ ಮಳೆ ಹಾಗೂ ಮುಂಗಾರನ್ನೇ ಅವಲಂಬಿಸಿದೆ. ಭಾರತದ ವಿವಿಧೆಡೆಗಳಲ್ಲಿ ಆಗುವ ಮಳೆಯ ಪ್ರಮಾಣ ಒಂದೇ ರೀತಿಯಿರುವುದಿಲ್ಲ. ಕೆಲವೆಡೆ 20 ಅಂಗುಲ ಮಳೆಯಾದರೆ ಇನ್ನೊಂದೆಡೆ 200 ಅಂಗುಲ ಮಳೆಯಾಗಬಹುದು. ಮಳೆ ಕಡಿಮೆಯಾದಾಗ ಬರದ ಪರಿಸ್ಥಿತಿ ಉಂಟಾಗುತ್ತದೆ. ಈ ಬರದಿಂದ ತಪ್ಪಿಸಿಕೊಳ್ಳಬೇಕಾದರೆ

ನೀರಾವರಿ ಸೌಲಭ್ಯವಿರಬೇಕಾಗುತ್ತದೆ. ಸಾಮಾನ್ಯವಾಗಿ ಜೂನಿನಿಂದ ಸೆಪ್ಟೆಂಬರ್‌ವರೆಗಿನ ನಾಲ್ಕು ತಿಂಗಳು ಮಳೆ ಬೀಳುತ್ತದೆ. ಆದರೆ ಮಳೆಗಾಲವು ದಕ್ಷಿಣ ಭಾರತಕ್ಕಿಂತ ಉತ್ತರಭಾರತದಲ್ಲಿ ತಡವಾಗಿ ಪ್ರಾರಂಭವಾಗುತ್ತದೆ. ಪೂರ್ವತೀರದಲ್ಲಿ ಮುಂಗಾರು ಎರಡು ಪ್ರತ್ಯೇಕ ಅಲೆಗಳಲ್ಲಿ ಬರುತ್ತದೆ. ಈ ವ್ಯತ್ಯಾಸಗಳಿಂದಾಗಿ, ಪ್ರತಿ ಪ್ರಾಂತ್ಯದಲ್ಲಿ ಮಳೆಯ ವಾರ್ಷಿಕ ಚಕ್ರ ಭಿನ್ನವಾಗಿರುತ್ತದೆ. ನಮ್ಮಲ್ಲಿ ಇಷ್ಟೊಂದು ಮಳೆಯಾದರೂ ಕೂಡ ವಿಮಾನದಿಂದ ನೋಡಿದಾಗ, ಹಾಲೆಂಡ್ ಅಥವಾ ಇಂಗ್ಲೆಂಡಿನಲ್ಲಿ ಕಾಣುವ ಹಚ್ಚಹಸಿರಾದ ಭೂಮಿಗೆ ಹೋಲಿಸಿದರೆ ಇಲ್ಲಿನ ಹೆಚ್ಚಿನ ಭೂಪ್ರದೇಶ ಮರಳುಗಾಡಿನ ತರಹ ಕಾಣುತ್ತದೆ. ಇಲ್ಲಿ ಹುಲ್ಲುಗಾವಲು ನಾಶವಾಗಿದೆ. ನೀರು ರಭಸವಾಗಿ ಹರಿದು ನೆಲದ ಫಲವತ್ತಾದ ಮೇಲ್ಮಣ್ಣು ಕೊಚ್ಚಿಕೊಂಡು ಹೋಗಿದೆ. ಇದೊಂದು ಆಧುನಿಕ ಲಕ್ಷಣ. ಕಳೆದ ಶತಮಾನದ ಕೊನೆಯ ವೇಳೆಗೆ ಅರಣ್ಯನಾಶವು ತೀರಾ ಗಂಭೀರ ಸ್ವರೂಪವನ್ನು ಪಡೆದುಕೊಂಡಿತು. ಪ್ರಾಚೀನ ಕಾಲವನ್ನು ಗಮನಿಸಿದರೆ ಮಳೆಯಿಂದ ದೇಶದ ಬೇರೆ ಬೇರೆ ಕಡೆ ಬೇರೆ ಬೇರೆ ರೀತಿಯ ಸಮಸ್ಯೆಗಳು ಉಂಟಾಗಿರುವುದು ಕಂಡುಬರುತ್ತದೆ. ಪಂಜಾಬಿನ ಕೆಳಭಾಗದಲ್ಲಿ, ಸಿಂಧ್ ಮತ್ತು ರಾಜಾಸ್ಥಾನದ ಬಹು ಭಾಗದಲ್ಲಿ, ಮರಳುಗಾಡು ಅಥವಾ ಹೆಚ್ಚುಕಡಿಮೆ ಮರಳುಗಾಡಿನ ಪರಿಸ್ಥಿತಿಯನ್ನು ಕಾಣಬಹುದಿತ್ತು. ಆದರೆ ಅಲ್ಲಿಯ ಮಣ್ಣು ಮಾತ್ರ ಒಳ್ಳೆಯ ಮೆಕ್ಕಲು ಮಣ್ಣು. ಅದು ಎಷ್ಟೊಂದು ಫಲವತ್ತಾಗಿದೆಯೆಂದರೆ, ಸ್ವಲ್ಪ ನೀರಿನ ಸೌಲಭ್ಯವಿದ್ದರೂ ಸಾಕು ಅಥವಾ ಸ್ವಲ್ಪ ಮಳೆ ಬಿದ್ದರೆ ಸಾಕು ಒಳ್ಳೆಯ ಇಳುವರಿಯಾಗುತ್ತದೆ. ಗಂಗಾನದಿಯ ತಟದಲ್ಲಿಯೂ ಫಲವತ್ತಾದ ಮೆಕ್ಕಲು ಮಣ್ಣೇ ಇತ್ತು. ಆದರೆ ಅಲ್ಲಿ (ಮೇಲ್ ಪಂಜಾಬಿನಲ್ಲಿ ಅಷ್ಟಿಲ್ಲ) ಮಳೆ ತುಂಬಾ ಹೆಚ್ಚು. ಹಾಗಾಗಿ ಹಿಂದೆ ಅದರಲ್ಲೂ ವಿಶೇಷವಾಗಿ ಪೂರ್ವ ಸಂಯುಕ್ತ ಪ್ರಾಂತ್ಯದಲ್ಲಿ (ಈಗಿನ ಉತ್ತರ ಪ್ರದೇಶ), ಬಿಹಾರ ಹಾಗೂ ಬಂಗಾಲದಲ್ಲಿ ದಟ್ಟವಾದ ಅರಣ್ಯ ಹಾಗೂ ಜೌಗು ಪ್ರದೇಶವಿತ್ತು. ಪಶ್ಚಿಮ ಕರಾವಳಿಯ ಘಟ್ಟ ಪ್ರದೇಶದಲ್ಲಿ ಹಾಗೂ ಅಸ್ಸಾಮಿನ ಬೆಟ್ಟಗಳಲ್ಲಿ ತುಂಬಾ ವ್ಯಾಪಕವಾಗಿ ಕಾಡನ್ನು ಕಡಿದಿದ್ದರೂ ಕೂಡ, ಇನ್ನೂ ದಟ್ಟವಾದ ಕಾಡು ಉಳಿದಿದೆ. ಕರಾವಳಿಯ ಬಯಲು ಪ್ರದೇಶದಲ್ಲಿ ಈಗ ಕಾಡು ಸಂಪೂರ್ಣವಾಗಿ ನೆಲಸಮವಾಗಿದೆ. ಅಲ್ಲಿ ಈಗ ವರ್ಷಕ್ಕೆ ಮೂರು ಬೆಳೆ ಬೆಳೆಯುತ್ತಾರೆ. ಆದರೂ ಅಲ್ಲಿನ ಜನಸಂಖ್ಯಾ ಬಾಹುಳ್ಯದಿಂದಾಗಿ ಸ್ಥಳೀಯವಾಗಿ ಬೆಳೆದ ಪದಾರ್ಥಗಳು ಸಾಕಾಗುವುದಿಲ್ಲ. ಅಲ್ಲಿಯ ಆರ್ಥಿಕತೆಯು ತೆಂಗಿನಂತಹ ಆರ್ಥಿಕ ಬೆಳೆಗಳನ್ನು ಅವಲಂಬಿಸಿದೆ. ಮಧ್ಯಭಾರತದ ಅರಣ್ಯ ಪ್ರದೇಶಗಳಲ್ಲಿ ಹಾಗೂ ಪರ್ಯಾಯದ್ವೀಪದ ಕಾಡಿನಲ್ಲಿ, ನಿಗದಿಪಡಿಸಿದ ಸ್ಥಳಗಳಲ್ಲಿ ಈಗ ಖನಿಜ ಸಂಪನ್ಮೂಲವನ್ನು ಅಭಿವೃದ್ಧಿಪಡಿಸಲಾಗುತ್ತಿದೆ. ಈ ಪ್ರದೇಶಗಳಲ್ಲೆಲ್ಲಾ ಇಂದಿಗೂ ಮಾನವಶಾಸ್ತ್ರಜ್ಞರೆಲ್ಲರಿಗೂ ಬುಡಕಟ್ಟು ಜನರೇ (ಭಿಲ್, ನೀಲಗಿರಿಯ ತೋಡರು, ಸಂತಾಲರು ಮೊದಲಾದವರು) ಅಧ್ಯಯನದ ವಸ್ತುವಾಗಿದ್ದಾರೆ. ಪಶ್ಚಿಮದಲ್ಲಿ ಬಸಾಲ್ಟ್, ಆಗ್ನೇಯ ಭಾಗದಲ್ಲಿ ಗ್ರಾನೈಟಿನ ಬೋಳು ಬೆಟ್ಟಗಳಿಂದಾಗಿ ಛಿದ್ರವಾಗಿರುವ ಈ ಉಪಖಂಡದ ದಖ್ಖನ್ ಪ್ರಸ್ಥಭೂಮಿಯಲ್ಲಿ ಯಾವ ಕಾಲದಲ್ಲೂ ದಟ್ಟವಾದ ಕಾಡು ಇರಲಿಲ್ಲ. ಅಲ್ಲಿಯ ಹೆಚ್ಚಿನ ಭೂಪ್ರದೇಶ

ಎಂದೂ ಅಷ್ಟೊಂದು ಫಲವತ್ತಾಗಿ ಇರಲಿಲ್ಲ. ಆದರೆ ಅಲ್ಲಿನ ಕೆಲವು ಪ್ರದೇಶಗಳಲ್ಲಿ ಕರಿಯ ಮಣ್ಣಿರುವ ಭೂಮಿ ಇತ್ತು. ಅದು ವಿಶೇಷವಾಗಿ ಹತ್ತಿಯಂತಹ ಬೆಳೆಗಳಿಗೆ ತುಂಬಾ ಸೂಕ್ತವಾಗಿತ್ತು. ಆದರೆ ಆ ಪ್ರದೇಶವನ್ನು ಹದಗೊಳಿಸುವುದಕ್ಕೆ ಆಳವಾಗಿ ಉಳುಮೆಯನ್ನು ಮಾಡಬೇಕಾಗುತ್ತಿತ್ತು. ಗುಜರಾತಿನಲ್ಲಿ ವಿಶೇಷವಾದ ಬೂದು ಬಣ್ಣದ ಮೆಕ್ಕೆ ಮಣ್ಣಿನ ಭೂ ಪ್ರದೇಶವಿತ್ತು. ಈ ಎಲ್ಲಾ ಪ್ರಾದೇಶಿಕ ಭಿನ್ನತೆಗಳಿಗೆ ಅನುಗುಣವಾಗಿ ಆಯಾ ಪ್ರದೇಶಗಳ ಚಾರಿತ್ರಿಕ ಬೆಳವಣಿಗೆಯು ಆಗಿದೆ.

ಈ ಪ್ರದೇಶಗಳ ವಿಭಿನ್ನ ಭೂಲಕ್ಷಣಗಳಿಂದಾಗಿ ಹಾಗೂ ಇಲ್ಲಿ ಸಾಮಾನ್ಯವಾಗಿ ಕಂಡುಬರುವ ಉಷ್ಣ ಹವೆಯಿಂದಾಗಿ ರೈತರಲ್ಲೂ ತುಂಬಾ ವೈವಿಧ್ಯವನ್ನು ಕಾಣಬಹುದು. ಆಯಾ ಪ್ರದೇಶದ ವಿಭಿನ್ನ ಸ್ಥಳೀಯ ಚರಿತ್ರೆಯೂ ಈ ವಿಭಿನ್ನತೆಗೆ ಕಾರಣ. ಭಾರತೀಯ ಸಮಾಜದ ಮುಖ್ಯ ಲಕ್ಷಣವೆಂದರೆ ಜಾತಿ. ಅದು ಗ್ರಾಮೀಣ ಪ್ರದೇಶದಲ್ಲಿ ತುಂಬಾ ಪ್ರಬಲವಾಗಿದೆ. ಅಕ್ಕಪಕ್ಕದಲ್ಲೇ ವಾಸಿಸುವ ಜನರು ಹಲವು ಗುಂಪುಗಳಾಗಿದ್ದಾರೆ. ಒಟ್ಟಿಗೆ ಇದ್ದರೂ ಅವರು ಒಂದಾಗಿ ಇದ್ದಾರೆ ಎಂದೇ ಅನ್ನಿಸುವುದಿಲ್ಲ. ಇವರ ನಡುವೆ ಮದುವೆಯ ಸಂಬಂಧವೂ ಸಾಧ್ಯವಿಲ್ಲ. ಧಾರ್ಮಿಕವಾಗಿ ಇಂತಹ ಮದುವೆಗಳಿಗೆ ಅವಕಾಶವಿಲ್ಲ. ಆದರೆ ಅಂತಹ ಮದುವೆಗೆ ಈಗ ಕಾನೂನುರೀತ್ಯಾ ಸಂಪೂರ್ಣ ಅವಕಾಶವಿದೆ. ಬಂಡವಾಳಶಾಹಿ ಪದ್ಧತಿಯ ಅಭಿವೃದ್ಧಿಯಿಂದಾಗಿ ಈ ಬೆಳವಣಿಗೆ ಸಾಧ್ಯವಾಯಿತು. ಇದರಿಂದಾಗಿ ಪಟ್ಟಣಗಳಲ್ಲಿ ಕೆಲವು ಆರ್ಥಿಕ ಅಥವಾ ರಾಜಕೀಯ ಉದ್ದೇಶಗಳಿಗಾಗಿ ಸಂಘಟನೆಯಾಗಿರುವ ಬಣಗಳನ್ನು ಬಿಟ್ಟರೆ ಉಳಿದಂತೆ ನಗರ ಪ್ರದೇಶಗಳಲ್ಲಿ ಜಾತಿ ಕಣ್ಮರೆಯಾಗತೊಡಗಿತು. ಹೆಚ್ಚಿನ ರೈತರು ಕೆಳಜಾತಿಯವರಿಂದ ಆಹಾರವನ್ನಾಗಲಿ, ಕುಡಿಯುವ ನೀರನ್ನಾಗಲಿ ತೆಗೆದುಕೊಳ್ಳುವುದಿಲ್ಲ. ಅಂದರೆ ಜಾತಿ ಪದ್ಧತಿಯಲ್ಲಿ ಒಂದು ರೀತಿಯ ಶ್ರೇಣೀಕರಣವಿದೆ. ಇಂತಹ ಸಾವಿರಾರು ಜಾತಿಗಳು ಚಾಲ್ತಿಯಲ್ಲಿವೆ. ಆದರೆ ತಾತ್ವಿಕವಾಗಿ ಇರುವುದು ನಾಲ್ಕೇ ಜಾತಿಗಳು: ಬ್ರಾಹ್ಮಣ, ಕ್ಷತ್ರಿಯ, ವೈಶ್ಯ ಮತ್ತು ಶೂದ್ರ. ಈ ತಾತ್ವಿಕ ವಿಂಗಡಣೆಗಳು ಸ್ಥೂಲವಾಗಿ ಚಾಲ್ತಿಯಲ್ಲಿದ್ದ ವರ್ಗಗಳನ್ನು ಪ್ರತಿನಿಧಿಸುತ್ತಿತ್ತು. ವಾಸ್ತವದಲ್ಲಿ ನಾವು ಕಾಣುವ ಜಾತಿ ಉಪಜಾತಿಗಳು ಬೇರೆ ಬೇರೆ ಜನಾಂಗಕ್ಕೆ ಸೇರಿದ ಬುಡಕಟ್ಟು ಮೂಲದಿಂದ ಬಂದವು. ಅವುಗಳ ಹೆಸರೇ ಇದಕ್ಕೆ ಪುರಾವೆ. ಸ್ಥಳೀಯವಾಗಿ ಸಣ್ಣ ಸಣ್ಣ ಜಾತಿಗಳ ಸ್ಥಾನಮಾನವನ್ನು ಅವುಗಳ ಮಾರುಕಟ್ಟೆಯ ಆರ್ಥಿಕ ಸ್ಥಾನಮಾನ ನಿರ್ಧರಿಸುತ್ತದೆ. ಬಿಹಾರದ ಜೌಲಾಹಾ ಜಾತಿಯ ಜನ ಮಹಾರಾಷ್ಟ್ರದ ಅಗ್ರಿಸ್‌ನ ಯಾವುದೋ ಹಳ್ಳಿಗೆ ದಿಢೀರ್ ಎಂದು ಬಂದುಬಿಟ್ಟರೆ, ಅವರ ಸ್ಥಾನಮಾನವು ಅದರಷ್ಟಕ್ಕದೇ ನಿರ್ಧಾರವಾಗಿ ಬಿಡುತ್ತಿರಲಿಲ್ಲ. ಆದರೆ ಬಿಹಾರದೊಳಗೆ ಅವರ ಜಾತಿಯ ಪ್ರಾಥಮಿಕ ಸ್ಥಾನಮಾನವು ಅವರು ಸಾಮಾನ್ಯವಾಗಿ ಸಂಪರ್ಕದಲ್ಲಿರುವ ಹಳ್ಳಿಗಳಲ್ಲಿ ಅವರ ಜಾತಿಯ ಸ್ಥಾನಮಾನವನ್ನು ಆಧರಿಸಿ ನಿರ್ಧಾರಿತವಾಗುತ್ತಿತ್ತು. ಇದು ಸಾಮಾನ್ಯವಾಗಿ ವಿವಿಧ ಜಾತಿಗಳ ಸಾಪೇಕ್ಷ ಆರ್ಥಿಕ ಸಾಮರ್ಥ್ಯವನ್ನು ಆಧರಿಸಿ ನಿರ್ಧಾರವಾಗುತ್ತಿತ್ತು. ಹಾಗಾಗಿ ಒಂದೇ ಜಾತಿಯು ಎರಡು ಪ್ರಾಂತ್ಯಗಳಲ್ಲಿ ಬೇರೆಯದೇ ಸ್ಥಾನಮಾನವನ್ನು ಹೊಂದಿರುವ ಸಾಧ್ಯತೆಯೂ ಇತ್ತು. ಈ ವ್ಯತ್ಯಾಸ ಕೆಲವು ಕಾಲ ಉಳಿದುಬಿಟ್ಟರೆ, ಕ್ರಮೇಣ ಆ ಎರಡು

ಗುಂಪುಗಳು ಬೇರೆಯ ಜಾತಿಯೇ ಆಗಿಬಿಡುತ್ತಿದ್ದವು. ಅವರ ನಡುವೆಯೂ ವೈವಾಹಿಕ ಸಂಬಂಧ ನಿಂತು ಹೋಗಿಬಿಡುತ್ತಿತ್ತು. ಆರ್ಥಿಕವಾಗಿ ಅವರ ಅಂತಸ್ತು ಕೆಳಗೆ ಹೋದಷ್ಟೂ ಸಾಮಾಜಿಕವಾಗಿ ಅವರ ಜಾತಿಯ ಸ್ಥಾನಮಾನವೂ ಕೆಳಗೆ ಹೋಗುತ್ತಿತ್ತು. ಇಂದಿಗೂ ತೀರಾ ಕೆಳಗಿನ ಹಂತದಲ್ಲಿ ಇರುವುದು ಬುಡಕಟ್ಟಿನ ಜನರೇ. ಅವರಲ್ಲಿ ಹೆಚ್ಚಿನವರು ಆಹಾರ ಸಂಗ್ರಹಣೆಯ ಹಂತದಲ್ಲಿದ್ದಾರೆ. ಅವುಗಳ ಸುತ್ತಮುತ್ತಲಿನ ಸಮಾಜವು ಆಹಾರ ಉತ್ಪಾದನೆಯ ಹಂತದಲ್ಲಿರುವುದರಿಂದ ಈ ಕೆಳಜಾತಿಯವರಿಗೆ ಆಹಾರ ಸಂಗ್ರಹಣೆ ಎಂದರೆ ಭಿಕ್ಷೆ ಬೇಡುವುದೋ, ಕದಿಯುವುದೋ ಆಗುತ್ತದೆ. ಅಂತಹ ಕೆಳಸ್ತರದ ಗುಂಪುಗಳು ತಮ್ಮ ಬುಡಕಟ್ಟಿನ ಕಾನೂನು ಮತ್ತು ವ್ಯವಸ್ಥೆಯನ್ನು ಬಿಟ್ಟು ಬೇರೆಯದನ್ನು ಮಾನ್ಯ ಮಾಡುತ್ತಿರಲಿಲ್ಲ. ಹಾಗಾಗಿ ತಮ್ಮ ಕಾನೂನುಗಳನ್ನು ಮಾನ್ಯಮಾಡದ ಅವರನ್ನು ಸಹಜವಾಗಿಯೇ ಬ್ರಿಟಿಷರು "ಅಪರಾಧಿ ಬುಡಕಟ್ಟುಗಳು" ಎಂದು ಕರೆಯುತ್ತಿದ್ದರು.

ಭಾರತೀಯ ಸಮಾಜದ ಸ್ತರೀಕರಣವು ಭಾರತೀಯ ಚರಿತ್ರೆಯ ಪ್ರಮುಖ ಲಕ್ಷಣ. ಹಾಗಾಗಿ ಯಾವುದೇ ಪೂರ್ವಾಗ್ರಹವಿಲ್ಲದೆ ಭಾರತೀಯ ಸಮಾಜದ ಕ್ಷೇತ್ರಾಧ್ಯಯನ ಮಾಡಿದರೆ, ಭಾರತೀಯ ಚರಿತ್ರೆಯ ಬಹುಪಾಲನ್ನು ವಿವರಿಸಿಬಿಡಬಹುದು. ಹೆಚ್ಚಿನ ಜಾತಿಗಳು ಆಹಾರ ಉತ್ಪಾದನೆಯಲ್ಲಿ ಹಾಗೂ ಉಳುಮೆಯಲ್ಲಿ ತೊಡಗಿಸಿಕೊಳ್ಳದೇ ಹೋದದ್ದರಿಂದಲೇ ಆರ್ಥಿಕವಾಗಿ ಹಾಗೂ ಸಾಮಾಜಿಕವಾಗಿ ಕೆಳಸ್ತರದಲ್ಲಿ ಉಳಿಯಬೇಕಾಯಿತು. ಇದನ್ನು ಸಲೀಸಾಗಿ ತೋರಿಸಬಹುದು. ಬಹುಪಾಲು ಬುಡಕಟ್ಟಿನ ವಿಧಿಗಳನ್ನು, ಆಚರಣೆಗಳನ್ನು ಹಾಗೂ ಪುರಾಣಗಳನ್ನು ಉಳಿಸಿಕೊಂಡು ಬರುವವರು ಕೆಳಜಾತಿಯವರೇ. ನಾವು ಸ್ವಲ್ಪ ಮೇಲ್ಸ್ತರಕ್ಕೆ ಹೋದರೆ ಬದಲಾವಣೆಯನ್ನು ನೋಡಬಹುದು. ಸಾಮಾನ್ಯವಾಗಿ ಅಲ್ಲಿ ಈ ಆಚರಣೆಗಳು ಪರ್ಯಾಯ ಸಂಪ್ರದಾಯಗಳೊಂದಿಗೆ ಸೇರಿಹೋಗುತ್ತಿರುತ್ತವೆ. ಇನ್ನೊಂದು ಹಂತ ಮೇಲೆ ಹೋದರೆ ಬ್ರಾಹ್ಮಣರು ತಮಗೆ ಹೊಂದಿಕೆಯಾಗುವಂತೆ ಮತ್ತು ಅವುಗಳಿಂದ ಪೌರೋಹಿತ್ಯದಲ್ಲಿ ತಮಗೆ ಪ್ರಾಮುಖ್ಯ ಸಿಗುವುದಕ್ಕೆ ಬೇಕಾದಂತೆ ಅವುಗಳನ್ನು ಪುನರ್ರಚನೆ ಮಾಡಿಕೊಂಡಿರುವುದನ್ನು ನೋಡಬಹುದು. ಸಾಮಾನ್ಯವಾಗಿ ಕೆಳಜಾತಿಯವರು ಪೌರೋಹಿತ್ಯಕ್ಕೆ ಬ್ರಾಹ್ಮಣರನ್ನು ಅವಲಂಬಿಸಿರುವುದಿಲ್ಲ. ನಾವು ಇನ್ನೂ ಮೇಲಿನ ಹಂತಕ್ಕೆ ಹೋದರೆ 'ಹಿಂದೂ' ಸಂಸ್ಕೃತಿ ಎಂದು ಕರೆಯುವ ಅಕ್ಷರಸ್ಥ ಸಂಪ್ರದಾಯಕ್ಕೆ ಬರುತ್ತೇವೆ. ಆದರೆ ಈ ಸಂಸ್ಕೃತಿಯಲ್ಲಿ ನಾವು ನೋಡುವ ದೇವರು ಮತ್ತು ರಾಕ್ಷಸರ ಕಥೆಗಳು, ಕೆಳಜಾತಿಯವರಲ್ಲಿ ಕಂಡುಬರುವ ದೇವರು ಮತ್ತು ರಾಕ್ಷಸರ ಕಥೆಗಳೇ. ಬ್ರಾಹ್ಮಣತ್ವ ಮಾಡಿದ ದೊಡ್ಡ ಕೆಲಸವೆಂದರೆ ಎಲ್ಲಾ ಪುರಾಣಗಳನ್ನು ಒಂದು ಮಾಡಿ, ಅವನ್ನು ಒಂದು ಏಕೀಕೃತ ಕಥೆಗಳ ಗುಚ್ಛವಾಗಿ ಇಟ್ಟಿದ್ದು ಮತ್ತು ಅವುಗಳನ್ನು ಇನ್ನೂ ಹೆಚ್ಚು ಅಭಿವೃದ್ಧಿಗೊಂಡಿದ್ದ ಸಾಮಾಜಿಕ ವ್ಯವಸ್ಥೆಗೆ ಹೊಂದಿಸಿದ್ದು. ಅವರು ಬೇರೆ ಬೇರೆ ದೇವತೆಗಳನ್ನು ಮತ್ತು ಧಾರ್ಮಿಕ ಪಂಥಗಳನ್ನು ಸಮೀಕರಿಸಲು ಪ್ರಯತ್ನಿಸಿದರು; ಇಲ್ಲವೇ ಬೇರೆ ಬೇರೆ ದೇವತೆಗಳನ್ನು ಒಂದು ಕುಟುಂಬದ ವ್ಯಾಪ್ತಿಯೊಳಗೆ ತಂದರು. ಅಥವಾ ದೇವತೆಗಳನ್ನೆಲ್ಲಾ ಒಟ್ಟು ಸೇರಿಸಿ ಒಂದು ಭವ್ಯವಾದ ಒಡ್ಡೋಲಗವನ್ನು ಸೃಷ್ಟಿಸಿದರು.

ಇದಕ್ಕಿಂತಲೂ ಉನ್ನತವಾದ ಬೆಳವಣಿಗೆಯೆಂದರೆ ಭಾರತದ ಮಹಾನ್ ಧಾರ್ಮಿಕ ಮುಖಂಡರು ರೂಪಿಸಿದ ದರ್ಶನಗಳು. ಈ ದರ್ಶನಗಳು ರೂಪುಗೊಂಡ ಕಾಲದ ದೃಷ್ಟಿಯಿಂದ ನೋಡಿದರೆ ಇದೊಂದು ದೊಡ್ಡ ಬೆಳವಣಿಗೆಯೆಂದೇ ಹೇಳಬೇಕು. ಆದರೆ ಮುಂದೆ ಭಾರತೀಯ ಸಮಾಜವು ಮತ್ತಷ್ಟು ಅಭಿವೃದ್ಧಿಗೊಂಡು, ಈ ಧಾರ್ಮಿಕ ಪಂಥಗಳು ಒಂದು ಖಚಿತ ರೂಪ ಪಡೆದುಕೊಂಡ ಮೇಲೆ ಆ ಧರ್ಮಗಳ ನಾಯಕರು ಮೂಲ ಪ್ರವರ್ತಕರ ನಿಲುವನ್ನು ಸ್ವಲ್ಪವೂ ಬದಲಿಸಿಕೊಳ್ಳಲು ಒಪ್ಪದೆ ಹೋದಾಗ, ಇವೇ ದರ್ಶನಗಳು ಭಾರತೀಯ ಸಮಾಜದ ಹಿಂದುಳಿಯುವಿಕೆಗೂ ಕಾರಣವಾಯಿತು. ಧರ್ಮಗಳೇ ಭಾರತದ ಚರಿತ್ರೆಯಾಗುವುದಿಲ್ಲ. ಆದರೆ ಧರ್ಮ ಬೆಳೆದ ರೀತಿ ಹಾಗೂ ಕಾಲದಿಂದ ಕಾಲಕ್ಕೆ ಅದು ನಿರ್ವಹಿಸಿದ ವಿವಿಧ ಕರ್ತವ್ಯಗಳು ಚರಿತ್ರೆಗೆ ಒಳ್ಳೆಯ ಆಕರವಾಗಬಲ್ಲದು. ಭಾರತೀಯ ಸಮಾಜದಲ್ಲಿ ಆಗಿರುವ ಬೆಳವಣಿಗೆಗೆ, ಇಲ್ಲಿ ಒಂದಾದ ಮೇಲೊಂದರಂತೆ ಆದ ಧಾರ್ಮಿಕ ಪರಿವರ್ತನೆಗಳೇ ಕಾರಣ ಎನ್ನುವುದನ್ನು ತೋರಿಸುತ್ತದೆ. ಇಲ್ಲಿನ ಯಾವುದೇ ಬೆಳವಣಿಗೆಯೂ ಹಿಂಸೆಯಿಂದ ಆಗಿಲ್ಲ. ಆದರೆ ಮುಂದೆ ಇದೇ ಧಾರ್ಮಿಕ ಪರಿವರ್ತನೆಗಳು ಭಾರತೀಯ ಸಮಾಜ ಇನ್ನಷ್ಟು ಬೆಳೆಯಲು ಅಡ್ಡಿಯಾಗಿದ್ದು ಕೂಡ ಅಷ್ಟೇ ನಿಜ. ಹಾಗಾಗಿಯೇ ನಂತರದಲ್ಲಿ ಹಿಂಸೆಯನ್ನು ಬಳಸಿದರೂ ಹೆಚ್ಚಿನ ಬೆಳವಣಿಗೆ ಸಾಧ್ಯವಾಗಲಿಲ್ಲ. ಈಗ ಉಪಲಬ್ಧವಿರುವ ಬಹುಪಾಲು ಪ್ರಾಚೀನ ದಾಖಲೆಗಳ ತುಂಬಾ ಬರಿಯ ಧಾರ್ಮಿಕತೆ ಮತ್ತು ವಿಧಿಯಾಚರಣೆಗಳೇ ತುಂಬಿಕೊಂಡಿವೆ. ಅದನ್ನು ರಚಿಸಿದವರು, ಇತಿಹಾಸದ ಬಗ್ಗೆಯಾಗಲೀ ಅಥವಾ ವಾಸ್ತವತೆಯ ಬಗ್ಗೆಯಾಗಲೀ ಸ್ವಲ್ಪವೂ ತಲೆಕೆಡಿಸಿಕೊಂಡಿರಲಿಲ್ಲ. ಆ ಕಾಲದ ಭಾರತೀಯ ಸಮಾಜದ ಸಂರಚನೆಯನ್ನು ಅರ್ಥಮಾಡಿಕೊಳ್ಳದೆ ಈ ಬರವಣಿಗೆಗಳ ಮೂಲಕ ಭಾರತದ ಇತಿಹಾಸವನ್ನು ಕಟ್ಟಲು ಹೊರಟರೆ ಯಾವ ಪ್ರಯೋಜನವೂ ಆಗುವುದಿಲ್ಲ. ಇಂದು ಭಾರತದ 'ಇತಿಹಾಸ'ವನ್ನು ಕುರಿತ ಹಲವಾರು ಕೃತಿಗಳಲ್ಲಿ ಕಾಣುವಂತಹ ಹಾಸ್ಯಾಸ್ಪದವಾದ ತೀರ್ಮಾನಗಳಿಗೆ ಬರಬೇಕಾಗುತ್ತದೆ ಅಷ್ಟೆ.

5. ಗ್ರಾಮಗಳು

ಭಾರತದಲ್ಲಿ ನಾವು ಬರಿ ಜಾತಿಯನ್ನಷ್ಟೇ ಅರ್ಥಮಾಡಿಕೊಂಡರೆ ಸಾಲದು, ಭಾರತೀಯ ಸಮಾಜದಲ್ಲಿ ಧರ್ಮಕ್ಕೆ ಅಷ್ಟೊಂದು ಮಹತ್ವವನ್ನೇಕೆ ನೀಡಿದ್ದಾರೆ ಮತ್ತು ಇಲ್ಲಿ ಚಾರಿತ್ರಿಕ ಪ್ರಜ್ಞೆ ಏಕಿಲ್ಲ ಎನ್ನುವುದನ್ನೂ ವಿವರಿಸುವುದಕ್ಕೆ ಸಾಧ್ಯವಾಗಬೇಕು. ಇತಿಹಾಸ ಪ್ರಜ್ಞೆಯ ಕೊರತೆಗೆ ಸರಳವಾದ ವಿವರಣೆ ಸಾಧ್ಯವಾಗಬಹುದು. ಗ್ರಾಮೀಣ ಉತ್ಪಾದನೆ ಮತ್ತು 'ಗ್ರಾಮೀಣ ಬದುಕಿನ ಮುಗ್ಧತೆ' ಅದಕ್ಕೆ ಸ್ವಲ್ಪ ಮಟ್ಟಿಗೆ ಕಾರಣ. ಗ್ರಾಮೀಣ ಬದುಕಿನಲ್ಲಿ ಋತುಚಕ್ರವೇ ಮುಖ್ಯವಾಗುತ್ತದೆ. ವರ್ಷದಿಂದ ವರ್ಷಕ್ಕೆ ಹಳ್ಳಿಗಳಲ್ಲಿ ಗುರುತಿಸಬಹುದಾದ ಬದಲಾವಣೆಗಳೇನೂ ಕಂಡುಬರುವುದಿಲ್ಲ. ಹಾಗಾಗಿಯೇ ವಿದೇಶೀಯರಿಗೆ 'ಪೌರ್ವಾತ್ಯ ದೇಶಗಳಲ್ಲಿ ಕಾಲ ಚಲಿಸದೇ ನಿಂತು ಹೋಗಿದೆ' ಎನ್ನಿಸಿಬಿಟ್ಟಿದೆ. ಕ್ರಿ.ಪೂ.150ರ ಬರ್ಹೂತ್ ಶಿಲ್ಪಗಳಲ್ಲಿ ಅಥವಾ ಕ್ರಿ.ಶ. 200ರ ಕುಶಾಣರ ಉಬ್ಬುಕೆತ್ತನೆಗಳಲ್ಲಿ ಕಾಣುವ ಎತ್ತಿನ ಗಾಡಿಗಳು, ಗುಡಿಸಲುಗಳು ಆಧುನಿಕ ಭಾರತದಲ್ಲೂ ಕಾಣಿಸಿಕೊಂಡರೆ

ಅವಕ್ಕೆ ವಿವರಣೆ ಬೇಕೆನಿಸುವುದಿಲ್ಲ. ಹಾಗಾಗಿಯೇ ಗ್ರಾಮಗಳಲ್ಲಿ ಒಂದೆಡೆ ನೆಲೆನಿಂತು, ನೇಗಿಲನ್ನು ಬಳಸಿ ಬೇಸಾಯ ಮಾಡುವ ಆರ್ಥಿಕ ಸಂರಚನೆಯ ಪ್ರಾಮುಖ್ಯವನ್ನು ನಾವು ಗಮನಿಸುವುದೇ ಇಲ್ಲ. ನೇಗಿಲನ್ನು ಬಳಸಿದ್ದೇ ಉತ್ಪಾದನಾ ವಿಧಾನದಲ್ಲಿ ಒಂದು ಮಹತ್ವದ ಬೆಳವಣಿಗೆ ಎನ್ನುವುದನ್ನೇ ನಾವು ಸಲೀಸಾಗಿ ಮರೆತುಬಿಡುತ್ತೇವೆ. ಆಹಾರ ಸಂಗ್ರಹಣೆಯ ಹಂತಕ್ಕಿಂತ, ಆಹಾರ ಉತ್ಪಾದನೆಯ ಹಂತದಲ್ಲಿ ಉತ್ಪಾದನಾ ಸಂಬಂಧಗಳು ಹೆಚ್ಚು ಸಂಕೀರ್ಣವಾಗಿರುತ್ತವೆ. ಆಧುನಿಕ ಹಳ್ಳಿಗಳಲ್ಲಿ ಕಡುಬಡತನ ಮತ್ತು ಜನತೆಯ ಅಸಹಾಯಕತೆ ಎದ್ದು ಕಾಣುತ್ತದೆ. ಹೆಚ್ಚಿನ ಹಳ್ಳಿಗಳಲ್ಲಿ ಅಂಗಡಿಗಳೂ ಇರುವುದಿಲ್ಲ. ಸುತ್ತಮುತ್ತಲ ಹಳ್ಳಿಗಳಿಗೆ ಮಾರಾಟ ಕೇಂದ್ರವಾಗಿರುವ ಕೆಲವು ಪ್ರಮುಖ ಹಳ್ಳಿಗಳಲ್ಲಿ ಮಾತ್ರ ನಾವು ಅಂಗಡಿಗಳನ್ನು ನೋಡಬಹುದು. ಹಳ್ಳಿಗಳಲ್ಲಿ ಕಾಣುವ ಏಕೈಕ ಸಾರ್ವಜನಿಕ ಕಟ್ಟಡವೆಂದರೆ ಊರಿನ ಮೂಲೆಯಲ್ಲಿರುವ ಮಾಡಿಲ್ಲದ ಸಣ್ಣ ದೇಗುಲ. ದಿನಬಳಕೆಯ ವಸ್ತುಗಳನ್ನು ಜನರು, ಆಗಾಗ ಹಳ್ಳಿಗಳಿಗೆ ಬರುವ ಅಲೆಮಾರಿ ವ್ಯಾಪಾರಿಗಳಿಂದ ಕೊಳ್ಳುತ್ತಾರೆ ಅಥವಾ ಕೆಲವು ಪ್ರಮುಖ ಹಳ್ಳಿಗಳಲ್ಲಿ ನಡೆಯುವ ವಾರದ ಸಂತೆಯಲ್ಲಿ ಕೊಂಡುಕೊಳ್ಳುತ್ತಾರೆ. ಗ್ರಾಮಗಳಲ್ಲಿ ಗ್ರಾಮೀಣ ಉತ್ಪಾದನೆಯ ಮಾರಾಟವು ದಳ್ಳಾಳಿಗಳ ಕೈಯ್ಯಲ್ಲಿರುತ್ತದೆ. ಹೆಚ್ಚಿನ ಸಂದರ್ಭದಲ್ಲಿ ಇವರೇ ಲೇವಾದೇವಿಯವರೂ ಆಗಿರುತ್ತಾರೆ. ಗ್ರಾಮೀಣ ಆರ್ಥಿಕತೆಯ ಮೇಲೆ ಅವರಿಗಿರುವ ಹಿಡಿತ ಮತ್ತು ಅದರಿಂದ ಸಾಲದ ಕಪಿಮುಷ್ಟಿಗೆ ಸಿಲುಕಿಕೊಳ್ಳುವ ರೈತಾಪಿವರ್ಗದ ಸಮಸ್ಯೆಯನ್ನು ಈವರೆಗೆ ಯಾವುದೇ ಸರ್ಕಾರವಾಗಲೀ ಅಥವಾ ಇನ್ಯಾವುದೇ ಖಾಸಗಿ ಸಂಸ್ಥೆಯಾಗಲಿ ನಿವಾರಿಸುವ ಗೋಜಿಗೇ ಹೋಗಿಲ್ಲ. ಕೇವಲ ಪೇಪರಿನ ಮೇಲೆ ಕಾಣುವ ಕೆಲವು ಅರ್ಥಹೀನ ಸರ್ಕಾರಿ ಯೋಜನೆಗಳನ್ನು ಬಿಟ್ಟರೆ ಉಳಿದಂತೆ ಈ ನಿಟ್ಟಿನಲ್ಲಿ ಏನೂ ಆಗಿಲ್ಲ. ಮುಂಗಾರು ಕಳೆಯುತ್ತಿದ್ದಂತೆ ಎಲ್ಲಾ ಹಳ್ಳಿಗಳಲ್ಲೂ ನೀರಿನ ಕೊರತೆ ಪ್ರಾರಂಭವಾಗುತ್ತದೆ. ಒಳ್ಳೆಯ ಕುಡಿಯುವ ನೀರಿಗೆ ಮಾತ್ರ ಎಲ್ಲಾ ಕಾಲದಲ್ಲೂ ಕೊರತೆ ಇದ್ದೇ ಇದೆ. ಇದಕ್ಕೆ ಆನುಷಂಗಿಕವಾಗಿ ಈ ದೇಶದಲ್ಲಿ ಹಸಿವು ಮತ್ತು ಖಾಯಿಲೆಗಳು ವ್ಯಾಪಕವಾಗಿವೆ. ಹಳ್ಳಿಗರ ಬಗ್ಗೆ ಸಾಂಪ್ರದಾಯಿಕ ದಿವ್ಯ ನಿರ್ಲಕ್ಷ್ಯವನ್ನು ಎಲ್ಲಾ ಕಡೆಯೂ ನೋಡಬಹುದು. ಆಳುವ ವರ್ಗಗಳು ಹಳ್ಳಿಗರಿಗೆ ಸೂಕ್ತವಾದ ವೈದ್ಯಕೀಯ ಸೌಲಭ್ಯವನ್ನು ನೀಡದಿರುವುದು ಮತ್ತು ಗ್ರಾಮೀಣ ನೈರ್ಮಲ್ಯದತ್ತ ಗಮನಹರಿಸದೇ ಇರುವುದಕ್ಕೂ ಈ ನಿರ್ಲಕ್ಷ್ಯವೇ ಕಾರಣ. ಈ ನಿರ್ಲಕ್ಷ್ಯವು ಈ ದೇಶದ ರಾಜಕೀಯ ಆರ್ಥಿಕತೆಯ ಪ್ರಧಾನ ಲಕ್ಷಣವಾಗಿದೆ. ಅಷ್ಟೇ ಅಲ್ಲ, ನಿರಂಕುಶ ಪ್ರಭುತ್ವಕ್ಕೆ ಒಂದು ಸುರಕ್ಷಿತ ಬುನಾದಿಯನ್ನು ಒದಗಿಸಿರುವುದೂ ಇದೇ ಆಗಿದೆ. ಇಂದಿಗೂ ಭಾರತೀಯ ಸಂಸ್ಕೃತಿ ಮತ್ತು ನಾಗರಿಕತೆಗೆ ಭೌತಿಕ ಬುನಾದಿಯಾಗಿರುವುದು ಬಡತನ ಮತ್ತು ದಾರಿದ್ರ್ಯದಲ್ಲಿ ಬದುಕುತ್ತಿರುವ ಜನರ ಉತ್ಪಾದನೆಯೇ. ಅವರ ಹೆಚ್ಚುವರಿ ಉತ್ಪಾದನೆಯನ್ನು ಕಸಿದುಕೊಂಡೇ ಈ ನಾಗರಿಕತೆ ಬೆಳೆಯುತ್ತಿರುವುದು.

ಜನರು ಮೌನವಾಗಿ ನರಳುತ್ತಿದ್ದಾರೆ. ಈ ನೋವನ್ನು ಎಲ್ಲಾ ಹಳ್ಳಿಗಳಲ್ಲಿಯೂ ಕಾಣಬಹುದು. ಹೀಗೆ ಎಲ್ಲಾ ಕಡೆಯಲ್ಲಿಯೂ ಇರುವ ಬೇಗುದಿಯನ್ನು ಗಮನಿಸುವ ಭರದಲ್ಲಿ ನಾವು ಅವರ ನಡುವೆ ಇರಬಹುದಾದ ಹಲವಾರು ವ್ಯತ್ಯಾಸಗಳನ್ನು

ಗಮನಿಸದೆಯೇ ಹೋಗಿಬಿಡುತ್ತೇವೆ. ಹೆಚ್ಚಿನ ಉತ್ಪಾದಕರೆಲ್ಲರೂ ಸಣ್ಣ ಹಿಡುವಳಿದಾರರಾಗಿರುವ ರೈತರೇ ಆಗಿದ್ದಾರೆ. ಎಲ್ಲೋ ಕೆಲವರು ಮಾತ್ರ ಸ್ವಾವಲಂಬಿಗಳಾಗಿರುತ್ತಾರೆ. ಇವರಲ್ಲಿ ಕೆಲವರು ಬಲಿಷ್ಠ ಜಮೀನುದಾರರಾಗಿ ಬೆಳೆಯುವ ಸಾಧ್ಯತೆಗಳಿವೆ. ಈಗಿರುವ ಭೂಸುಧಾರಣಾ ಕಾನೂನುಗಳು ಕೂಡ ಇವರಿಗೆ ಸಹಕಾರಿಯಾಗಿವೆ. ಹೆಚ್ಚಿನ ಫಲವತ್ತಾದ ಭೂಹಿಡುವಳಿಗಳ್ಯಾವುವೂ ರೈತರ ಒಡೆತನದಲ್ಲಿಲ್ಲ ಮತ್ತು ಭೂಮಾಲಿಕರು ಜಮೀನಿನಲ್ಲಿ ಕೆಲಸಮಾಡುವುದಿಲ್ಲ. ಹೆಚ್ಚಿನ ದೊಡ್ಡ ಭೂಮಾಲಿಕರೆಲ್ಲೊ ಅನುಪಸ್ಥಿತ ಭೂಮಾಲಿಕರೇ ಆಗಿದ್ದಾರೆ. ಅವರಿಗೆ ಭೂಮಿಯ ಮೇಲಿನ ಹಕ್ಕು ಊಳಿಗಮಾನ್ಯಕಾಲದಿಂದಲೂ ಬಂದಿದೆ. ಬ್ರಿಟಿಷರು ಬಂದಾಗ ಅವರಲ್ಲಿ ಹಲವರು ಊಳಿಗಮಾನ್ಯ ಜವಾಬ್ದಾರಿಗಳನ್ನು ಕೊಡವಿಕೊಂಡು ಬಂಡವಾಳಿಗ ಭೂಮಾಲಿಕರಾದರು. ಬ್ರಿಟಿಷರು ಭೂಪಟ್ಟಾಗಳನ್ನೆಲ್ಲ ನೋಂದಾಯಿಸಿದರು ಮತ್ತು ಅವುಗಳಿಗೆ ತೆರಿಗೆಯನ್ನು ನಗದು ರೂಪದಲ್ಲಿ ನಿಗದಿಗೊಳಿಸಿದರು. ಹಾಗಾಗಿ ಇಂದು ಯಾವುದೇ ಹಳ್ಳಿಯೂ ಸ್ವಾವಲಂಬಿಯಾಗಿರುವುದು ಅಸಾಧ್ಯವಾಗಿದೆ. ಇಂದು ಅತ್ಯಂತ ಕಗ್ಗಾಡಿನಲ್ಲಿರುವ ಹಳ್ಳಿಯ ಜನರೂ ಒಂದಿಷ್ಟು ಬಟ್ಟೆ ಮತ್ತು ಗೃಹಬಳಕೆ ಸಾಮಗ್ರಿಗಳನ್ನು ಕೊಳ್ಳಲು ಏನನ್ನಾದರೂ ಮಾರಾಟಮಾಡಲೇ ಬೇಕು. ಅಷ್ಟೇ ಅಲ್ಲ, ಅವರೂ ಕೂಡ ಒಂದಿಷ್ಟು ತೆರಿಗೆ ಅಥವಾ ಬಾಡಿಗೆಯನ್ನು ಕಟ್ಟಬೇಕಾಗುತ್ತದೆ. ಭಾರತದಲ್ಲಿ ಹೆಚ್ಚಿನ ಕಡೆ ಉಡುಪು ಒಂದು ಭೌತಿಕ ಅವಶ್ಯಕತೆಯಲ್ಲ. ಅದೊಂದು ಸಾಮಾಜಿಕ ಅವಶ್ಯಕತೆ. ಆದರೆ ಉಪ್ಪನ್ನು ಎಲ್ಲರೂ ಬಳಸುತ್ತಾರೆ. ಕೃಷಿಯನ್ನು ಪ್ರಾರಂಭಿಸಬೇಕಾದರೆ ಅದಕ್ಕೆ ಬೇಕಾದ ಹತಾರಗಳ ತಯಾರಿಸಲು ಲೋಹ ಸ್ವಲ್ಪವಾದರೂ ಬೇಕಿತ್ತು. ಆದರೆ ಹೆಚ್ಚಿನ ಹಳ್ಳಿಗಳಲ್ಲಿ ಲೋಹ ಮತ್ತು ಉಪ್ಪು ಇವೆರಡನ್ನೂ ಉತ್ಪಾದಿಸುತ್ತಿರಲಿಲ್ಲ. ಹಾಗಾಗಿ ಇವನ್ನು ಹೊರಗಿನಿಂದ ತರಿಸಿಕೊಳ್ಳಲೇಬೇಕಿತ್ತು. ಹಳ್ಳಿಗಳಲ್ಲಿ 'ಕಾಲ ಚಲಿಸದೇ ನಿಂತೇ ಹೋಗಿದೆ' ಎಂದನ್ನಿಸಿದರೂ, ವಾಸ್ತವದಲ್ಲಿ ಅದು ಹಾಗಿಲ್ಲ; ಗ್ರಾಮೀಣ ಬದುಕು ಕೂಡ ಸರಕಿನ ಉತ್ಪಾದನೆಯೊಂದಿಗೆ ತಳುಕು ಹಾಕಿಕೊಂಡಿವೆ. ಸರಕು ಉತ್ಪಾದನೆಯು ಬಂಡವಾಳಶಾಹಿ ಆರ್ಥಿಕತೆಯ ಒಂದು ಭಾಗ.

ಇಷ್ಟಾಗಿಯೂ ಭಾರತೀಯ ಹಳ್ಳಿಗಳು ಬಹುತೇಕ ಸ್ವಾವಲಂಬಿಗಳಾಗಿವೆ ಎನ್ನುವುದು ಸತ್ಯ. ಜನಸಂಖ್ಯಾ ಹೆಚ್ಚಳದ ಒತ್ತಡದಿಂದಾಗಿ ಕೊಂಕಣ ಅಥವಾ ಮಲಬಾರಿನಿಂದ ದೂರದ ದೊಡ್ಡ ನಗರಗಳಿಗೆ ಜನರು ವಲಸೆಹೋಗಿ, ಕೆಲಸಮಾಡಿ, ಅಲ್ಲಿಂದ ಮನೆಗೆ ಹಣ ಕಳಿಸುವಂಥ ಸಂದರ್ಭದಲ್ಲಿ ಮಾತ್ರ ಪಟ್ಟಣಗಳ ನಿಯಂತ್ರಣ ಕಾಣುತ್ತದೆ. ಉಳಿದಂತೆ, ಇವರಿಗೆ ಪಟ್ಟಣದ ಸಂಪರ್ಕದ ಅನುಭವ ಆಗುವುದು ಹಳ್ಳಿಗಳಿಗೆ ಆಗಾಗ ಭೇಟಿಕೊಡುವ ಅಧಿಕಾರಿಗಳಿಂದ ಮಾತ್ರ. ಅವರೂ ತೆರಿಗೆ ಬಾಕಿ ಇದ್ದಾಗ ಮಾತ್ರ ಬರುತ್ತಾರೆ. ಇತ್ತೀಚೆಗೆ ಐದು ವರ್ಷಕ್ಕೊಮ್ಮೆ ಚುನಾವಣೆಗಳು ಸಮೀಪಿಸಿದಾಗ ರಾಜಕಾರಣಿಗಳು ಮತ ಯಾಚಿಸಲು ಹಳ್ಳಿಗಳಿಗೆ ಬರುತ್ತಾರೆ. ಗ್ರಾಮೀಣ ಆರ್ಥಿಕತೆಯಲ್ಲಿ ತಲಾ ಸರಕಿನ ಉತ್ಪಾದನೆ ತುಂಬಾ ಕಡಿಮೆ. ಇಲ್ಲಿ ಸರಕು ಎಂದರೆ ವಿನಿಮಯದ ಮೂಲಕ ಅಂತಿಮ ಬಳಕೆದಾರನಿಗೆ ತಲಪುವ ಒಂದು ವಸ್ತು. ಒಬ್ಬ ವ್ಯಕ್ತಿ ತನ್ನ ಅಥವಾ ತನ್ನ ಕುಟುಂಬ ಅಥವಾ ತನ್ನ ಬಂಧುವರ್ಗದ ಬಳಕೆಗಾಗಿ ಉತ್ಪಾದಿಸಿ ಬಳಸುವ ಅಥವಾ ಭೂಮಾಲಿಕನು ಏನನ್ನೂ

ಪಾವತಿಸದೆ, ತೆಗೆದುಕೊಂಡುಹೋಗುವ ವಸ್ತುಗಳು ಸರಕು ಎಂದೆನಿಸಿಕೊಳ್ಳುವುದಿಲ್ಲ. ಕೆಲವು ವಸ್ತುಗಳ ಉತ್ಪಾದನೆಗಳಿಗೆ ವಿಶೇಷ ತಾಂತ್ರಿಕ ಜ್ಞಾನ ಬೇಕಾಗುತ್ತದೆ. ಭಾರತದ ಹಳ್ಳಿಗಳಲ್ಲಿ ಲೋಹವನ್ನು ಅಷ್ಟಾಗಿ ಬಳಸುತ್ತಿರಲಿಲ್ಲ. ಆದರೆ ಅವರಿಗೆ ಮಣ್ಣಿನ ಪಾತ್ರೆಗಳು ಅವಶ್ಯಕವಾಗಿದ್ದವು. ಹಾಗಾಗಿ ಕುಂಬಾರರು ಬೇಕೇಬೇಕು. ಉಪಕರಣಗಳನ್ನು ರಿಪೇರಿ ಮಾಡಲು ಮತ್ತು ನೇಗಿಲಿನ ಗುಳವನ್ನು ಬೆಸುಗೆ ಹಾಕಲು ಕಮ್ಮಾರ ಬೇಕು ಮತ್ತು ಮನೆ ಕಟ್ಟಲು ಅಥವಾ ಸರಳವಾದ ನೇಗಿಲನ್ನು ಮಾಡಲು ಬಡಗಿಯೂ ಬೇಕು. ಹಳ್ಳಿಗರ ಧಾರ್ಮಿಕ ಆಚರಣೆಗಳಿಗಾಗಿ ಒಬ್ಬ ಪೂಜಾರಿಯೂ ಬೇಕು. ಅವನು ಸಾಮಾನ್ಯವಾಗಿ ಬ್ರಾಹ್ಮಣನಾಗಿರುತ್ತಿದ್ದ. ಆದರೆ ಕೆಲವು ಕೆಳಪಂಥಗಳಿಗೆ ಅವರು ಬ್ರಾಹ್ಮಣರೇ ಆಗಬೇಕೆಂದೇನೂ ಇರಲಿಲ್ಲ. ಕ್ಷೌರಿಕನ ವೃತ್ತಿಯನ್ನು, ಸತ್ತ ಪ್ರಾಣಿಗಳ ಚರ್ಮವನ್ನು ಸುಲಿಯುವ ವೃತ್ತಿಯನ್ನು ಕೀಳೆಂದು ಭಾವಿಸಲಾಗುತ್ತಿತ್ತು. ಆದರೆ ಕ್ಷೌರ ಮಾಡಿಸಿಕೊಳ್ಳುವುದು ಅನಿವಾರ್ಯವಾಗಿತ್ತು ಮತ್ತು ಚರ್ಮದ ವಸ್ತುಗಳು ಬೇಕಿತ್ತು. ಹಾಗಾಗಿ ಹಳ್ಳಿಗಳಲ್ಲಿ ಹಜಾಮ ಮತ್ತು ಚಮ್ಮಾರರು ಇರಲೇಬೇಕಾಗಿತ್ತು ಮತ್ತು ಅವರು ಸಹಜವಾಗಿಯೇ ಬೇರೆ ಜಾತಿಯವರಾಗಿರುತ್ತಿದ್ದರು. ಸಾಮಾನ್ಯವಾಗಿ ಅಂತಹ ಪ್ರತಿಯೊಂದು ವೃತ್ತಿಯೂ ಒಂದೊಂದು ಜಾತಿಯಾಗಿ ಬಿಡುತ್ತಿತ್ತು. ಜಾತಿ ಎನ್ನುವುದು ಮಧ್ಯಯುಗದ ಕುಶಲಕರ್ಮಿಗಳ ಶ್ರೇಣಿಗೆ ಒಂದು ಭಾರತೀಯ ಪರ್ಯಾಯ ವ್ಯವಸ್ಥೆ. ಭಾರತದ ಈ ಸ್ವಾವಲಂಬಿ ಗ್ರಾಮೀಣ ಆರ್ಥಿಕತೆಗೆ, ಆ ಎಲ್ಲಾ ಕುಶಲಕರ್ಮಿಗಳ ಸೇವೆಯೂ ಅನಿವಾರ್ಯವಾಗಿತ್ತು. ಹಳ್ಳಿಯ ಬಹುಸಂಖ್ಯಾತ ರೈತರದೇ ಬೇರೆ ಜಾತಿ. ಕುಶಲಕರ್ಮಿಗಳದೇ ಬೇರೆ ಜಾತಿ. ಅಷ್ಟೇ ಅಲ್ಲ, ಬೇರೆ ಬೇರೆ ಕಸುಬನ್ನು ಮಾಡುತ್ತಿದ್ದ ಅವರೆಲ್ಲರೂ ಬೇರೆ ಬೇರೆ ಜಾತಿಗಳಿಗೆ ಸೇರಿದ್ದರು. ಪ್ರತಿ ಹಳ್ಳಿಗೂ ಅವರೆಲ್ಲರೂ ಬೇಕಿತ್ತು. ಸಾಮಾನ್ಯ ಹಳ್ಳಿಗನೊಬ್ಬ ಈ ಕೆಲಸಗಳನ್ನು ಮಾಡುವಂತಿರಲಿಲ್ಲ. ಪ್ರತಿಯೊಬ್ಬ ಕಸುಬುದಾರನೂ ತನ್ನದೇ ಜಾತಿಯೊಳಗೆ ಮದುವೆಯಾಗಬೇಕಿತ್ತು. ಒಂದು ಹಳ್ಳಿಯಲ್ಲಿ ಇಂತಹ ಕಸುಬು ಮಾಡುವ ಹೆಚ್ಚೆಂದರೆ ಒಂದು ಕುಟುಂಬ ಇರುತ್ತಿತ್ತು. ಏಕೆಂದರೆ ಒಂದು ಹಳ್ಳಿಗೆ ಅದಕ್ಕಿಂತ ಹೆಚ್ಚು ಜನರನ್ನು ಸಾಕುವ ಸಾಮರ್ಥ್ಯ ಇರಲಿಲ್ಲ. ಸಾರಿಗೆ ಸಂಪರ್ಕ ತುಂಬಾ ಕಠಿಣವಾಗಿತ್ತು. ತಲಾ ಸರಕಿನ ಉತ್ಪಾದನೆಯೂ ತುಂಬಾ ಕಡಿಮೆ ಇತ್ತು. ಒಂದೆಡೆ ನೆಲೆನಿಂತು ಸರಕನ್ನು ಉತ್ಪಾದಿಸಿ ಸುತ್ತಲಿನ ಹಲವಾರು ಹಳ್ಳಿಗಳಿಗೆ ಸರಬರಾಜು ಮಾಡಬಲ್ಲ ಬಡಗಿಗಳು, ಕಮ್ಮಾರರು ಮುಂತಾದವರ ಒಂದು ನೆಲಸು ತಾಣವೂ ಸಾಧ್ಯವಿರಲಿಲ್ಲ. ಬಹುಷಃ ಇಡೀ ಪ್ರಾಚೀನ ಭಾರತದ ಇತಿಹಾಸದಲ್ಲಿ ಎಲ್ಲೋ ಸ್ವಲ್ಪ ದಿನ, ಅದೂ ಕೂಡ ಪ್ರಾರಂಭಿಕ ಹಂತದಲ್ಲಿ ಮಾತ್ರ ಈ ವ್ಯವಸ್ಥೆ ಸಾಧ್ಯವಾಗಿದ್ದಿರಬಹುದು. ಹಾಗಾಗಿ ಕುಶಲಕರ್ಮಿಗಳಿಗೆ ಒಂದು ನಿಯಮಿತವಾದ ವೇತನವನ್ನು ಪಾವತಿಸುವುದು ಸಮಸ್ಯೆಯಾಯಿತು. ಅವರ ಉತ್ಪಾದನೆಯ ಮೌಲ್ಯವನ್ನು ಆಧರಿಸಿ ಕೇವಲ ವಿನಿಮಯದ ಮೂಲಕ, ಸಾಟಿ ಪದ್ಧತಿಯಿಂದ ಈ ಸಮಸ್ಯೆಯನ್ನು ಬಗೆಹರಿಸಲು ಸಾಧ್ಯವಿರಲಿಲ್ಲ. ಇವರ ಉತ್ಪಾದನೆಗಳಿಗೆ ಬೇಡಿಕೆಯೂ ಅನಿಯಮಿತವಾಗಿತ್ತು. ಪರಿಸ್ಥಿತಿ ಹೀಗಿದ್ದಾಗ ಹಳ್ಳಿಗಳಲ್ಲೇ ಉಳಿದುಕೊಂಡು ಸೇವೆ ಸಲ್ಲಿಸುವಂತೆ ಈ ಕುಶಲಕರ್ಮಿಗಳನ್ನು ಪ್ರೇರೇಪಿಸುವುದು ಸಾಧ್ಯವಿರಲಿಲ್ಲ. ಈ ಸಮಸ್ಯೆಗೆ ಅವರು ಕಂಡುಕೊಂಡ ಪರಿಹಾರ ಜಾಣ್ಮೆಯದಾದರೂ, ಅದು ಊಳಿಗಮಾನ್ಯ ಕಾಲದ ಮಂದಗತಿಯ ಗ್ರಾಮೀಣ ಆರ್ಥಿಕತೆಯ ಬೆನ್ನೆಲುಬಾಗಿತ್ತು.

ಈ ಹಳೇ ವ್ಯವಸ್ಥೆ ಹೋಗಿ ನಗದಿನಲ್ಲಿ ಪಾವತಿ ಮಾಡುವ ಕ್ರಮ ಬಂದಮೇಲೂ ಈ ಹಳೇ ವ್ಯವಸ್ಥೆಯ ಅವಶೇಷಗಳನ್ನು ಇಂದಿಗೂ ಗ್ರಾಮೀಣ ಪ್ರದೇಶಗಳಲ್ಲಿ ಕಾಣಬಹುದು. ಈಗ ಸಾರಿಗೆ ಸಂಪರ್ಕ ಸಲೀಸಾಗಿದೆ. ಹಾಗಾಗಿ ಊರೂರು ಸುತ್ತುವ ಅಲೆಮಾರಿ ಕ್ಷೌರಿಕ ಅಥವಾ ಕಮ್ಮಾರ ಇವರುಗಳು ಸಾಮಾನ್ಯವಾಗಿ ಕಾಣಸಿಗುತ್ತಾರೆ. ಇಂದು ಲೋಹದ ಡಬ್ಬಗಳು ಮತ್ತು ಪಾತ್ರೆಗಳು ಬಂದ ಮೇಲೆ ಕುಂಬಾರರ ಸಂಖ್ಯೆ ಕಡಿಮೆಯಾಗುತ್ತಿದೆ. ಅವರ ಉತ್ಪಾದನೆ ನಗದು ಮಾರುಕಟ್ಟೆಗೆ ಮಾತ್ರ ಸೀಮಿತಗೊಂಡಿದೆ. ಆದರೆ ಕುಂಬಾರರು ಕೆಲವು ಧಾರ್ಮಿಕ ವಿಧಿಗಳನ್ನು ನಡೆಸುತ್ತಾರೆ. ಅವು ಇತಿಹಾಸಪೂರ್ವ ಕಾಲದಲ್ಲಿ ಮಣ್ಣಿನ ಪಾತ್ರೆಗಳನ್ನು ಬಳಸಿ ಹೂಳುವ ಕ್ರಮವಿದ್ದ ಕಾಲದಿಂದಲೂ ನಡೆದುಕೊಂಡು ಬಂದಿವೆ. ಹೀಗಾಗಿಯೇ ಹಲವಾರು ಕೆಳಜಾತಿಗಳಿಗೆ ಕುಂಬಾರರೇ ಪುರೋಹಿತರು ಕೂಡ ಆಗಿದ್ದಾರೆ. ಮುರಿದು ಹೋದ ಮೂಳೆಯನ್ನು ಸೇರಿಸಲು ಮಣ್ಣಿನ ಪ್ಲಾಸ್ಟರಿನ ಬಳಕೆಯು ಭಾರತೀಯ ಕುಂಬಾರನ ಆವಿಷ್ಕಾರ, ಮತ್ತು ಯುದ್ಧದಲ್ಲಿ ಅಥವ ಕಾಯಿಲೆಯಿಂದ ಊನಗೊಂಡ ಮೂಗಿಗೆ ಪ್ಲಾಸ್ಟಿಕ್ ಸರ್ಜರಿಯನ್ನು ಮಾಡುವುದು ಎಲ್ಲರೂ ಅತ್ಯಂತ ಕೀಳಾಗಿ ಕಾಣುವ ಕ್ಷೌರಿಕನೊಬ್ಬನ ಆವಿಷ್ಕಾರ. ಈ ಎರಡೂ ವಿಧಾನಗಳನ್ನು 18ನೇ ಶತಮಾನದಲ್ಲಿ ವ್ಯಾಪಕವಾಗಿ ಬಳಸುತ್ತಿದ್ದರು. ಈ ಕೆಲಸಮಾಡುತ್ತಿದ್ದವರು ಕೆಳಜಾತಿಯವರು, ಏಕೆಂದರೆ ಭಾರತದಲ್ಲಿ ಮೇಲ್ಜಾತಿಯವರಿಗೆ ವಿಜ್ಞಾನದ ಬಗ್ಗೆ ತುಂಬಾ ತಿರಸ್ಕಾರವಿತ್ತು. ಹಾಗಾಗಿಯೇ ಪಾಶ್ಚಿಮಾತ್ಯ ದೇಶಗಳಲ್ಲಿ ಬೆಳೆದಂತೆ ಇಲ್ಲಿ ವಿಜ್ಞಾನವು ಪೂರ್ಣಪ್ರಮಾಣದಲ್ಲಿ ಬೆಳೆಯಲಿಲ್ಲ.

ಹಳ್ಳಿಯಲ್ಲಿರುವ ವಿಭಜನೆ ಜಾತಿಯಾಧಾರಿತವಾದದು. ಇದು ಕುಶಲಕರ್ಮಿ, ರೈತ ಅಥವಾ ಪೂಜಾರಿ ಎನ್ನುವಂತಹ ವಿಭಜನೆ ಮಾತ್ರವಲ್ಲ, ಅವರೊಳಗೂ ಮತ್ತೆ ಇನ್ನಷ್ಟು ವಿಭಜನೆಯನ್ನು ಕಾಣಬಹುದು. ಹಳ್ಳಿಗಳ ಸಮೀಪದಲ್ಲಿ ಕಾಡುಗಳಿದ್ದರೆ ಆಗ ಪಶ್ಚಿಮ ಘಟ್ಟದ ಕಾಥ್ಕರಿಗಳು, ಬಿಹಾರದ ಮುಂಡಾಗಳು ಮತ್ತು ಒರೆಯಾನ್ ಮುಂತಾದಂಥ ಬುಡಕಟ್ಟು ಜನಾಂಗದವರನ್ನೂ ಕಾಣಬಹುದು. ಅವರೆಲ್ಲರೂ ಇನ್ನೂ ಆಹಾರಸಂಗ್ರಹಣೆಯ ಹಂತವನ್ನೇ ದಾಟಿಲ್ಲ. ಹೀಗೆ ಅಂಚಿಗೆ ಸರಿದುಹೋಗಿರುವ ಬುಡಕಟ್ಟುಗಳು ಖಾಯಿಲೆ, ಮದ್ಯವ್ಯಸನ, ಕಾಡುಗಳ ವಿನಾಶ, ನಾಗರಿಕತೆ ಹಾಗೂ ಲೇವಾದೇವಿಯವರ ಆಗಮನ ಇತ್ಯಾದಿ ಕಾರಣಗಳಿಂದಾಗಿ ನಾಶವಾಗುತ್ತಿದ್ದಾರೆ. ಅವರ ಕೃಷಿಯ ಕ್ರಮ ಕೂಡ ಕಾಡನ್ನು ಕಡಿದು, ಸುಟ್ಟು ಆ ಜಾಗದಲ್ಲಿ ಬೇಸಾಯ ಮಾಡಿ ಮತ್ತೆ ಇನ್ನೊಂದು ಜಾಗಕ್ಕೆ ಹೋಗುವಂಥದ್ದಾಗಿದೆ. ಸುಗ್ಗಿಯ ಕಾಲದಲ್ಲಿ ಅವರು ಸಣ್ಣ ಹಿಡುವಳಿದಾರರ ಭೂಮಿಯಲ್ಲಿ ಕೆಲಸಮಾಡಿದರೆ ಅವರಿಗೆ ಬೇರೆಯವರಿಗಿಂತ ಕಡಿಮೆ ಕೂಲಿ ಕೊಡುತ್ತಿದ್ದರು. ಅದೂ ಕೂಡ ವಸ್ತುವಿನ ರೂಪದಲ್ಲಿ ಪಾವತಿಯಾಗುತ್ತಿತ್ತು. ಅವರು ಕೃಷಿಯಲ್ಲಿ ಸಹಕರಿಸಿರಲಿ ಅಥವಾ ಇಲ್ಲದಿರಲಿ ಸುಗ್ಗಿಯ ನಂತರ ಕಾಳು ಹೆಕ್ಕುವ ಹಕ್ಕು ಅವರದ್ದಾಗಿತ್ತು. ಕೆಲವರು ಬೇಟೆಯಾಡಿ ತಿನ್ನುತ್ತಿದ್ದರು, ಇನ್ನು ಕೆಲವರು ಕೀಟಗಳನ್ನು, ಇಲಿ ಮತ್ತು ಹೆಗ್ಗಣಗಳನ್ನು, ಹಾವುಗಳನ್ನು, ಕೆಲವರು ಕೋತಿಗಳನ್ನು, ಕಾಳು ತೂರಿದ ಹೊಟ್ಟನ್ನು ಮತ್ತು ರೈತರು ಬೇಸಾಯ ಮಾಡಿದ ನಂತರ ಉಳಿದಿದ್ದನ್ನು ತಮ್ಮ ಆಹಾರಕ್ಕಾಗಿ ಬಳಸುತ್ತಿದ್ದರು. ಇಂದಿಗೂ

ಅವರು ಮಾಟಮಂತ್ರ ಇತ್ಯಾದಿಗಳನ್ನು ಮಾಡುತ್ತಾರೆ. ರೈತರ ಆಚರಣೆಗಳಿಗೆ ಹೋಲಿಸಿದರೆ ಅದು ಸ್ವಲ್ಪ ಕ್ರೂರವಾಗೇ ಇರುತ್ತದೆ. ನರಬಲಿಯ ಗುಮಾನಿಯ ಮೇಲೆ ಬುಡಕಟ್ಟಿಗೆ ಸೇರಿದ ಹೆಂಗಸರು ಮತ್ತು ಗಂಡಸರನ್ನು ಗುಂಪಾಗಿ ಬಂಧಿಸಿ, ವಿಚಾರಣೆಗೊಳಪಡಿಸಿದ ಸುದ್ದಿ ಭಾರತೀಯ ವೃತ್ತಪತ್ರಿಕೆಗಳಲ್ಲಿ ಆಗೀಗ ಬರುತ್ತಿರುತ್ತದೆ. ಅವರ ಆದಿಮ ಬುಡಕಟ್ಟು ದೇವತೆಗಳಿಗೂ ಮತ್ತು ಹಳ್ಳಿಯ ಕೆಳಸ್ತರದ ದೇವತೆಗಳಿಗೂ ಒಂದಿಷ್ಟು ಸಾಮ್ಯವಿದೆ. ಅಷ್ಟೇ ಅಲ್ಲ ಈ ಆದಿವಾಸಿಗಳು ಆಗಾಗ್ಗೆ ಗ್ರಾಮ ದೇವತೆಗಳಿಗೆ ಪೂಜೆ ಸಲ್ಲಿಸುತ್ತಾರೆ ಮತ್ತು ಹಳ್ಳಿಗರು ಕೂಡ ಅವರ ದೇವತೆಗಳನ್ನು ಮಾನ್ಯಮಾಡುತ್ತಾರೆ. ಇಂದು ಬುಡಕಟ್ಟುಗಳು ನಾಶವಾಗಿ ಹೋಗಿರಬಹುದು. ಆದರೆ ಈ ಬುಡಕಟ್ಟಿನ ಆಚರಣೆಗಳನ್ನು ಇಂದಿಗೂ ಹಳ್ಳಿಗಳಲ್ಲಿ ಕಾಣಬಹುದು. ಇಂತಹ ಗ್ರಾಮೀಣ ಉತ್ಸವಗಳಿಗೆ ದೂರದ ಹಳ್ಳಿಗಳಿಂದ ಜನರು ಬರುತ್ತಾರೆ. ಸ್ಥಳೀಯ ಗ್ರಾಮೀಣ ಪಂಥಗಳ ಹೆಸರುಗಳು ಕೂಡ ಈ ಆದಿಮ ಮೂಲಕ್ಕೆ ಪುರಾವೆಗಳನ್ನೊದಗಿಸುತ್ತವೆ. ಸಾಮಾನ್ಯವಾಗಿ ರೈತರ ಜಾತಿಯ ಹೆಸರು ಆ ಪ್ರಾಂತ್ಯದ ಆದಿವಾಸಿ ಬುಡಕಟ್ಟಿನ ಹೆಸರೇ ಆಗಿರುತ್ತದೆ. ಆದರೆ ಈಗ ಅವರ ನಡುವೆ ವಿವಾಹ ಸಂಬಂಧವಿಲ್ಲ. ಏಕೆಂದರೆ ಈಗ ರೈತರು ಮೇಲ್ಮಟ್ಟದ ಜನ. ಅವರ ಆಹಾರದ ಸರಬರಾಜಿನಲ್ಲಿ ಬದಲಾವಣೆಯಾಗಿದೆ. ಸಮೃದ್ಧವಾದ ಮತ್ತು ನಿಯಮಿತವಾದ ಆಹಾರ ಸೇವನೆಯಿಂದಾಗಿ ಕೆಲವೇ ತಲೆಮಾರುಗಳಲ್ಲಿ ಅವರ ದೈಹಿಕ ಲಕ್ಷಣಗಳಷ್ಟೇ ಅಲ್ಲ, ಅವರ ಮುಖದ ಚಹರೆಯೂ ಬದಲಾಗಿ ಹೋಗಿದೆ. ಆದರೂ ಅವರೆಲ್ಲಾ ಒಂದೇ ಮೂಲದಿಂದ ಬಂದವರು ಎನ್ನುವುದನ್ನು ಸೂಚಿಸುವ ಕೆಲವು ಕುರುಹುಗಳು ಉಳಿದಿವೆ. ಅದನ್ನು ಅವರೂ ಒಪ್ಪಿಕೊಳ್ಳುತ್ತಾರೆ. ವರ್ಷಕ್ಕೆ ಒಂದು ಬಾರಿ ಅವರಿಬ್ಬರೂ ಒಂದೇ ಮಾತೃದೇವತೆಗೆ ಒಟ್ಟಿಗೆ ಸೇರಿ ಪೂಜೆ ಸಲ್ಲಿಸುತ್ತಾರೆ. ಇದು ಅವರಿಬ್ಬರ ಸಮಾನ ಮೂಲವನ್ನು ಸೂಚಿಸುತ್ತದೆ. ಬೇರೆ ಹಳ್ಳಿಯವರಿಗೆ ಈ ಮಾತೃದೇವತೆಗಳು ಗೊತ್ತೇ ಇರುವುದಿಲ್ಲ. ಅವುಗಳ ಹೆಸರುಗಳು ಕೂಡ ವಿಚಿತ್ರವಾಗಿರುತ್ತದೆ. ಆದರೆ ರೈತರು ಈ ಮಾತೃದೇವತೆಗಳ ಜೊತೆಗೆ ಇಂದು ಆದಿಮ ಎಂದೆನಿಸುವಂಥ ದೇವತೆಗಳನ್ನೂ ಕೂಡ ಪೂಜಿಸುತ್ತಾರೆ. ಈ ದೇವತೆಗಳು ಸ್ಥಳೀಯ ದೇವತೆಗಳಿಗಿಂತ ಮೇಲ್ದರ್ಜೆಯ ದೇವತೆಗಳೆಂಬ ಭಾವನೆ ಇದೆ. ಆ ದೇವತೆಯನ್ನು ತುಂಬಾ ಪವಿತ್ರವೆಂದು ಭಾವಿಸುತ್ತಾರೆ. ಅದು ಸಾಮಾನ್ಯವಾಗಿ ಆ ದೇವತೆ ಒಂದು ಉಬ್ಬುಕೆತ್ತನೆಯ ನಾಗ. ಅದನ್ನು 'ಭೂಮಿಯ ರಕ್ಷಕ' ಎಂದು ಪರಿಗಣಿಸಿರುತ್ತಾರೆ. ಇದಲ್ಲದೆ 'ಹಿರಿಯರು' ಅಂದರೆ ಕಲ್ಲುಚಪ್ಪಡಿಯ ಮೇಲೆ ಉಬ್ಬುಕೆತ್ತನೆಯಲ್ಲಿರುವ ದಂಪತಿಗಳನ್ನು ಪೂಜಿಸುತ್ತಾರೆ. ಅದನ್ನು ಸಾಮಾನ್ಯವಾಗಿ ಜಮೀನಿನ ಒಂದು ಮೂಲೆಯಲಿಟ್ಟು ಪೂಜಿಸುತ್ತಾರೆ ಮತ್ತು ತಲತಲಾಂತರದಿಂದ ಆ ದಂಪತಿಗಳ ವಂಶಕ್ಕೆ ಸೇರಿರುವ, ಆ ಜಮೀನಿಗೆ ವಾರಸುದಾರರಾಗಿರುವ ಅವರ ವಂಶಸ್ಥರು ಈ ಪೂಜೆಯನ್ನು ಮಾಡುತ್ತಾರೆ. ಆ ಎಲ್ಲಾ ಪ್ರಾಂತ್ಯಗಳ ರೈತರೂ ಮಶ್ಹೋಬಾ ಅಂದರೆ ಮಹಿಷಾಸುರನನ್ನು ಪೂಜಿಸುತ್ತಾರೆ. ಪ್ರತಿಯೊಬ್ಬ ರೈತನೂ ತನ್ನದೇ ಆದ ಮಹಿಷಾಸುರನ ವಿಗ್ರಹವನ್ನು ಇಟ್ಟುಕೊಂಡಿರುತ್ತಾನೆ. ಇನ್ನುಳಿದ ಸಣ್ಣದೇವತೆಗಳನ್ನು (ಅಧಿದೇವತೆಗಳನ್ನು) ಉಳುಮೆ, ಬಿತ್ತನೆ, ಕುಯಿಲು, ಬಡಿಯುವುದು ಮುಂತಾದ ಸಂದರ್ಭದಲ್ಲಿ ಪೂಜಿಸುತ್ತಾರೆ. ಬೇತಾಳ ಒಂದು ಕ್ಷುದ್ರದೇವತೆ–ಭೂತಗಳ ರಾಜ. ಆದರೂ ಕೂಡ ಅದು ದೇವರು. ಇವುಗಳಿಗಿಂತ ಉನ್ನತ ಸ್ತರದಲ್ಲಿ

ಬರುವುದು ಬ್ರಾಹ್ಮಣರ ದೇವತೆಗಳಾದ ಶಿವ, ವಿಷ್ಣು, ವಿಷ್ಣುವಿನ ಅವತಾರರಾದ ರಾಮ, ಕೃಷ್ಣ ಮತ್ತು ಅವರ ಪತ್ನಿಯರು. ಬ್ರಾಹ್ಮಣರು ಪುರಾತನ ದೇವತೆಗಳನ್ನು ಬಿಟ್ಟುಬಿಡಲಿಲ್ಲ, ಬದಲಾಗಿ ಅವುಗಳನ್ನು ಒಗ್ಗಿಸಿಕೊಂಡು ಹೊಂದಿಸಿಕೊಂಡರು. ಪರಸ್ಪರ ಸಂಬಂಧವಿಲ್ಲದೆ ಬಿಡಿಬಿಡಿಯಾಗಿ ಉಳಿದುಬಿಡಬಹುದಾಗಿದ್ದ ಸಾಮಾಜಿಕ ಘಟಕಗಳಿಗೆ ಈ ಬ್ರಾಹ್ಮಣರು ಒಂದು ಐಕ್ಯತೆಯನ್ನು ತಂದುಕೊಟ್ಟರು. ಈ ಪ್ರಕ್ರಿಯೆ ಭಾರತೀಯ ಇತಿಹಾಸದಲ್ಲಿ ಎರಡು ಕಾರಣಕ್ಕೆ ಮುಖ್ಯವಾಗುತ್ತದೆ: ಮೊದಲನೆಯದಾಗಿ ದೇಶವನ್ನು ಬುಡಕಟ್ಟಿನ ಸ್ಥಿತಿಯಿಂದ ಒಂದು ಸಮಾಜವಾಗಿ ಮಾರ್ಪಾಡುವಲ್ಲಿ ಇದು ಒಂದು ಮುಖ್ಯವಾದ ಪ್ರಕ್ರಿಯೆಯಾಗಿದೆ. ಅಷ್ಟೇ ಅಲ್ಲ, ನಂತರ ಅದೇ ಸಮಾಜವನ್ನು ಹಿಂದಕ್ಕೆ ತಳ್ಳಿ ಮೂಢನಂಬಿಕೆಯ ಹೊಲಸು ಕೊಚ್ಚೆಯಲ್ಲಿ ಉಳಿಸಿದ್ದೂ ಈ ಪ್ರಕ್ರಿಯೆಯೇ ಆಗಿದೆ.

ಗ್ರಾಮೀಣ ಸಂಪ್ರದಾಯವನ್ನು ಆಧರಿಸಿ ಭಾರತೀಯ ಇತಿಹಾಸವನ್ನು ಅಧ್ಯಯನ ಮಾಡುವಾಗ ನಮಗೆ ಎದುರಾಗುವ ಮುಖ್ಯ ತೊಡಕೆಂದರೆ ಸರಿಯಾದ ಒಂದು ಕಾಲಾನುಕ್ರಮಣಿಯ ಕೊರತೆ. ಐವತ್ತು ವರ್ಷದ ಹಿಂದೆ ನಡೆದ ಘಟನೆ ಮತ್ತು 1500 ವರ್ಷಕ್ಕೆ ಹಿಂದೆ ರೂಪುಗೊಂಡ ಸಂಪ್ರದಾಯಗಳು ಎರಡೂ ಒಬ್ಬ ಹಳ್ಳಿಗನಿಗೆ ಹೆಚ್ಚು ಕಡಿಮೆ ಒಂದೇ ಮಟ್ಟದಲ್ಲಿ ಕಾಣುತ್ತದೆ. ಏಕೆಂದರೆ ಅವನು ಋತುವಿನಿಂದ ಋತುವಿಗೆ ಬದುಕುತ್ತಾನೆ. ಭಾರತೀಯ ಪುರಾಣಗಳಲ್ಲಿ ಬರುವ ನಾಲ್ಕು ಯುಗಗಳ ಕಲ್ಪನೆಯು ನಾಲ್ಕು ಪ್ರಮುಖ ಋತುಗಳಲ್ಲಾಗುವ ಬದಲಾವಣೆಯನ್ನು ಸ್ಪಷ್ಟವಾಗಿ ಪ್ರತಿಬಿಂಬಿಸುತ್ತದೆ. ಈ ನಾಲ್ಕು ಯುಗಗಳೂ ಅಂತಿಮವಾಗಿ ಪ್ರಳಯದಲ್ಲಿ ಮುಕ್ತಾಯವಾಗಿ ಮತ್ತೆ ಹೊಸ ಕಾಲಚಕ್ರ ಪ್ರಾರಂಭವಾಗುತ್ತದೆ. ಪ್ರತಿ ಮುಂಗಾರಿನ ನಂತರ ಹೆಚ್ಚುಕಡಿಮೆ ಎಲ್ಲ ಹಳ್ಳಿಗಳಲ್ಲಾಗುವುದು ಇದೇ. ಪ್ರತಿ ಹೊಸ ವರ್ಷವೂ ಹೆಚ್ಚು ಕಡಿಮೆ ಹಿಂದಿನ ವರ್ಷಗಳಂತೆಯೇ ಇರುತ್ತದೆ. ಒಂದೇ ಒಂದು ವ್ಯತ್ಯಾಸವೆಂದರೆ, ಕೆಲವು ವರ್ಷ ಒಳ್ಳೆಯ ಫಸಲು ಬರುತ್ತದೆ ಮತ್ತೆ ಕೆಲವು ವರ್ಷ ಬರಗಾಲವೋ ಅಥವಾ ಪಿಡುಗೋ ಇರುತ್ತದೆ. ಹೆಚ್ಚು ಕಡಿಮೆ ಅನಕ್ಷರಸ್ಥರಾದ ರೈತರು ಯಾವುದೇ ಲಿಖಿತ ದಾಖಲೆಗಳನ್ನು ಇಡುವುದಿಲ್ಲ. ಒಂದು ವೇಳೆ ಕೆಲವರು ಶಾಲೆಗೆ ಹೋಗಿದ್ದರೂ, ಅವರ ಬದುಕಿನ ಕ್ರಮ ಹೇಗಿರುತ್ತದೆಯೆಂದರೆ, ಆ ಶಿಕ್ಷಣದಿಂದ ಅವರಿಗೆ ಯಾವ ಪ್ರಯೋಜನವೂ ಇರುವುದಿಲ್ಲ, ಹಾಗಾಗಿ ಅವರು ಕ್ರಮೇಣ ಅಲ್ಲಿ ಕಲಿತಿದ್ದನ್ನೆಲ್ಲಾ ಮರೆತುಬಿಡುತ್ತಾರೆ. ಪುಸ್ತಕಗಳಾಗಲಿ, ದಿನಪತ್ರಿಕೆಗಳಾಗಲಿ ಅಥವಾ ಅಂತಹ ಯಾವುದೇ ಅಧ್ಯಯನ ಸಾಮಗ್ರಿಯಾಗಲೀ ಒಂದು ಸಾಮಾನ್ಯ ಹಳ್ಳಿಯನ್ನು ತಲುಪುವುದೇ ಇಲ್ಲ. ಆದ್ದರಿಂದ ಇತಿಹಾಸ ಕಟ್ಟಲು ಗ್ರಾಮೀಣ ಸಂಪ್ರದಾಯದಿಂದ ಯಾವುದೇ ಅಂಶಗಳನ್ನು ಹೆಕ್ಕಿಕೊಳ್ಳುವಾಗಲೂ ವಿಶೇಷ ನಿಗಾ ವಹಿಸಬೇಕು. ಈ ಬಗೆಯ ಅಧ್ಯಯನದಿಂದ ತುಂಬಾ ಪುರಾತನವಾದ ಆಚರಣೆಗಳು ಇಂದಿಗೂ ಉಳಿದುಕೊಂಡು ಬಂದಿರುವುದಕ್ಕೆ ಕಾರಣ ತಿಳಿಯುತ್ತದೆ. ಹೆಚ್ಚಿನ ಬಾರಿ ಜಮೀನುದಾರರು ಮತ್ತು ವೈದಿಕ ಪುರೋಹಿತರು ಇಂತಹ ಪ್ರಾಂತೀಯ ಸಂಪ್ರದಾಯಗಳನ್ನು ತಮ್ಮದಾಗಿಸಿಕೊಂಡು ಅವುಗಳು ಆಚರಣೆಯಲ್ಲಿರುವಂತೆ ಮಾಡುತ್ತಾರೆ. ಅವರು ಅವುಗಳಲ್ಲಿ ಹೆಚ್ಚೆಂದರೆ ಮೇಲೆ ಮೇಲೆ ಒಂದಿಷ್ಟು ಬದಲಾವಣೆಗಳನ್ನು ಮಾಡಿರಬಹುದು ಅಷ್ಟೇ.

ನಾವು ಈಗಾಗಲೇ ವ್ಯಾಖ್ಯಾನಿಸಿರುವ ಅರ್ಥದಲ್ಲಿ ಇತಿಹಾಸವನ್ನು ಅಧ್ಯಯನ ಮಾಡುವುದಾದರೆ, ಚರಿತ್ರೆಯ ಸಂಪೂರ್ಣ ವಿವರಗಳು ಭಾರತದ ಹಳ್ಳಿಗಳಲ್ಲಿ ದೊರಕುತ್ತವೆ. ಅಧ್ಯಯನ ಮಾಡುವವರಿಗೆ ಮುಖ್ಯವಾಗಿ ಚರಿತ್ರೆಯನ್ನು ಓದಲಿಕ್ಕೆ ಬೇಕಾದ ಕಾಣ್ಕೆಗಳು ಮತ್ತು ಒಳನೋಟಗಳು ಇರಬೇಕು ಅಷ್ಟೆ.

6. ಮರುಮನನ

ಈ ಹಿಂದೆ ನಾವು ಚರ್ಚಿಸಿದ ವಿಚಾರವನ್ನು ನೆನಪುಮಾಡಿಕೊಳ್ಳೋಣ. ಮೊದಲನೆಯದಾಗಿ, ಬಂಡವಾಳಶಾಹಿ ಉತ್ಪಾದನಾ ವಿಧಾನವನ್ನು ಭಾರತದ ಮೇಲೆ ಹೇರಿದ್ದ ವಿದೇಶಿಯರ ಪ್ರಭಾವವನ್ನು ಭಾರತದ ಪ್ರಧಾನ ವರ್ಗಗಳ ಮೇಲೆ ಮತ್ತು ಭಾರತದ ನಗರ ಜೀವನದ ಮೇಲೆ ಕಾಣಬಹುದು. ಎರಡನೆಯದಾಗಿ, ಭಾರತದ ಹೆಚ್ಚಿನ ಗ್ರಾಮೀಣ ಪ್ರದೇಶಗಳಲ್ಲಿ ಮತ್ತು ಭಾರತೀಯ ಧಾರ್ಮಿಕ ಆಚರಣೆಗಳಲ್ಲಿ ಆದಿಮ ಆಚರಣೆಗಳ ಮೂಲ ಕುರುಹುಗಳನ್ನು ಸ್ಪಷ್ಟವಾಗಿ ಕಾಣಬಹುದು, ಏಕೆಂದರೆ ಭಾರತದ ಅನೇಕ ಭಾಗಗಳಲ್ಲಿ ಆದಿಮ ಜೀವನಕ್ರಮ ಅಸ್ತಿತ್ವದಲ್ಲಿತ್ತು ಹಾಗೂ ಇಂದಿಗೂ ಇದೆ. ಇವುಗಳಲ್ಲಿ, ವಿದೇಶಿ ಪ್ರಭಾವವನ್ನು ಸಾಮಾನ್ಯವಾಗಿ ಎಲ್ಲರೂ ಒಪ್ಪಿಕೊಳ್ಳುತ್ತಾರೆ. ನಿಜ, ದೇಶಪ್ರೇಮದ ಸೆಳೆತದಿಂದ ಹಲವರು ಆಧುನಿಕ ಭಾರತೀಯ ಚರಿತ್ರೆಯಲ್ಲಿ ಪಾಶ್ಚಿಮಾತ್ಯರ ಪಾತ್ರವನ್ನು ಒಂದಿಷ್ಟು ಕಡಿಮೆ ಮಾಡಿ ತೋರಿಸಲು ಪ್ರಯತ್ನಿಸುತ್ತಾರೆ. ಆದರೆ ಭಾರತೀಯ ಧಾರ್ಮಿಕ ಪದ್ಧತಿಗಳ ಮೇಲೆ ಆದಿಮ ಆಚರಣೆಗಳ ಪ್ರಭಾವವಿದೆ ಎಂದು ಹೇಳಿದರೆ ಭಾರತೀಯ ಮಧ್ಯಮವರ್ಗದವರಲ್ಲಿ ಹೆಚ್ಚಿನವರಿಗೆ ಕೋಪ ಬರುತ್ತದೆ. ಅದನ್ನು ಅವರು ತಮ್ಮ ಸ್ವಾಭಿಮಾನಕ್ಕೆ ಮತ್ತು ತಮ್ಮ ದೇಶಕ್ಕೆ ಮಾಡುತ್ತಿರುವ ಅಪಮಾನ ಮತ್ತು ಅವಹೇಳನವೆಂದು ಭಾವಿಸುತ್ತಾರೆ. ಆದಿಮ ಸಂಸ್ಕೃತಿಗಳು, ಅವು ಊಳಿಗಮಾನ್ಯ ಅಥವಾ ಬಂಡವಾಳಶಾಹಿ ವ್ಯವಸ್ಥೆಯ ಉಪ–ಉತ್ಪನ್ನಗಳೊಂದಿಗೆ ಸಂಪರ್ಕಕ್ಕೆ ಬರುವ ವರೆಗೆ ಹಾಸ್ಯಾಸ್ಪದ ಅಥವ ಕೀಳು ಆಗುವುದಿಲ್ಲ. ಬೇರೆ ದೇಶಗಳಿಗೆ ಹೋಲಿಸಿದರೆ, ಭಾರತದ ಬೆಳವಣಿಗೆ ಒಂದರ್ಥದಲ್ಲಿ ಹೆಚ್ಚು 'ನಾಗರಿಕ'ವಾಗಿಯೇ ಇತ್ತು. ಇಲ್ಲಿ ಪುರಾತನ ಪಂಥಗಳನ್ನು ಮತ್ತು ಸಂರಚನೆಗಳನ್ನು ಬಲಾತ್ಕಾರವಾಗಿ ನಾಶಮಾಡಲು ಯಾರೂ ಪ್ರಯತ್ನಿಸಲಿಲ್ಲ. ಬದಲಾಗಿ ಅವುಗಳನ್ನು ಸಮೀಕರಿಸಿಕೊಳ್ಳಲು ಪ್ರಯತ್ನಿಸಿದರು. ಇಲ್ಲಿದ್ದ ಮೂಢನಂಬಿಕೆಯಿಂದಾಗಿ ಹಿಂಸೆಯನ್ನು ಅಷ್ಟಾಗಿ ಬಳಸಬೇಕಾಗಲಿಲ್ಲ. ಯುರೋಪ್ ಅಥವಾ ಅಮೆರಿಕಾದ ಮಾದರಿಯಲ್ಲೇ ಭಾರತದ ಚರಿತ್ರೆಯೂ ಬೆಳೆದಿದ್ದರೆ ಇಲ್ಲಿ ಹೆಚ್ಚಿನ ಕ್ರೌರ್ಯದ ಬಳಕೆ ಅನಿವಾರ್ಯವಾಗುತ್ತಿತ್ತು.

ಭಾರತದ ಇತಿಹಾಸವು ನಡೆದು ಬಂದ ದಾರಿಯನ್ನು ಗಮನಿಸಿದರೆ, ಇಲ್ಲಿ ತುಂಬಾ ವಿಶಿಷ್ಟವಾದ ಕೆಲವು ಲಕ್ಷಣಗಳು ಕಂಡುಬರುತ್ತವೆ. ಇವುಗಳ ರೂಪುರೇಷೆಯನ್ನು ಸ್ಥೂಲವಾಗಿಯಾದರೂ ಈಗಲೇ ಪರಿಶೀಲಿಸುವುದು ಒಳ್ಳೆಯದು. ಇಲ್ಲದಿದ್ದರೆ ಮುಂದೆ ಇದು ಅನಾವಶ್ಯಕವಾದ ತಪ್ಪು ಗ್ರಹಿಕೆಗಳಿಗೆ ಕಾರಣವಾಗಬಹುದು. ಭಾರತದ ಚರಿತ್ರೆಯಲ್ಲಿ

ಯಾವುದೇ ರೀತಿಯ ವಾರ್ಷಿಕ ಬಖೈರಾಗಲಿ, ಇಲ್ಲಿ ಆಳಿದ ಅರಸ ಪಟ್ಟಿಯಾಗಲಿ, ಕಾಲಾನುಕ್ರಮದ ವರದಿಯಾಗಲಿ, ಪ್ರಮುಖ ಯುದ್ಧಗಳ ವಿವರವಾಗಲಿ, ರಾಜರ ಹಾಗೂ ಸಾಂಸ್ಕೃತಿಕ ನಾಯಕರ ಆತ್ಮಚರಿತ್ರೆಗಳಾಗಲಿ ನಮಗೆ ಸಿಗುವುದಿಲ್ಲ. ಪುರಾತನ ಭಾರತದ ಯಾವುದಾದರೂ ವ್ಯಕ್ತಿಗಳ ಅಥವಾ ಘಟನೆಗಳ ವಿವರವಾದ ಇತಿಹಾಸವು ಯಾವುದಾದರೂ ಕೃತಿಯಲ್ಲಿ ಕಂಡರೆ, ಅದನ್ನು ಒಂದು ರಮ್ಯವಾದ ಕಥೆಯಂತೆ (ಭಾರತದ ಕೆಲವು ರೇಲ್ವೇ ವೇಳಾಪಟ್ಟಿಗಳಂತೆ) ಓದಿ ಆನಂದಿಸಬೇಕೇ ಹೊರತು ನಂಬಬಾರದು. ಹಾಗೆಯೇ ಮಾನವ ಸಮಾಜದ ಬೆಳವಣಿಗೆಯಲ್ಲಿ ಉತ್ಪಾದನಾ ವಿಧಾನಗಳನ್ನು ಅನುಕ್ರಮವಾಗಿ ಕಾಣಬಹುದು ಎನ್ನುವ ತಪ್ಪುಗ್ರಹಿಕೆಯ ಸಾಧ್ಯತೆಯೂ ಇದೆ. ಅದೇನೆಂದರೆ, ಮಾನವ ಸಮಾಜದ ಬೆಳವಣಿಗೆಯಲ್ಲಿ ಆದಿಮ ಸಮತಾವಾದ. ಪಿತೃಪ್ರಧಾನ ವ್ಯವಸ್ಥೆ (ಹಳೇ ಒಡಂಬಡಿಕೆಯ ಅಬ್ರಹಾಂ), ಮತ್ತು/ಅಥವಾ ಏಷಿಯನ್ ವಿಧಾನ (ಅದಕ್ಕೆ ಸರಿಯಾದ ವ್ಯಾಖ್ಯಾನವಿಲ್ಲ) ಅಭಿಜಾತ ಗ್ರೀಸ್ ಮತ್ತು ರೋಮಿನ ಗುಲಾಮಗಿರಿ ಪದ್ಧತಿ, ಊಳಿಗಮಾನ್ಯ ವ್ಯವಸ್ಥೆ, ಬಂಡವಾಳಶಾಹಿ ಪದ್ಧತಿ, ಕೆಲವು ದೇಶಗಳಲ್ಲಿ ಸಮಾಜವಾದೀ ಪದ್ಧತಿ ಇಂಥ ಉತ್ಪಾದನಾ ವಿಧಾನಗಳನ್ನು ಅನುಕ್ರಮವಾಗಿ ಕಾಣಬಹುದು ಎನ್ನುವುದು. ಆದರೆ, ಭಾರತೀಯ ಇತಿಹಾಸವನ್ನು ಇಂಥ ಯಾವುದೇ ಒಂದು ಕಟ್ಟುನಿಟ್ಟಾದ ಸೂತ್ರದೊಳಗೆ ಪೂರ್ತಿಯಾಗಿ ಹೊಂದಿಸುವುದಕ್ಕಾಗುವುದಿಲ್ಲ. ಈಗಾಗಲೇ ಸೂಚಿಸಿರುವಂತೆ ಯಾವುದೇ ಚಾರಿತ್ರಿಕ ಕಾಲಘಟ್ಟದಲ್ಲೂ ದೇಶದ ಎಲ್ಲಾ ಭಾಗಗಳು ಒಂದು ಸಮಾನ ಹಂತದಲ್ಲಿರಲಿಲ್ಲ. ದೇಶದ ಎಲ್ಲಾ ಪ್ರಾಂತ್ಯಗಳಲ್ಲೂ, ಇಂದಿಗೂ ಫಲಪ್ರಧವಾಗಿರುವ ಹಾಗೂ ಸಾಂಪ್ರದಾಯಿಕವಾದ ಹಿಂದಿನ ಹಂತಗಳ ಕಾರ್ಯವಿಧಾನವು ಉಳಿದುಕೊಂಡು ಬಂದಿವೆ. ಅದರ ಜೊತೆಗೆ ಹಲವಾರು ಹಿಂದಿನ ಹಂತಗಳ ಒಂದಿಷ್ಟು ಮೇಲ್ ರಚನೆಗಳು ಕೂಡ ಉಳಿದುಕೊಂಡೇ ಬಂದಿವೆ. ಹೆಚ್ಚು ಕಡಿಮೆ ಎಲ್ಲಾ ಕಡೆಗಳಲ್ಲೂ ಹಿಂದಿನ ಪದ್ಧತಿಗಳಿಗೆ ಬಲವಾಗಿ ಜೋತುಬಿದ್ದ ಒಂದಿಷ್ಟು ಜನ ಇದ್ದರು. ಹಾಗಾಗಿ ದೇಶದ ಹೆಚ್ಚಿನ ಭಾಗಗಳಲ್ಲಿ ಅಸ್ತಿತ್ವದಲ್ಲಿದ್ದಂತಹ, ತೀರಾ ಪ್ರಮುಖವಾದ ಕೆಲವು ನಿರ್ದಿಷ್ಟ ವಿಧಾನಗಳನ್ನು ಮಾತ್ರ ಪರಿಶೀಲಿಸಬಹುದು. ಎರಡನೆಯದಾಗಿ ಐರೋಪ್ಯ ಮಾದರಿಯ ಗುಲಾಮಗಿರಿಯು ಭಾರತೀಯ ಇತಿಹಾಸದ ಯಾವ ಕಾಲಘಟ್ಟದಲ್ಲಿಯೂ ಇರಲಿಲ್ಲ. ಪ್ರಾಚೀನ ಕಾಲದಿಂದ ಈ ಶತಮಾನದ ಮಧ್ಯಭಾಗದ ವರೆಗೂ ಕೆಲವು ಭಾರತೀಯರಿಗೆ ಸ್ವಾತಂತ್ರ್ಯವಿರಲಿಲ್ಲ ಎನ್ನುವುದು ನಿಜ. ಈ ಸಾಲನ್ನು ಬರೆಯುತ್ತಿರುವಾಗಲೇ ಕೇರಳದಲ್ಲಿ ಕೆಲವು ಬುಡಕಟ್ಟು ಜನರನ್ನು ಪ್ರಾಣಿಗಳಂತೆ ಈಗಲೂ ಮಾರುಕಟ್ಟೆಯಲ್ಲಿ ಮಾರಾಟಮಾಡುತ್ತಿದ್ದಾರೆ ಎಂದು ವರದಿಯಾಗಿದೆ. ಆದರೆ ಒಟ್ಟು ಉತ್ಪಾದನೆಯಲ್ಲಿ ಹಾಗೂ ಉತ್ಪಾದನಾ ಸಂಬಂಧದಲ್ಲಿ ಕೂಡ ಗುಲಾಮಗಿರಿಯ ಪಾತ್ರ ನಗಣ್ಯವೇ. ಪ್ರಾಚೀನ ಕಾಲದಲ್ಲಿ ಅವರ ಸ್ಥಾನದಲ್ಲಿ ಶೂದ್ರರು ಬರುತ್ತಿದ್ದರು. ಅವರಿಂದ ಮಿಗುತಾಯ ಉತ್ಪಾದನೆಯನ್ನು ಕಸಿದುಕೊಳ್ಳಲಾಗುತ್ತಿತ್ತು. ಖರೀದಿಮಾಡಿದ ಅಥವಾ ಅಪಹರಿಸಿಕೊಂಡು ಬಂದ ಗುಲಾಮರು ಜಮೀನುದಾರಿ ಕಾಲದಲ್ಲಿ ತುಂಬಾ ಮುಖ್ಯವಾಗುತ್ತಿದ್ದರು. ಈ ಗುಲಾಮರು ಇಲ್ಲದೇ ಹೋಗಿದ್ದರೆ ಆಳರಸರಿಗೆ ತಮ್ಮ ಹಿಂಬಾಲಕರನ್ನು ಅತಿಯಾಗಿ ಅವಲಂಬಿಸಬೇಕಾಗುತ್ತಿತ್ತು. ಆದರೆ, ಅಭಿಜಾತ ಗುಲಾಮಗಿರಿ ಪದ್ಧತಿಯಲ್ಲಿ ಪರಿಸ್ಥಿತಿ ಹೀಗಿರಲಿಲ್ಲ. ಭಾರತದಲ್ಲಿ

ಚಕ್ರವರ್ತಿಗಳು ಆಸ್ಥಾನದ ಗುಲಾಮರನ್ನು ಊಳಿಗಮಾನ್ಯ ವ್ಯವಸ್ಥೆಗೆ ಅಪಾಯಕಾರಿ ಎಂದೇ ಭಾವಿಸಿದ್ದರು. ಇಲ್ಲಿನ ಗುಲಾಮನಿಗೆ ಆಸ್ತಿಯ ಹಕ್ಕು ಇತ್ತು. ಇಲ್ಲಿನ ಯಾವುದೇ ಗುಲಾಮನೂ ಎಷ್ಟು ಬೇಕಾದರೂ ಆಸ್ತಿಯನ್ನು ಹೊಂದಬಹುದಾಗಿತ್ತು. ಅದು ಜಮೀನುದಾರಿ ಸಮಾಜದ ಯಾವುದೇ ವ್ಯಕ್ತಿಯ ಆಸ್ತಿಗಿಂತಲೂ ಹೆಚ್ಚಿಗೆ ಇರುವ ಸಾಧ್ಯತೆಯೂ ಇತ್ತು. ಉದಾಹರಣೆಗೆ ದೆಹಲಿಯ ತೀರಾ ಸಮರ್ಥ ಹಾಗೂ ಅತ್ಯುತ್ತಮ ರಾಜವಂಶ ಎನಿಸಿಕೊಂಡಿದ್ದ ದೆಹಲಿಯ ಮೊದಲ ದೊರೆಗಳು ಮತ್ತು ಅಹಮದ್‌ನಗರದ ಬಹುಮನಿ ಸಾಮ್ರಾಜ್ಯದ ಸಂಸ್ಥಾಪಕರು ಮೂಲದಲ್ಲಿ ಗುಲಾಮರೇ ಆಗಿದ್ದವರು. ಹಾಗಾಗಿ ಭಾರತದ ಜಮೀನುದಾರಿ ಪದ್ಧತಿಗೆ ತನ್ನದೇ ಆದ ಕೆಲವು ವಿಶಿಷ್ಟ ಲಕ್ಷಣಗಳಿವೆ (ಹಾಗೆಯೇ ಇಂಗ್ಲೆಂಡಿನ ಜಮೀನುದಾರಿ ಪದ್ಧತಿಯು ರುಮೇನಿಯದ ಪದ್ಧತಿಗಿಂತ ಭಿನ್ನವಾಗಿತ್ತು). ಊಳಿಗಮಾನ್ಯ ಕಾಲದಲ್ಲಿ, ಅದಕ್ಕೆ ಮೊದಲು ಹಾಗೂ ನಂತರದ ಕಾಲದಲ್ಲಿ ಹಲವಾರು ತರಹದ ಗುಲಾಮರನ್ನು ನೋಡಬಹುದಿತ್ತು. ಕೆಲವರು ಶಿಕ್ಷೆಗೊಳಗಾಗಿ ಗುಲಾಮರಾಗಿದ್ದರು, ಮನೆಗಳಲ್ಲಿ ಜೀತಮಾಡುವವರಿದ್ದರು, ವಿಭಿನ್ನ ಬಗೆಯ ಮನರಂಜನೆಗಾಗಿ ಖರೀದಿಸಿದ ಜನರಿದ್ದರು ಮತ್ತು ಕೆಲವು ಅಂತಃಪುರದ ಗುಲಾಮರು ಇದ್ದರು. ಶಿಕ್ಷೆಯಾಗಿ ಗುಲಾಮರಾಗಿದ್ದವರನ್ನು ಬಿಟ್ಟರೆ ಉಳಿದವರೆಲ್ಲರನ್ನೂ ಕೂಲಿಯವರಿಗಿಂತ ಚೆನ್ನಾಗಿಯೇ ನೋಡಿಕೊಳ್ಳಲಾಗುತ್ತಿತ್ತು, ಏಕೆಂದರೆ ಅವರೆಲ್ಲರನ್ನೂ ಹಣಕೊಟ್ಟು ಕೊಂಡುಕೊಳ್ಳಲಾಗಿತ್ತು. ಐರೋಪ್ಯ ಗುಲಾಮಗಿರಿಗೆ ಇದು ಸಂಪೂರ್ಣವಾಗಿ ವ್ಯತಿರಿಕ್ತವಾಗಿದೆ. ಯುರೋಪಿನಲ್ಲಿ ಊಳಿಗಮಾನ್ಯ ವ್ಯವಸ್ಥೆಯ ಪ್ರಾರಂಭದೊಂದಿಗೆ ಗುಲಾಮಗಿರಿಯು ಮರೆಯಾಯಿತು. ಬ್ರೆಜಿಲ್‌ನಲ್ಲಿ ಊಳಿಗಮಾನ್ಯ ವ್ಯವಸ್ಥೆಗೆ ಮೊದಲು ಗುಲಾಮಗಿರಿ ವ್ಯವಸ್ಥೆ ಇರಲಿಲ್ಲ. ಅಮೆರಿಕೆಯಲ್ಲಿ ಊಳಿಗಮಾನ್ಯ ವ್ಯವಸ್ಥೆ ಇಲ್ಲದೆಯೇ ಗುಲಾಮಗಿರಿ ಬಂತು. ಅಲ್ಲಿ ಬಂಡವಾಳಿಗರು ಹತ್ತಿ ಕೃಷಿಯ ಅಭಿವೃದ್ಧಿಗೆ ಗುಲಾಮರನ್ನು ಬಳಸಿಕೊಂಡರು. ಅದು ಈಗ ನೂರು ವರ್ಷಗಳ ಹಿಂದಷ್ಟೇ ರದ್ದಾಯಿತು. ಅಲ್ಲಿ ಗುಲಾಮಗಿರಿಯನ್ನು ರದ್ದುಮಾಡಲು ದೊಡ್ಡ ಹಿಂಸಾತ್ಮಕ ಆಂತರಿಕ ಯುದ್ಧವೇ ನಡೆಯಬೇಕಾಯಿತು. ಅದರ ಪ್ರತಿಧ್ವನಿಯನ್ನು ಪ್ರಪಂಚದ ಅತ್ಯಾಧುನಿಕ ಮತ್ತು ಅತಿ ದೊಡ್ಡ ಪ್ರಜಾಪ್ರಭುತ್ವದ ದಕ್ಷಿಣದ ರಾಜ್ಯಗಳಲ್ಲಿ ಇಂದಿಗೂ ಕೇಳಬಹುದು.

ಭಾರತದ ಸಾಂಸ್ಕೃತಿಕ ಚರಿತ್ರೆಯ ಈ ಸಂಕ್ಷಿಪ್ತ ಚಿತ್ರಣದ ಹಿಂದೆ ಯಾವುದೋ ಸಿದ್ಧಾಂತವನ್ನು ಶುಷ್ಕವಾಗಿ ಅನ್ವಯಿಸುವ ಉದ್ದೇಶವಿಲ್ಲ. ನನಗೆ ಇಲ್ಲಿ ಕೆಲವು ವ್ಯಾಖ್ಯೆಗಳನ್ನು ಹಾಗೂ ವಿಧಾನವನ್ನು ಅನುಸರಿಸುವುದು ಅನಿವಾರ್ಯವಾಗಿದೆ. ಯಾಕೆಂದರೆ ಬೇರೆಯ ಕ್ರಮಗಳು ನಿಷ್ಪ್ರಯೋಜಕ ಎನ್ನುವುದು ನೋವಿನ ಅನುಭವದಿಂದ ಸಾಬೀತಾಗಿದೆ. ಮುಂದಿನ ಅಧ್ಯಾಯಗಳಲ್ಲಿ ಭಾರತೀಯ ಸಮಾಜದ ಗತಕಾಲವನ್ನು ಮಾತ್ರವಲ್ಲ, ಪ್ರಸ್ತುತ ಪರಿಸ್ಥಿತಿಯನ್ನು ಕೂಡ ಸಾಕಷ್ಟು ಆಪ್ತವಾಗಿ ಗಮನಿಸಲಾಗಿದೆ.

"ಇತಿಹಾಸಕಾರನ ಕೆಲಸ ಗತಕಾಲವನ್ನು ಪ್ರೀತಿಸುವುದೂ ಅಲ್ಲ ಅಥವಾ ಅದರಿಂದ ಬಿಡುಗಡೆ ಹೊಂದುವುದೂ ಅಲ್ಲ. ಬದಲಾಗಿ ಅದನ್ನು ಅರ್ಥಮಾಡಿಕೊಂಡು ಮತ್ತು ಅದರ ಮೇಲೆ ಪ್ರಭುತ್ವ ಸಾಧಿಸಿಕೊಂಡು, ವರ್ತಮಾನವನ್ನು ಗ್ರಹಿಸಿಕೊಳ್ಳುವ ಸಾಧನವನ್ನಾಗಿ

ಅದನ್ನು ಬಳಸಿಕೊಳ್ಳುವುದು. ವರ್ತಮಾನದ ಸಮಸ್ಯೆಗಳನ್ನು ಕುರಿತ ಒಳನೋಟಗಳು ಚರಿತ್ರಕಾರನ ಗತವನ್ನು ಕುರಿತ ಕಾಣ್ಕೆಯನ್ನು ಬೆಳಗಿದಾಗ ಮಾತ್ರ ಒಳ್ಳೆಯ ಇತಿಹಾಸದ ರಚನೆ ಸಾಧ್ಯವಾಗುತ್ತದೆ. ಇತಿಹಾಸದಿಂದ ಕಲಿಯುವುದು ಎಂದೂ ಏಕಮುಖ ಪ್ರಕ್ರಿಯೆಯಲ್ಲ. ಗತಕಾಲದ ಬೆಳಕಿನಲ್ಲಿ ವರ್ತಮಾನವನ್ನು ತಿಳಿದುಕೊಳ್ಳುವುದು ಎಂದರೆ ವರ್ತಮಾನದ ಬೆಳಕಿನಲ್ಲಿ ಗತಕಾಲವನ್ನು ಅರಿಯುವುದು ಎಂದರ್ಥ. ಚರಿತ್ರೆಯ ಕೆಲಸ ಗತ ಮತ್ತು ವರ್ತಮಾನಗಳ ನಡುವೆ ಪರಸ್ಪರ ಸಂಬಂಧದ ಮೂಲಕ ಒಂದು ಗಹನವಾದ ಅರಿವನ್ನು ಬೆಳೆಸುವುದು."

ಇಂತಹ ಇತಿಹಾಸವನ್ನು ಬರೆಯಲು ಪ್ರಸ್ತುತ ಲೇಖಕನ ತಾಂತ್ರಿಕ ಸಾಮರ್ಥ್ಯ ಸಾಕಾಗದಿರಬಹುದು. ಓದುಗನಿಗೆ ಇಲ್ಲಿನ ತೀರ್ಮಾನಗಳು ಯಾವುದೋ ಕಾರಣಕ್ಕೆ ತೃಪ್ತಿಕರವಲ್ಲ ಎನಿಸಬಹುದು. ಆದರೆ ಅವನಿಗೆ ಏನನ್ನು ನಿರೀಕ್ಷಿಸಬಹುದು ಎನ್ನುವುದಾದರೂ ತಿಳಿಯುತ್ತದೆ. ಈ ಸಂಕ್ಷಿಪ್ತ ಅಧ್ಯಯನ ಮುಖ್ಯವಾಗಿ ಈ ಕೆಳಕಂಡ ಬೆಳವಣಿಗೆಗಳನ್ನು ಗಮನಿಸುತ್ತದೆ: ಆಧುನಿಕ ಸಮಾಜ ಮತ್ತು ಬುಡಕಟ್ಟು ಬದುಕು; ಸಿಂಧೂ ಕಣಿವೆಯ ನಾಗರಿಕತೆ; ಈ ನಾಗರಿಕತೆಯನ್ನು ನಾಶಮಾಡಿದ ಆರ್ಯರ ಆಕ್ರಮಣ, ಆದರೆ ಅದರಿಂದ ಪೂರ್ವದ ನೆಲಸುನಾಡುಗಳು ಸಾಧ್ಯವಾದುದು, ಜಾತಿ ವ್ಯವಸ್ಥೆ, ಕಬ್ಬಿಣದ ಹತಾರಗಳು ಮತ್ತು ನೇಗಿಲುಗಳಿಂದ ಗಂಗಾಬಯಲನ್ನು ಪ್ರವೇಶಿಸಿದ್ದು, ಮಾಗಧರು ಹಾಗೂ ಬೌದ್ಧಧರ್ಮದ ಉಗಮ, ಮೌರ್ಯರು ಇಡೀ ದೇಶವನ್ನು ಆಕ್ರಮಿಸಿಕೊಂಡಿದ್ದು, ಮತ್ತು ಮೌರ್ಯಪ್ರಭುತ್ವದ ಪತನ, ದಖ್ಖನ್ ಮತ್ತು ಕರಾವಳಿಯಲ್ಲಿ ಪ್ರಭುತ್ವಗಳ ಬೆಳವಣಿಗೆ, ಊಳಿಗಮಾನ್ಯ ವ್ಯವಸ್ಥೆಯ ಪ್ರಾರಂಭದ ಸುದೀರ್ಘ ಪ್ರಕ್ರಿಯೆ ಮತ್ತು ಬೌದ್ಧಧರ್ಮದ ಅವನತಿ. ಇಲ್ಲಿಯವರೆಗಿನ ಕಾಲವನ್ನು ಬಹುಶಃ ಪ್ರಾಚೀನ ಭಾರತದ ಇತಿಹಾಸ ಎಂದು ಕರೆಯಬಹುದು. ಇದು ನಮ್ಮನ್ನು ಮುಸ್ಲಿಂ ಅವಧಿಗೆ ಮತ್ತು ಭಾರತೀಯ ಮಧ್ಯಕಾಲೀನ ಯಗಕ್ಕೆ, ಪ್ರಾಚೀನ ಭಾರತೀಯ ಸಂಸ್ಕೃತಿಯ ಕೊನೆ ಎನ್ನಬಹುದಾದ ಕಾಲಕ್ಕೆ ತಂದು ನಿಲ್ಲಿಸುತ್ತದೆ.

ಸಂಸ್ಕೃತ ಸಾಹಿತ್ಯ ಮತ್ತು ನಾಟಕ

(ಇದು ಕೊಸಾಂಬಿಯವರ The Culture & Civilization of Ancient India in Historical Outline ನ ಕೊನೆಯ ಅಧ್ಯಾಯದ ಕೊನೆಯ ವಿಭಾಗ. ಅನುವಾದಕರು: ಗಂಗಾಧರಮೂರ್ತಿ ಮತ್ತು ಶಿವಾನಂದ)

ರಸಾತ್ಮಕ ಗುಣಗಳಿಗಾಗಿ ಭಾರತೀಯರು ಸಾಹಿತ್ಯವನ್ನು ಅನಾದಿಕಾಲದಿಂದ ಕಾಪಾಡಿಕೊಂಡು ಬಂದಿರುವುದಲ್ಲದೆ, ಅದಕ್ಕೆ ಹೆಚ್ಚಿನ ಮನ್ನಣೆಯನ್ನೂ ಕೊಟ್ಟಿದ್ದಾರೆ. ಆದರೆ ಮೌರ್ಯರ ಕಾಲದಲ್ಲಿದ್ದ ಶಿಶುನಾಗನ ಬಗೆಗಾಗಲೀ, ಅಥವಾ ಆ ಕಾಲದ ಲೌಕಿಕ ಆಶಯಗಳನ್ನು ಕುರಿತ ಸಾಹಿತ್ಯದ ಬಗೆಗಾಗಲೀ ಏನೂ ತಿಳಿದುಬರುವುದಿಲ್ಲ. ಶಾತವಾಹನರ ಕಾಲದಲ್ಲಿ ಬರೆದ ಸಾಹಿತ್ಯ ಕೃತಿ ಎಂದರೆ ಹಾಲನ ಸಂಕಲನವೊಂದೇ. ಹಾಲನ ಈ ಕೃತಿಯು (ಗಾಥಾ ಸಪ್ತಶತಿ) ಹುಟ್ಟಿದ ನಂತರವೇ ಭಾರತದ ಮಿಕ್ಕ ಭಾಷಾ ಸಾಹಿತ್ಯಗಳು ಬೆಳವಣಿಗೆಯನ್ನು ಕಂಡುಕೊಂಡದ್ದು. ಈ ಕಾರಣದಿಂದ ಭಾರತೀಯ ಸಾಹಿತ್ಯವನ್ನು ಗಮನಿಸುವಾಗ ಸಂಸ್ಕೃತ ಸಾಹಿತ್ಯವನ್ನು ವಿಶ್ಲೇಷಿಸುವುದು ಮುಖ್ಯವಾಗುತ್ತದೆ. ಆದರೂ, ಸಿಂಧೂ ಕಣಿವೆಯ ನಾಗರೀಕತೆಯ ಕಾಲದಲ್ಲಿ ಇದ್ದಿರಬಹುದಾದ – ಪುನರ್ರಚಿಸಲು ಅಸಾಧ್ಯವಾದ–ಗುರುತಿಸಲೂ ಸಾಧ್ಯವಾಗದ ಪುರಾಣ ಪರಂಪರೆಯ ಬರವಣಿಗೆಯನ್ನು ಈ ಲೇಖನದ ಚೌಕಟ್ಟಿನಿಂದ ಹೊರಪಡಿಸುವುದು ಇಲ್ಲಿನ ಉದ್ದೇಶಕ್ಕೆ ಅವಶ್ಯಕ. ಈ ದೃಷ್ಟಿಯಿಂದ ಪ್ರಾಚೀನ ತಮಿಳು ಸಾಹಿತ್ಯವನ್ನು ಇಲ್ಲಿ ದೂರವಿಡಬೇಕಾಗುತ್ತದೆ.

ಆದಿಮಾನವನ ಕಾಲದ ಉಪಾಸನಾ ಪದ್ಧತಿಯಲ್ಲೇ ನಾಟಕದ ಆರಂಭವನ್ನು ನಾವು ಗುರುತಿಸಬಹುದು. ಋಗ್ವೇದದ ಹಲವಾರು ಶ್ಲೋಕಗಳನ್ನು ಹಾಡಲು ಮೇಳವಾಗಲೀ, ಅಭಿನಯಿಸಲು ಕನಿಷ್ಠ ಎರಡು–ಮೂರು ಪಾತ್ರಗಳಾಗಲೀ ಬೇಕಾಗುತ್ತಿತ್ತು. ಊರ್ವಶಿ ಪುರೂರವನ ಕಥೆ ಇದಕ್ಕೆ ಒಳ್ಳೆ ಉದಾಹರಣೆ. ಅತ್ಯಂತ ಹಳೆಯ ಕಾಲದ ವೇದಗಳಲ್ಲಿ ಇದು ಸಂಭಾಷಣೆಯ ರೂಪದಲ್ಲಿ ರಂಗಭೂಮಿಯ ಮೇಲೆ ಅಭಿನಯಿಸುವಂತಿತ್ತು. ಅಪ್ಸರೆಯ ಪವಿತ್ರ ವಿವಾಹದ ನಂತರ ಫಲಾಪೇಕ್ಷೆಯ ವಿಧ್ಯುಕ್ತ ಕ್ರಿಯೆಯಲ್ಲಿ ಗಂಡಸನ್ನು ಬಲಿ ಕೊಡುವುದು ಇಲ್ಲಿನ ವಸ್ತು. ಈ ಮೂಲಕ್ರಿಯೆಯ ನಾಟಕ ಸಮವರ್ತಿ ಅಥವಾ ನಾಟಕ ರೂಪಾಂತರ ಇದು ಎನ್ನಬಹುದು. ವೇದದಲ್ಲಿ ಬರುವ ಪುರೂರವ. ಈ ನರಬಲಿಯಿಂದ ತನ್ನನ್ನು ಕಾಪಾಡಲು ಬೇಡುತ್ತಾನೆ. ಆದರೆ ಊರ್ವಶಿ ಅವನ ಬೇಡಿಕೆಯನ್ನು ಕಡೆಗಣಿಸುತ್ತಾಳೆ ಈ ಕಥಾವಸ್ತು ಕಾಲಕ್ರಮದಲ್ಲಿ ವಿರಹಿಗಳ ಪ್ರೇಮ ಪ್ರಪಂಚದ ರೂಪವನ್ನು ಪಡೆದುಕೊಂಡಿತು. ಮೇಳದ ಹಾಡು ಮತ್ತು ಕುಣಿತ ಆದಿಕಾಲದ ಫಲಾಪೇಕ್ಷೆಯ ವಿಧ್ಯುಕ್ತ ಕ್ರಿಯೆಯಂತೆಯೇ ಸಂಸ್ಕೃತ ನಾಟಕದ ಮುಖ್ಯ ಲಕ್ಷಣವಾಗಿದೆ. ಅತ್ಯವಶ್ಯವಾದ ನಾಂದಿ ಪದ್ಯಗಳು ಮತ್ತು ಸ್ವಸ್ತಿ ವಾಚನಗಳು ಭಾರತೀಯ ರಂಗಭೂಮಿಯ ಪ್ರಾರಂಭವನ್ನು ಭಕ್ತಿ ರಸ ಪ್ರಧಾನ ನಾಟಕಗಳಲ್ಲಿ ಕಾಣಿಸುತ್ತವೆ. ಲಘು ಸಂಗೀತ–ನಾಟಕ (operatta)ಗಳ ಮಾದರಿಯಲ್ಲಿ ಅಭಿನಯಿಸಲು ಅನುಕೂಲವಾಗುವಂತೆ ಗದ್ಯ ಸಂಭಾಷಣೆಗಳ ಮಧ್ಯ

ಬರೆದ ಗೀತೆಗಳನ್ನು ಸಂಗೀತ ವಾದ್ಯಗಳ ನೆರವಿನಿಂದ ಪ್ರದರ್ಶಿಸಲಾಗುತ್ತಿತ್ತು ರಂಗನಿರ್ದೇಶನದಲ್ಲಿ ಪ್ರಮುಖವಾಗಿ ಅಲ್ಲದಿದ್ದರೂ, ಕುಣಿತವು ಉಳಿದುಕೊಂಡೇ ಬಂತು. ಸಮೂಹ ಕುಣಿತದ ಜತೆಗೆ ಕೆಲವು ವೈಯಕ್ತಿಕ ಪಾತ್ರಗಳು ವಿಭಿನ್ನ ಭಾವಗಳಿಗೆ ವಾಡಿಕೆಗೆ ಬದ್ಧವಾದ ರೀತಿಯಲ್ಲಿ ಆಂಗಿಕ ಅಭಿನಯವನ್ನು ನೀಡುತ್ತಿದ್ದವು. ಒಂದು ಮಾತನ್ನೂ ಆಡದೆ ಆಂಗಿಕ ಅಭಿನಯದ ಮೂಲಕವೇ ಇಡೀ ಕಥೆಯನ್ನು ಹೇಳುವ ಈ ವಿಧಾನವು ಆಧುನಿಕ ಕಥಕ್ಕಳಿಯ ರೂಪ ವಿಧಾನವನ್ನು ಹೋಲುತ್ತದೆ. ಅಲ್ಲದೆ "ನಾಟ್ಯ" ಎನ್ನುವ ಶಬ್ದವೇ ಆಂಗಿಕ ಅಭಿನಯವನ್ನು ವ್ಯಂಜಿಸುತ್ತದೆ. ಹಗಲಿನಲ್ಲಿ ನಾಟಕವಾಡಲು ಅನುಕೂಲವಾಗುವಂಥ ಗುಹಾಂತರ ರಂಗ ಸ್ಥಳಗಳು ದೊರೆತಿವೆಯಾದರೂ, ಸಾಮಾನ್ಯವಾಗಿ ಆಟ ಎಂದರೆ ಇಡೀ ರಾತ್ರಿಯ ರಂಗ ಪ್ರದರ್ಶನ ಎಂದೇ ಅರ್ಥ ಬರುತ್ತಿತ್ತು.

ಮಹಾಕಾವ್ಯಗಳಿಂದ ಕಥಾವಸ್ತುಗಳನ್ನು ಆಯ್ದುಕೊಂಡ, ಉತ್ತಮ ಮನೋರಂಜಕ ಅಂಶಗಳಿಂದ ಪ್ರೇಕ್ಷಕರನ್ನು ಆಕರ್ಷಿಸುತಿದ್ದ – ಮೇಲುವರ್ಗದವರಿಂದ ಮೇಲ್ವರ್ಗದವರಿಗಾಗಿಯೇ ರಚಿತವಾದ – ಈ ನಾಟಕಗಳ ಪಾಂಡಿತ್ಯಪೂರ್ಣ ಸಂಸ್ಕೃತವನ್ನು ಆ ಕಾಲದ ಪ್ರೇಕ್ಷಕರು ತಿಳಿದಿದ್ದರು ಎನ್ನುವಂತಿಲ್ಲ. ನಾಟಕದಲ್ಲಿನ ಪ್ರಮುಖ ಪುರುಷ ಪಾತ್ರಗಳು ಶಿಷ್ಟ ಸಂಸ್ಕೃತವನ್ನು ಬಳಸಿದರೆ, ಸ್ತ್ರೀ ಮತ್ತು ಸೇವಕವರ್ಗದ ಪಾತ್ರಗಳು ಬದುಕಿನಿಂದ ನೇರವಾಗಿ ಎತ್ತಿಕೊಂಡ ಪ್ರಾಕೃತವನ್ನು ಉಪಯೋಗಿಸುತ್ತಿದ್ದವು. ಈಗಲೂ ಕೂಡ ಕೆಲವು ಪ್ರದೇಶಗಳಲ್ಲಿ ವಿದ್ಯಾವಂತ ನಾಗರಿಕ ಜನರ ಮಾತುಕತೆಗಳು ಅನಕ್ಷರಸ್ಥ ಹೆಂಗಸರ ಮತ್ತು ಕೆಳದರ್ಜೆಯ ಜನರ ಆಡುಬಳಿಕೆಯ ಭಾಷೆಗಿಂತ ಭಿನ್ನವಾಗಿರುತ್ತದೆ. ಆ ಕಾಲದ ಶ್ರೀಮಂತವರ್ಗದ ಜನ ಹೆಚ್ಚು ತಿಳುವಳಿಕೆ ಇಲ್ಲದ ತಮ್ಮ ಮನೆಗೆಲಸದವರನ್ನು ಪ್ರಾಕೃತದಲ್ಲಿಯೇ ಮಾತನಾಡಿಸಬೇಕಿತ್ತಾದರೂ, ನಾಟಕಗಳಲ್ಲಿನ ಯಾವುದೇ ಸಂದರ್ಭಗಳಲ್ಲಿ ಈ ಕೀಳು ಭಾಷೆಯನ್ನು ಉಪಯೋಗಿಸುವಂತಿರಲಿಲ್ಲ. ಆದರೆ ನಂತರದಲ್ಲಿ ಈ ಉಪಭಾಷೆಯ ಬಳಕೆಯು ನಾಟಕರಂಗದಲ್ಲಿ ರೂಢಿಬದ್ಧವಾಗಿ ಪರಿಣಮಿಸಿತು. ಕೆಲವರು ಶಿಷ್ಟ ಸಂಸ್ಕೃತವನ್ನು ಅರ್ಥಮಾಡಿಕೊಳ್ಳುವುದಕ್ಕಿಂತ ಹೆಚ್ಚಾಗಿ 'ಸತ್ತ' ಪ್ರಾಕೃತವನ್ನು ಅರ್ಥಮಾಡಿಕೊಳ್ಳುತ್ತಿದ್ದರು. (ಆಡು ಭಾಷೆಗಳು ಶೀಘ್ರ ಬದಲಾವಣೆಗೆ ಒಳಗಾದ್ದರಿಂದ ಪ್ರಾಕೃತ 'ಸತ್ತ' ಭಾಷೆಗಳ ಗುಂಪಿಗೆ ಸೇರಿಕೊಂಡಿತು.) 9ನೆಯ ಶತಮಾನದಲ್ಲಿ ಬರೆಯುತ್ತಿದ್ದ ರಾಜಶೇಖರ ತನ್ನ ಗ್ರಂಥದ ಕೆಲವು ಸಂಸ್ಕೃತ ಭಾಗಗಳನ್ನು ಅಂಗೀಕೃತ ನಿಯಮಗಳಿಗೆ ಅನುಗುಣವಾಗಿ ಬೇಕೆಂದೇ ಪ್ರಾಕೃತಕ್ಕೆ ಭಾಷಾಂತರಿಸಿದ. ಇದನ್ನು ನೋಡಿದಾಗ, ಹೊಸ ಮಾರ್ಗದ ಅನ್ವೇಷಣೆಗಿಂತ ರೂಢಿಗತವಾದದ್ದನ್ನು ಬಳಸುವುದೇ ಈ ಕಾಲದ ಸಾಹಿತ್ಯದ ಮುಖ್ಯ ಲಕ್ಷಣವಾಗಿತ್ತು.

ಈ ರೀತಿಯ ರಚನೆಗಳು ಕಾವ್ಯಾತ್ಮಕ ಅಂಶಗಳನ್ನೊಳಗೊಂಡ ನಾಟಕಗಳಲ್ಲದಿದ್ದರೂ ಅನಿವಾರ್ಯವಾಗಿ ಬಳಸಲಾಗಿರುವ ಹಾಡುಗಳು ನಾಟಕಕಾರ ಕವಿಯೂ ಆಗಿರಬೇಕು ಎಂಬುದನ್ನು ದೃಢೀಕರಿಸುತ್ತವೆ. ಆದರೂ 'ಶಿಷ್ಟ' ನಾಟಕಗಳು ಆದಿಕಾಲದ 'ಆಟ'ಗಳನ್ನು ಪೂರ್ತಿಯಾಗಿ ನಿಷ್ಕ್ರಿಯಗೊಳಿಸಲು ಸಾಧ್ಯವಾಗಲಿಲ್ಲ. ಈವತ್ತಿಗೂ ಕೂಡ ಈ ಬಗೆಯ ಪ್ರದರ್ಶನಗಳನ್ನು ಹಳ್ಳಿಯ ಜಾತ್ರೆಗಳಲ್ಲಿ ನೋಡಬಹುದು. ಅಲ್ಲದೆ ಕೆಲವು ಕೆಳಜಾತಿಯ

ಅಲೆಮಾರಿ ಗುಂಪುಗಳು ಪ್ರದರ್ಶಿಸುವ "ತಮಾಷಾ" ಆಟಗಳಲ್ಲಿ ಇಂದಿಗೂ ಆ ಲಕ್ಷಣಗಳು ಕಂಡು ಬರುತ್ತವೆ. ಪ್ರಥಮ ಸುಧಾರಿತ ನಾಟಕಗಳನ್ನು ಬೌದ್ಧ ವಿಹಾರಗಳು ಕೆಲವು ವಿಶಿಷ್ಟ ಉತ್ಸವ ಸಂದರ್ಭಗಳಲ್ಲಿ ಪ್ರದರ್ಶಿಸುತ್ತಿದ್ದವು. ಚೀನೀ ಯಾತ್ರಿಕರ ಬರಹಗಳಲ್ಲಿ ಹಾಗೂ ಏಶಿಯಾದ ಹಸ್ತ ಪ್ರತಿಗಳಲ್ಲಿ ಈ ಬಗೆಗೆ ದಾಖಲು ಸಿಗುತ್ತದೆ, ಲೌಕಿಕ ಕಥಾವಸ್ತುವನ್ನುಳ್ಳ ಈ ನಾಟಕಗಳು ನಾಯಕನ ಧಾರ್ಮಿಕ ಸ್ಥಿತ್ಯಂತರಗಳನ್ನು – ಕಾಶ್ಯಪ, ಸಾರಿಪುತ್ರ ಅಥವಾ ಬುದ್ಧನ ಮಹಾ ನಿರ್ವಾಣ ಇತ್ಯಾದಿ – ಪ್ರೇಕ್ಷಕ ಸಮೂಹದ ಎದುರು ಪ್ರದರ್ಶಿಸುತ್ತಿದ್ದವು.

ಸಂಸ್ಕೃತದ ಪ್ರಥಮ ಪ್ರತಿಭಾವಂತ ನಾಟಕಕಾರ ಹಾಗೂ ಕವಿ ಎಂದರೆ ಬೌದ್ಧ ಮತೀಯನಾದ ಅಶ್ವಘೋಷನೆ. ನಂತರ ನಾಟಕಕಾರರು ಮತ್ತು ಕವಿಗಳಿಗೆ ಮಾದರಿಯಾಗಿ ನಿಲ್ಲುವಂತವನು ಇವನು. "ಸೌಂದರಾನಂದ" ಇವನ ಕಾವ್ಯ. ಇದರಲ್ಲಿ ಬುದ್ಧನ ಸೋದರ ಸುಂದರನ ರಾಜ್ಯಸುಖ ವಿಲಾಸಗಳನ್ನೂ ಸುಂದರ ಪತ್ನಿಯೊಡನೆ ಅವನು ಕಳೆದ ನಿರ್ಭಿಡೆಯ ಪ್ರೇಮಜೀವನವನ್ನೂ ವರ್ಣಿಸಿರುವುದಲ್ಲದೆ, ಅನಂತರದಲ್ಲಿ ಉಂಟಾದ ಹೆಂಡತಿಯ ಸಾವಿನಿಂದ ನಿರ್ವಾಣವನ್ನು ಸ್ವೀಕರಿಸುವ ದರ್ಶನವೂ ಇದೆ. ಅಜಂತಾದ ಗುಹೆಗಳಲ್ಲಿ ಅತ್ಯಂತ ವೈಭವಪೂರ್ಣ ಶಿಲ್ಪ ಕೃತಿಯಾಗಿ ಉಳಿದುಬಂದಿರುವ ಈ ಪ್ರಸಂಗವನ್ನು ನೋಡಿದರೆ ಇದರ ವಸ್ತು ಬಹುಶಃ ಬೌದ್ಧ ಕಲೆಯ ಹಲವಾರು ರೂಪಗಳಿಗೆ ಚಾಲನೆ ಕೊಟ್ಟಿರಬೇಕು. ಇಂಥದೇ ಮತ್ತೊಂದು ಕಾವ್ಯವೆಂದರೆ ಹಲವಾರು ಕೈಗಳು ಬರೆದಿರಬಹುದಾದ 'ಬುದ್ಧಚರಿತ". ಬಹುಶಃ ಈ ಕಾರಣಕ್ಕಾಗಿಯೆ, ಈ ಕೃತಿಯ ಚೀನಿ ಭಾಷಾಂತರ ಮತ್ತು ಸಂಸ್ಕೃತ ಪಾಠಾಂತರಗಳು ಹೊಂದಿಕೊಳ್ಳುವುದಿಲ್ಲ. ಆದರೆ ತಿರುಳು ಮಾತ್ರ ಅಶ್ವಘೋಷನ ರಚನೆಯದ್ದೇ. "ಸಾರಿಪುತ್ರ ಪ್ರಕರಣ"ದ ಕೆಲ ಭಾಗಗಳನ್ನು ಬಿಟ್ಟರೆ ಇವನ ನಾಟಕಗಳು ಒಂದೂ ಉಳಿದಿಲ್ಲ. ಆದರೆ ಹಲವಾರು ಸಂಕಲನಗಳಲ್ಲಿ ಸಿಗುವ, ಅವನವೆಂದು ಹೇಳಲಾಗುವ, ಚಿಕ್ಕ–ಚಿಕ್ಕ ಪದ್ಯಭಾಗಗಳು ನಾಟಕಗಳಿಗಾಗಿ ಅವನು ಬರೆದಿರಬಹುದಾದ ಹಾಡುಗಳಂತಿವೆ. ವಾಸ್ತವವಾಗಿ, ಇಂತಹ ತುಣುಕು ಪದ್ಯಭಾಗಗಳನ್ನು ಬಿಟ್ಟರೆ, ನಂತರದ–ಪಾಲಕಾಲದ– ವಲ್ಲಣ ಕವಿಯಂಥ ಬಹಳಷ್ಟು ಕವಿ–ನಾಟಕಕಾರರ ಕೃತಿಗಳು ಒಂದೂ ಉಳಿದು ಬಂದಿಲ್ಲ. ಬೌದ್ಧ ಮತದ್ದಿರಲಿ ಇಲ್ಲದಿರಲಿ ಈ ನಾಟಕಗಳು ಯಾವ ವರ್ಗವನ್ನು ಉದ್ದೇಶಿಸಿ ರಚಿತವಾದವೋ ಆ ವರ್ಗದ ಬಣ್ಣ ಮತ್ತು ಧ್ವನಿಯನ್ನು ಪೂರ್ತಿಯಾಗಿ ವ್ಯಂಜಿಸುತ್ತವೆ. ಶೃಂಗಾರ ವಸ್ತು ಈ ಕಾಲದ ಮುಖ್ಯ ಲಕ್ಷಣ. ಶೃಂಗಾರ ವಸ್ತುವನ್ನು ಒಳಗೊಂಡ ಭಾರತೀಯ ಸಾಹಿತ್ಯ ಪರಂಪರೆ ತಳೆದದ್ದು ಮುಕ್ತ ದೃಷ್ಟಿಕೋನ. ಬ್ರಹ್ಮಚರ್ಯೆಯ ಮೌಲ್ಯಗಳನ್ನು ಪ್ರತಿಪಾದಿಸಿದ ಬೌದ್ಧರ ಗುಹೆಗಳಲ್ಲೂ ಕಾಣಸಿಗುವ ಲೈಂಗಿಕಾಸಕ್ತಿಯನ್ನು ನಿರೂಪಿಸುವ ಶಿಲ್ಪಗಳಂತೆಯೇ, ವೈಭವೀಕೃತ ಚಿತ್ರಗಳಂತೆಯೇ, ಬೌದ್ಧರ ಸಂಸ್ಕೃತ ನಾಟಕಗಳೂ ಸಹ ತಮ್ಮವೇ ಆದ ರೀತಿಯಲ್ಲಿ ವೈರುಧ್ಯಗಳನ್ನು ಪ್ರಕಟಿಸುತ್ತವೆ. ಈ ಬೆಳವಣಿಗೆಯನ್ನು ಐತಿಹಾಸಿಕವಾಗಿ ಗಮನಿಸಿದಾಗ ಭಾರತೀಯ ಸಂಪ್ರದಾಯ ಹಾಗೂ ರಂಗಭೂಮಿಯ ಪದ್ಧತಿಗಳಲ್ಲಿ ಆಸ್ಥಾನ ಜೀವನವು ಊಳಿಗಮಾನ್ಯ ಪದ್ಧತಿಯತ್ತ ವಾಲುತ್ತಿರುವುದು ಕಂಡು ಬರುತ್ತದೆ.

ಅತ್ಯಂತ ಗೌರವಾನ್ವಿತವಾಗಿ ಕಾಣಲಾಗುವ ಹೆಸರು ಭಾಸನದು. ಈ ಶತಮಾನದ ಪ್ರಾರಂಭದಲ್ಲಿ ಅವನ ಕೆಲವು ನಾಟಕಗಳು ಕೇರಳದಲ್ಲಿ ದೊರೆತ ಮೇಲೆ ಭಾಸನ ಹೆಸರು ಗಮನ ಸೆಳೆಯಿತು. ಅವನ ಕೃತಿಗಳ ರೂಢಿಗತ ರೂಪ ರಚನೆಗಳನ್ನು ನಂತರದಲ್ಲಿ ಯಾರೂ ಅನುಸರಿಸಲಿಲ್ಲವಾಗಿ ಅವುಗಳ ರಚನೆಯ ಪ್ರಾಮಾಣಿಕತೆ ಪ್ರಶ್ನಾತ್ಮಕವಾದುದು. ಆದರೆ ವಿವಾದವಿರುವುದು ನಾಟಕಕಾರ ಭಾಸನ ಪ್ರತಿಭೆಯ ಬಗೆಗಲ್ಲ; ಅವುಗಳ ರಚನೆಯ ಬಗ್ಗೆ. ಭಾಸನ ನಾಟಕಗಳಲ್ಲಿ ಅತ್ಯಂತ ಶ್ರೇಷ್ಠವಾದುದು ಉದಯನ ರಾಜನ ಕಥಾವಳಿಯಿಂದ ಪ್ರೇರಿತವಾದ "ಸ್ವಪ್ನವಾಸವದತ್ತ". ಸಂಪೂರ್ಣವಾಗಿ ವಾಸವದತ್ತೆಗೆ ಮಾರುಹೋದ ಉದಯನನನ್ನು ರಾಜಕೀಯವಾಗಿ ಅನುಕೂಲಕರವಾದ ಮತ್ತೊಂದು ಮದುವೆಗೆ ಒಪ್ಪಿಸಲು ವಾಸವದತ್ತೆ ಸುಟ್ಟುಹೋದಳೆಂದು ಉದಯನ ರಾಜನಿಗೆ ತಿಳಿಸಲು ಮಂತ್ರಿ ಅವಳನ್ನೇ ಒಪ್ಪಿಸುತ್ತಾನೆ. ಅಂತಃಪುರದಲ್ಲಿ ವಾಸವದತ್ತೆ ವೇಷ ಮರೆಸಿಕೊಂಡು ರಾಜನ ಸೇವೆಯಲ್ಲಿದ್ದರೂ ಉದಯನ ಸತ್ತು ಹೋದಳೆಂದುಕೊಂಡ ತನ್ನ ಪ್ರೇಮದ ರಾಣಿಗಾಗಿ ಹಗಲಿರುಳು ಹಂಬಲಿಸುತ್ತಾನೆ. ವಾಸವದತ್ತೆ ಉದಯನ ರಾಜನ ನಿದ್ರಾಸುಷುಪ್ತಿಯಲ್ಲಿ ಒಂದಾಗುತ್ತಿದ್ದರೂ ಪೂರ್ಣ ಎಚ್ಚರದ ಸ್ಥಿತಿಯಲ್ಲಿ ಅವನನ್ನು ಸೇರುವಷ್ಟು ಧೈರ್ಯ ತಳೆಯದ ವಿರಹ ಜೀವನವನ್ನು ಭಾಸಕವಿ ಅವಿಸ್ಮರಣೀಯ ಸಾಲುಗಳಲ್ಲಿ ಹೃದಯಸ್ಪರ್ಶಿಯಾಗಿ ವಿವರಿಸುತ್ತಾನೆ. ಆ ಸಮಾಜದಲ್ಲಿ ಬಹುಪತ್ನಿತ್ವಕ್ಕೆ ಮನ್ನಣೆಯಿದ್ದದ್ದರಿಂದ ಈ ನಾಟಕವು ಸುಖಾಂತವಾಗಲು ಸಾಧ್ಯವಾಯಿತು.

ಸಂಸ್ಕೃತ ಸಾಹಿತ್ಯದ, ಬಹುಶಃ ಇಡೀ ಭಾರತೀಯ ಸಾಹಿತ್ಯದ, ಬಹು ದೊಡ್ಡ ಹೆಸರೆಂದರೆ ಕಾಳಿದಾಸನದು. ಅವನ ಜೀವನದ ಬಗೆಗೆ ಅಷ್ಟೇನೂ ಮಾಹಿತಿ ದೊರೆಯುವುದಿಲ್ಲ. ಆದರೆ ಅವನು ಭಾಸನ ನಂತರ ಬಂದವನು. ಗುಪ್ತರ, ಪ್ರಾಯಶಃ ಉಜ್ಜಯನಿಯ ಎರಡನೆ ಚಂದ್ರಗುಪ್ತ (ವಿಕ್ರಮಾದಿತ್ಯ)ನ ಆಸ್ಥಾನ ಕವಿ. 'ಮೇಘ ಸಂದೇಶ' ಅವನ ಕಾವ್ಯಗಳಲ್ಲಿ ಅತ್ಯಂತ ಮನೋಹರವಾದ ಕಾವ್ಯ. ಗಡೀಪಾರಾದ ಯಕ್ಷನು ದೂರದಲ್ಲಿ ವಿರಹತಾಪದಿಂದ ಬಳಲುವ ತನ್ನ ಪ್ರೇಯಸಿಗಾಗಿ ಕಳುಹಿಸಿದ ಪ್ರೇಮ ಸಂದೇಶವನ್ನು ಕುರಿತದ್ದು ಇಲ್ಲಿನ ವಸ್ತು. ತೇಲುವ ಮೋಡಗಳಡಿಯಲ್ಲಿ ಹಾಸಿದ ಇಡೀ ಭಾರತೀಯ ಪ್ರಕೃತಿ ಸೌಂದರ್ಯ ಅನುಪಮವಾಗಿ ಇಲ್ಲಿ ವರ್ಣಿತವಾಗಿದೆ. 'ರಘುವಂಶ' ರಾಮನ ಪೂರ್ವಜರನ್ನು ಕುರಿತದ್ದಾದರೂ, ಸುತ್ತು ಬಳಸಿ, ಗುಪ್ತರ ಆಕ್ರಮಣಗಳನ್ನು ಹೋಲುತ್ತದೆ. ಅಪೂರ್ಣವಾಗಿ ದೊರಕಿರುವ 'ಕುಮಾರ ಸಂಭವ' ದೇವತೆಗಳನ್ನೂ ಮಾನವರನ್ನೂ ಹಿಂಸಿಸುತ್ತಿದ್ದ ರಾಕ್ಷಸನೊಬ್ಬರ ಸಂಹಾರಕ್ಕಾಗಿ ಶಿವ ಪಾರ್ವತಿಯಿಂದ ಸ್ಕಂದನು ಅವತರಿಸುವುದನ್ನು ಕುರಿತದ್ದು. ಈ ಮೂರು ಕಾವ್ಯಗಳು ಭಾಷೆ ಮತ್ತು ಛಂದಸ್ಸಿನ ದೃಷ್ಟಿಯಿಂದ ಸಂಸ್ಕೃತ ಸಾಹಿತ್ಯದಲ್ಲಿ ಉನ್ನತ ಸ್ಥಾನವನ್ನು ಗಳಿಸಿವೆ. ಇವುಗಳ ವಸ್ತು ಮಹಾಕಾವ್ಯ ಮತ್ತು ಪುರಾಣಗಳಿಂದ ಆರಿಸಿಕೊಂಡವಾಗಿದ್ದು ಬ್ರಾಹ್ಮಣೀಕರಿಸಿದವು. ಉಜ್ಜಯನಿಯ ಗುಪ್ತರ ಆಸ್ಥಾನಕ್ಕೆ ಸಂಬಂಧಿಸಿದ, ಸುಂಗ ಇತಿಹಾಸವನ್ನು ಆಧರಿಸಿದ 'ಮಾಳವಿಕಾಗ್ನಿಮಿತ್ರ'ವೊಂದನ್ನು ಬಿಟ್ಟರೆ ಕಾಳಿದಾಸನ ನಾಟಕಗಳು ಮೇಲೆ ಹೇಳಿದ ಬ್ರಾಹ್ಮಣ ಕಥಾವಸ್ತುವನ್ನೇ ಕುರಿತು ರಚಿತವಾದವು. ಊರ್ವಶಿ ಪುರೂರವರ ಕಥೆಯು ಮನುಷ್ಯಕುಲದ

ರಾಜನಿಗೂ, ಅಪ್ಸರಕುಮಾರಿಗೂ ನಡುವಿನ ಪ್ರೇಮಕಥೆಯಾಗಿ, ಕೊನೆಗೆ 'ವಿಕ್ರಮ ಮತ್ತು ಊರ್ವಶಿ'ಯರ ಬಗೆಗಿನ ಅದ್ಭುತ ಕಲ್ಪನೆಯ ಪ್ರೇಮಕಾವ್ಯವಾಗಿದೆ. ನಾಟಕದ ಹೆಸರು ಗುಪ್ತರ ರಾಜನಾಗಿದ್ದ ಪುರೂರವನ ಆಳ್ವಿಕೆಯನ್ನು ಹೋಲುವಂಥದು. ಈ ನಾಟಕದ ಪುರೂರವ ಸ್ವರ್ಗದ ಅಧಿದೇವತೆಯಾದ ಇಂದ್ರನ ಸರಿಸಮಾನನಾಗಿಯೇ ವರ್ತಿಸುತ್ತಾನೆ. ದುಷ್ಯಂತ ಮತ್ತು ಶಕುಂತಲೆಯ ಸಮಾಗಮದ ಕಥಾವಸ್ತುವನ್ನುಳ್ಳ "ಅಭಿಜ್ಞಾನ ಶಾಕುಂತಲಂ" ಸಾಹಿತ್ಯ ಹಾಗೂ ರಂಗಪ್ರಜ್ಞೆ– ಎರಡು ದೃಷ್ಟಿಯಿಂದಲೂ ಮಹತ್ವದ ಸಾಧನೆಯೆನ್ನಬಹುದು. ಮಹಾಭಾರತದಿಂದ ಕಥೆಯನ್ನು ಆರಿಸಿದ್ದರೂ, ಕಾಳಿದಾಸ ಅದನ್ನು ಮೂಲಕ್ಕಿಂತ ಹೆಚ್ಚು ಪ್ರತಿಭಾಪೂರ್ಣ ಕೃತಿಯಾಗಿ ಪರಿವರ್ತಿಸಿದ್ದಾನೆ. ಶಕುಂತಲೆಯು ದುಷ್ಯಂತನಿಂದ ಹುಟ್ಟಿದ ಮಗನನ್ನು ಕರೆದುಕೊಂಡು ಆಸ್ಥಾನಕ್ಕೆ ಬಂದಾಗ ದುಷ್ಯಂತ, ಶಾಪಗ್ರಸ್ತನಾದ ಕಾರಣ, ಇಡೀ ಪ್ರಕರಣವನ್ನು ನೆನಪಿಗೆ ತಂದುಕೊಳ್ಳಲು ಅಶಕ್ತನಾಗಿ ತಿರಸ್ಕರಿಸುತ್ತಾನೆ. ಅನನ್ಯವಾದ ರೀತಿಯಲ್ಲಿ ಕಾಳಿದಾಸ ಮನುಷ್ಯ ಸಂಬಂಧಗಳಲ್ಲಿನ ಭಾವನೆ ಮತ್ತು ಆಂತರಿಕ ಗೊಂದಲಗಳನ್ನು ಚಿತ್ರಿಸುತ್ತಾನೆ. ಸಂಸ್ಕೃತ ಸಾಹಿತ್ಯದಲ್ಲಿ ಕಾಳಿದಾಸನನ್ನು ಬಿಟ್ಟರೆ ಎರಡನೆಯ ಹೆಸರು ಭವಭೂತಿಯದು. ಇವನ 'ಉತ್ತರ ರಾಮಚರಿತಂ'ನ ಕಥಾ ವಸ್ತುವು ಮಹಾಕಾವ್ಯದಿಂದಲೇ ಆರಿಸಿ ಬರೆದದ್ದು. 'ಮಾಲತೀ ಮಾಧವ' ಹೇಳಲಸಾಧ್ಯವಾದ ಸಂಕಷ್ಟಗಳನ್ನನುಭವಿಸುವ ಪ್ರಣಯಿಗಳ ಸತ್ವಪರೀಕ್ಷೆಯನ್ನು ಕುರಿತದ್ದು. ಇಲ್ಲಿನ ನಾಯಕನ ದೇಹವನ್ನೇ ಬಲಿಕೊಡುವಷ್ಟರಮಟ್ಟಿನ ತೀವ್ರತೆಯನ್ನುಳ್ಳ ಇದರ ಪ್ರದರ್ಶನಗಳು ಪ್ರೇಕ್ಷಕರ ಮನಸ್ಸನ್ನು ತಲ್ಲಣಿಸುವಂತಿದ್ದಿರಬೇಕು. ಭವಭೂತಿ ಬ್ರಾಹ್ಮಣ ಕುಲದಲ್ಲಿ ಹುಟ್ಟಿದ, ಮೊದಲನೆ ದರ್ಜೆಗೆ ಸೇರಿದ ಕವಿ. 18ನೇಯ ಶತಮಾನದ ಪೂರ್ವಾರ್ಧಕ್ಕೆ ಸೇರಿದವನು. ಇವನ ಜೀವನದ ಬಗೆಗೂ ವಿವರಗಳು ಸಿಗುವುದಿಲ್ಲ.

ಹೆಚ್ಚು ಪ್ರಖ್ಯಾತವಲ್ಲದ ಹಲವಾರು ಕವಿಗಳ ಮತ್ತು ನಾಟಕಕಾರರ ಹೆಸರು ಪ್ರಾಸಂಗಿಕವಾಗಿ ಬರೆದಿರಬಹುದಾದ ಕಡತಗಳಲ್ಲಿ, ಇಲ್ಲವೆ ಗುಹೆಯ ಶಾಸನಗಳಲ್ಲಿ ಬರಿಯ ಹೆಸರಾಗಿ ಉಳಿದುಕೊಂಡಿದೆ. ಈವತ್ತಿಗೂ ಖುಷಿಕೊಡುವ ಮಾಘ, ಭಾರವಿಯಂಥ ಕವಿಗಳ ಕೆಲವು ಕೃತಿಗಳು ಉಳಿದುಕೊಂಡು ಬಂದಿರುವುದು ಸಂತೋಷದ ಸಂಗತಿ. ಉದಾಹರಣೆಗೆ, ಸಿಂಹಳ ಭಾಷೆಯಲ್ಲಿ ದೊರೆತ ಕುಮಾರದಾಸನ 'ಜಾನಕೀಹರಣ'ವನ್ನು ದಕ್ಷಿಣ ಭಾರತದಲ್ಲಿ ದೊರೆತ ಅದರ ಮೂಲಪ್ರತಿಗಳ ಆಧಾರದ ಮೇಲೆ ಪುನಃ ಅದರ ಮೂಲ ಭಾಷೆಯಾದ ಸಂಸ್ಕೃತಕ್ಕೆ ಅಕ್ಷರಶಃ ಭಾಷಾಂತರಿಸಬೇಕಾಯಿತು. ಪ್ರಾಸಂಗಿಕವಾಗಿ ಇಲ್ಲಿ ಹೆಸರಿಸಲಾಗಿರುವ ಕವಿಗಳಷ್ಟೇ ಸಂಸ್ಕೃತದ ಪ್ರಮುಖ ಕವಿಗಳಲ್ಲ .'ನಾಗಾನಂದ' ನಾಟಕದ ಕರ್ತೃವೂ, ಅದರ ರಂಗಪ್ರದರ್ಶನದಲ್ಲಿ ಭಾಗವಹಿಸಿದವನೂ ಆದ ಹರ್ಷ ಚಕ್ರವರ್ತಿಯು ಬರೆದ ಹಲವು ನಾಟಕಗಳಲ್ಲಿ ಎರಡು ಇಂದಿಗೂ ದೊರಕುತ್ತವೆ. ಆನಂತರದಲ್ಲಿ ಬಂದ ರಾಜಶೇಖರನ ಕೃತಿಗಳಲ್ಲಿ 9 ಮತ್ತು 10ನೇಯ ಶತಮಾನದ ಸಾಹಿತ್ಯ ಪರಂಪರೆ ಶಕ್ತಿಶಾಲಿಯಾಗಿ ಕೆಲಸ ಮಾಡುವುದನ್ನು ಕಾಣಬಹುದು. ರಾಜಶೇಖರ ಶ್ರೀಮಂತ ಭೂಮಾಲಿಕನಾಗಿದ್ದು ಹಲವಾರು ಕವಿಗಳಿಗೆ ಪೋಷಕನಾಗಿದ್ದ. ಅವನು ನಾಟಕ, ಕಾವ್ಯಗಳನ್ನು ರಚಿಸಿದರೂ ಅವುಗಳಲ್ಲಿ ಸ್ವಾಭಾವಿಕವಾದ ಕಾವ್ಯಗುಣದ ಬದಲು ಕೃತಕ ಭಾಷಾಪ್ರೌಢಿಮೆ

ಕಂಡುಬರುತ್ತದೆ. ರಾಜಶೇಖರ ಕಾವ್ಯಮೀಮಾಂಸೆಯ ಮೇಲೂ ಸಾಕಷ್ಟು ಗ್ರಂಥಗಳನ್ನು ರಚಿಸಿದ. ಇವನ ಕೃತಿಗಳಲ್ಲಿ ಕಂಡುಬರುವ ಭವ್ಯ ರಚನಾಶೈಲಿ ಇವನ ನಂತರ ಇಳಿಮುಖವಾಯಿತಾದರೂ ಪೂರ್ತಿಯಾಗಿ ಅಳಿಸಿಹೋಗಲಿಲ್ಲ. ಹಲವು ಶತಮಾನಗಳವರೆಗೆ ದೊರೆಗಳು ಮತ್ತು ಸಾಮಂತರು ಕವಿಗಳಿಗೆ ಆಶ್ರಯದಾತರಾಗಿದ್ದರು. ಮಾತ್ರವಲ್ಲದೆ ಸ್ವತಃ ಕಾವ್ಯರಚನೆಯಲ್ಲೂ ಆಸಕ್ತಿಯುಳ್ಳವರಾಗಿದ್ದರು. ಪಾಲರ ಆಸ್ಥಾನದಲ್ಲಿದ್ದ ಹಲವು ಕವಿಗಳು 'ಪಾಲ'ರೆಂದೇ ಪ್ರಸಿದ್ಧರಾಗಿದ್ದರಲ್ಲದೆ, ಅವರಲ್ಲಿ ಕೆಲವರು ಪಾಲರಾಜರೂ ಇದ್ದರು. ಧಾರಾನಗರದ ಭೋಜರಾಜ ಕವಿಪೋಷಕನೂ ಅಲ್ಲದೆ ಸ್ವತಃ ಉತ್ತಮಮಟ್ಟದ ಕವಿಯೂ ಆಗಿದ್ದ. 12ನೇಯ ಶತಮಾನದ ಗಾಹದವಾಳರು ಶ್ರೀಹರ್ಷನೆಂಬ ಉತ್ತಮ ಕವಿಯೊಬ್ಬನಿಗೆ ಪೋಷಕರಾಗಿದ್ದರು (ಇವನು ನಾಗಾನಂದ ನಾಟಕಕಾರ ಶ್ರೀಹರ್ಷ ಚಕ್ರವರ್ತಿಯಲ್ಲ). ಇವನ 'ನಳದಮಯಂತಿ' ಕಾವ್ಯವು ಅಂಥ ಯಾವುದೇ ಕಾವ್ಯಕ್ಕಿಂತಲೂ ಉತ್ಕೃಷ್ಟವಾದುದು. ಕ್ರಿ.ಶ. 1200ರಲ್ಲಿ ಮುಸ್ಲಿಮರ ದಾಳಿಗೆ ಒಳಗಾದ ಬಂಗಾಳದ ದೊರೆ ಲಕ್ಷ್ಮಣಸೇನನ ಆಸ್ಥಾನವು ಉತ್ತರಭಾರತದಲ್ಲಿ ಸಂಸ್ಕೃತಸಾಹಿತ್ಯದ ಗಣನೀಯ ಆದರೆ ಕೊನೆಯ ಸಾಹಿತ್ಯ ಕೇಂದ್ರವಾಗಿತ್ತು. ಹೀಗೆ ಸಂಸ್ಕೃತ ಸಾಹಿತ್ಯದ ಅವನತಿ ಇಸ್ಲಾಂ ಆಕ್ರಮಣಕ್ಕೂ ಮೊದಲೇ ಆರಂಭವಾದುದು ಸ್ಪಷ್ಟವಾಗುತ್ತದೆ.

ಶೂದ್ರಕನ 'ಮೃಚ್ಛಕಟಿಕ'ವು ಯಾವ ವರ್ಗಕ್ಕೂ ಸೇರದ ವಿಶಿಷ್ಟ ರೀತಿಯ ಉತ್ತಮ ನಾಟಕ. ನಾಟಕಕಾರ ಶೂದ್ರಕನು ಶಾತವಾಹನರ ವಂಶಕ್ಕೆ ಸಂಬಂಧಿಸಿದವನಾದ್ದರಿಂದ ರಾಜವಂಶಿಕನೆಂದು ಊಹಿಸಲು ಸಾಧ್ಯವಿದೆ.

ಇವನ ಬಗ್ಗೆಯೂ ಹೆಚ್ಚು ವಿವರಗಳು ಸಿಗುತ್ತಿಲ್ಲ. ಈ ನಾಟಕವು ಭಾಸನದೆಂದು ಹೇಳಲಾಗುವ ಕಾವ್ಯಭಾಗವೊಂದನ್ನು* ಅನುಸರಿಸಿದ ಅದರ ವಿಸ್ತೃತರೂಪ. ಆದರೆ ವಸ್ತುವಿನ ಆಯ್ಕೆಯ ಸಂದರ್ಭದಲ್ಲಿ ಮಹಾಕಾವ್ಯ ಸನ್ನಿವೇಶಗಳನ್ನೂ, ಆಸ್ಥಾನ ಜೀವನವನ್ನೂ ಈ ನಾಟಕವು ನಿರ್ಲಕ್ಷಿಸುವುದನ್ನು ಗಮನಿಸಿದರೆ ಶೂದ್ರಕನು ಅದುವರೆಗಿನ ಸಾಹಿತ್ಯ ಪರಂಪರೆಯನ್ನು ಧಿಕ್ಕರಿಸಿ ಬರೆದಂತಿದೆ. ಚಾರುದತ್ತನು ಅತ್ಯಂತ ಕಷ್ಟದ ಬದುಕನ್ನು ನೀಗುತ್ತಿರುವ ಬ್ರಾಹ್ಮಣ ವರ್ತಕ. ನಾಯಿಕೆ ಶ್ರೀಮಂತೆ, ರೂಪವತಿ, ಸುಸಂಸ್ಕೃತೆ, ಆಸ್ಥಾನ ನರ್ತಕಿ–ವಸಂತಸೇನೆ. ಶಕಾರ ಮಾಂಡಲಿಕ, ರಾಜನ ಭಾವಮೈದುನ; ಲಂಪಟ. ವಸಂತಸೇನೆಯನ್ನು ಕೂಡುವ ಸತತ ಪ್ರಯತ್ನ ಅವನದು. ಈ ಆಕಾಂಕ್ಷೆಯು ಈಡೇರದಿದ್ದಾಗ ಶಕಾರ ವಸಂತಸೇನೆಯ ಕತ್ತು ಹಿಚುಕಿ ಅವಳನ್ನು ತರಗೆಲೆಯಲ್ಲಿ ಮುಚ್ಚಿ ಆಪಾದನೆಯನ್ನು ಚಾರುದತ್ತನ ಮೇಲೆ ಹೊರಿಸುತ್ತಾನೆ. ನಾಟಕದಲ್ಲಿ ಎರಡನೆಯ ಪ್ರೇಮವೃತ್ತಾಂತವೂ, ಚಾರುದತ್ತನ ವಿಚಾರಣೆಯ ಕಾಲಕ್ಕೆ ಸರಿಯಾಗಿ ಜನಪ್ರಿಯ ಕ್ರಾಂತಿವೀರನೊಬ್ಬನಿಂದ ಕ್ರಾಂತಿಯು ಯಶಸ್ಸು ಗಳಿಸುವ ರಾಜಕೀಯ ಪ್ರಕರಣವೂ ಇದೆ. ಇಲ್ಲಿನ ಹಲವಾರು ಪಾತ್ರಗಳು ಮಾತನಾಡುವ ಪ್ರಾಕೃತಭಾಷೆ ಪ್ರಾಂತೀಯ ಭೇದಗಳನ್ನು ಒಳಗೊಂಡಿದ್ದು, ಜೀವನದಿಂದ ನೇರ ಪಡೆದದ್ದೆನಿಸುತ್ತದೆ. ವಸಂತಸೇನೆಯ ವಿಲಾಸಮಯ ಜೀವನವನ್ನು ವರ್ಣಿಸುವ–ಅನಿವಾರ್ಯವೆನ್ನಿಸದ–ದೀರ್ಘ ಕಾವ್ಯಭಾಗವೊಂದನ್ನು ಬಿಟ್ಟರೆ ಈ ನಾಟಕವು ರಂಗದ ಏಕೀಭಾವವನ್ನೂ ಹೊಂದಿದೆ, ಭಾವನೆ ಮತ್ತು ಕ್ರಿಯೆಯನ್ನು ಸಮೀಕರಿಸುತ್ತದೆ.

ಅಲ್ಲದೆ ದುಃಖಮಯತೆಯನ್ನು ಹಾಸ್ಯರಸದ ಮೂಲಕ ನೀಗುತ್ತದೆ. ಈ ಗುಣಗಳ ಮೂಲಕ ಉತ್ತಮ ರಂಗಪ್ರದರ್ಶನ ಮತ್ತು ಅಭಿನಯಕ್ಕೆ ಅವಕಾಶ ನೀಡುತ್ತದೆ. ಮೇಲಾಗಿ ಓದಿಸಿಕೊಂಡು ಹೋಗುತ್ತದೆ. ಭಾರತೀಯ ಸಾಹಿತ್ಯವನ್ನು ಆಸ್ವಾದಿಸಬಯಸುವ ಯಾರಾದರೂ, ಯಾವ ಭಾಷಾಂತರದಲ್ಲಾದರೂ ಓದಬೇಕಾದ ಮುಖ್ಯ ಸಾಹಿತ್ಯ ಕೃತಿಗಳಲ್ಲಿ ಇದು ಒಂದು.

ಉತ್ತಮ ಮಟ್ಟದ ಇನ್ನೊಂದು ಕೃತಿಯೆಂದರೆ ದಂಡಿಯ 'ದಶಕುಮಾರಚರಿತೆ'. ಇದು ಗದ್ಯದಲ್ಲಿದೆ. ಈ ಗ್ರಂಥವು ಭಾಗಶಃ ಮತ್ತಿಬ್ಬರು ಕವಿಗಳ ರಚನೆಯೆಂದೂ ತೋರುತ್ತದೆ. ಅದ್ಭುತ ಸನ್ನಿವೇಶಗಳಿಂದಲೂ, ಪ್ರವಾಸಮಯ ಸಾಹಗಳಿಂದಲೂ ಕೂಡಿರುವ ಈ ಕೃತಿ ಮೊನೆಯಾದ ವ್ಯಂಗ್ಯ, ನಿಯಂತ್ರಿತ ನಿರೂಪಣೆ, ಮನೋರಂಜನೆ, ಅಲ್ಲದೆ ಸಾಹಿತ್ಯಿಕ ಕಸುವಿಗಾಗಿ ಹೆಸರಾಗಿರುವಂತೆ, ಸಮಾಜದ ವಿವಿಧ ವರ್ಗಗಳ ಬಗೆಗೆ ಮಾಹಿತಿಯನ್ನೂ ದೊರಕಿಸುತ್ತದೆ. ಈ ದೃಷ್ಟಿಯಿಂದ ಇಂಥ ಒಟ್ಟು ಪರಿಣಾಮಕಾರಿಯಾದ ಕೃತಿ ಸಂಸ್ಕೃತದಲ್ಲಿ ಮತ್ತೊಂದಿಲ್ಲ. ದಂಡಿ 7ನೇ ಶತಮಾನದಲ್ಲಿದ್ದ ದಕ್ಷಿಣದವನು. ಕವಿಯೂ ಶ್ರೇಷ್ಠ ಲಾಕ್ಷಣಿಕನೂ ಆದ ಇವನು ಉತ್ತಮ ಗದ್ಯಕಾರ ಮತ್ತು ತನ್ನ ಸಮಕಾಲೀನ ಪಾಂಡಿತ್ಯ ಲೋಕದಲ್ಲಿ ಹೆಸರಾದವನು. ಆದರೆ ಅವನಿಗಿದ್ದ ಸಂಸ್ಕೃತ ಭಾಷಾಪೌಢಿಮೆಯಿಂದಾಗಿ ಶಬ್ದಗಳ ಜೊತೆ ಸಲೀಸಾಗಿ ಆಟವಾಡಬಲ್ಲ ಭಾಷಾಪ್ರತಿಭೆಯಿತ್ತು. ಅವನ ಗದ್ಯವು ಗಂಟುಗಂಟಾಗಲು ಈ ಪಾಂಡಿತ್ಯವೇ ಕಾರಣವೂ ಆಯಿತು. ತಂತ್ರ ಮತ್ತು ಶೈಲಿಗೇ ಹೆಚ್ಚು ಪ್ರಾಮುಖ್ಯತೆಯನ್ನು ನೀಡಿ ಕಲೆಯನ್ನು ಹಾಳುಮಾಡಿದ ಭಾರತೀಯ ಚಿತ್ರಕಲೆ ಮತ್ತು ಶಿಲ್ಪಕಲೆಗಳಲ್ಲಾದಂತೆ ಸಾಹಿತ್ಯದಲ್ಲಿ ಕೂಡ ದಂಡಿಯನ್ನು ಅನುಕರಿಸಿದ ಕೆಳದರ್ಜೆಯ ಲೇಖಕರು ಸಾಹಿತ್ಯವನ್ನು ದುರ್ಬಲಗೊಳಿಸಿದರು.

ಆಗಿನ ಕಾಲದ ಭಾಷೆಯ ರಚನೆ ಮತ್ತು ಅದು ಅಭಿವೃದ್ಧಿಹೊಂದುತ್ತಿದ್ದ ರೀತಿಯಲ್ಲಿಯೇ ಈ ದುರ್ಬಲತೆ ಕಾಣಬರುತ್ತದೆ. ಪತಂಜಲಿ ಹೇಳುವಂತೆ "ಶಬ್ದ ನಿರಂತರ ಯಾರೂ ಬೇಕಾದರೂ ಕುಂಬಾರನಿಗೆ ಹೇಳಿ ತಮಗೆ ಬೇಕಾದ ರೀತಿಯ ಮಡಕೆಗಳನ್ನು ಮಾಡಿಸಿಕೊಳ್ಳಬಹುದು. ಆದರೆ ವೈಯಾಕರಣಿಯ ಹತ್ತಿರ ಹೋಗಿ 'ನನಗೆ ಇಂತಹದ್ದೇ ಶಬ್ದಗಳನ್ನು ಮಾಡಿಕೊಡು' ಎಂದು ಕೇಳುವುದಿಲ್ಲ". ಒಂದು ವಸ್ತುವನ್ನು ನಿರ್ದೇಶಿಸಲು ಬಳಸುವ 'ಪದಾರ್ಥ' ಎನ್ನುವ ಶಬ್ದ ಪದದ ಅರ್ಥವನ್ನೇ ಸೂಚಿಸುತ್ತದೆ. ಅಂದರೆ ತಮಗೆ ಅನುರೂಪವಾದ ಆದರ್ಶವನ್ನು ಭಾಷೆಯಲ್ಲಿ ಮೈಗೂಡಿಸುವುದು ಎಂದಾಗುತ್ತದೆ. ಆದರೆ ಹೊಸ ಅರ್ಥ ಕೊಡುವ ಶಬ್ದಸಂಪತ್ತು ದಕ್ಕದಿದ್ದಾಗ ಬರಹಗಾರ ಹಳೆಯ ಶಬ್ದಗಳ ಮೂಲಕವೇ ಹೊಸ ಅರ್ಥವನ್ನು ಕೊಡುವ ವಿಧಾನಗಳನ್ನು ಕಂಡುಕೊಳ್ಳುತ್ತಾನೆ. ಉಪನಿಷತ್ತುಗಳು ಮತ್ತು ಬ್ರಾಹ್ಮಣಗಳು ಮಾಡಿದ್ದು ಇದನ್ನೇ. ಮಕ್ಕಳ ಸಾಂಕೇತಿಕ ಶಬ್ದಗಳನ್ನು ಆಧರಿಸಿ ವಿಧಿವತ್ತಾದ ಪುರಾತನ ಶಬ್ದಗಳಿಂದಲೇ ತಮಗೆ ಅನುಕೂಲಕರವಾದ ಹೊಸ ಅರ್ಥಗಳನ್ನು ಈ ಗ್ರಂಥಕಾರರು ಪಡೆದುಕೊಂಡರು. ಆನಂತರದಲ್ಲಿ ಬಂದ ವೇದಾಭ್ಯಾಸಿಗಳು ಲೌಕಿಕವನ್ನು ಮಿಥ್ಯಾಪರವೆಂದು ಸಮರ್ಥಿಸ ಹೊರಟು ಪದದ ಅರ್ಥದ ಬಗೆಗಿನ ಗೂಢ ತತ್ತ್ವಗಳ ಜೊತೆ ತಮ್ಮ ವಿದ್ವತ್ತನ್ನೆಲ್ಲಾ ತೊಡಗಿಸಿಕೊಂಡರು. ಹೀಗೆ, ಮತೀಯ

ದೃಷ್ಟಿಯ ಗ್ರಂಥಗಳಲ್ಲಿ ಐಹಿಕ ಜಗತ್ತು ಮಿಥ್ಯಾಪರವಾದುದಾಗಿಯೂ, 'ಪದಾರ್ಥ'ವು ವಾಸ್ತವವಾದ ತನ್ನ ಲೌಕಿಕ ಅರ್ಥಕ್ಕಿಂತ ಮಿಗಿಲಾದ ಯಾವುದೋ ಗೂಢಾರ್ಥವನ್ನು ಹೊಂದಿರುವಂತೆಯೂ ಕಂಡುಬಂದರೆ, ಸಾಹಿತ್ಯಕೃತಿಗಳಲ್ಲಿ ಕ್ಲಿಷ್ಟ ಪದಗಳನ್ನು ಬಳಸಿ ಅವುಗಳಿಂದ ನಾನಾ ಅರ್ಥಗಳನ್ನು ಹೊರಡಿಸುವ ಯುಕ್ತಿಯಲ್ಲಿ ಬರಹಗಾರರು ತಮ್ಮ ಪ್ರತಿಭೆಯನ್ನು ತೊಡಗಿಸಿಕೊಂಡುದರಿಂದ ಸಂಸ್ಕೃತವು ಅತ್ಯಂತ ಕ್ಲಿಷ್ಟ ಭಾಷೆಯಾಗಬೇಕಾಯಿತು. ಹೀಗೆ ಅತ್ಯಂತ ಬಿಗಿಯಾಗಿ ರಚಿತವಾದ ಗ್ರಂಥಗಳನ್ನು ಅಭ್ಯಸಿಸಲು ಯಥೇಚ್ಚ ಸಮಯದ ಅನುಕೂಲತೆ ಅವಶ್ಯವಾಯಿತು ಆದರೆ 12ನೇ ಶತಮಾನದ ಕೊನೆಯ ಹೊತ್ತಿಗೆ ಈ ಮನೋವೃತ್ತಿಯ ಪರಿಣಾಮವಾಗಿ ದೀರ್ಘವೂ ಕ್ಲಿಷ್ಟವೂ ಆದ ಶಬ್ದಜಾಲದಿಂದ ಕೂಡಿದ ಬೌದ್ಧಿಕ ಮಟ್ಟದ ಸಾಹಿತ್ಯ ಹುಟ್ಟಿಕೊಂಡಿತು. ಈ ಕ್ಲಿಷ್ಟಮಯ ಶೈಲಿಯನ್ನು ರೂಢಗೊಳಿಸಿದವರಲ್ಲಿ ಬಾಣನೂ ಒಬ್ಬ. ಅವನ 'ಕಾದಂಬರಿ'ಯಲ್ಲಿ ದೀರ್ಘಸಮಾಸಗಳಿಂದ ಕೂಡದ ಪದಪುಂಜಗಳು ಅವ್ಯಾಹತವಾಗಿ ಸಾಲುಗಟ್ಟಲೆ ಹರಿಯುತ್ತವೆ. ಆದರೆ ಅವನ ಕೌಶಲ ಭಾರತೀಯ ಸಾಹಿತ್ಯದಲ್ಲಿ ಪ್ರಭಾವಪೂರ್ಣವಾದುದ್ದು. ಬಾಣ ಶ್ರೀಹರ್ಷನ ಆಸ್ಥಾನಕವಿ. ಇವನ 'ಹರ್ಷಚರಿತ' ಸಂಸ್ಕೃತಸಾಹಿತ್ಯದ ಉತ್ತಮ ಗದ್ಯಗ್ರಂಥಗಳಲ್ಲೊಂದು. ಐತಿಹಾಸಿಕ ಅಥವಾ ವಸ್ತುನಿಷ್ಠ ವಿವರಗಳ ಕೊರತೆಯಿರುವ ಈ ಗ್ರಂಥ ಸ್ನೇಹಿತನೊಬ್ಬನ ಸೈನ್ಯಾಕ್ರಮಣದಿಂದುಂಟಾದ ಸಾವು ನೋವುಗಳ ಹೃದಯಸ್ಪರ್ಶಿ ಚಿತ್ರಣವನ್ನು ನೀಡುತ್ತದೆ. ಇದಕ್ಕೂ ಹಿಂದೆ ಬಂದ ಸುಬಂಧುವಿನ 'ವಾಸವದತ್ತಾ' ಕೃತಿಯು ಸಂಸ್ಕೃತ ಸಾಹಿತ್ಯದಲ್ಲಿ 'ಅರೇಬಿಯನ್ ನೈಟ್ಸ್' ಮಾದರಿಯ ಕಥೆಗಾರಿಕೆಯ ಸಂಪ್ರದಾಯಕ್ಕೆ ಕಾರಣವಾಗಿರಬಹುದಾದರೂ, 'ಕಾದಂಬರಿ'ಯು ಸಾಹಿತ್ಯ ಮಾಧ್ಯಮವಾಗಿ ಸಂಸ್ಕೃತ ಗದ್ಯದ ಸಾಮರ್ಥ್ಯವನ್ನು ಕೊಂದುಹಾಕಿತು.

'ಕಥಾಸರಿತ್ಸಾಗರ'ವು ಮೌರ್ಯರ ಕಾಲಕ್ಕೂ ಹಿಂದಿದ್ದ ಪ್ರಸಿದ್ಧನೂ ಪರಾಕ್ರಮಿಯೂ ಆದ ಕೌಸಂಬಿಯ ಉದಯನ ರಾಜನ ಜೀವನ ಪ್ರಸಂಗಗಳ ಸುತ್ತ ಹೆಣೆದುದಾಗಿದೆ. ಪೈಶಾ ಭಾಷೆಯಲ್ಲಿ ಗುಣಾಢ್ಯನು ಬರೆದ ಕಥಾಸಂಗ್ರಹವೊಂದು ಈ ಬೃಹತ್ ಕಥಾ ಸಂಗ್ರಹಕ್ಕೆ ಪ್ರೇರಕ ಗ್ರಂಥವಾಗಿದೆ ಎಂದು ಎಲ್ಲರೂ ಒಪ್ಪುತ್ತಾರೆ. ಈ ಗ್ರಂಥವಾಗಲೀ, ಗ್ರಂಥಕರ್ತೃವಿನ ಬಗೆಗಿನ ವಿವರಗಳಾಗಲೀ ದೊರಕುವುದಿಲ್ಲ. ಈ ಕೃತಿಯ, ಭುದಸ್ವಾಮಿ ಮತ್ತು ಕ್ಷೇಮೇಂದ್ರರ, ಅನುವಾದಗಳು ಕಿಂಚಿತ್ತೂ ಕಾವ್ಯಾಂಶವನ್ನು ಹೊಂದಿಲ್ಲದವು. ಶ್ರೇಷ್ಠಕಾವ್ಯವೆಂದು ಹೇಳಲಾಗದಿದ್ದರೂ ಜೈನಕವಿ ಸೋಮದೇವನ (ಕ್ರಿ.ಶ. 1075) ಅನುವಾದವು ಒಳ್ಳೆಯ ಸಾಹಿತ್ಯ ಲಕ್ಷಣವನ್ನು ಹೊಂದಿದೆ. ಇಲ್ಲಿನ ವಸ್ತುವನ್ನು ಗಮನಿಸಿದರೆ, ಇದು ವ್ಯಾಪಾರಿವರ್ಗ, ಕುಶಲಕರ್ಮಿಗಳು ಹಾಗೂ ಮೇಲ್ಜಾತಿಯವರ ಅಂದರೆ ಸಮಾಜದ ಮೇಲುವರ್ಗದ ಎಲ್ಲರ ರಂಜನೆಯನ್ನು ಗಮನದಲ್ಲಿಟ್ಟುಕೊಂಡಿರುವುದು ಗೊತ್ತಾಗುತ್ತದೆ. ಇದರಲ್ಲಿ ವ್ಯಕ್ತವಾಗಿರುವ ಪ್ರಾಕೃತದ ಪ್ರಭಾವ ಹಾಗೂ ಶಾತವಾಹನರ 'ನಾಗರಿಕ' ವ್ಯಾಪಾರೀ ಆಸಕ್ತಿಯನ್ನು ನೋಡಿದರೆ ಇದಕ್ಕೂ ಗುಪ್ತರ ಆಸ್ಥಾನ ಶೈಲಿಗೂ ಇರುವ ವ್ಯತ್ಯಾಸ ಕಣ್ಣಿಗೆ ಹೊಡೆಯುತ್ತದೆ. ಲೌಕಿಕವನ್ನೂ ಅಲೌಕಿಕವನ್ನೂ ಭಾರತೀಯ ಶೈಲಿಯನ್ನು ಬೆಸೆಯುವ ಈ ಬೃಹತ್ ಕಥಾಸಂಗ್ರಹದಿಂದ ದಂಡಿ ಮತ್ತು ಬಾಣ ಪ್ರೇರಿತರಾದವರು. ವಿಶ್ವಸಾಹಿತ್ಯಕ್ಕೆ

ಭಾರತೀಯ ಕೊಡುಗೆಯೆನ್ನಬಹುದಾದ 'ಪಂಚತಂತ್ರ'ದಲ್ಲಿ ಅತ್ಯುತ್ತಮ ಕಥೆಗಳಿವೆ. ಈಸೋಪನ ನೀತಿ ಕಥೆಗಳ ಮಾದರಿಯಲ್ಲಿರುವ ಈ ಕಥೆಗಳು ಅಕ್ಷರಾಭ್ಯಾಸವನ್ನು ಪಡೆಯಲು ಇಚ್ಛಿಸದ ರಾಜಕುಮಾರನೊಬ್ಬನ ಜ್ಞಾನೋನ್ನತಿಗಾಗಿ ಬರೆದು ಸಂಗ್ರಹಿಸಿದವು. ಈ ಸಂಗ್ರಹದ ಕರ್ತೃ ವಿಷ್ಣುಶರ್ಮನ ಮೇಲೆ ಚಾಣಕ್ಯನ ಅರ್ಥಶಾಸ್ತ್ರದ ಪ್ರಭಾವವು ಎದ್ದು ಕಾಣುತ್ತದೆ. 'ಪಂಚತಂತ್ರ'ವು ಸಿರಿಯಾ ಮತ್ತು ಅರಾಬಿಕ್ ಅನುವಾದಗಳ ಮೂಲಕ ಪಶ್ಚಿಮ ದೇಶಗಳಿಗೆ ಪ್ರವೇಶಿಸಿತು.

ನಂದಿಹೋಗುವ ಮುನ್ನ ಸಂಸ್ಕೃತ ಸಾಹಿತ್ಯದ ಈ ಬೆಳಕು ಅತಿ ಉಜ್ವಲ ಪ್ರಕಾಶವನ್ನು ಪಡೆಯಿತು. ಸಂಸ್ಕೃತ ಸಾಹಿತ್ಯದ ಕಡೆಯ, ಆದರೆ ಉತ್ಕೃಷ್ಟ ಕಾವ್ಯಸಾಧನೆಯೆಂದರೆ ಕೃಷ್ಣ ಮತ್ತು ರಾಧೆಯರ ಆಧ್ಯಾತ್ಮಿಕ ಮಿಲನವನ್ನು ವರ್ಣಿಸುವ ಕಾವ್ಯ ನಾಟಕವಾದ ಜಯದೇವಕವಿಯ 'ಗೀತಗೋವಿಂದ'. ಈ ಕೃತಿಯಲ್ಲಿ ಕಾಮಪ್ರಚೋದನೆಯ ಭಾಗಗಳು ಇದ್ದಾಗ್ಯೂ ಮೂಲದಲ್ಲಿನ ಪುರಾಣಪ್ರಸಿದ್ಧ ಶೃಂಗಾರ ರಸಪ್ರಧಾನ ಪ್ರಸಂಗಗಳನ್ನು ಜಯದೇವಕವಿ ಉದಾತ್ತೀಕರಿಸಿದ್ದಾನೆ. ಈ ಕಾವ್ಯದ ತುಂಬ ಹರಿದಿರುವ ಸಂಗೀತವು ಇದೇ ವಸ್ತುವನ್ನುಳ್ಳ ಮಿಕ್ಕ ಯಾವುದೇ ಕೃತಿಗಿಂತಲೂ ಜಯದೇವನ ಈ ಕೃತಿಯ ಶ್ರೇಷ್ಠತೆಗೆ ಕಾರಣವೆನ್ನಬಹುದು. ಆದರೆ ಜಯದೇವನು (ಕ್ರಿ.ಶ. 1200) ಸೇನರ ಆಸ್ಥಾನಕವಿಗಳಿಂದ ಬೇರೆಯೇ ಆದ ಜೀವನೋದ್ದೇಶಗಳನ್ನು ಹೊಂದಿದವನಾಗಿದ್ದು ಜನಜೀವನಕ್ಕೆ ತೀರ ಹತ್ತಿರದವನಾಗಿದ್ದವನು. ಪ್ರತಿಭಾನ್ವಿತ ಬಡ ಬ್ರಾಹ್ಮಣ ಯುವಕನಾಗಿದ್ದ ಇವನು ತನ್ನದೇ ಮತದ ಸ್ಫುರದ್ರೂಪಿ ಹುಡುಗಿಯೊಬ್ಬಳನ್ನು ಪ್ರೇಮಿಸಿ ಮದುವೆಯಾದ. ಇಬ್ಬರೂ ಹಳ್ಳಿಯಿಂದ ಹಳ್ಳಿಗೆ ಹಾಡುತ್ತ ಆಧ್ಯಾತ್ಮಿಕ ಕಾವ್ಯಸುಧೆಯನ್ನು ಹರಿಸುತ್ತ ಅಲೆದರು. ಜಯದೇವನು ಜಾನಪದ ಶಬ್ದಸಂಪತ್ತಿನಿಂದ ರಚಿಸಿದ ಹಾಡುಗಳಿಗೆ ಇವಳು ನರ್ತಿಸುತ್ತಿದ್ದಳು. ಇಂಥ ಸ್ಥಳೀಯ ರಚನೆಗಳಲ್ಲಿ ಮತ್ತು ಸಂಗೀತದ ಮಾದರಿಗಳಲ್ಲಿ ಹಲವು ಇಂದಿಗೂ ಜಾನಪದ ಸೊತ್ತಾಗಿ ಉಳಿದಿವೆ. ಆಸ್ಥಾನದ ಸಂಸ್ಕೃತ ಭಾಷೆಗೆ ಸಾಗಿಬರುವ ಮುನ್ನ 'ಗೀತಗೋವಿಂದ'ವು ಜನಸಾಮಾನ್ಯರ ಆಡುಭಾಷೆಯಲ್ಲಿಯೇ ಇದ್ದಿರಬೇಕು. ಅಲ್ಲದೆ ಜಯದೇವಕವಿ ಸುಧಾರಿತ ವೈಷ್ಣವ ಮತದ ಪ್ರಾರಂಭವನ್ನು ಸಾರಿದವನು. ಆದರೆ ಈ ಸುಧಾರಣೆಯು – ಶಿವ ಪಾರ್ವತಿಯರನ್ನು ಆರಾಧಿಸುವ ಸ್ಮಾರ್ತರಿಗೂ, ಬೇರೊಂದು ರೂಪದಲ್ಲಿ ವಿಷ್ಣು ನಾರಾಯಣನನ್ನು ಆರಾಧಿಸುವ ವೈಷ್ಣವರಿಗೂ ನಡುವಿನ–ಮತೀಯ ವಿವಾದವಾಗಿ ಕ್ರಮೇಣ ರೂಪು ಪಡೆಯಿತು.

ಬಂಗಾಳದ ಈ ಪರಂಪರೆಯ ಬಹುದೊಡ್ಡ ಹೆಸರು ಚೈತನ್ಯನದು (1486–1527). ಇದಕ್ಕೂ ಮುಂಚೆ ಈ ಚಳುವಳಿಯು ರಾಮಾನುಜರ ಮುಂದಾಳುತನದಲ್ಲಿ – ಶಂಕರ ಮತ್ತು ಅವರ ಶೈವ ಅನುಯಾಯಿಗಳ ವಿರುದ್ಧ – ದಕ್ಷಿಣದಲ್ಲಿ ಪ್ರಕಟಗೊಂಡಿತು. 19ನೇ ಶತಮಾನದ ಕೊನೆಯವರೆಗೂ ನಡೆದುಬಂದ ಈ ಮತೀಯ ಕಲಹದಲ್ಲಿ ಲೆಕ್ಕವಿಲ್ಲದಷ್ಟು ತಲೆಗಳು ಉರುಳಿಹೋದವು. ಆದರೆ ಅಮಲೇರಿ ತಮ್ಮ ತಮ್ಮಲ್ಲೇ ಬಡಿದಾಡಿದ ಈ ಮತೀಯರು ವಾಸ್ತವ ಸ್ಥಿತಿಯನ್ನು ಕಣ್ಣುಬಿಟ್ಟು ನೋಡಲಿಲ್ಲ. ಉದಾಹರಣೆಗೆ ಬಂಗಾಳವನ್ನು ಆಕ್ರಮಿಸಿದ, ಬ್ರಾಹ್ಮಣ ಸಂಪ್ರದಾಯಬದ್ಧ ನಂಬಿಕೆಗಳನ್ನು ತಿರಸ್ಕಾರ

ಮನೋಭಾವದಿಂದ ತುಳಿದು, ಗೋಹತ್ಯೆ, ವಿಗ್ರಹಭೇದನೆಯನ್ನು ಮುಂದುವರೆಸಿದ, ಮುಸ್ಲಿಮ್ ದೊರೆಗಳ ಆಡಳಿತವನ್ನು ಈ ಎರಡೂ ಗುಂಪುಗಳು ಗಣನೆಗೇ ತಂದುಕೊಳ್ಳಲಿಲ್ಲ. ಮಾತ್ರವಲ್ಲದೆ ಇಬ್ಬಣಗಳೂ ಮುಸ್ಲಿಮ್ ದೊರೆಗಳನ್ನು ವಿಧೇಯತೆಯಿಂದ ಸೇವೆ ಮಾಡಿದವು. ಈ ಚಳುವಳಿಯ ಅಂತರಾರ್ಥವನ್ನು ಗಮನಿಸಿದರೆ, ಇದು ಶಿವಪಾರ್ವತಿಯರನ್ನು ಆರಾಧಿಸುತ್ತಿದ್ದ ಊಳಿಗಮಾನ್ಯ ಭೂಮಾಲಿಕರಿಗೂ, ವ್ಯಾಪಾರ ವಹಿವಾಟುಗಳಲ್ಲಿ ಉತ್ಸುಕರಾಗಿದ್ದ ಕೃಷ್ಣ ಅಥವಾ ವಿಷ್ಣು ನಾರಾಯಣನನ್ನು ಪೂಜಿಸುತ್ತಿದ್ದ ಅಲ್ಪಸಂಖ್ಯಾತರಿಗೂ ನಡುವಿನ ಕಲಹ ಎನ್ನುವುದು ಗೊತ್ತಾಗುತ್ತದೆ. ಉಪಾಸನೆಯ ಹಲವಾರು ವಿಧಾನಗಳನ್ನು "ಅವತಾರ" ಪದ್ಧತಿಯ ಮೂಲಕ ಏಕೀಕರಿಸಿದ ರೀತಿಯಲ್ಲಿಯೇ ಆಚರಣೆಗೆ ತಂದ ಶಕ್ತಿದೇವತೆಯೊಂದಿಗೆ ಮಿಕ್ಕ ದೇವರುಗಳನ್ನು ವಿವಾಹ ಮಾಡುವ ಪದ್ಧತಿ ಮತ್ತು ಇದಕ್ಕೂ ಹಿಂದೆ ಶಿವ ಪಾರ್ವತಿಯರನ್ನು ಏಕೀಭವಿಸುವ ಅರ್ಧನಾರೀಶ್ವರ ವಿಧಾನಗಳು ಸಫಲವಾಗಿದ್ದರೂ, ಪ್ರಸಕ್ತ ಪರಿಸ್ಥಿತಿಯಲ್ಲಿ ಎರಡು ದೈವಗಳನ್ನು "ಹರಿಹರ" ಕಲ್ಪನೆಯಲ್ಲಿ ಏಕೀಭವಿಸುವ ವಿಧಾನ ವಿಫಲವಾಯಿತು. ಇದಕ್ಕೆ ಕಾರಣವೆಂದರೆ ಏಕೀಕೃತ ಮತ ವಿಧಾನವು ಹೆಚ್ಚು ಉತ್ಪಾದನಾ ಸಾಮರ್ಥ್ಯವನ್ನು ಹೊಂದಿದ್ದ ಸಮಾಜದ ಅರ್ಥವ್ಯಾಪ್ತಿಯೊಳಗೆ ಕ್ರಿಯಾಪರವಾಗಿತ್ತು. ಅಂದರೆ ಆಹಾರದ ಉತ್ಪಾದನೆಗಾಗಿ ಸಾಮೂಹಿಕವಾಗಿ ಭಾಗವಹಿಸುತ್ತಿದ್ದ ಆಹಾರಶೇಖರಿಸುವ ಶಕ್ತಿಗಳ ಮತ್ತು ವಿಪುಲ ಉತ್ಪಾದನೆಯ ಗ್ರಾಮೀಣ ಸಮಾಜ ಇದಾಗಿತ್ತು. ಆದರೆ ಪ್ರಸಕ್ತ ಪರಿಸ್ಥಿತಿಯಲ್ಲಿ ಈ ರೀತಿಯ ಉತ್ಪಾದನೆಗೆ ಸಾಕಷ್ಟು ಅವಕಾಶ ದೊರಕದ ಕಾರಣ ಏಕೀಕರಿಸಿದ ಉಪಾಸನಾ ವಿಧಾನದ ಸಂದರ್ಭದಲ್ಲೂ ಉತ್ಪಾದನೆಯಲ್ಲಿ ಸಾಕಷ್ಟು ಹೆಚ್ಚಳವನ್ನು ಸಾಧಿಸಲು ಆಗಲಿಲ್ಲ. ಇದರಿಂದಾಗಿಯೇ ಈ ಮತೀಯ ವಿವಾದಗಳು ಉಗ್ರತರವಾಗಿ ಪ್ರಕಟಗೊಂಡವು. ಆದರೆ ಹೊಸ ಸುಧಾರಣೆಗಳೊಂದಿಗೆ ವೈಷ್ಣವ ಮತವು ಬೆಳಕಿಗೆ ಬಂದಾಗ, ನಮ್ಮ ಹಳ್ಳಿಗಳ ಸರಳ ಬದುಕಿನ ಜನ ಆಕರ್ಷಿತರಾಗಿ ನಲಿದಿರಬೇಕು. ಅಲ್ಲದೆ ತಮ್ಮ ಸಂತೋಷಕ್ಕೆ ಕಾರಣವಾದ ಈ ಹೊಸ ಮತದ ಪ್ರಚಾರಕರಾಗಿ ಆಗಾಗ್ಗೆ ಹಳ್ಳಿಯಿಂದ ಹಳ್ಳಿಗೆ ತಿರುಗಿರಬೇಕು. ಮತೀಯವಲ್ಲದ ಯಾವುದಕ್ಕೂ ಅನಾಸಕ್ತರಾಗುವ ಭಾರತೀಯ ಹಳ್ಳಿಗರಲ್ಲಿ ಅದ್ಭುತ ಆಸಕ್ತಿಯನ್ನು ಮೂಡಿಸುವ ಇಂಥ ಪವಾಡವನ್ನು ಮತಗಳು ಮಾಡಿವೆ ಎನ್ನಬಹುದು. ಈವತ್ತಿಗೂ ಜಯದೇವನ ಜನ್ಮಸ್ಥಳವಾದ ಕೆಂಧೂಳಿಯಲ್ಲಿ ವೈಭವವಾಗಿ ಆಚರಿಸಲಾಗುವ ಜನ್ಮ ದಿನೋತ್ಸವದಲ್ಲಿ 'ಗೀತ ಗೋವಿಂದ'ವನ್ನು ಹಾಡು, ಸಂಗೀತ, ನೃತ್ಯಗಳೊಂದಿಗೆ ಅಭಿನಯಿಸುತ್ತಾರೆ. ಕೇವಲ ಪಂಡಿತರು ಆಸ್ವಾದಿಸಬಹುದಾದ ಈ ಕಾವ್ಯವನ್ನು ಆರಾಧಿಸುವುದಕ್ಕೆ – ಕಾವ್ಯ ಸೌಂದರ್ಯಕ್ಕಿಂತ–ಸಾಹಿತ್ಯಕವಲ್ಲದ ಬೇರೆಯೇ ಕಾರಣವಿದೆ ಎನ್ನುವ ಅಗತ್ಯವಿಲ್ಲ. ಆದರೆ ಜಯದೇವನು ಆಧರಿಸುವ ಪವಿತ್ರ ಸೌಂದರ್ಯವು ಸಾಮಾನ್ಯ ಬದುಕಿನಲ್ಲಿ ಇಂಥ ಸೌಂದರ್ಯದ ಅವಶ್ಯಕತೆ ಎಷ್ಟಿದೆ ಎನ್ನುವ ಅವನ ಅನುಭವದ ಒತ್ತಡದಿಂದ ರೂಪುಗೊಂಡಿರುವಂಥದು.

ಜಯದೇವ ಕವಿಯ ಹಿಂದಿನ ಶತಮಾನದಲ್ಲಿ ಬಂದ ಹಲವಾರು ಸಂಕಲನಗಳು ಸಂಸ್ಕೃತ ಸಾಹಿತ್ಯದ ಅಸಲುತನದ ಕೊರತೆಯನ್ನು ಪ್ರಕಟಿಸುತ್ತವೆ. ಅತ್ಯಂತ ಹಿಂದಿನದೆಂದು ಪ್ರಸಿದ್ಧವಾಗಿರುವ ಮೊದಲ ಪ್ರಬುದ್ಧ ಕಾವ್ಯ ಸಂಕಲನವು 1100ರ ಸುಮಾರಿಗೆ

ಸಂಕಲಿತವಾದುದು. ಪೂರ್ವ ಪಾಕಿಸ್ತಾನದ (*ಈಗಿನ ಬಾಂಗ್ಲಾದೇಶ–ಅನು*) ರಾಜಶಾಹಿ ಜಿಲ್ಲೆಯ ಸುತ್ತಲ ಬೌದ್ಧ ಸಂಘವೊಂದರ ಪಂಡಿತ (ಬಹುಶಃ ಜಗದ್ಧಲ ಪಂಡಿತ)ನಿಂದ ಸಂಕಲಿತವಾದದ್ದು ಇದು. ನೇಪಾಳ ಮತ್ತು ಟಿಬೆಟ್‌ನಲ್ಲಿ ದೊರಕುವ ಹಸ್ತಪ್ರತಿಗಳಿಂದ ಈ ಗ್ರಂಥದ ಸಂಪಾದನೆಯನ್ನು ಮಾಡಲಾಗಿದೆ. ಇಂಥ ಸಂಕಲನಗಳ ವೈಶಿಷ್ಟ್ಯವೆಂದರೆ, ಸಾಕಷ್ಟು ಕಾವ್ಯ ಸಾಮರ್ಥ್ಯವುಳ್ಳ ಆದರೆ ಕಡುಬಡವನಾಗಿದ್ದ ಭತೃಹರಿಯೆಂಬ ಕವಿಯಿಂದಲೇ ಇವು ರಚಿತವಾಗಿರಬಹುದೆನ್ನುವಂತಿದೆ.

ಇಲ್ಲಿನ ಹೊಸರೀತಿಯ ಕಾವ್ಯವು ಅಸಹಾಯಕತೆ ಮತ್ತು ಬಡತನ ಅಲ್ಲದೆ ಜಾತಿ ಮತ್ತು ಸಂಪ್ರದಾಯಗಳ ಹಿಡಿತದಿಂದ ಬಿಡಿಸಿಕೊಳ್ಳಲಾಗದ ವರ್ಗಗಳ, ಅದರಲ್ಲೂ ಬ್ರಾಹ್ಮಣವರ್ಗದ, ಬದುಕನ್ನು ಕುರಿತದ್ದು. ಸಣ್ಣ ಸಣ್ಣ ಊಳಿಗಮಾನ್ಯ ಪ್ರಭುಗಳ ಆಶ್ರಯದಲ್ಲಿ ಅಥವಾ ಮಠಾಧಿಪತಿಗಳ ಛತ್ರಿಯಡಿ ಮಾತ್ರ ಈ ಸಾಮಾಜಿಕ ಅನಿಷ್ಟಗಳಿಂದ ಬಿಡಿಸಿಕೊಳ್ಳಲು ಸಾಧ್ಯವಾಗುತ್ತಿತ್ತು. ಇಂಥ ರಕ್ಷಣೆಯು ದೊರಕದಿದ್ದಾಗ ಕಂದಿಹೋಗುತ್ತಿದ್ದ ಪ್ರತಿಭೆ ಆಶಾಭಂಗದ ಕಾವ್ಯದತ್ತ ಹೊರಳುವುದು ಅನಿವಾರ್ಯವಾಯಿತು. ಈ ಆಶಾಭಂಗದ ಕಾವ್ಯ ಸರಳವಾಗಿದ್ದಂತೆಯೇ ತಿವಿಯುವಂತಿತ್ತು.

ಈ ಕಾವ್ಯದಲ್ಲೂ ಸಹ ಕೆಳಮಧ್ಯಮ ವರ್ಗದ ನೀತಿಯ ಕಲ್ಪನೆ ಮಾತ್ರವಲ್ಲದೆ ಕವಿಯ ಬದುಕಿಗೆ ಎಟುಕದ, ವಿಲಾಸಗಳಲ್ಲಿ ಹೊರಳಾಡುವಂಥ, ಲೋಲುಪ ಬದುಕಿನ ಸಂವಾದಿಯಾದ ಶೃಂಗಾರ ಸಾಹಿತ್ಯವನ್ನು ಸೃಷ್ಟಿಸಲಾಯಿತು. ಇದರ ಅನಿವಾರ್ಯ ಪರಿಣಾಮವೆಂದರೆ ಕವಿಯು ಬದುಕಿರಬಹುದಾದ "ಎಂಥೆಂಥದೋ" ಜೀವನವನ್ನು ಮುಂದೊಂದು ದಿನ ಕಾಲ್ಪನಿಕವಾಗಿ ಪರಿತ್ಯಜಿಸುವ ಭ್ರಾಮಕ ಸಾಹಿತ್ಯ. ಭರ್ತೃಹರಿ – ರೀತಿಯ ಕಾವ್ಯವನ್ನು ಈಗಲೂ ಸಹ ಶ್ರಮಜೀವನವನ್ನೊಪ್ಪದ ವಿದ್ವತ್ಪೂರ್ಣ ಭಾರತೀಯ ಬುದ್ಧಿಜೀವಿಗಳು ಪರಾಕಿನ ಸರಕನ್ನಾಗಿಯೇ ಉಪಯೋಗಿಸುತ್ತಾರೆ.

ಇಲ್ಲಿ ಏಳುವ ಸ್ವಾಭಾವಿಕವಾದ ಪ್ರಶ್ನೆ ಎಂದರೆ – ಸ್ಪಾನಿಷ್ ಸಾಹಿತ್ಯದ ಮೇಲೆ ನಿಚ್ಚಳವಾದ ಗುರುತನ್ನು ಛಾಪಿಸಿದ ಸರ್ವಾಂಟಿಸ್‌ನ 'ಡಾನ್‌ಕಿಕ್ಸಾಟ್'ನಂತೆ ಭಾರತೀಯತೆಗೆ ಸ್ಪಷ್ಟವಾದ ರೂಪವನ್ನು ಕೊಡಬಲ್ಲ ಕೃತಿಯು ಸಂಸ್ಕೃತ ಸಾಹಿತ್ಯದಲ್ಲಿ ಇದೆಯೇ? ಸರ್ವಾಂಟಿಸ್‌ನ ಕೃತಿಗೆ ಹತ್ತಿರವಾಗಬಹುದಾದ ಒಂದೇ ಕೃತಿಯೆಂದರೆ 'ಭಗವದ್ಗೀತೆ'. ಆದರೆ 3 ನೇ ಶತಮಾನದ ನಂತರವೇ ಹುಟ್ಟಿರಬಹುದಾದ ಈ ಗೀತೆಯನ್ನು ಭಗವಾನ್ ಕೃಷ್ಣನ ಬಾಯಲ್ಲಿ ಹಾಕಿದ್ದೂ ಅಲ್ಲದೆ ಅತ್ಯಂತ ಧೀರ್ಘಕೃತಿಯಾದ ಮಹಾಭಾರತದಲ್ಲಿ ತುರುಕಲಾಯಿತು. ಇಲ್ಲಿ ಕೃಷ್ಣನು ಸಮಗ್ರವೂ, ಅದಕ್ಕಿಂತ ಹೆಚ್ಚಾಗಿ ಅತ್ಯಂತ ಸೂಕ್ಷ್ಮವೂ ಆದ ಧಾರ್ಮಿಕ ದರ್ಶನ ತತ್ವಗಳನ್ನು ನಿರೂಪಿಸುವ ದೇವಾಂಶಸಂಭೂತನಾಗಿ ಕಾಣಿಸಿಕೊಳ್ಳುತ್ತಾನೆ. ಛಾಂದೋಗ್ಯೋಪನಿಷತ್ತಿನಲ್ಲಿ ಎಲ್ಲೋ ಒಂದು ಕಡೆ ದೇವಕಿಯ ಮಗನಾಗಿ ಘೋರ ಅಂಗೀರಸ ಮುನಿಗಳ ಶಿಷ್ಯನಾಗಿ ಕಾಣುವ ಇವನು ಎಲ್ಲೂ ಸಾಕ್ಷಾತ್ ದೇವನಾಗಿ, ಮಾರ್ಗದರ್ಶಕನಾಗಿ ಕಂಡುಬರುವುದಿಲ್ಲ. ಭಗವದ್ಗೀತೆಯಲ್ಲಿ ಇವನಿಗೆ ದೊರೆತ ಸ್ಥಾನಮಾನ ಛಾಂದೋಗ್ಯದಲ್ಲಿನದಕ್ಕೆ ಹತ್ತಿರವಾದರೂ ತೀರ ಭಿನ್ನವಾದದ್ದು.

ಗೀತೆಯಲ್ಲಿ ಬರುವ ದಿವ್ಯಸಂದೇಶವು ನಿಶ್ಚಿತ ಉದ್ದೇಶಗಳನ್ನೂ ಹೊಂದಿದೆ. ಸಂಸ್ಕೃತಭಾಷೆಯ ಸ್ಫುಟವಾದ ಬಳಕೆಯ ಹಿಡಿತವಿರುವ ಈ ಕೃತಿಯು ಹೊಂದಿಕೊಳ್ಳದ ಹಲವಾರು ವಿಚಾರಗಳನ್ನು ಒಂದಾಗಿ ಹೊಸೆಯುವುದಲ್ಲದೆ, ವೈರುಧ್ಯಗಳಿಂದ ನುಣಚಿಕೊಳ್ಳಲು ಪ್ರಯತ್ನಿಸುತ್ತದೆ. ವ್ಯಕ್ತಿ ವಿಶಿಷ್ಟ ಸಿದ್ಧಾಂತದ ಮೇಲೆ ಆಧಾರಿತವಾದ, ಗೀತೆಯಲ್ಲಿ ಬರುವ ಭಗವಂತನ ವಿಶ್ವರೂಪದ ಪರಿಕಲ್ಪನೆ – ಗ್ರೀಕ್ ದರ್ಶನ ಕೃತಿಗಳ ಸಾರವನ್ನು ಸಂಗ್ರಹಿಸಿಕೊಂಡು ತನ್ನದೇ ಒಂದು ಸ್ವತಂತ್ರ ತತ್ವ ಎನ್ನುವಂತೆ ಹೆರಾಕ್ಲಸ್‌ನು ಹೊಸ ಒಡಂಬಡಿಕೆಯನ್ನು ಪುನರ್ ರೂಪಿಸಿದಂತಿರುತ್ತದೆ. ಗೋಪಿಕೆಯರೊಂದಿಗೆ ಕೃಷ್ಣ ಪರಮಾತ್ಮನು ನಡೆಸಿದ ರಾಸಲೀಲೆ, ದೇವಿಸಮೂಹದೊಂದಿಗೆ ಅವನು ನಡೆಸಿದ ಪ್ರೇಮಲೀಲೆಗಳು, ಚಿಕ್ಕಪ್ಪನಾದ ಕಂಸನ ಕೊಲೆ ಹಾಗೂ ಮಹಾಭಾರತದಲ್ಲಿನ ಅವನ ಕುಟಿಲೋಪಾಯಗಳನ್ನು ನೋಡಿದರೆ ಅವನು ಬೋಧಿಸಿದ ಯಾವುದೇ ನೀತಿ ಬೋಧೆಯ ಮೇಲೆ ಯಾವನಿಗೂ ನಂಬಿಕೆ ಹುಟ್ಟುವುದು ಕಷ್ಟ. ವಾಸ್ತವವಾಗಿ ನೋಡಿದರೆ, ಈ ಭಾಗವನ್ನು ಮೈಗೂಡಿಸಿಕೊಳ್ಳುವುದು ಬಹಳಷ್ಟು ಕಾಲ ಈ ಮಹಾಕಾವ್ಯಕ್ಕೆ ಸಾಧ್ಯವಾಗಲಿಲ್ಲ. ಆ ಕಾಲದಲ್ಲಿ ಕೂಡ ಈ ಮಹಾಕಾವ್ಯವು ಬ್ರಾಹ್ಮಣ ವಿದ್ವನ್ಮಣಿಗಳ ಉದ್ದಿಶ್ಯಗಳನ್ನು ಪೂರೈಸಲು ಅಸಮರ್ಥವಾಯಿತು. ಆದ್ದರಿಂದಲೇ ಇದೇ ಕಾವ್ಯದಲ್ಲಿ ಇದೇ ಭಗವಂತನು ಪಾಂಡವರು ಯುದ್ಧದಲ್ಲಿ ಜಯಗಳಿಸಿದ ನಂತರ 'ಅನುಗೀತ' ಎನ್ನುವ ತೀರ ಸಪ್ಪೆಯಾದ ಆಖ್ಯಾಯಿಕೆಯನ್ನು ಅರ್ಜುನನಿಗೆ ಹೇಳುತ್ತಾನೆ. ಬಾಹ್ಮಣರನ್ನೂ ಬ್ರಾಹ್ಮಣಿಕೆಯನ್ನೂ ಹೊಗಳುವಂಥದು – ಈ ಅನುಗೀತ. ಇದನ್ನು ಯಾರೂ ಓದದಿದ್ದರೂ ಮೊದಲ 'ಗೀತೆ'ಯು ಕ್ರಮೇಣ ಪುಷ್ಟವಾಗುತ್ತ ಬಂತು. ಮಧ್ಯಯುಗದ ಸಮಾಜದಲ್ಲುಂಟಾದ ಸ್ಥಿತ್ಯಂತರವೆ ಇದಕ್ಕೆ ಮೂಲ ಕಾರಣ ಎನ್ನಬಹುದು.

ತನ್ನ ದಾಯಾದಿಗಳೊಡನೆ ಯುದ್ಧ ಹೂಡುವಂತೆ ಒಬ್ಬ ರಾಜನನ್ನು ಉದ್ದೀಪಿಸುವ ಕುಯುಕ್ತಿಪೂರ್ವಕ ಬ್ರಾಹ್ಮಣ ಗ್ರಂಥವೊಂದನ್ನು ಹೂಯೆನ್‌ಸಾಂಗ್ ತನ್ನ ಗ್ರಂಥದಲ್ಲಿ ಸೂಚಿಸಿದ್ದಾನೆ. ಅದರ ಸಂದರ್ಭವನ್ನು ಗಮನಿಸಿದರೆ, ಆ ಸೂಚಿತ ಗ್ರಂಥ ಗೀತೆಯೇ ಆಗಿರುವಂತಿದೆ. ಆನಂತರ ಕಾಲದಲ್ಲಿ ಗೀತೆಯು ಬ್ರಾಹ್ಮಣಿಕೆಯ ಸರ್ವಸ್ವವೂ ಆದಂತೆ ಕಂಡುಬರುತ್ತದೆ. ಗೀತೆಯನ್ನು ಈ ಅರ್ಥದಲ್ಲಿ ಮೊದಲು ಬಳಸಿದ ಬ್ರಾಹ್ಮಣನೆಂದರೆ ಶಂಕರಾಚಾರ್ಯ (ಕ್ರಿ.ಶ. ಸು. 800). ಶಂಕರ ಶೈವೋಪಾಸಕನಾದರೂ, ಒಂದರ್ಥದಲ್ಲಿ ಗೀತೆಯು ವಿಷ್ಣು ಅವತಾರದ ಮೂಲಕ ಬೌದ್ಧಮತದ ತತ್ವಗಳನ್ನು ಒಳಗೊಳ್ಳುತ್ತದೆಯಾದರೂ ಶಂಕರಾಚಾರ್ಯರ, ವ್ಯಾಖ್ಯಾನವು ಅತ್ಯುತ್ತಮ ಮಟ್ಟದ್ದಾಗಿದೆ. ಶಂಕರಾಚಾರ್ಯರ ಪ್ರತಿಸ್ಪರ್ಧಿಯಾದ ರಾಮಾನುಜಾಚಾರ್ಯರು ಇದೇ ಗೀತೆಯಿಂದ ಭಿನ್ನ ರೀತಿಯ ಪ್ರೇರಣೆಯನ್ನು ಪಡೆದರು. ಅಲ್ಲದೆ ಜ್ಞಾನೇಶ್ವರ ಸಂತನು ಅತ್ಯಂತ ಸುಂದರವಾಗಿ ಸಾಮಾನ್ಯ ಜನರ ಮಟ್ಟಕ್ಕೆ ಹೊಂದುವಂತೆ ಮರಾಠಿಯಲ್ಲಿ ಇದನ್ನು ಬರೆದಿದ್ದಾನೆ. 13ನೇ ಶತಮಾನದಲ್ಲಿ ರಚಿತವಾದ ಈ ಕೃತಿಯು ಮರಾಠಿ ಸಾಹಿತ್ಯದಲ್ಲಿ ಈ ಯುಗದ 'ಡಿವೈನ್ ಕಾಮೆಡಿ'ಯ ಸ್ಥಾನವನ್ನು ಪಡೆದಿದ್ದರೂ ಈ ಇಟಾಲಿಯನ್ ಕಾವ್ಯಕ್ಕಿಂತ ಭಿನ್ನವಾಗಿಯೂ ನಿಲ್ಲುತ್ತದೆ. ಆಧುನಿಕ ಕಾಲದಲ್ಲೂ ತಿಲಕ್ ಮತ್ತು ಗಾಂಧಿಯಂಥವರು ಭಾರತೀಯ ವಿಮೋಚನಾ ಹೋರಾಟಕ್ಕೆ ಅವಶ್ಯವೆಂದು ನಂಬಿದ ಆಧ್ಯಾತ್ಮಿಕ ನೆಲೆಗಟ್ಟನ್ನು ಗೀತೆಯಿಂದಲೇ ಪಡೆದುಕೊಂಡರು. ಈ ಒಂದೇ ಕೃತಿಯಿಂದ ವಿವಿಧ ವ್ಯಕ್ತಿಗಳು ವಿವಿಧ ರೀತಿಯ

ಮಾರ್ಗದರ್ಶನಗಳನ್ನು ಕಂಡುಕೊಳ್ಳಲು ಅಲ್ಲಿನ ನಂಬಲಸಾಧ್ಯವಾದ ವಿಭಿನ್ನ ವಿಚಾರಗಳೇ ಕಾರಣ ಎನಿಸುತ್ತದೆ. ಭಗವಂತನ ಅಂಗೀಕಾರಮುದ್ರೆಯನ್ನು ಪಡೆದ ಈ ಸಂಪ್ರದಾಯಸ್ಥ ಕೃತಿಯುನ್ನು ಸಂಪ್ರದಾಯು ವಿರುದ್ಧ ತೀರ್ಮಾನಗಳನ್ನು ತಲುಪಲೂ ಕೂಡ ಉಪಯೋಗಿಸುವಂತಿದೆ. ಮೂಢನಂಬಿಕೆಗಳ ಯುಗದಲ್ಲಿ ಮರೆಯಾಗುತ್ತಿದ್ದ ಅಳಿದುಳಿದ ಧಾರ್ಮಿಕ ವಿರೋಧಿಶಕ್ತಿಯನ್ನು ಉಳಿಸಿಕೊಂಡರೂ, ತನ್ನ ಯುಗದ ಮುಖ್ಯ ಚೇತನವಾದ ಮೌಢ್ಯತೆಯನ್ನೆ ಗೀತೆ ಎತ್ತಿ ಹಿಡಿಯಿತು. ಈ ಕೃತಿಯ ಸ್ಥಾನ ಪ್ರಾರಂಭದಲ್ಲಿ ಚಾರಿತ್ರಿಕವಾಗಿ ಅಸ್ಪಷ್ಟವಾಗಿದ್ದರೂ ಈಗಿರುವ ಪ್ರಮಾಣಬದ್ಧತೆಯನ್ನು (ಚಿಣಣಋಂಡುಣಥಿ) ಹೇಗೆ ಗಳಿಸಿಕೊಂಡಿತು? ಭಾರತೀಯರು ಪುರಾಣಗ್ರಂಥಗಳನ್ನು ಒಂದಲ್ಲಾ ಒಂದು ದೇವತೆಗೆ ಆರೋಪಿಸುತ್ತಾರೆ. ಕೆಲವನ್ನಂತೂ ಶ್ರೀಕೃಷ್ಣ ಪರಮಾತ್ಮನೇ ನುಡಿದಿರುವಂತಿದೆ. ಹೀಗಿರುವಾಗ ಇವಾವಕ್ಕೂ ಇಲ್ಲದ ಪ್ರಾಮುಖ್ಯತೆ ಗೀತೆಗೆ ಒದಗಲು ಕಾರಣವೇನು?

ಇದಕ್ಕೆ ಉತ್ತರವನ್ನು ಹೀಗೆ ಕಂಡುಕೊಳ್ಳಬಹುದು. ಗೀತೆಯ ಯಶಸ್ಸಿಗೆ ಅದು ನಿರೂಪಿಸಿದ ಹೊಸ ಭಕ್ತಿಸಿದ್ಧಾಂತವು ಬಹುಮಟ್ಟಿಗೆ ಕಾರಣ. ಅಲ್ಲದೆ ಆರಾಧ್ಯ ದೈವದ ವೈಯಕ್ತಿಕ ಚಾರಿತ್ರ್ಯವನ್ನು ಪ್ರಶ್ನಿಸಲು ಹೋಗದೆ ಶ್ರದ್ಧಾಪೂರ್ವಕವಾಗಿ ಆರಾಧಿಸುವ ವಿಧಾನವನ್ನು ಬಳಕೆಗೆ ತಂದುದೂ ಅದಕ್ಕೆ ಪೂರಕವಾಯಿತು. ಈ ಪರಿಕಲ್ಪನೆ ಊಳಿಗಮಾನ್ಯ ವಿಚಾರಧಾರೆಗೆ ತಕ್ಕುದಾಗಿತ್ತು. ಪ್ರಶ್ನಿಸಲು ಅವಕಾಶವಿಲ್ಲದ ಶ್ರದ್ಧಾಸಂಬಂಧವು ತೊತ್ತುಗಳು ಮತ್ತು ಜೀತದಾಳುಗಳನ್ನು ಭೂಮಾಲಿಕನಿಗೂ, ಸಾಮಂತರನ್ನು ದೊರೆಗೂ ದೊರೆಯನ್ನು ಚಕ್ರವರ್ತಿಗೂ ಬೆಸೆಯುವ ಅತ್ಯಂತ ಶಕ್ತಿಯುತ ಕೊಂಡಿಯಾಗುತ್ತದೆ.*

ತಮ್ಮ ಸೇವೆಯಲ್ಲಿ ತೊಡಗಿದ ಸೇವಕರ ಬದುಕಿನ ಗುರಿಗಳು ಎಷ್ಟೇ ನಿರುತ್ತೇಜಕವಾಗಿದ್ದರೂ, ಕನಿಷ್ಠ ಪ್ರಮಾಣದವಾಗಿದ್ದರೂ ಈ ಸಂಬಂಧವು ಊಳಿಗಮಾನ್ಯ ಸಮಾಜದ ಸೈದ್ಧಾಂತಿಕ ನೆಲೆಯಾಗಿತ್ತು. ಅನಾಗರಿಕವೆಂದು ಕರೆಯಲಾಗದ ಸಮಾಜದ ಸಂದರ್ಭದಲ್ಲಿ ಈ ರೀತಿಯ ಶ್ರದ್ಧಾ ಸಂಬಂಧಗಳ ಆಧಾರದ ಮೇಲೆ ರಚಿತವಾದ ಊಳಿಗಮಾನ್ಯ ಪದ್ಧತಿಯು ಆದಿಕಾಲದ ನಡವಳಿಕೆಗಳನ್ನು ಉತ್ತೇಜಿಸಿತು. ಉದಾಹರಣೆಗೆ – ಶ್ರೀಹರ್ಷನ ತಂದೆಯ ಘೋರ ಖಾಯಿಲೆಗೆ ಕಾರಣವಾದ ದುಷ್ಟದೇವತೆಗಳ ಮನವೊಲಿಸಲು ಆಸ್ಥಾನಿಕರು ಸಾರ್ವಜನಿಕ ಸ್ಥಳಗಳಲ್ಲಿ ತಮ್ಮನ್ನೆ ಬಲಿಯಾಗಿ ಅರ್ಪಿಸಿಕೊಳ್ಳುತ್ತಿದ್ದರು. ದಕ್ಷಿಣ ಭಾರತದ ಗಂಗ ಮತ್ತು ಪಲ್ಲವ ರಾಜ್ಯಗಳ ಆಸ್ಥಾನಿಕರು ತಮ್ಮ ದೊರೆಯ ಕಲ್ಯಾಣಾರ್ಥವಾಗಿ ದೇವರ ಹೆಸರಿನಲ್ಲಿ ತಮ್ಮ ತಲೆಯನ್ನು ಕತ್ತರಿಸಿಕೊಳ್ಳುತ್ತಿದ್ದರು. 8ನೇ ಶತಮಾನದಿಂದೀಚೆಗಿನ ಹಲವಾರು ಶಿಲಾಶಾಸನಗಳು ಮತ್ತು ವೀರಗಲ್ಲುಗಳು ಇದನ್ನು ಪ್ರಮಾಣೀಕರಿಸುತ್ತವೆ. ಸೇವಕವರ್ಗದ ಹಲವರಂತೂ ತಮ್ಮ ದೊರೆಯನ್ನುಳಿದು ಒಂದು ಕ್ಷಣವೂ ಬದುಕಿರಲಾರದ ಸ್ವಾಮಿನಿಷ್ಠ ಧೀರೋದಾತ್ತ ನಿರ್ಧಾರಗಳನ್ನು ತಳೆದಿರುವುದುಂಟು. ತೇಲಿಹೋಗುವ ತಮ್ಮ ದೊರೆಯ ಹೆಣದ ಜೊತೆಯಲ್ಲಿಯೆ ತಾವೂ ನೀರಿನಲ್ಲಿ ಬಿದ್ದು ಪ್ರಾಣಾರ್ಪಣೆ ಮಾಡಿರುವ ಪ್ರಸಂಗವನ್ನು ಮಾರ್ಕೋಪೋಲೋ ತನ್ನ ಗ್ರಂಥದಲ್ಲಿ ಪ್ರಸ್ತಾಪಿಸುತ್ತಾನೆ. ಈ ಹತಾಶ ಸಮರ್ಪಣಾ ಕ್ರಿಯೆಯನ್ನು 6 ನೇ ಶತಮಾನದಿಂದ ಆಗಾಗ್ಗೆ ದಾಖಲಾಗಿರುವ ಆಳುವ ವರ್ಗಗಳಲ್ಲಿನ

'ಸತಿ'ಪದ್ಧತಿಯ ವಿಸ್ತೃತ ರೂಪವೆಂದು ತೆಗೆದುಕೊಳ್ಳಬೇಕಾಗಿಲ್ಲ. ಇಂಥ ಶ್ರದ್ಧಾ ಸಂಬಂಧದಲ್ಲಿನ ಸಮರ್ಪಣಾ ಕ್ರಿಯೆಯನ್ನು ಗ್ರೀಕ್ ದಾಖಲಾತಿಗಳ ಮೂಲಕ ಚರಿತ್ರಪೂರ್ವಕಾಲದವರೆಗೂ ಗುರುತಿಸಬಹುದು. ಆದರೆ ಇಂಥ ಯಾವುದೇ ಕ್ರಿಯೆಗಳನ್ನು ಊಳಿಗಮಾನ್ಯ ಪ್ರಭುಗಳೂ ತಮ್ಮ ಸೇವಕರಿಗಾಗಿ ಮಾಡಿದ್ದಾರೆ ಎನ್ನುವುದಕ್ಕೆ ದಾಖಲು ದೊರಕುವುದಿಲ್ಲ. ಇದೇ ಕಾರಣಕ್ಕಾಗಿಯೆ ಭಾರತೀಯ ಊಳಿಗಮಾನ್ಯ ಪದ್ಧತಿಯ ಪರಿಪೂರ್ಣ ಹಂತದ ಆರಂಭ ಕಾಲದಲ್ಲಿ ನಾವು ಶಂಕರನನ್ನೂ, ಗೀತೆಯು ಪರಾಕಾಷ್ಠತೆಗೆ ಮುಟ್ಟುವುದನ್ನೂ ಕಾಣುತ್ತೇವೆ. ಗೀತೆಯ ವೈರುಧ್ಯವಿರುವುದು ಅದರಲ್ಲಿನ 'ಭಾರತೀಯ ಗುಣಲಕ್ಷಣ'ಗಳಲ್ಲಿ. ಆದರೆ ಭಾರತೀಯತೆಯು ಊಳಿಗಮಾನ್ಯ ಕಾಲಘಟ್ಟದವರೆಗೂ ತನ್ನದೇ ಆದ ರೂಪವನ್ನು ಪಡೆದುಕೊಳ್ಳಲಿಲ್ಲ. ಆಧುನಿಕ ಯಂತ್ರ ಯುಗವು ಮಹಾಭಾರತ ಕಾಲದ ಬಿಲ್ಲುಬಾಣಗಳನ್ನೂ, ಆ ನಂತರದ ಊಳಿಗಮಾನ್ಯ ಸಮಾಜವನ್ನೂ ಹಿಂತಳ್ಳಿ ನಡೆದರೂ, ಭಾರತೀಯ ಬುದ್ಧಿಜೀವಿ ಮಾತ್ರ ರೈಲು, ಹಡಗು, ವಿದ್ಯುಚ್ಛಕ್ತಿ, ಕಾರ್ಖಾನೆ, ಗಿರಣಿಗಳು, ಬ್ಯಾಂಕಿನ ಲೇವಾದೇವಿಗಳಿಂದ ತುಂಬಿದ ಆಧುನಿಕ ಪ್ರಪಂಚದಲ್ಲೂ ತನ್ನ ದೇಶಾಭಿಮಾನಿ ಅಗತ್ಯಗಳಿಗಾಗಿ ಇಂದಿಗೂ ಸಹಜಪ್ರವೃತ್ತಿ ಎಂಬಂತೆಯೇ 'ಗೀತೆ'ಯತ್ತ ತಿರುಗುತ್ತಾನೆ. ಆದರೆ ಭಾರತದ ಆಧುನಿಕ ಸಮಸ್ಯೆಗಳು ಹೆಚ್ಚಾದಂತೆ ಈ ಪುಸ್ತಕದ ಪ್ರತಿಷ್ಠಿತ ಸ್ಥಾನವು ಇಳಿಮುಖವಾಯಿತು. ಗೀತೆಯನ್ನು ಓದುವವರಿಗಿಂತ ಪೂಜಿಸುವವರೇ ಹೆಚ್ಚು. ಅರ್ಥಮಾಡಿಕೊಳ್ಳುವುದಕ್ಕಿಂತ ಬರೀ ಪಠನ ಮಾಡುವವರೇ ಹೆಚ್ಚು. ಭೌತಿಕ ವಾಸ್ತವತೆಯ ಸ್ಪಷ್ಟ ಅರಿವನ್ನಾಧರಿಸಿದ ನಿಚ್ಚಳ ಆಲೋಚನೆಯಿಂದ ಈ ಕೃತಿಯಲ್ಲಿನ ಮಿಶ್ರಿತ ವಿಚಾರಗಳನ್ನು ತಳ್ಳಿ ಹಾಕಬಹುದಾದರೂ ಈ ಕೃತಿಯು ತನ್ನ ಶಕ್ತಿಯುತ ಅಭಿವ್ಯಕ್ತಿ ಮತ್ತು ವಿಶಿಷ್ಟ ಸೌಂದರ್ಯದಿಂದ ಸೌಂದರ್ಯಾನುಭೂತಿಯನ್ನುಂಟು ಮಾಡಬಹುದು. ಈ ಕೊನೆಯ ಮಾತುಗಳು ಬಹುಶಃ ಇಡೀ ಪ್ರಾಚೀನ ಭಾರತೀಯ ಸಂಸ್ಕೃತಿಯ ಚರಮಗೀತೆಯೂ ಆಗುತ್ತದೆ.

ಇತಿಹಾಸಕಾರರು

ಹೀಗಂದರು...

ಕೊಸಾಂಬಿ ಬಗ್ಗೆ

ಭಾರತದ ಇತಿಹಾಸಕ್ಕೆ ಬದ್ಧತೆ

ತನ್ನ ಗಣಿತ ಶಾಸ್ತ್ರದ ಜ್ಞಾನವನ್ನು ನಾಣ್ಯಶಾಸ್ತ್ರದ ಅಧ್ಯಯನಕ್ಕೆ ಬಹಳ ಪರಿಣಾಮಕಾರಿಯಾಗಿ ಉಪಯೋಗಿಸಿಕೊಂಡ ಕೊಸಾಂಬಿ ಗಣಿತಶಾಸ್ತ್ರ ಮತ್ತು ಇತಿಹಾಸದ ತನ್ನ ಪರಿಣತಿಯನ್ನು ಆರಂಭ ಭಾರತದ ಗಣಿತಶಾಸ್ತ್ರದ ಒಂದು ಇತಿಹಾಸವನ್ನು ಬರೆಯಲು ಏಕೆ ಒಂದುಗೂಡಿಸಲಿಲ್ಲ ಎಂದು ಕೇಳಬಹುದು. ಭಾರತದಲ್ಲಿ ವಿಜ್ಞಾನ ಮತ್ತು ನಾಗರಿಕತೆಯ ಮೇಲೆ ಒಂದು ಜೊಸೆಫ್ ನೀಧಾಂ ತೆರನ ಪ್ರಾಜೆಕ್ಟನ್ನು ಆರಂಭಿಸುವ ಅರ್ಹತೆಯಿದ್ದರೆ, ಅದು ಕೊಸಾಂಬಿಗೆ ಮಾತ್ರ. ಸಮಾಜದ ಮತ್ತು ಆರ್ಥಿಕದ ಅಧ್ಯಯನದ ಆಧಾರದಲ್ಲಿ ಭಾರತದ ಒಂದು ಮಾರ್ಕ್ಸ್‌ವಾದಿ ಇತಿಹಾಸವನ್ನು ಬರೆಯಲು ಅವರು ಬದ್ಧರಾದುದು ಗಣಿತ ಶಾಸ್ತ್ರದ ಇತಿಹಾಸದಿಂದ ಅವರನ್ನು ದೂರವಿಟ್ಟಿತೇ? ಪ್ರಮುಖ ಗಣಿತ ಗ್ರಂಥಗಳ ಮೇಲೆ ಅವರ ವ್ಯಾಖ್ಯಾನಗಳು ಕೂಡ, ಅವರು ಸಂಪಾದಿಸಿದ, ಸಾಹಿತ್ಯ ಕೃತಿಗಳಲ್ಲಿನ ಅವರ ಸಂಪಾದಕೀಯ ಟಿಪ್ಪಣಿಗಳಂತೆ ಪ್ರಕಾಶ ಬೀರುವಂತದ್ದಾಗಿರುತ್ತಿದ್ದವು. ಅವರು ಸಂಪಾದಿಸಿದ ಈ ಆವೃತ್ತಿಗಳು ಈಗ ಪ್ರಮಾಣಿತ ಆವೃತ್ತಿಗಳೆನಿಸಿವೆ.

– ಪ್ರೊ. ರೊಮಿಲಾ ಥಾಪರ್ (3)

ಕೊಸಾಂಬಿಯ ಮರು ಓದು ಅಗತ್ಯವಾಗಿದೆ

ಇತಿಹಾಸವಲ್ಲ, ಗಣಿತ ಅವರ ಪ್ರಾಥಮಿಕ ಶಿಸ್ತು. ಆದರೆ ಒಬ್ಬ ಗಣಿತಜ್ಞನ ಮನಸ್ಸು ಕೆಲವು ರೀತಿಯ ಮಾಹಿತಿಗಳಿಗೆ ಸಂಖ್ಯಾಶಾಸ್ತ್ರದ ಅನ್ವಯದಲ್ಲಷ್ಟೇ ಅಲ್ಲ, ಮಾಹಿತಿಯನ್ನು ಮತ್ತು ವಾದ ಸರಣಿಯಲ್ಲಿನ ತರ್ಕವನ್ನು ಸಂಘಟಿಸುವಲ್ಲಿನ ಸ್ಪಷ್ಟತೆಯ ಹುಡುಕಾಟದಲ್ಲಿಯೂ ಅದಕ್ಕಿಂತ ಹೆಚ್ಚಾಗಿ ಕಾಣುತ್ತದೆ. ಅವರು ತಮ್ಮ ಅಭಿಪ್ರಾಯಗಳಿಗೆ ಅಂಟಿಕೊಂಡಿದ್ದ ಪ್ರಸಂಗಗಳೂ ಇದ್ದವು. ಆದರೆ ಈ ಭಿನ್ನಾಭಿಪ್ರಾಯ ಕೂಡ ಚರ್ಚೆಯನ್ನು ವಿಸ್ತರಿಸುತ್ತಿತ್ತು. ಏಕೆಂದರೆ ಇದು ಒಂದು ಪ್ರಶ್ನೆಯನ್ನನುಸರಿಸಿ ಹೊಸ ಚಿಂತನೆಗಳಿಗೆ, ಹೊಸ ವಿಚಾರಗಳಿಗೆ ಅವಕಾಶ ಕಲ್ಪಿಸುತ್ತಿತ್ತು. ಕೊಸಾಂಬಿಯ ಮರು ಓದು–ಅವರನ್ನು ಒಂದಕ್ಕಿಂತ ಹೆಚ್ಚು ಬಾರಿ ಓದಲೇಬೇಕು–ಎಂದರೆ ಪ್ರತಿ ಬಾರಿಯೂ ಚಾರಿತ್ರಿಕವಾಗಿ ಯೋಚಿಸುವ ರೋಮಾಂಚನದ ಅನುಭವ. ಆದರೆ ಅವರ ಚಿಂತನೆ ಐತಿಹಾಸಿಕಕ್ಕೆ ಮಾತ್ರ ಸೀಮಿತವಾಗಿರಲಿಲ್ಲ. ಅದಕ್ಕೆ ಅಸಾಧಾರಣ ಸೃಜನಶೀಲ ಚಿತ್ತದ ಒಬ್ಬ ದೃಢ ಸ್ವತಂತ್ರ ಬೌದ್ಧಿಕನ ಕಾಣ್ಕೆಯ ಆವರಣ ಇರುತ್ತಿತ್ತು.

– ಪ್ರೊ. ರೊಮಿಲಾ ಥಾಪರ್ (3)

ಭಾರತೀಯ ಇತಿಹಾಸ ಲೇಖನದ ಮಾದರಿ ಪಲ್ಲಟ

ಕೊಸಾಂಬಿಯವರು ಭಾರತ ಒಂದು ಇತಿಹಾಸವಿಲ್ಲದ ದೇಶ ಎಂಬ ವಸಾಹತುಶಾಹಿ ದೃಷ್ಟಿಯನ್ನು ಮಾತ್ರವಲ್ಲ, ಹಿಂದೂ ಪುನರುಜ್ಜೀವನವಾದ ಮತ್ತು ಕೋಮುವಾದವನ್ನು ಕೂಡ ಸತತವಾಗಿ ವಿರೋಧಿಸಿದರು. ಅವರ ಬರವಣಿಗೆಗಳು ಹಿಂದಿನ ಕಾಲದ ಬಗ್ಗೆ ಪಾರಂಪರಿಕ ಬೂರ್ಜ್ವಾ ಕಣ್ಣೋಟವನ್ನು ಬುಡಮೇಲು ಮಾಡುವ ಮತ್ತು ಭಾರತೀಯ ಇತಿಹಾಸ ಲೇಖನದ ಮಾದರಿಯಲ್ಲಿ ಒಂದು ಪಲ್ಲಟವನ್ನು ಯಶಸ್ವಿಯಾಗಿ ತರುವ ಉದ್ದೇಶವನ್ನು ಹೊಂದಿದ್ದವು ಎಂಬುದು ಸ್ವಯಂವೇದ್ಯ........... ಅವರ ಇತಿಹಾಸ ಲೇಖನಗಳು ಭಾರತೀಯ ಇತಿಹಾಸ ಲೇಖನಕ್ಕೆ ಇಂದು ಬಹಳಷ್ಟು ಹೇಳುವ, ಆದರೆ ಪಾಲಿಸದ ಒಂದು ಅಂತರ್ಶಿಸ್ತನ್ನು ಕೊಟ್ಟಂತೆಯೇ, ಅವರ ಪುರಾತತ್ವ ಇಂದಿನ ದಿನಗಳಲ್ಲಿ ಎಥ್ನೋಗ್ರಫಿ (ಜನಾಂಗ ವರ್ಣನೆ) ಎಂದು ಷೋಕಾಗಿ ಏನು ಹೇಳಲಾಗುತ್ತಿದೆಯೋ ಅದರ ಪೂರ್ವಸೂಚಿಯಾಗಿತ್ತು.

– **ಪ್ರೊ. ಡಿ.ಎನ್.ಝಾ (12)**

‘ಇಂಡಾಲಜಿಯಲ್ಲಿ ಸಂಯೋಜಿತ ವಿಧಾನಗಳು’

ಕೊಸಾಂಬಿಯವರ ಮಟ್ಟಿಗೆ, ಪಾರಂಪರಿಕವಾಗಿ ಸಂಶೋಧನೆ ನಡೆಸುವ ಕ್ಷೇತ್ರಕ್ಕಿಂತ ಎಷ್ಟೋ ಹೆಚ್ಚು ವಿಸ್ತಾರವಾದ ಕ್ಷೇತ್ರದ ಅಧ್ಯಯನ ಮಾಡುವಾಗ ಮಾರ್ಕ್ಸ್‌ವಾದಕ್ಕೆ ಹೆಚ್ಚಿನ ಕಟ್ಟುನಿಟ್ಟು ಬೇಕಾಗಿದೆ, ಕಡಿಮೆಯಲ್ಲ. ಅವರ ಕಾಲದಲ್ಲಿ ವಿಷಯವಸ್ತು ಮತ್ತು ವ್ಯಾಖ್ಯಾನವನ್ನು ಪ್ರತ್ಯೇಕಿಸಲು ಖಂಡಿತ ಸಾಧ್ಯವಿಲ್ಲೆಂಬ ಆಧುನಿಕೋತ್ತರ(ಪೋಸ್ಟ್ ಮಾಡರ್ನಿಸ್ಟ್) ನಿಲುವಿನ ಬಗ್ಗೆ ಕೇಳಿಯೇ ಇರಲಿಲ್ಲ; ವಾಸ್ತವವಾಗಿ, ಅವುಗಳನ್ನು ಪ್ರತ್ಯೇಕಿಸುವುದು ಅವರ ವಿಧಾನದ ಮೂಲ ಅಂಶವಾಗಿತ್ತು. ‘ಓರಿಯೆಂಟಲಿಸಂ’ (ಪೌರ್ವಾತ್ಯಶಾಸ್ತ್ರ), ಅಥವ ಭಾರತದ ಸಂದರ್ಭದಲ್ಲಿ ‘ಇಂಡಾಲಜಿ’(ಭಾರತಶಾಸ್ತ್ರ) ರೂಪಿಸಿದ ವಿಮರ್ಶಾತ್ಮಕ ಸಾಧನಗಳನ್ನು ಇನ್ನಷ್ಟು ಪರಿಪೂರ್ಣಗೊಳಿಸಬೇಕಾಗಿತ್ತು, ಅವನ್ನು ಬಿಸಾಕುವುದಲ್ಲ, ಅಥವ ಬದಿಗೊತ್ತುವುದಲ್ಲ. ಇದು 1963ರಲ್ಲಿ ಅತಿ ಹೆಚ್ಚು ‘ಓರಿಯೆಂಟಾಲಿಸ್ಟ್’ ಆಗಿರುವ ‘ಇಂಡೋ–ಇರಾನಿಯನ್ ಜರ್ನಲ್’ ನಲ್ಲಿ ಪ್ರಕಟವಾದ ಅವರ ‘ಇಂಡಾಲಜಿಯಲ್ಲಿ ಸಂಯೋಜಿತ ವಿಧಾನಗಳು’ ಎಂಬ ಪ್ರಭಾವಶಾಲೀ ಪ್ರಬಂಧದಲ್ಲಿದ್ದ ಒತ್ತು. ಇಲ್ಲಿ ಕೊಸಾಂಬಿ ಪದಗಳನ್ನು, ಪರಿಕಲ್ಪನೆಗಳನ್ನು ಎತ್ತಿಕೊಂಡು ಅವುಗಳ ವಿಮರ್ಶಾತ್ಮಕ ಅಧ್ಯಯನಗಳ ಆಧಾರದಲ್ಲಿ ಮಹತ್ವದ ಆಧಾರ ಪರಿಕಲ್ಪನೆ (ಹೈಪೊಥೀಸಿಸ್)ಗಳನ್ನು ಮುಂದಿಡುತ್ತಾರೆ. ಅವರು ಕ್ಷೇತ್ರಕಾರ್ಯ, ಅಂದರೆ, ಈ ಹಿಂದೆ ದಾಖಲಾದ ಅಥವ ಕಂಡುಬಂದ, ದಾಖಲಾಗದ, ಸಮಕಾಲೀನ ಆದಿ ಸಮುದಾಯಗಳಲ್ಲಿ, ಅಷ್ಟೇ ಏಕೆ ಬ್ರಾಹ್ಮಣರಲ್ಲಿಯೂ ಇರುವ ವಾಡಿಕೆಗಳು, ಆಚರಣೆಗಳನ್ನು ನೋಡುವುದು, ಆ ಮೂಲಕ ನಂತರದ ವಿರೂಪಗೊಂಡ ಅಥವ ಬದಲಾಗಿ ಉಳಿದುಕೊಂಡವುಗಳನ್ನು ಕಂಡು ಹಿಡಿಯುವ ಕಾರ್ಯದ ಮೇಲೆ ಒತ್ತು ನೀಡಿದರು.

–**ಪ್ರೊ. ಇರ್ಫಾನ್ ಹಬೀಬ್** (8)

ಭಾರತೀಯ ಪಾಳೆಯಗಾರಿಯ ಕುರಿತು

ರಾಜನ ಭೂಮಿಯಲ್ಲಿ ಬೇಸಾಯ ಮತ್ತು ಜೀತದ ಅಂಶಗಳು ಒಂದು ಉತ್ಪಾದನಾ ವಿಧಾನವಾಗಿ ಪಾಳೆಯಗಾರಿಕೆಯ ಮಾರ್ಕ್ಸ್‌ವಾದಿ ಪರಿಕಲ್ಪನೆಯಲ್ಲಿ ನಿರ್ಣಾಯಕ ಅಂಶಗಳಾಗಿದ್ದು, ಅವು ಕಾಣಿಸುತ್ತಿಲ್ಲ ಎಂಬುದನ್ನು ಕೊಸಾಂಬಿ ಗುರುತಿಸಿದ್ದರು; ಆದರೆ ಭಾರತೀಯ ಮತ್ತು ಯುರೋಪಿಯನ್ ಸ್ವರೂಪಗಳಲ್ಲಿ ಬೇರೆ ಅಂಶಗಳು, ಅಂದರೆ ಕೆಳಮಟ್ಟದ ಉತ್ಪಾದನಾ ತಂತ್ರಗಳು, ಒಡ್ಡತನದ ಬೆಳವಣಿಗೆ ಮತ್ತು ನಗರ ಜೀವನದ ಅವನತಿ, ರಾಜಕೀಯ ವಿಕೇಂದ್ರೀಕರಣ ಮತ್ತು ಸೇವಾ ಅವಧಿಗಳು ಮುಂತಾದವು ಸಮಾನವಾಗಿವೆ, ಹಾಗೂ ಇವುಗಳಿಂದ ಒಂದು ಸಹಸ್ರಮಾನಕ್ಕೂ ಹೆಚ್ಚು ಕಾಲದ ಉತ್ಪಾದನಾ ವಿಧಾನವನ್ನು 'ಪಾಳೆಯಗಾರಿಕೆ' ಎಂದು ನಿರೂಪಿಸುವುದು ಸಮರ್ಥನೀಯವಾಗುತ್ತದೆ ಎಂದು ಅವರು ನಂಬಿದ್ದರು. ರಾಜಕೀಯ ಮತ್ತು ಹಣಕಾಸು ವಲಯಗಳಲ್ಲಿ ಪಾಳೆಯಗಾರಿಕೆ ರೂಪುಗೊಳ್ಳುವಲ್ಲಿ ಎರಡು ವಿಭಿನ್ನ ಪ್ರಕ್ರಿಯೆಗಳನ್ನು ಅವರು ಗಮನಿಸಿದರು : (1)ಕೇಂದ್ರೀಕೃತ ಪ್ರಭುತ್ವಗಳು ಹಕ್ಕುಗಳನ್ನು, ರಿಯಾಯ್ತಿಗಳನ್ನು ದಯಪಾಲಿಸುವ ಮೂಲಕ "ಮೇಲಿನಿಂದ"; ಮತ್ತು (2) 'ಹಳ್ಳಿಗಳೊಳಗೆ ಪ್ರಭುತ್ವ ಮತ್ತು ರೈತಾಪಿಗಳ ನಡುವೆ ಭೂಮಾಲಕರು ಬೆಳೆದಾಗ' "ಕೆಳಗಿನಿಂದ", ಇಲ್ಲಿ ಬಂಡವಾಳಶಾಹಿಗಳು ಮೇಲಿನಿಂದ(ವ್ಯಾಪಾರಿಗಳು) ಮತ್ತು ಕೆಳಗಿನಿಂದ(ಕಸಬುದಾರರು) ಮೂಡಿಬಂದ ಬಗ್ಗೆ ಮಾರ್ಕ್ಸನ ನಿರೂಪಣೆಗಳ ಪ್ರತಿಧ್ವನಿ ಇರುವಂತೆ ಕಾಣುತ್ತದೆ. ಮುಸ್ಲಿಂ ರಾಜವಂಶಗಳ(ಹದಿಮೂರರಿಂದ ಹದಿನಾರನೇ ಶತಮಾನದ ವರೆಗೆ) ಅವಧಿಯ ಬಗ್ಗೆ ಕೊಸಾಂಬಿಯವರ ಟಿಪ್ಪಣಿಗಳಲ್ಲಿ ಹಲವು ಮಹತ್ವದ ಒಳನೋಟಗಳು ಮತ್ತು ಸೂಚನೆಗಳು ಕೂಡ ಇವೆ: ಉದಾಹರಣೆಗೆ, "ಎರಡು ಸಹಸ್ರಮಾನಗಳ ಹಿಂದೆ ಆರ್ಯರು ಹೊಸ ತಂತ್ರದ ಅಂಗೀಕಾರ ಮತ್ತು ಪ್ರಸರಣದಲ್ಲಿ ಗೊಡ್ಡು ಸಂಪ್ರದಾಯಗಳನ್ನು ಮುರಿದಂತಹುದೇ ಪಾತ್ರವನ್ನು 'ಇಸ್ಲಾಮೀ ದಾಳಿಕೋರರು' ವಹಿಸಿದರು" ಎಂಬ ಮಹತ್ವದ ಪ್ರಮೇಯ ನಮಗೆ ಅವರಿಂದ ಬಂದಿದೆ.

–ಪ್ರೊ.ಇರ್ಫಾನ್ ಹಬೀಬ್ (8)

ಕೊಸಾಂಬಿಯವರ ವಿಧಾನ ತರ್ಕಸಮ್ಮತ

ನಾವು, ವಿಚಾರಪರತೆ ಮತ್ತು ಸಾರ್ವತ್ರಿಕ ಮೌಲ್ಯಗಳ ಮೇಲಿನ ಸಮಸ್ತ ದಾಳಿಯನ್ನು ಬೌದ್ಧಿಕ ನಿಶ್ಶಸ್ತ್ರೀಕರಣದ ಮತ್ತು ಪಾಶ್ಚಿಮಾತ್ಯರಲ್ಲದ ಜನಗಳ ಛಿದ್ರೀಕರಣದ ಒಂದು ಪ್ರಯತ್ನ ಎಂದು ನೋಡಲೇ ಬೇಕಾಗುತ್ತದೆ. ಹಾಗೆ ನಾವು ನೋಡಿದರೆ, ಕೊಸಾಂಬಿಯವರ ವಿಧಾನ ತರ್ಕಬದ್ಧ ಎಂದು ಯಾವುದೇ ಹಿಂಜರಿಕೆಯಿಲ್ಲದೆ ಸಮರ್ಥಿಸಿಕೊಳ್ಳಲು ಬಲವಾದ ಕಾರಣ ಸಿಗುತ್ತದೆ. ಅವರ 'ಭಾರತೀಯ ಇತಿಹಾಸದ ಅಧ್ಯಯನಕ್ಕೆ ಒಂದು ಪ್ರವೇಶಿಕೆ'ಯ ಮರು ಓದು ಸದಾ ಒಂದು ಅನುಭವ, ಅಷ್ಟೊಂದು ಪ್ರತಿಭೆಯೊಡನೆ ಮಾತ್ರವಲ್ಲ, ವಿಚಾರಪರತೆಯನ್ನು ಎತ್ತಿ ಹಿಡಿಯುವ ಅಂತಹ ನಿರ್ಭೀತಿಯೊಡನೆ ಮುಖಾಮುಖಿಯೂ ಆಗುತ್ತದೆ.

–ಪ್ರೊ. ಇರ್ಫಾನ್ ಹಬೀಬ್ (13)

ಶಿಸ್ತೀಯ ಗಡಿಗಳಾಚೆ

ಕೊಸಾಂಬಿಯವರ ದಂಗು ಬಡಿಸುವ ಬೌದ್ಧಿಕ ಪಯಣ ಅಧ್ಯಯನಗಳಲ್ಲಿ ಶಿಸ್ತೀಯ ಸೀಮೆಗಳು ಹಾಗೂ ಔಪಚಾರಿಕ ತರಬೇತಿ ಮತ್ತು ಪದವಿಗಳು ಮಾತ್ರವೇ ಜ್ಞಾನದ ಗುರುತುಗಳು ಎಂಬುದೆಲ್ಲವು ಅರ್ಥಹೀನ ಎಂಬುದನ್ನು ಪರಿಣಾಮಕಾರಿಯಾಗಿ ಪ್ರದರ್ಶಿಸುತ್ತದೆ.

–ಪ್ರೊ. ಮೀರಾ ಕೊಸಾಂಬಿ (2)

ಎಲ್ಲೆಡೆಯೂ ಎಡವಟ್ಟು

ಸಾಂಸ್ಕೃತಿಕವಾಗಿ, ಕೊಸಾಂಬಿ ವಿಶ್ವ ಪ್ರಜೆ, ಹಾಗೂ ಬೌದ್ಧಿಕ ವಿಸ್ತಾರ ಮತ್ತು ಆಳವನ್ನು, ಭಾರತಕ್ಕೆ ಮತ್ತು ಅದರ ಸಂಸ್ಕೃತಿಗೆ ರಾಷ್ಟ್ರೀಯವಾದಿ ಬದ್ಧತೆಯನ್ನು ಅಮೆರಿಕನ್ ರೂಢಿಗಳು ಮತ್ತು ವಿಲಕ್ಷಣೆಗಳೊಂದಿಗೆ ಸಂಯೋಜಿಸಿದ್ದ ಅವರ ಅನನ್ಯತೆಯಿಂದಾಗಿ ಅವರು ಎಲ್ಲೆಡೆಯೂ ಎಡವಟ್ಟು ಮನುಷ್ಯ ಎನಿಸಿಕೊಂಡಿದ್ದರು. ಅವರದ್ದು ಜೀವಕ್ಕಿಂತಲೂ ದೊಡ್ಡದಾದ ವ್ಯಕ್ತಿತ್ವ. ಅವರ ವೈಯಕ್ತಿಕ ಬದುಕು ಕೂಡಾ ಒಂದು ಮಹತ್ವದ ನಿರೂಪಣೆ. ಅವರ ವೈಯಕ್ತಿಕ ಮತ್ತು ಬೌದ್ಧಿಕ ಋಜುತ್ವ ಪ್ರಶ್ನಾತೀತ. ಜಾತ್ಯಾತೀತತೆ ಅವರ ವ್ಯಕ್ತಿತ್ವದ ತಿರುಳು.

–ಪ್ರೊ. ಮೀರಾ ಕೊಸಾಂಬಿ (2)

"ಊರ್ವಶಿ ಮತ್ತು ಪುರೂರವ"

– ಪಾಂಡಿತ್ಯದ ಅತ್ಯಂತ ಉಜ್ವಲ ಉದಾಹರಣೆ

ಕೊಸಾಂಬಿಯವರ 'ಸಂಯೋಜಿತ ವಿಧಾನಗಳ' ಒಂದು ಉತ್ಕೃಷ್ಟ ಮಾದರಿಯೆಂದರೆ "ಊರ್ವಶಿ ಮತ್ತು ಪುರೂರವ" ಲೇಖನ. ಇದು ಅವರ ಪಾಂಡಿತ್ಯದ ಅತ್ಯಂತ ಉಜ್ವಲ ಹೊಳಪಿನ ಲೇಖನ ಎಂದು ದಿವಂಗತ ರವೀಂದ್ರ ಕುಮಾರ್ ಒಮ್ಮೆ ಒಂದು ಅನೌಪಚಾರಿಕ ಸಂವಾದದಲ್ಲಿ ಹೇಳಿದ್ದರು. ಕೊಸಾಂಬಿ ಈ ಪ್ರಾಚೀನ ಭಾರತೀಯ ಪುರಾಣವನ್ನು, ಭಾಷಾ ಮತ್ತು ಇತರ ಭಿನ್ನ ಸಾಂಸ್ಕೃತಿಕ ಮೂಲಗಳನ್ನು ಬಳಸಿ ಅದರ ಸಾಮಾಜಿಕ ಮೂಲದ ಒಳಗೆ ಗುರುತಿಸುತ್ತಾರೆ. ಈ ವಿಷಯದ ಮೇಲಿನ ಕಾಳಿದಾಸನ ನಾಟಕದಿಂದ ಆರಂಭಿಸಿ, ಅವರು ಈ ಗಾಥೆಯನ್ನು, ಶತಪಥ ಬ್ರಾಹ್ಮಣದಿಂದ ಹಿಡಿದು ಮಹಾಭಾರತದ ವರೆಗೆ ಅದರ ಎಂಟು ವಿಭಿನ್ನ ಮೂಲಗಳಲ್ಲಿ ಪರೀಕ್ಷಿಸುತ್ತಾರೆ. ಈ ಪ್ರಬಂಧ ಈ ಪುರಾಣದ ಅರ್ಯ ಮತ್ತು ಆರ್ಯ–ಪೂರ್ವ ಮೂಲದ ಪ್ರಶ್ನೆ ಹಾಗೂ ಹುಟ್ಟು ಮತ್ತು ಸಾವಿನ, ದೇವಿಯರ ಒಂದು ಚರ್ಚೆಯ ಮೂಲಕ ಸಂಚರಿಸುತ್ತಾ ಓದುಗರನ್ನು ಭಾರತೀಯ, ಹಿಟೈಟ್, ಹರಪ್ಪಾ ಮತ್ತು ಇಂಡೋ–ಗ್ರೀಕ್ ಹಸ್ತಕೃತಿಗಳ ಬಳಿ, ಈ ಎಲ್ಲವುಗಳನ್ನು

ಉದಹರಿಸುವ ಚಿತ್ರಗಳ ಬಳಿ ಒಯ್ಯುತ್ತಾರೆ. ಈ ಅತ್ಯಂತ ಅಸಮರ್ಪಕ ರೂಪುರೇಷೆಗೆ ಸೇರಿಸಬಹುದಾದ್ದೆಂದರೆ, ಈ ಪ್ರಬಂಧ ಗಂಡನನ್ನು ಬಲಿಗೊಡುವ ಮತ್ತು ವಿಧವೆಯರನ್ನು ಸುಡುವ ಗ್ರೀಕ್ ಪುರಾಣಗಳ ಹಾಗೂ ಅದಕ್ಕೆ ಸಮಾನಾಂತರವಾದ ಭಾರತೀಯ ಉದಾಹರಣೆಗಳ ಚರ್ಚೆಯೊಂದಿಗೆ ಕೊನೆಗೊಳ್ಳುತ್ತದೆ. ಈ ಇಡೀ ಪ್ರಬಂಧವನ್ನು ಒಂದು ಆಳವಾದ ಮತ್ತು ವಿಸ್ತಾರವಾದ ಅಂತರ–ಶಿಸ್ತೀಯ ಜ್ಞಾನವನ್ನು ಹೊರಗೆಡಹುವ ಸಾಂದರ್ಭಿಕ ಎಂದನಿಸುವ ಹೇಳಿಕೆಗಳಲ್ಲಿ ಜೋಡಿಸಿಡಲಾಗಿದೆ.

–ಪ್ರೊ. ಮೀರಾ ಕೊಸಾಂಬಿ (2)

ನಿರೀಕ್ಷೆ ಈಡೇರಿಸುವಂತೆ ಬದುಕುವ ಹೋರಾಟ

ಕೆಲವರ ಮೇಲೆ ಮಹಾನತೆಯನ್ನು ಹೊರಿಸಲಾಗುತ್ತದೆ, ಇನ್ನು ಕೆಲವರ ಮೇಲೆ ಮಹಾನತೆಯ ನಿರೀಕ್ಷೆಗಳನ್ನು ಹೊರಿಸಲಾಗುತ್ತದೆ, ಕೊಸಾಂಬಿಯ ಮೂರನೇ ತಲೆಮಾರಿನ ನನಗಾಗಿರುವಂತೆ. ನನ್ನೆಲ್ಲ ಅಕೆಡೆಮಿಕ್ ಜೀವನ, ವಿಶ್ವದ ಯಾವುದೇ ಅಕೆಡೆಮಿಕ್ ವಲಯದಲ್ಲಿ ನನ್ನನ್ನು ತಕ್ಷಣವೇ ಒಂದು ಬೌದ್ಧಿಕ ಸಂದರ್ಭದಲ್ಲಿ ಗುರುತಿಸುವ ಈ ಪ್ರತಿಮಾರೂಪದ ಹೆಸರಿಗೆ ಅನುಗುಣವಾಗಿರುವ ಹೋರಾಟ. ನಾನು ಕೇವಲ ಒಂದು ಉದಾಹರಣೆಯನ್ನು ಕೊಡುತ್ತೇನೆ– 1980ರ ದಶಕದ ಆರಂಭದಲ್ಲಿ ಕೊಲಂಬಿಯ ಯೂನಿವರ್ಸಿಟಿಗೆ ನನ್ನ ಮೊದಲ ಭೇಟಿಯ ಸಂದರ್ಭದಲ್ಲಿ ನಡೆದ ಘಟನೆಯಿದು.

–ಪ್ರೊ. ಮೀರಾ ಕೊಸಾಂಬಿ (2)

ಚಾರಿತ್ರಿಕ ಭೌತವಾದದ ಮೇರೆಗಳನ್ನು ವಿಸ್ತರಿಸುವಲ್ಲಿ

"ಮಾಗಧೀಯ ಪ್ರಭುತ್ವ" ಮತ್ತು "ಸಂಸ್ಕೃತೀಕರಣ" ಮುಂತಾದ ಪರಿಕಲ್ಪನೆಗಳು ಭಾರತೀಯ ಇತಿಹಾಸದ ಪ್ರಕ್ರಿಯೆಯೊಳಗೆ ಆಳವಾದ ಒಳನೋಟಗಳನ್ನು ಹೊಂದಿವೆ, ಇವು ಒಂದು ಪೂರ್ಣ ಗ್ರಹಿಕೆಯನ್ನು ನಿರ್ಮಿಸುವಲ್ಲಿ ಪ್ರಮುಖ ಇಟ್ಟಿಗೆಗಳಂತಿವೆ. ಇದರೊಂದಿಗೇ ಅವು ಚಾರಿತ್ರಿಕ ಭೌತವಾದದ ಮೇರೆಗಳನ್ನು ಮುಂದೊತ್ತುವಂತವು. ಮಾರ್ಕ್ಸ್‌ವಾದ ಒಂದು 'ಮುಚ್ಚಿರುವ ವ್ಯವಸ್ಥೆ' ಎಂಬ ಕಣ್ಣೋಟದಿಂದ, ಮಾರ್ಕ್ಸ್‌ವಾದ ಕುರಿತ 'ಮುಚ್ಚಿರುವ' ಅಧ್ಯಯನದಿಂದ ಅವರು ಬಂಧಿತರಾಗಿರದಿದ್ದರಿಂದ. ಅವರಿಗೆ ಭಾರತೀಯ ಇತಿಹಾಸದ ನವೀನ ಮಾರ್ಕ್ಸ್‌ವಾದಿ ವ್ಯಾಖ್ಯಾನ ನೀಡಲು ಸಾಧ್ಯವಾಯಿತು. ಮಾರ್ಕ್ಸ್‌ವಾದ ಒಂದು 'ರೂಪಿತ' ಸೈದ್ಧಾಂತಿಕ ವ್ಯವಸ್ಥೆ, ಮಾನವ ಇತಿಹಾಸವನ್ನು ಅದರೊಳಗೆ ಅಳವಡಿಸಬೇಕು ಎಂಬ ಕಣ್ಣೋಟ ಸರಿಯಲ್ಲ, ಎಸ್.ಎ.ಡಾಂಗೆಯವರ 'ಆದಿ ಸಮತಾವಾದದಿಂದ ಗುಲಾಮ ವ್ಯವಸ್ಥೆಯ ವರೆಗೆ' ಎಂಬ ಕೃತಿಯಲ್ಲಿ ಇಂತಹ ನಿಲುವಿದೆ ಎಂದು ಅವರು ಭಾವಿಸಿದ್ದರು. ಅವರ ಮಾರ್ಕ್ಸ್‌ವಾದ ಇಂತಹ 'ರೂಪಿತ'

ವ್ಯವಸ್ಥೆಯಲ್ಲ, ಮಾನವ ಇತಿಹಾಸದ ಅಧ್ಯಯನದಲ್ಲಿ ಒಂದು ವೈಜ್ಞಾನಿಕ ನಿಲುವು. ಮಾರ್ಕ್ಸ್‌ವಾದ ಅನಿವಾರ್ಯವಾಗಿಯೇ 'ತೆರೆದ ತುದಿ'ಯ ಸಿದ್ಧಾಂತವಾಗಿರಬೇಕು.

–**ಪ್ರೊ. ಪ್ರಭಾತ್ ಪಟ್ನಾಯಕ್** (14)

ಎಡಪಂಥೀಯರೊಂದಿಗೆ ಸಂಬಂಧ

........ಅಂತಿಮವಾಗಿ ಎಡಪಂಥೀಯರೊಂದಿಗೆ ಕೊಸಾಂಬಿಯವರ ಸಂಬಂಧದ ಬಗ್ಗೆ. ಯುದ್ಧಕಾಲದಲ್ಲಿ ಕಮ್ಯುನಿಸ್ಟ್ ಪಕ್ಷದೊಂದಿಗೆ ಕೊಸಾಂಬಿಯವರ ಸಹಯೋಗವಿತ್ತು. ಆಗ ಅವರು ಪಕ್ಷದ ಪ್ರಕಟನೆಗಳಲ್ಲಿ ಬರೆಯುತ್ತಿದ್ದರು. ನಂತರ ಪಕ್ಷದೊಡನೆ ಅವರ ಸಂಬಂಧ ದುರ್ಬಲಗೊಂಡರೂ, ಕಮ್ಯುನಿಸ್ಟರು ಸಂಘಟಿಸಿದ ಶಾಂತಿ ಆಂದೋಲನದಲ್ಲಿ ಅವರು ಬಹಳ ಸಕ್ರಿಯರಾಗಿದ್ದರು .....ಕಮುನಿಸ್ಟರೊಂದಿಗೆ ಭಿನ್ನಾಭಿಪ್ರಾಯಗಳನ್ನು ಹೊಂದಿದ್ದರೂ (ಕಮ್ಯುನಿಸ್ಟರ ಒಳಗೂ ಆಗ ಭಿನ್ನಾಭಿಪ್ರಾಯಗಳು ಇದ್ದವು, ಅವು ಅಂತಿಮವಾಗಿ ಒಂದು ವಿಭಜನೆಗೆ ಕಾರಣವಾದವು ಎಂಬುದನ್ನು ನೆನಪಿಸಿಕೊಳ್ಳಬೇಕು), ಅವರಿಗೆ ಬಹಳ ನಿಕಟವಾಗಿದ್ದರು ಎಂದು ಬಗೆಯಲಾಗಿತ್ತು. ಬಹುಶಃ ಅದರಿಂದಾಗಿಯೇ ಹಾರ್ವರ್ಡಿನಲ್ಲಿ ಅವರ ಟಾಗೋರ್ ಸ್ಮಾರಕ ಉಪನ್ಯಾಸ ನೆರವೇರಲಿಲ್ಲ....

ಕೊಸಾಂಬಿಯವರ ರಾಜಕೀಯ ನಿಲುವುಗಳು ಕಮ್ಯುನಿಸ್ಟರ ಪ್ರಬಲ ವಿಭಾಗಗಳ ನಿಲುವುಗಳಿಗಿಂತ ಬಹಳ ದೂರವೇನೂ ಇರಲಿಲ್ಲ. ಅವರ 'ಎಕ್ಸಾಸ್ಪರೇಟಿಂಗ್ ಎಸ್ಸೇಸ್'(ಕೆಣಕುವ ಪ್ರಬಂಧಗಳು)ನಲ್ಲಿನ ಒಂದು ಪ್ರಬಂಧದಲ್ಲಿ ನೆಹರೂ ಯುಗದ ಅವರ ರಾಜಕೀಯ ವಿಶ್ಲೇಷಣೆ ಇಂದಿನ ಅತಿ ದೊಡ್ಡ ಕಮ್ಯುನಿಸ್ಟ್ ಪಕ್ಷ ಆ ಅವಧಿಯ ಬಗ್ಗೆ ಹೇಳಬಹುದಾದಕ್ಕಿಂತ ಭಿನ್ನವೇನೂ ಆಗಿಲ್ಲ....

ಭಾರತದಲ್ಲಿ ತಮ್ಮ ಸಮಕಾಲೀನ ಕಮ್ಯುನಿಸ್ಟರು ಪ್ರತಿಪಾದಿಸುತ್ತಿದ್ದುದನ್ನು 'ಅಧಿಕೃತ ಮಾರ್ಕ್ಸ್‌ವಾದ' ಎಂದು ಕರೆದಿದ್ದ ಕೊಸಾಂಬಿಯವರಿಗೆ, ಅವರೆಲ್ಲ ಮಾರ್ಕ್ಸ್‌ವಾದವನ್ನು ಒಂದು 'ಮುಚ್ಚಿರುವ ವ್ಯವಸ್ಥೆ'ಯೆಂದು ಪರಿಗಣಿಸಿದ್ದಾರೆಂಬ ಆಕ್ಷೇಪವಿದ್ದಂತೆ ಕಾಣುತ್ತದೆ.....

– **ಪ್ರೊ. ಪ್ರಭಾತ್ ಪಟ್ನಾಯಕ್** (14)

ನಾಗರಿಕತೆಯ ಸಂವಾದದಲ್ಲಿ ಕೊಸಾಂಬಿ

........ಇತಿಹಾಸದ ವ್ಯಾಖ್ಯಾನಕ್ಕೆ ಅವರ ಕೊಡುಗೆಯ ನೆಲೆಯನ್ನು ಕಾಣಲು ನಾವು ಪ್ರಯತ್ನಿಸಿದರೆ, ಭಾರತ ಒಂದು ನಾಗರಿಕತೆ ಎಂಬ ವಿಚಾರ ಕುರಿತಂತೆ ಅವರ ನಿಲುವು ಅವುಗಳಲ್ಲಿ ಅತ್ಯಂತ ತಾಳಿಕೆಯದ್ದಾಗಿ ಮತ್ತು ವ್ಯಾಪಕ ಮಹತ್ವ ಹೊಂದಿರುವಂತದ್ದಾಗಿ ಕಾಣುತ್ತದೆ........ಸಾಮಾನ್ಯವಾಗಿ ಅಕೆಡೆಮಿಕ್ ಇತಿಹಾಸಕಾರರ ವೃತ್ತಿಪರ ಬರವಣಿಗೆಗಳಲ್ಲಿನ ವಿಶೇಷವಾದ ಮತ್ತು ವಿಚ್ಛಿನ್ನ ನೋಟವೆಲ್ಲಾ ಸೇರಿ ನಾಗರಿಕತೆಯ ಕಲ್ಪನೆಯಲ್ಲಿ ಇರಬೇಕಾದ

ಸಂಪೂರ್ಣತೆಯ ಕಣ್ಣೋಟ ಸಿಗುತ್ತಿರಲಿಲ್ಲ. ಕೊಸಾಂಬಿಯವರ ಜೀವಿತಾವಧಿಯಲ್ಲಿ ಎಂದೂ ಅವರಿಗೆ ಸಲ್ಲತಕ್ಕ ಸ್ಥಾನ–ಮಾನವನ್ನು ಕೊಡದಿರಲು ಕಾರಣ ಅವರು ತಾನೊಬ್ಬ ಮಾರ್ಕ್ಸ್‌ವಾದಿ ಎಂದು ಹೇಳಿಕೊಂಡಿದ್ದಷ್ಟೇ ಅಲ್ಲ, 'ನಾಗರಿಕತೆ' ಎಂಬ ಒಂದು ಮೋಸದ ಪದಾರ್ಥದ ಬಗ್ಗೆ ಮಾತಾಡುವ ಒಬ್ಬ ವೃತ್ತಿಪರನಲ್ಲದ ವ್ಯಕ್ತಿ ಎಂಬ ತಿರಸ್ಕಾರ ಆ ಇತಿಹಾಸಕಾರರಲ್ಲಿದ್ದು ಕೂಡ ಕಾರಣವಾಗಿರಬಹುದು ಎನ್ನಬಹುದು...

....ಮಹಾತ್ಮ ಗಾಂಧಿ, ರವೀಂದ್ರನಾಥ ಟಾಗೋರ್, ಜವಹರಲಾಲ ನೆಹರೂರಂತಹ ಇಪ್ಪತ್ತನೆಯ ಶತಮಾನದ ಕೆಲವು ಅತ್ಯಂತ ಸೃಜನಶೀಲ ಮನಸ್ಸುಗಳು ಬೆಳೆಸಿದ ನಾಗರಿಕತೆಯ ಸಂವಾದವನ್ನು ಅವರು ಪ್ರವೇಶಿಸಿದರು...

...ಕೊಸಾಂಬಿ ಈ ಕಣ್ಣೋಟದಲ್ಲಿ ಪಾಲ್ಗೊಳ್ಳುತ್ತಲೇ, ಹೊರನೋಟಕ್ಕೆ ಕಾಣುವ ಭಿನ್ನತೆಯಲ್ಲಿ ಏಕತೆಯನ್ನು ಒತ್ತಿ ಹೇಳುತ್ತಲೇ, ನಾಗರಿಕತೆ ಕುರಿತ ರಾಷ್ಟ್ರೀಯವಾದಿ ಸಂವಾದದಲ್ಲಿ ಸಾಮಾನ್ಯವಾಗಿ ಹೇಳದ ಒಂದು ಅಂಶವನ್ನು ಹೇಳಿದರು. 'ಆಧುನಿಕ ಭಾರತೀಯ ಹಳ್ಳಿ ಘೋರ ಬಡತನ ಮತ್ತು ಅಸಹಾಯಕತೆಯ ಹೇಳಲಾಗದ ಭಾವನೆಯನ್ನು ಕೊಡುತ್ತದೆ. ಹಾಗಿದ್ದರೂ, ಇಂತಹ ಸಂಕಟ ಮತ್ತು ಕೀಳುಸ್ಥಿತಿಯಲ್ಲಿ ಬದುಕುತ್ತಿರುವ ಜನಗಳಿಂದ ಕಿತ್ತುಕೊಂಡ ಮಿಗುತಾಯ ಭಾರತೀಯ ಸಂಸ್ಕೃತಿ ಮತ್ತು ನಾಗರಿಕತೆಗೆ ಭೌತಿಕ ಬುನಾದಿ ಒದಗಿಸುತ್ತಿತ್ತು, ಈಗಲೂ ಒದಗಿಸುತ್ತಿದೆ' ಎಂದು 1965ರಲ್ಲಿ ಅವರು ಬರೆದಿದ್ದರು. ಈ ಮೌಲ್ಯಮಾಪನ ಸಾಮಾನ್ಯವಾಗಿ ಕೇಳುವ ನಮ್ಮ ನಾಗರಿಕತೆಯ ಸ್ತೋತ್ರಗಾನಕ್ಕಿಂತ ಸಂಪೂರ್ಣ ಭಿನ್ನವಾದದ್ದು.

ಕೊಸಾಂಬಿ ಮೀಟಿದ ಇನ್ನೊಂದು ಹೊಸ ಸ್ವರವೆಂದರೆ ಈ ನಾಗರಿಕತೆಯ ಐಕ್ಯತೆ ಸ್ಥಿರತೆಯನ್ನು ಗಳಿಸಿದ್ದು ಜಡತೆಯ, ಮೂಢನಂಬಿಕೆ ಮತ್ತು ಆದಿಮತೆಯ ಬೆಲೆ ತೆತ್ತು ಎಂಬುದು.......ಸಮನ್ವಯತೆ ಹಲವಾರು 'ಆದಿಕಾಲದ ಸ್ಥಳೀಯ ದೇವ–ದೇವಿಯರನ್ನು' ಮತ್ತು ಧಾರ್ಮಿಕ ನಂಬಿಕೆಗಳನ್ನು ಪ್ರಾಚೀನ ಬ್ರಾಹ್ಮಣ ವ್ಯವಸ್ಥೆಯಲ್ಲಿ ಸೇರಿಸಿಕೊಳ್ಳಲು, ಜತೆಗೆ ವಿಭಿನ್ನ ಸಾಮಾಜಿಕ ಗುಂಪುಗಳು ಅವರವರ ನಂಬುಗೆಗಳು ಮತ್ತು ಸಂಸ್ಕೃತಿಗಳೊಂದಿಗೆ ವಿಲೀನಗೊಳ್ಳಲು ಅವಕಾಶ ಮಾಡಿಕೊಟ್ಟಿದೆ ಎಂದು ಕೊಸಾಂಬಿ ವಾದಿಸುತ್ತಾರೆ. ಆದರೆ "ಬ್ರಾಹ್ಮಣ ಧರ್ಮ ಹೀಗೆ ಒಂದು ಸಾಮಾನ್ಯ ಬಂಧವಿಲ್ಲದ ಸಾಮಾಜಿಕ ತುಣುಕುಗಳಾಗಿ ಉಳಿಯುತ್ತಿದ್ದ ಗುಂಪುಗಳಿಗೆ ಒಂದು ರೀತಿಯ ಐಕ್ಯತೆಯನ್ನು ಕೊಟ್ಟಿತು. ಈ ಪ್ರಕ್ರಿಯೆ ಭಾರತದ ಇತಿಹಾಸದಲ್ಲಿ ನಿರ್ಣಾಯಕವಾಗಿತ್ತು, ಮೊದಲು, ದೇಶವನ್ನು ಬುಡಕಟ್ಟಿನಿಂದ ಸಮಾಜವಾಗಿ ಬೆಳೆಸುವಲ್ಲಿ, ಮತ್ತು ನಂತರ ಅದನ್ನು ಹಿಂದಕ್ಕೆಳೆದು ನಿಲ್ಲಿಸಿ, ಮೂಢನಂಬಿಕೆಗಳ ಹೊಲಸು ಕೆಸರಿನಲ್ಲಿ ಬಿದ್ದಿರುವಂತೆ ಮಾಡುವಲ್ಲಿ" ಎಂದು ಅವರು ಸೇರಿಸುತ್ತಾರೆ.....ಸಮನ್ವಯತೆಯ ಎಂದಿನ ರಾಷ್ಟೀಯವಾದಿ ನಿಲುವಿಗೆ ತದ್ವಿರುದ್ಧವಾಗಿ, ಅವರು ಭಾರತೀಯ ಮನಸ್ಸನ್ನು ಆವರಿಸಿದ ಕಂದಾಚಾರದ ಪರಿಣಾಮಗಳ ಬಗ್ಗೆ ವಿಮರ್ಶೆ ಮಾಡಿದ್ದಾರೆ.

–ಡಾ.ಸಬ್ಯಸಾಚಿ ಭಟ್ಟಾಚಾರ್ಯ

'ಕೊಸಾಂಬಿ ಅಂಡ್ ದಿ ದಿಸ್ಕೋರ್ಸ್ ಆನ್ ಸಿವಿಲಿಝೇಶನ್,

'ದಿ ಹಿಂದೂ', ಜುಲೈ31, 2008

ಚಾರಿತ್ರಿಕ ಬದಲಾವಣೆಯ ಚೌಕಟ್ಟು

.................ಇತರ ಮಾರ್ಕ್ಸ್‌ವಾದಿ ಭಾರತಶಾಸ್ತ್ರಜ್ಞರು (ಇಂಡೋಲಾಜಿಸ್ಟರು) 'ಉತ್ಪಾದನಾ ವಿಧಾನ'ದ ಪರಿಕಲ್ಪನೆಯನ್ನು ಹೇಗೆ ಬಳಸಿದರು ಮತ್ತು ಕೊಸಾಂಬಿ ಅದನ್ನು ಹೇಗೆ ಭಾರತೀಯ ಸಂದರ್ಭದಲ್ಲಿ ಬಳಸಲು ಪ್ರಯತ್ನಿಸಿದರು ಎಂಬುದರ ನಡುವೆ ನಿಜಕ್ಕೂ ದೊಡ್ಡ ವ್ಯತ್ಯಾಸವಿದೆ. ಕೊಸಾಂಬಿಯವರ ಬರವಣಿಗೆಗಳನ್ನು ನಿಕಟವಾಗಿ ಅನುಸರಿಸಿದರೆ, 'ಸಾಮಾಜಿಕ ಸ್ವರೂಪವನ್ನು ತಲುಪಿದ ಸಂಪೂರ್ಣ ಐತಿಹಾಸಿಕ ಪ್ರಕ್ರಿಯೆಯನ್ನು', ಅವರೇ ಸ್ವತಃ ಯಾವುದನ್ನು ಚಾರಿತ್ರಿಕ ಬದಲಾವಣೆಯ ಮಾರ್ಕ್ಸ್‌ವಾದಿ ಚೌಕಟ್ಟು ಎಂದು ವ್ಯಾಖ್ಯಾನ ಮಾಡಿದರೋ, ಅದರ ಮೂಲಕ ಮಾತ್ರ ಅರ್ಥ ಮಾಡಿಕೊಳ್ಳಲು ಸಾಧ್ಯ. ಅದುವರೆಗಿದ್ದ ಚರಿತ್ರೆಯ ಬರವಣಿಗೆಯಲ್ಲಿ ಬದಲಾವಣೆಯ ವ್ಯವಸ್ಥೆಯೆಂದರೆ ಯುದ್ಧಗಳು, ವಿಜಯಗಳು, ರಾಜವಂಶಗಳ ಪಲ್ಲಟಗಳು. ಬೇರೆ ಮಾತುಗಳಲ್ಲಿ ಹೇಳುವುದಾದರೆ, ಬದಲಾವಣೆಯ ಮಾಧ್ಯಮಗಳು ಅವರೇ 'ಸ್ವಪ್ರತಿಷ್ಠೆಯವರು' ಎಂದು ಕರೆದವರ ಚಟುವಟಿಕೆಗಳು.... ಅವರಿಗೆ 'ಸಂಪೂರ್ಣ ಐತಿಹಾಸಿಕ ಪ್ರಕ್ರಿಯೆ' ಒಂದು ಅನನ್ಯವಾದ ಭಾರತೀಯ ಪ್ರಕ್ರಿಯೆ, ಭಾರತೀಯ ಸಮಾಜದ ಬೆಳವಣಿಗೆಗಳ ತರ್ಕದಲ್ಲಿ ಮತ್ತು ಭಾರತೀಯ ಸಾಂಸ್ಕೃತಿಕ ನೆಲೆಗಳಲ್ಲಿ ವಿವರಿಸಬೇಕಾದ್ದು. ಇಲ್ಲಿ ಸಂಸ್ಕೃತಿ ಎಂಬುದನ್ನು 'ಜನಾಂಗ ನಿರೂಪಣೆಗಾರರ(ಎಥ್ನೊಗ್ರಾಫರ್) ಅರ್ಥದಲ್ಲಿ, ಸಮಸ್ತ ಜನತೆಯ ಜೀವನ ವಿಧಾನದ ಸಾರದ ವರ್ಣನೆ' ಎಂದು ಅರ್ಥೈಸಿಕೊಳ್ಳಬೇಕು.

ಕೊಸಾಂಬಿಯವರು ಭಾರತದಲ್ಲಿ ಚಾರಿತ್ರಿಕ ಬದಲಾವಣೆಗಳ ಮತ್ತು ಸಾಮಾನ್ಯವಾಗಿ ಭಾರತೀಯ ಇತಿಹಾಸದ ದಿಕ್ಪಥಗಳ ಕುರಿತ ತನ್ನ ವಿಚಾರಗಳನ್ನು ಬೆಳೆಸುವಾಗ, ಅವರ ಮುಂದೆ ನಿಜವಾಗಿಯೂ ಒಂದು ಕಾರ್ಯಯೋಗ್ಯ ಮಾದರಿ ಇರಲಿಲ್ಲ. ಅವರು ತಮ್ಮ ಬರಹಗಳಲ್ಲಿ ಎಡ ಒಲವಿನ ಪುರಾತತ್ವಶಾಸ್ತ್ರಜ್ಞರು ಮತ್ತು ಪ್ರಾಚೀನ ಇತಿಹಾಸದ ತಜ್ಞರ ಪ್ರಸ್ತಾವ ಮಾಡಿದ್ದಾರೆ; ಆರಂಭದ ಗ್ರೀಸಿನ ಬಗ್ಗೆ ಜಾರ್ಜ್ ಥಾಂಪ್ಸನ್ ರವರ ಕೃತಿಗಳ ಬಗ್ಗೆ ಅವರಿಗೆ ವಿಶೇಷ ಮೆಚ್ಚುಗೆಯಿತ್ತು........

– *ಪ್ರೊ. ಬಿ.ಡಿ. ಚಟ್ಟೋಪಾಧ್ಯಾಯ* (9)

ಕಥನ ಇತಿಹಾಸವಲ್ಲ

ಇಲ್ಲಿ ಕೊಸಾಂಬಿಯವರ ಚರಿತ್ರೆ ಕುರಿತ ಬರವಣಿಗೆಗಳ ಒಂದು ಸಾರಾಂಶವನ್ನು ಮುಂದಿಡುವ ಅಗತ್ಯವಿಲ್ಲ. ಆದರೆ ಅವರ ಒತ್ತು ಕಥನ ಇತಿಹಾಸದ ಮೇಲಿರದೆ, ಸಮಾಜ ತನ್ನನ್ನು ಪುನರುತ್ಪತ್ತಿಸಿಕೊಳ್ಳುವ ವಿಧಾನಗಳ ಬದಲಾವಣೆಗಳ ಮೇಲೆ ಇದ್ದುದರಿಂದ, ಅವರು ಇದೇ ನಿಲುವಿನಿಂದ ಕೆಲಸ ಮಾಡಿದಂತೆ ಕಾಣುವ ಇತರರಿಗಿಂತ ಯಾವ ರೀತಿಗಳಲ್ಲಿ ನಿರಂತರವಾಗಿ ಭಿನ್ನರಾಗಿದ್ದರು ಎಂಬುದನ್ನು ಅರ್ಥಮಾಡಿಕೊಳ್ಳುವುದು

ಅಗತ್ಯ. ಆರಂಭದ ಭಾರತೀಯ ವರ್ಗ ಸಮಾಜ ರೂಪುಗೊಂಡುದರ ಬಗ್ಗೆ ಡಿ.ಎ.ಸುಲ್ಯೆಕಿನ್ ಮತ್ತು ಎಸ್.ಎ.ಡಾಂಗೆಯವರ ಬರವಣಿಗೆಗಳನ್ನು ಅವರು ತಳ್ಳಿ ಹಾಕಿದ ರೀತಿಯಲ್ಲಿಯೇ ಈ ಭಿನ್ನತೆ ಸ್ಪಷ್ಟವಾಗುತ್ತದೆ. ಈ ಬಗ್ಗೆ ಕೊಸಾಂಬಿಯವರ ಕೃತಿ ಭಾರತೀಯ ಪುರಾವೆಯನ್ನು ಕಾಲಾನುಕ್ರಮವಾಗಿ, ಸಿಂಧೂ ಕಣಿವೆಯ ನಾಗರಿಕತೆ, ವೇದಗಳ 'ಆರ್ಯರ ಸಮಾಜ'ದಿಂದ, ಮೊದಲ ಭಾರತೀಯ ಸಾಮ್ರಾಜ್ಯ, ಅಂದರೆ ಮೌರ್ಯ ಸಾಮ್ರಾಜ್ಯ ಮೂಡಿ ಬರುವ ಮೊದಲು ಕೋಸಲ ಮತ್ತು ಮಗಧದ ಉನ್ನತಿಯ ವರೆಗಿನ ದಾರಿಯನ್ನು ಅನುಸರಿಸಬೇಕಾಗಿತ್ತು. ಭಾರತೀಯ ಸಂದರ್ಭದಲ್ಲಿ, ಲಭ್ಯ ಪುರಾವೆಯ ಪ್ರಕಾರ ಆದಿ ಸಮತಾವಾದದಿಂದ ಗುಲಾಮ ವ್ಯವಸ್ಥೆಯತ್ತ ಸಾಗುವುದನ್ನು ಆಧಾರ ಸೂತ್ರವಾಗಿಸಿಕೊಳ್ಳುವುದು ಅಸಂಬದ್ಧವಾಗುತ್ತದೆ ಎಂದು ಅವರು ವಾದಿಸಿದರು.; 'ನಾವು ಅತ್ಯಂತ ಹಳೆಯ ಭಾರತೀಯ ಸಮುದಾಯಗಳ ಅಧ್ಯಯನ ಮಾಡಬೇಕೆಂದಿದ್ದರೆ, ಯಾವ ಸಮುದಾಯಗಳ ಪ್ರಾಚೀನತೆ ಮತ್ತು ಉತ್ಪಾದನಾ ವಿಧಾನದ ಬಗ್ಗೆ ನಮಗೆ ಯಾವುದೇ ನಿರ್ದಿಷ್ಟ ಜ್ಞಾನವಿದೆಯೋ, ಅವುಗಳೆಲ್ಲ ಆದಿ ಕಾಲದ ಸ್ಥಿತಿಯನ್ನು ಹಾದು ನಾಗರಿಕತೆಗೆ ಕಾಲಿಟ್ಟಿದ್ದವು ಎಂಬ ಸಂಗತಿಯನ್ನು ನಾವು ಎದುರಿಸಬೇಕಾಗುತ್ತದೆ.' -

– **ಪ್ರೊ. ಬಿ.ಡಿ. ಚಟ್ಟೋಪಾಧ್ಯಾಯ** (9)

ಇತಿಹಾಸದ ವ್ಯಾಪ್ತಿಯ ಮರುನಿರೂಪಣೆ

ಕೊಸಾಂಬಿಯವರು ಹಿಂದಿನ ಮತ್ತು ಇಂದಿನ ಸಮಾಜ ಮತ್ತು ಅದರ ಸಂಸ್ಕೃತಿಗೆ, ಅದರ ಪರಿಧಿಯಲ್ಲಿ ಕುಲೀನರನ್ನೂ, ಅಂಚಿನಲ್ಲಿರುವವರನ್ನೂ ಒಳಗೊಂಡಂತೆ, ಸಂಪೂರ್ಣವಾಗಿ ಪಲ್ಲಟಗೊಳಿಸಿದ್ದು ಇತಿಹಾಸದ ವ್ಯಾಪ್ತಿಯ ಮರು ನಿರೂಪಣೆಯಾಗಿತ್ತು ಮತ್ತು ಅದರಿಂದಾಗಿ ಚಾರಿತ್ರಿಕ ಜ್ಞಾನದ ಮೂಲಗಳ ಮರುನಿರೂಪಣೆಯೂ ಆಗಿತ್ತು. ಸಾಂಪ್ರದಾಯಿಕ ಮೂಲಗಳು ಇನ್ನು ಸಾಲುವುದಿಲ್ಲ, ಏನೇ ಆಗಲಿ, ಅವನ್ನು ಪ್ರತ್ಯೇಕವಾಗಿ ಅಧ್ಯಯನ ಮಾಡುವುದೂ ಸಾಧ್ಯವಿರಲಿಲ್ಲ. 'ಸಂಯೋಜಿತ ವಿಧಾನ'ಕ್ಕೆ ಹೋಗುವುದು ಅಗತ್ಯವಾಗಿತ್ತು; ಇಂದು ಜನಾಂಗ–ಪುರಾತತ್ವಶಾಸ್ತ್ರ ಎಂದು ಕರೆಯಬಹುದಾದುದನ್ನು, ಮಾನವಶಾಸ್ತ್ರ, ಪುರಾಣಶಾಸ್ತ್ರವನ್ನು ಮತ್ತು ಲಿಖಿತ ಪದಗಳ ಅರ್ಥಗಳ ಹೊಸ ವಿಶ್ಲೇಷಣೆಗಳನ್ನು ಬಳಸುವ ವಿಧಾನಕ್ಕೆ. ಈ ವಿಧಾನ ವಾಸ್ತವವಾಗಿ ಹೇಗೆ ಕೆಲಸ ಮಾಡುತ್ತದೆ ಎಂದು ತೋರಿಸಲು ಸಾಧ್ಯವಿಲ್ಲದಿದ್ದರೆ, ಈ ಪಲ್ಲಟಗಳು ಒಂದು ನಿರ್ದಿಷ್ಟ ಚಾರಿತ್ರಿಕ ನಿಲುವಿಗೆ ಸಂಬಂಧಪಟ್ಟದ್ದು ಎನ್ನುವುದು ಸರಳೀಕರಣವಾಗುತ್ತದೆ. ಕೊಸಾಂಬಿಯವರ ಮಟ್ಟಿಗೆ ವಾಸ್ತವ ಕೆಲಸ ಪ್ರಶ್ನೆಗಳನ್ನು ಕೇಳುವುದರೊಂದಿಗೆ ಆರಂಭವಾಗುವಂತೆ ಕಾಣುತ್ತದೆ.

– **ಪ್ರೊ. ಬಿ.ಡಿ. ಚಟ್ಟೋಪಾಧ್ಯಾಯ** (9)

ಬದಲಾವಣೆಯ ಗುರುತುಗಳು– 'ಪ್ರಧಾನ ಮುನ್ನಡೆಗಳು'

ಹಾಗಿದ್ದರೆ 'ಮಾದರಿಯ ಪಲ್ಲಟ'(ಪಾರಡೈಮ್ ಶಿಫ್ಟ್)ವನ್ನು ಕೊಸಾಂಬಿಯವರ ಇತಿಹಾಸದ ವ್ಯಾಪ್ತಿಯ ಮರುನಿರೂಪಣೆಯ ಪದಗಳಲ್ಲಿ ಅರ್ಥ ಮಾಡಿಕೊಳ್ಳಬೇಕಾಗುತ್ತದೆ. ಈ ಮರುನಿರೂಪಣೆ ವಿಭಿನ್ನ ಮೂಲಗಳನ್ನು ಬಳಸಿಕೊಳ್ಳಲು ಅವರು ರೂಪಿಸಿದ ಸಮಗ್ರೀಕೃತ ವಿಧಾನದಲ್ಲಿ ಮತ್ತು ಈ ವಿಭಿನ್ನ ಮೂಲಗಳಿಂದ ಹಾಗೂ ಅವು ಹೊಮ್ಮಿದ ಸಮಾಜದಿಂದ ಮಾತ್ರವೇ ಮೂಡಬಲ್ಲ ಪ್ರಶ್ನೆಗಳನ್ನು ಕೇಳುವ ಮೇಲೆ ಅವರ ಒತ್ತಿನಲ್ಲಿ ಹಿಂದಿನ ಇತಿಹಾಸದ ವಿಂಗಡಣೆಗಳನ್ನು ಮುರಿದಂತದ್ದು. ಇವೆಲ್ಲಾ ಸೇರಿ ಒಂದು ಸಂಪೂರ್ಣ ಹೊಸದಾದ ನಿಲುವು ಆಗಿದ್ದರೆ, ಅದರ ಅರ್ಥ ಇತಿಹಾಸದ ಅವಧಿಗಳ, ನಿಗದಿತ ಅವಧಿಗಳನ್ನು ಕುರಿತ ಬೇರೂರಿದ ಕಲ್ಪನೆಗಳ ತೀಕ್ಷ್ಣವಾದ ಬೇಲಿಗಳನ್ನು ಮುರಿದವು ಎಂದೂ ಆಗುತ್ತದೆ. ಕೊಸಾಂಬಿ ಕೆಲವೊಮ್ಮೆ 'ಮುಸ್ಲಿಂ' ಅವಧಿ ಎಂಬಿತ್ಯಾದಿ ಪದಗಳನ್ನು ಬಹಳ ಸಡಿಲವಾಗಿ ಬಳಸಿದ್ದಾರೆ ಎಂಬುದು ನಿಜ. ಆದರೆ ಭಾರತೀಯ ಇತಿಹಾಸದ ಅವರ ದೂರಗಾಮಿ ಕಣ್ಣೋಟದಲ್ಲಿ ಇದ್ದದ್ದು 'ಪ್ರಧಾನ ಮುನ್ನಡೆಗಳು' ಮಾತ್ರ, ಭಾರತೀಯ ಇತಿಹಾಸದ ಒಂದು ಅವಧಿಯ ಜಾಗದಲ್ಲಿ ಇನ್ನೊಂದು ಬಂತು ಎಂಬುದಲ್ಲ. ಬದಲಾವಣೆಯ ಗುರುತುಗಳನ್ನು ಕಾಣಬೇಕಾದರೆ ಅವು ತೀವ್ರವಾದ ಭಂಗಗಳ ಅಥವ ಕ್ರಾಂತಿಗಳ ಸ್ವರೂಪದಲ್ಲಿ ಅಲ್ಲ, 'ಪ್ರಧಾನ ಮುನ್ನಡೆಗಳ' ಸ್ವರೂಪದಲ್ಲಿ ಇರಬೇಕಾಗಿತ್ತು. 'ಬುಡಕಟ್ಟು ದೇಶದಿಂದ ಕರ್ಷಕ ಗ್ರಾಮ ಆರ್ಥಿಕದತ್ತ ಮುನ್ನಡೆ ಭಾರತದಲ್ಲಿ ಮೊದಲ ಮಹಾನ್ ಸಾಮಾಜಿಕ ಕ್ರಾಂತಿ; ಕುಲಗಳ ಸಮೂಹದಿಂದ ಒಂದು ಸಮಾಜದತ್ತ ಬದಲಾವಣೆ'. ಇದನ್ನು ಬಿಟ್ಟು, 'ಪ್ರಧಾನ ಮುನ್ನಡೆ'ಗಳನ್ನು ಕಾಣುವುದಾದರೆ, ಅವು: 1) ಸಿಂಧೂ ಕಣಿವೆಯ ನಗರದ, ಆದರೆ ಜಡಗೊಂಡ ಸಂಸ್ಕೃತಿಯಿಂದ 2)ಆರ್ಯೀಕರಣದ ಮೂಲಕ, 3) ದಟ್ಟ ಅರಣ್ಯಗಳಿಂದ ಕೂಡಿದ್ದ ಗಂಗಾ ನದಿಯ ಮೆಕ್ಕಲು ಪ್ರದೇಶವನ್ನು ಸರಾಗಗೊಳಿಸಿ, ಜನವಸತಿ, 4) ಒಂದು 'ಆದಿ ಕಾಲದ ಪಾಳೆಯಗಾರಿಕೆ', 5)'ಶುದ್ಧ' ಪಾಳೆಯಗಾರಿಕೆ, 6)ಅಂತಿಮವಾಗಿ 'ಆಧುನಿಕ ಬಂಡವಾಳಶಾಹಿ, ನೂರು ವರ್ಷಗಳಿಂದೀಚೆಗೆ ಯುರೋಪಿಯನ್ ವ್ಯಾಪಾರ, ಬ್ರಿಟಿಶ್ ವಸಾಹತುಶಾಹಿ ಆಳ್ವಿಕೆಯಲ್ಲಿ ಕಾರ್ಖಾನೆ ಉತ್ಪಾದನೆ ಮತ್ತು ಶೇರು ಬಂಡವಾಳದ ಮೂಲಕ ಅಸ್ತಿತ್ವಕ್ಕೆ ಬಂದ ಒಂದು ಹೊಸ ದೇಶೀಯ ಬೂರ್ಜ್ವಾ ವರ್ಗದ ಆಳ್ವಿಕೆ.' ಹೀಗೆ , ಪ್ರಾಚೀನ ಕಾಲ, ಮಧ್ಯಕಾಲೀನ ಅವಧಿ ಮತ್ತು ಆಧುನಿಕ ಅವಧಿ ಎಂಬ ಭಾರತೀಯ ಇತಿಹಾಸದ ವಿಂಗಡಣೆಯನ್ನು ಸ್ವೀಕರಿಸಿ, ಸಂಶೋಧನೆ ಮತ್ತು ಚಾರಿತ್ರಿಕ ಪ್ರಜ್ಞೆ ಅದರಲ್ಲಿ ಬೇರೂರಿದ್ದ ಸಮಯದಲ್ಲಿ ಕೊಸಾಂಬಿಯವರ ಬರವಣಿಗೆಗಳು ಈ ಸಾಂಪ್ರದಾಯಿಕ ವಿಂಗಡಣೆಗಳನ್ನು ಬಳಸಲೇ ಇಲ್ಲ. ಕೊಸಾಂಬಿಯವರ ಪರ್ಯಾಯ ಕಾಲಾನುಕ್ರಮಣಿಕೆ ಯಾವುದು ಪ್ರಧಾನ ಚಾರಿತ್ರಿಕ ಬದಲಾವಣೆ ಎಂಬ ಬಗ್ಗೆ ಅವರದೇ ಪರಿಕಲ್ಪನೆಗೆ, ಮತ್ತು ಅಂತಿಮವಾಗಿ, ಭಾರತೀಯ ಇತಿಹಾಸದ ವ್ಯಾಪ್ತಿಯ ಅವರ ಮರುನಿರೂಪಣೆಗೆ ಸಂಬಂಧಪಟ್ಟಿತ್ತು,

–ಪ್ರೊ. ಬಿ.ಡಿ. ಚಟ್ಟೋಪಾಧ್ಯಾಯ (9)

ಸಿದ್ಧಾಂತದ ಶಕ್ತಿ, ಧಾರ್ಮಿಕತೆಯದಲ್ಲ

ಕೊಸಾಂಬಿಯವರ ಮತ್ತೊಂದು ಪಥಪ್ರದರ್ಶಕ ವಿಚಾರವೆಂದರೆ ಸಿದ್ಧಾಂತದ ಶಕ್ತಿಯ ಅವರ ಪರಿಕಲ್ಪನೆ, ಅದನ್ನನುಸರಿಸಿ ಈ ಮುಂದಿನ ಪ್ರಶ್ನೆಯನ್ನು ಉತ್ತರಿಸುವ ಅವರ ಪ್ರಯತ್ನಗಳು: 'ಆದ್ದರಿಂದ ಭಾರತದ ವಿಲಕ್ಷಣತೆ ಏನಿತ್ತು ಎಂದು ಶೋಧಿಸುವುದು, ಭಾರತದ ಇತಿಹಾಸ ಬೇರೆ ದೇಶಗಳ ಇತಿಹಾಸಕ್ಕಿಂತ ಎಲ್ಲಿ ಭಿನ್ನವಾಗುತ್ತದೆ ಎಂದು ನಮ್ಮನ್ನೇ ಕೇಳಿಕೊಳ್ಳುವುದು ತರ್ಕಬದ್ಧವಾಗುತ್ತದೆ,' ಇದಕ್ಕೆ ಕೊಸಾಂಬಿಯವರ ಉತ್ತರವೆಂದರೆ ಸಿದ್ಧಾಂತದ ಶಕ್ತಿ. ಇದು ಹಲವರು ಮಾಡುವಂತೆ, ಬಹುಪ್ರಕಟಿತ ಧಾರ್ಮಿಕತೆಯನ್ನು, ಅಥವ ಭಾರತೀಯ ಧರ್ಮಗಳು ಮತ್ತು ತತ್ವಶಾಸ್ತ್ರಗಳ ಮೇಲೆ ವಿಶೇಷವಾದ ಕಂತೆ–ಕಂತೆಗಳನ್ನು ಉತ್ಪಾದಿಸುವುದರ ಮೇಲೆ ಒತ್ತು ನೀಡುವುದಲ್ಲ. ಅದರ ಬದಲು, ಸಮಾಜದ ಭಿನ್ನ–ಭಿನ್ನ ಗುಂಪುಗಳ ನಡುವಿನ ಸಂಬಂಧದ ಮೇಲೆ ಸಿದ್ಧಾಂತಗಳ ಪ್ರಭಾವವೇನು, ಅದು ಹೇಗೆ ಅಸಮಾನತೆಯ ಆಧಾರವನ್ನು ಬಲಪಡಿಸುತ್ತಲೇ ಸಮಗ್ರೀಕರಣದ ವ್ಯವಸ್ಥೆಯಾಗಿ ಕೆಲಸ ಮಾಡಿತು ಎಂದು ಅರ್ಥಮಾಡಿಕೊಳ್ಳುವುದು.

–ಪ್ರೊ.ಬಿ.ಡಿ.ಚಟ್ಟೋಪಾಧ್ಯಾಯ (9)

ಕೊಸಾಂಬಿಯವರ ಕಣ್ಣೋಟ

ಇಂದು ಭಾರತೀಯ ಇತಿಹಾಸ ಮತ್ತು ಸಂಸ್ಕೃತಿಯನ್ನು ಕುರಿತ ಕೊಸಾಂಬಿಯವರ ಕಣ್ಣೋಟದ ತೀವ್ರಗಾಮಿತ್ವವನ್ನು–ಅವರ ಹಲವು ನಿರೂಪಣೆಗಳನ್ನು ಇಂದು ಹೇಗೆ ನೋಡಲಾಗುತ್ತಿದ್ದರೂ–ಬಹುಶಃ ನಾವು ಈಗಲೂ ಅವುಗಳಿಂದ ಎಷ್ಟು ದೂರವನ್ನು ಇಟ್ಟುಕೊಳ್ಳುತ್ತಿದ್ದೇವೆ ಎಂಬುದರಿಂದ ಅಳೆಯಬಹುದು. ಇಂದು, ಜನಾಂಗ–ವಿವರಣಾ ಮಾಹಿತಿ, ಕ್ಷೇತ್ರ ನಿರೀಕ್ಷಣೆಗಳು ಮತ್ತು ಪುರಾತತ್ವಶಾಸ್ತ್ರವನ್ನು ಬಳಸಿ ಕೊಸಾಂಬಿಯವರು ಪರಿಕಲ್ಪಿಸಿದ ಭಾರತೀಯ ಸಂಸ್ಕೃತಿ ಕುರಿತ ಮೂಲಭೂತ 'ಆರ್ಯೇತರ' ಸಾಕ್ಷರಪೂರ್ವ ಬುನಾದಿಗಳು ಈಗಲೂ ಭಾರತೀಯ ಇತಿಹಾಸದ ಪಠ್ಯಪುಸ್ತಕಗಳ ಆವೃತ್ತಿಗಳಲ್ಲಿ ಸಮಗ್ರಗೊಂಡಿಲ್ಲ, ಬಹಳ ದೂರದಲ್ಲೇ ಇವೆ. ಪುರಾತತ್ವಶಾಸ್ತ್ರ–ಇತಿಹಾಸದ ನಡುವಿನ ವಿಭಜನೆ ಈಗಲೂ ಬಹುಮಟ್ಟಿಗೆ ಸಿಂಧುವಾಗಿದೆ, ವೃತ್ತಿಪರ ಪುರಾತತ್ವಶಾಸ್ತ್ರಜ್ಞರು ಹೆಚ್ಚೆಚ್ಚಾಗಿ ತಮ್ಮ ವಿಶೇಷೀಕರಣದ ಜಾಡುಗಳಿಗೆ ಸರಿದಿದ್ದಾರೆ ಮತ್ತು ಚರಿತ್ರೆಕಾರರು ಅವರ ಸಾಮಗ್ರಿಗಳನ್ನು ಬಳಸಿಕೊಳ್ಳುವ ಬಗ್ಗೆ ಹೆಚ್ಚೆಚ್ಚು ಅವಿಶ್ವಾಸ ಹೊಂದಿದ್ದಾರೆ. ಸಾಂಪ್ರದಾಯಿಕ ಅವಧೀಕರಣ ಈಗಲೂ ವೃತ್ತಿಪರ ಚರಿತ್ರೆಕಾರರಿಗೆ ಅನುಕೂಲಕರವಾಗಿರುವಂತೆ ಕಾಣುತ್ತದೆ, ಈ ಅವಧೀಕರಣದಿಂದ ಸಮಕಾಲೀನ ಚಿಂತನೆಗಳ ಮೂಲಭೂತವಾದಿ ಎಳೆಯ ಬೆಳವಣಿಗೆ ಔಚಿತ್ಯವನ್ನು ಪಡೆದುಕೊಳ್ಳುತ್ತಲೇ ಇದೆ. ತೀವ್ರಗಾಮಿ ಚಿಂತನೆಯ ಪೋಷಣೆ ಮತ್ತು ಮುಂದಿನ ಮುನ್ನಡೆ ಅದರ ಮೂಲ ಆಧಾರಗಳಿಗೆ ಮುಂದುವರೆದ ಸ್ಪಂದನೆಯನ್ನು

ಅವಲಂಬಿಸಿದೆ; ಕೊಸಾಂಬಿಯವರ ಕೃತಿಯ ಮೂಲ ಅಂಶಕ್ಕೆ ಸ್ಪಂದನೆಗಳು ಇದುವರೆಗೆ ನಗಣ್ಯ ಎಂದೇ ಹೇಳಬಹುದು.

–ಪ್ರೊ.ಬಿ.ಡಿ.ಚಟ್ಟೋಪಾಧ್ಯಾಯ (9)

ಮಿಥ್ ಅಂಡ್ ರಿಯಾಲಿಟಿ" – ಅನನ್ಯ ಕೃತಿ

ಕೊಸಾಂಬಿಯವರ "ಮಿಥ್ ಅಂಡ್ ರಿಯಾಲಿಟಿ" ಒಂದು ಅನನ್ಯವಾದ ಕೃತಿಯಾಗಿದೆ. "ನಾಗರಿಕತೆ ಆರಂಭವಾಗಿದಾಗಿನಿಂದಲೂ ಮೂಲೆಗುಂಪಾಗದೆ ಈ ವರೆಗೂ ಉಳಿದುಕೊಂಡು ಬಂದಿರುವ ಕೆಲ ಭಾರತೀಯ ಪುರಾಣ (ಮಿಥ್) ಮತ್ತು ವಿಧಿ (ರಿಚುವಲ್ಸ್)ಗಳ ಮೂಲವನ್ನು ಹುಡುಕುವುದು" ಈ ಕೃತಿಯಲ್ಲಿನ ವಿವಿಧ ಲೇಖನಗಳ ಉದ್ದೇಶ....ಭಾರತೀಯ ಪುರಾಣಗಳನ್ನು ನಿಸರ್ಗ ಪ್ರತೀಕಗಳನ್ನು ಜೋಡಿಸಿಕೊಂಡು ಅರ್ಥೈಸುವ ಪಾಶ್ಚಾತ್ಯರು ಹಾಗೂ ಅವುಗಳ ತಾತ್ವಿಕತೆಯನ್ನಷ್ಟೇ ವೈಭವೀಕರಿಸುವ ರಾಷ್ಟ್ರೀಯವಾದಿಗಳು ಈ ಪುರಾಣಗಳ ಭೌತಿಕ ನೆಲೆಯನ್ನು ನಿರ್ಲಕ್ಷಿಸಿದ್ದಾರೆ. ಭಾರತೀಯ ಸಂಸ್ಕೃತಿಯ ವೈವಿಧ್ಯಪೂರ್ಣ ಅವಸ್ಥೆಗಳು ಹರಳುಗಟ್ಟಿಕೊಂಡು ಈ ಪುರಾಣಗಳಲ್ಲಿ, ವಿಧಿಗಳಲ್ಲಿ ಇನ್ನೂ ಉಳಿದು ಬಂದಿವೆ. ಇಂದಿನ ಭಾರತೀಯ ಸಮಾಜದಲ್ಲಿ ಇತಿಹಾಸದ ಪ್ರತೀ ಹಂತವೂ ತನ್ನ ಗುರುತನ್ನು ಉಳಿಸಿದೆ. ಒಂದು ಹಿರಿದಾದ ಉತ್ಪಾದಕ ಸಮಾಜದೊಳಕ್ಕೆ ವಿಭಿನ್ನ ಸಾಮಾಜಿಕ ಗುಂಪುಗಳು ಹೇಗೆ ಸೇರಿಹೋಗಿವೆಯೆಂಬುದನ್ನು ಭಾರತದಲ್ಲಿನ ಕೆಳಸಮಾಜಗಳಲ್ಲಿನ ಮತೀಯ ಆಚರಣೆಗಳಲ್ಲಿ ಪ್ರಮುಖವಾಗಿ ಮನಗಾಣಬಹುದು. ಇಂಥ ಗುಂಪುಗಳ ಆಚರಣೆ ಹಾಗೂ ಪುರಾಣಗಳು ಈ ರೀತಿ ಪಳೆಯುಳಿಕೆಗಳಾಗಿ, ಶ್ರೇಣೀಕೃತವಾಗಿ ನಮ್ಮ ಜಾತಿ–ಮತಗಳನ್ನು ರೂಪಿಸಿದ್ದರಿಂದ ಒಂದು ಸಮೂಹವನ್ನು ಇಡಿಯಾಗಿ ಹಿಡಿದಿರುವ ಶಕ್ತಿಯನ್ನು ಅವು ಪಡೆದಿವೆ. ಈ ಸಾಮಾಜಿಕ ಗುಂಪುಗಳ ಆರ್ಥಿಕ ಸ್ಥಾನಮಾನ ಅವುಗಳ ಪೂಜಾಪಂಥಗಳ ಸ್ಥಾನಮಾನದಲ್ಲೂ ಪ್ರತಿಫಲಿಸಿದೆ. ಏಕೆ ಈ ಪೂಜಾಪಂಥಗಳು ಕೆಲವೊಮ್ಮೆ ಸೇರಿಕೊಳ್ಳುತ್ತವೆ ಹಾಗೂ ಕೆಲವೊಮ್ಮೆ ಬೆರೆಯಲು ನಿರಾಕರಿಸುತ್ತವೆ ಎಂಬ ಸಮಸ್ಯೆಯನ್ನು ಕೂಡಾ ತಾತ್ವಿಕವಾಗಿ ಪರಿಗಣಿಸಿದರೆ ನಾವು ದಾರಿ ತಪ್ಪುತ್ತೇವೆ. ಅದಕ್ಕೆ ಮೂಲದಲ್ಲಿ ಆರ್ಥಿಕ ಕಾರಣಗಳಿರುತ್ತವೆ. "ಮಿಥ್ ಅಂಡ್ ರಿಯಾಲಿಟಿ" ಈ ಮೇಲಿನ ವಿಚಾರಗಳನ್ನು ದೃಷ್ಟಾಂತಗಳ ಮೂಲಕ ಸಾದರ ಪಡಿಸುತ್ತದೆ..........................ಈ ಕೃತಿಯ ಮಹತ್ವವನ್ನು ಇನ್ನೂ ಬೇರೆ ಬೇರೆ ನೆಲೆಗಳಲ್ಲಿ ನಾವು ಗುರುತಿಸಬೇಕಾಗುತ್ತದೆ. 1. ಕೊಸಾಂಬಿಯವರು ಭಾರತೀಯ ಸಂಸ್ಕೃತಿಯನ್ನು ಒಂದು ಹಿರಿದಾದ ಪಾತಳಿಯಲ್ಲಿಟ್ಟು ಅರ್ಥೈಸುತ್ತಾರೆ. ಯಾವುದೇ ನಿರ್ದಿಷ್ಟ ಸಂಪ್ರದಾಯವನ್ನೇ ರಾಷ್ಟ್ರ ಸಂಸ್ಕೃತಿಗೆ ಸಮೀಕರಿಸುವ ಚಟ ಬೆಳೆದು ಬೇರೂರಿದ್ದ ಕಾಲದಲ್ಲಿ ಈ ಸಂಸ್ಕೃತಿಯ ವಿಶ್ವರೂಪ ದರ್ಶನವನ್ನು ಪಡೆಯಲು ನಡೆಸಿದ ಒಂದು ಮಹತ್ವಾಕಾಂಕ್ಷೆಯ ಸಂಶೋಧನೆಗಳು ಇವಾಗಿವೆ. 2. ಭಾರತೀಯ ಸಂಸ್ಕೃತಿಯನ್ನು ಅರ್ಥೈಸಲು ಕೇವಲ ಸಂಸ್ಕೃತ ಹಾಗೂ ಇತರ ಮಾರ್ಗ ಸಾಹಿತ್ಯ ಪರಂಪರೆಯೊಂದೇ ಅಲ್ಲದೆ ಜಾನಪದ,

ಪ್ರಾಕ್ತನ ಶಾಸ್ತ್ರ ಕ್ಷೇತ್ರ ಕಾರ್ಯಗಳ ಮಹತ್ವವನ್ನು ತೋರಿಸಿಕೊಟ್ಟಿದ್ದಾರೆ, 3. ಮಾಹಿತಿ ಸಂಗ್ರಹಣೆ ಅಲ್ಲದೆ ಅವುಗಳನ್ನು ಜೋಡಿಸುವುರಲ್ಲೂ ಕಂಡುಬರುವ ಕೊಸಾಂಬಿಯವರ ದೈತ್ಯ ಪ್ರತಿಭೆಗೆ ಸರಿಸಾಟಿಯಾಗಿ ಈ ಅಧ್ಯಯನಗಳ ಸಾಲಿನಲ್ಲಿ ನಿಲ್ಲಬಲ್ಲ ಇಂಥದ್ದೊಂದು ಕೃತಿ ಈ ವರೆಗೆ ಬಂದಿಲ್ಲ.

–ಡಾ..ರಾಜಾರಾಂ ಹೆಗಡೆ

' "ಪುರಾಣ ಮತ್ತು ವಾಸ್ತವ" [17] ಮುನ್ನುಡಿಯಲ್ಲಿ

ಹೆಚ್ಚು ಹೆಚ್ಚು ಪ್ರಸ್ತುತವಾಗುತ್ತಿದೆ

...ಭಾರತೀಯ ಸಂಸ್ಕೃತಿಯ ಕುರಿತು ಮಾತನಾಡುವಾಗ ಅದರಲ್ಲಿನ ಯಾವ್ಯಾವುದೋ ಐತಿಹಾಸಿಕ ಪ್ರಕ್ರಿಯೆಗಳಿಂದಾಗಿ ಅಂತರ್ಗತವಾಗಿ ಮೂಲಾರ್ಥಗಳನ್ನು, ಸಂದರ್ಭಗಳನ್ನು ಕಳೆದುಕೊಂಡ ವೈವಿಧ್ಯಪೂರ್ಣ ಸಂಪ್ರದಾಯಗಳ ಸಾಮಾಜಿಕ ನೆಲೆಯನ್ನು ಗುರುತಿಸುವ ಕೆಲಸ ಅತ್ಯಂತ ಮೌಲಿಕವಾದುದಾಗಿದೆ. ಈ ವಿಭಿನ್ನ ಸಂಪ್ರದಾಯಗಳನ್ನು ತಮ್ಮ ಶಕ್ತಿ ರಾಜಕೀಯಕ್ಕೆ ಅನುಕೂಲವಾಗುವಂತೆ ನಿರೂಪಿಸಿಕೊಂಡ ಪ್ರಧಾನ ಸಂಪ್ರದಾಯಗಳೇ ನಮಗೆ ಪ್ರಮಾಣವಾಗಬೇಕಿಲ್ಲ. ಹಾಗೊಮ್ಮೆ ಅವು ಪ್ರಮಾಣವಾದರೆ ಅವುಗಳನ್ನು ಆಧರಿಸಿ ಕಟ್ಟಿದ ಸಾಂಸ್ಕೃತಿಕ ಇತಿಹಾಸವು ಒಂದೆಡೆ ಅವಾಸ್ತವಿಕವಾಗಿದ್ದರೆ, ಮತ್ತೊಂದೆಡೆ ಅಪಾಯಕಾರಿಯಾಗಿ ವರ್ತಮಾನದಲ್ಲಿ ತನ್ನ ನಾಲಿಗೆಯನ್ನು ಚಾಚುತ್ತಿರುತ್ತವೆ. ಇದನ್ನು ತಪ್ಪಿಸಲಿಕ್ಕೆಂದೇ "ಮಿಥ್ ಅಂಡ್ ರಿಯಾಲಿಟಿ"ಯ ಪ್ರಬಂಧಗಳನ್ನು ಬರೆದಿದ್ದಾಗಿ ಕೊಸಾಂಬಿಯವರು ಹೇಳಿಕೊಳ್ಳುತ್ತಾರೆ. 1960 ರಲ್ಲೇ ಕೊಸಾಂಬಿಯವರು ವ್ಯಕ್ತಪಡಿಸಿದ ಆತಂಕ 2002 ರಲ್ಲಿ ನಮಗೆ ಇನ್ನೂ ಚೆನ್ನಾಗಿ ಹೊಲಬಾಗುತ್ತಿದೆ. ಹಾಗೂ "ಮಿಥ್ ಅಂಡ್ ರಿಯಾಲಿಟಿ" ನಮಗೆ ಕಾಲ ಕಳೆದಂತೆಲ್ಲಾ ಹೆಚ್ಚು ಹೆಚ್ಚು ಪ್ರಸ್ತುತವಾಗುತ್ತಿದೆ. ಅದರ ಎಚ್ಚರಿಕೆಯಲ್ಲಿ ಹಾಗೂ ಬೆಳಕಿನಲ್ಲಿ ಭಾರತದ ಉಪಖಂಡದ ನಿಜವಾದ ಸಾಂಸ್ಕೃತಿಕ ಇತಿಹಾಸವನ್ನು ನಾವು ಒಂದು ವ್ರತವೋ ಎಂಬಂತೆ ಭಾವಿಸಿ ಕಟ್ಟಬೇಕಾಗಿದೆ. ಭಾರತದ ವೈವಿಧ್ಯಪೂರ್ಣ ಸಂಸ್ಕೃತಿಗೆ ಕೊಸಾಂಬಿಯವರ ಮಾರ್ಕ್ಸ್‌ವಾದಿ ಚಿಂತನೆಗಳು ಬಿಡುಗಡೆ ಒದಗಿಸುತ್ತವೆ ಎಂಬುದನ್ನಂತೂ ಗಮನಿಸದಿರಲು ಸಾಧ್ಯವಿಲ್ಲ.

–ಡಾ. ರಾಜಾರಾಂ ಹೆಗಡೆ

"ಪುರಾಣ ಮತ್ತು ವಾಸ್ತವ" [17] ಮುನ್ನುಡಿಯಲ್ಲಿ

ಶೈಕ್ಷಣಿಕ ವಲಯಗಳಿಂದ ದೂರವಿರಿಸಲಾದ ಕೊಸಾಂಬಿ

ಎಡಪಂಥೀಯ ಚಿಂತಕರೆಂದು ಹಲವರಿಂದ ಗುರುತಿನ ಚೀಟಿಯನ್ನು ಪಡೆದ ಕೊಸಾಂಬಿಯವರ 'ಚರಿತ್ರೆ ರಚನಾ ಶಾಸ್ತ್ರ"ವನ್ನು ಶೈಕ್ಷಣಿಕ ವಲಯಗಳಿಂದ ದೂರವಿರಿಸಲಾಗಿದೆ. ಆದರೆ ಅವರ ಹುಡುಕಾಟಗಳ ತೀವ್ರತೆ ಎಷ್ಟಿದೆಯೆಂದರೆ ಈಗ

ಭಾರತೀಯ ಚರಿತ್ರೆಯ ಅಧ್ಯಯನಕ್ಕೆ ತೊಡಗುವವರು ಕೊಸಾಂಬಿಯವರ ಅಧ್ಯಯನ ವಿಧಾನ ಮತ್ತು ಫಲಿತಾಂಶಗಳ ಪರಿಚಯ ಪಡೆಯುವುದು ಅತ್ಯವಶ್ಯವಾಗಿದೆ.

– ***ಡಾ. ಹೆಚ್. ಎಸ್. ಶ್ರೀಮತಿ*** [15]

ಆದ್ಯ, ಪ್ರಸ್ತುತ ಕೊಸಾಂಬಿ

ನಮ್ಮ ಚರಿತ್ರೆಕಾರರಲ್ಲಿ ಮಾರ್ಕ್ಸಿಸ್ಟರು ಮಾತ್ರವೇ ಅಲ್ಲದೆ, ಆಧುನಿಕ ದೃಷ್ಟಿಕೋನದ ಎಲ್ಲಾ ಚಿಂತಕರೂ, ಕೊಸಾಂಬಿಯುವರನ್ನು ಆದ್ಯರೆಂದು ಪರಿಗಣಿಸುತ್ತಾರೆ. ಕೊಸಾಂಬಿಯವರು ಚರಿತ್ರೆಯನ್ನು ಪರಿಶೋಧಿಸುವ ವಿಧಾನ, ಸಿದ್ಧಾಂತದ ಪರಿಕಲ್ಪನೆಗಳನ್ನು ಮಂಡಿಸುವಾಗ ಅವರು ನಿರೂಪಿಸುವ ಶಾಸ್ತ್ರೀಯ ಪ್ರಮಾಣಗಳು ಎಲ್ಲಾ ವಿದ್ವಾಂಸರ ಗೌರವಾದರಗಳನ್ನು ಗಳಿಸಿವೆ. ನಮ್ಮ ದೇಶದ ಚರಿತ್ರೆಯನ್ನು ರಚಿಸುವಾಗ ಕೊಸಾಂಬಿಯವರು ಶೃತಿ ? ತಪ್ಪಿದ “ದೇಶಭಕ್ತಿ”, ಸಾಂಪ್ರದಾಯಿಕತೆ, ಜಾತಿಯಾಧಾರಿತ ಆದ್ಯತೆ, ಸ್ವೇಚ್ಛೆಯಾದ ಊಹಾಕಲ್ಪನೆಗಳೇ ಮೊದಲಾದ ಅವಗುಣಗಳು ತಲೆದೋರದಂತೆ ಎಚ್ಚರ ವಹಿಸಿದ್ದಾರೆ. ಕಾಲದೇಶ ನಿರ್ಣಯಗಳಲ್ಲಿ, ಚಾರಿತ್ರಿಕ ಘಟನೆಗಳ ಅನುಕ್ರಮವನ್ನು ತೀರ್ಮಾನಿಸುವಲ್ಲಿ ಅವರು ತಮಗಿಂತಲೂ ಹಿಂದಿನ ಅಥವಾ ಸಮಕಾಲೀನ ಚರಿತ್ರೆಗಾರರು ವಹಿಸಿದ ಶ್ರಮವನ್ನು ಗೌರವಿಸಿದ್ದಾರೆ. ಆದರೆ ಆ ಚರಿತ್ರೆಕಾರರು ಅಶಾಸ್ತ್ರೀಯವಾಗಿ ನಡೆಸಿದ ಅಧ್ಯಯನಗಳನ್ನು ಕಟುವಾಗಿ, ಕೆಲವೊಮ್ಮೆ ಹದತಪ್ಪಿ ಎಂಬಂತೆ ಟೀಕಿಸಿಯೂ ಇದ್ದಾರೆ.

ಕೊಸಾಂಬಿಯವರು ಆದ್ಯರೇ ಇರಬಹುದು. ಚಿರಂತರೇನೂ ಅಲ್ಲವಲ್ಲ. ಮೇಲಾಗಿ ಅವರು ಸತ್ತು ದಶಕಗಳೇ ಕಳೆದಿವೆ. ಈಗ ಅವರನ್ನು ಪರಿಚಯಿಸುವ ಪ್ರಸ್ತುತತೆ ಎಲ್ಲಿದೆ ಎಂದೆಲ್ಲಾ ನೀವು ಪ್ರಶ್ನಿಸಲೂಬಹುದು. ಹಾಗಿದ್ದರೆ, ಇದು ನಿಜಕ್ಕೂ ನಮ್ಮ ದುರದೃಷ್ಟವೇ ಸರಿ. ನಮ್ಮ ದೇಶದಲ್ಲಿ ಯಾವುದೇ ಕ್ಷೇತ್ರದಲ್ಲಾದರೂ ಶಾಸ್ತ್ರೀಯವಾದ ಅಧ್ಯಯನ ಸಂಶೋಧನೆಗಳು ನಡೆಯುವುದೇ ತೀರಾ ಅಪರೂಪ. ಆ ಸ್ವಲ್ಪ ಮಾತ್ರದವೂ ಕೂಡಾ ದೇಶ ಭಾಷೆಗಳಲ್ಲಿ ಜನರನ್ನು ತಲುಪಲು ದಶಕಗಳೇ ಹಿಡಿಯುತ್ತವೆ....

......ಭೌತಿಕ ಪ್ರೇರಕ ಶಕ್ತಿಗಳು ನಮ್ಮ ಆರ್ಥಿಕ ವ್ಯವಸ್ಥೆಯನ್ನು ರೂಪಿಸಿದ ಬಗ್ಗೆ ಕೊಸಾಂಬಿಯವರು ಪ್ರತಿಪಾದಿಸಿದ ಚಿಂತನೆಯನ್ನು ವಿರೋಧಿಸಿದ ಅಥವಾ ಅದಕ್ಕೆ ಭಿನ್ನವಾದ ಪರ್ಯಾಯಗಳನ್ನು ಶೋಧಿಸಿ ಸೂಚಿಸಿದ ವಿದ್ವಾಂಸರೂ ಯಾರೂ ಇಲ್ಲ. ಭೌತಿಕ ಜೀವನ ಎಂಬ ಪ್ರಸ್ತಾಪದ ಅಗತ್ಯವನ್ನೇ ಕುರಿತು ಪ್ರಶ್ನಿಸುವವರ ಮಾತು ಬೇರೆ. ಪ್ರಾಚೀನ ಭಾರತದ ಚರಿತ್ರೆಯನ್ನು ಅಧ್ಯಯನ ಮಾಡಬೇಕೆನ್ನುವವರು ಕೊಸಾಂಬಿಯವರು ಪ್ರತಿಪಾದಿಸಿದ ಭೌತಿಕ ಪ್ರೇರಣಾ ಕ್ರಮ ಸಿದ್ಧಾಂತವನ್ನು ಪರಿಗಣಿಸದೆ ಮುಂದೆ ಸಾಗುವುದು ಸುಲಭ ಸಾಧ್ಯವಲ್ಲ.

***–ಕೆ. ಬಾಲಗೋಪಾಲ್* [15]**

ಮೊದಲ ಮಾತು ಪು. 1–2

ಇಂದಿಗೂ
ಕೊಸಾಂಬಿ
ಏಕೆ ಪ್ರಸ್ತುತ ?

ಕೊಸಾಂಬಿಯವರ ಜನ್ಮಶತಾಬ್ದಿ ಸಂದರ್ಭದಲ್ಲಿ
ಭಾರತೀಯ ಅಂಚೆ ವಿಭಾಗ ಪ್ರಕಟಿಸಿದ
ವಿಶೇಷ ಅಂಚೆಚೀಟಿ

ಕೊಸಾಂಬಿ ಅವರ ಕೊಡುಗೆ ಸಾಧನೆಗಳು ಏನೇ ಇರಲಿ. ಅವರು ನಿಧನರಾಗಿ 45 ವರ್ಷಗಳೇ ಸಂದಿವೆ. ಅವರ ಪ್ರಮುಖ ಕ್ಷೇತ್ರವಾದ ಇತಿಹಾಸ ಲೇಖನದಲ್ಲಿ ಬಹಳ ಬೆಳವಣಿಗೆಗಳು ಆಗಿವೆ. ಬಹಳಷ್ಟು ಕೆಲಸ ಆಗಿದೆ. ಹೊಸ ವಿಧಾನಗಳು, ಪರಿಕರಗಳು ಬೆಳೆದಿವೆ. ಇತಿಹಾಸ ಸೇರಿದಂತೆ ಅವರು ಕೆಲಸ ಮಾಡಿದ ಜ್ಞಾನಶಾಖೆಗಳು ಬೆಳೆದು ಬಹು ದೂರ ಸಾಗಿ ಬಂದಿವೆ. ಈಗ ಕೊಸಾಂಬಿ ಯಾಕೆ ಮತ್ತು ಹೇಗೆ ಪ್ರಸ್ತುತ ಎಂಬ ಪ್ರಶ್ನೆ ಏಳುತ್ತದೆ. ಕೊಸಾಂಬಿ ಎತ್ತಿದ ಹಲವು ಪ್ರಶ್ನೆಗಳು, ಅವುಗಳ ಉತ್ತರ ಕಂಡು ಹಿಡಿಯಲು ಆರಂಭಿಸಿದ ಸಂಶೋಧನೆ, ಬೆಳೆಸಿದ ವಿಧಾನಗಳು ಪರಿಕರಗಳು, ಅವರ ತೀರ್ಮಾನಗಳು –ಎಲ್ಲವನ್ನೂ ಗಂಭೀರವಾಗಿ ಮುಂದಕ್ಕೆ ಒಯ್ಯಲಾಗಿದೆ., ತಾರ್ಕಿಕ ಕೊನೆ ಕಂಡಿದೆ ಎಂದು ಹೇಳುವಂತಿಲ್ಲ. ಅವರ ಇತಿಹಾಸದ ಕೃತಿಗಳನ್ನು ಮತ್ತೆ ಓದಬೇಕು. ಮತ್ತೆ ಮತ್ತೆ ಓದಬೇಕು ಎಂದು ಹೇಳುತ್ತಾರೆ ರೊಮಿಲ್ಲಾ ಥಾಪರ್ ಮತ್ತು ಬಿ ಡಿ ಚಟ್ಟೋಪಾಧ್ಯಾಯ. ಅವರು ಎತ್ತಿಕೊಂಡ ಹಲವು ಪ್ರಶ್ನೆಗಳು ಉತ್ತರಗಳು, ಅವರು ಅದಕ್ಕೆ ಸಂಗ್ರಹ ಮಾಡಿದ ಪುರಾವೆಗಳು, ಹೊಂಚಿದ ಪರಿಕರಗಳು –ಇವುಗಳಲ್ಲಿ ಹಲವನ್ನು ಪೂರ್ಣಗೊಳಿಸಬೇಕಾದ್ದಿದೆ. ಹೊಸ ಬೆಳಕಿನಿಂದ ಇನ್ನೊಮ್ಮೆ ನೋಡಬೇಕಾದ್ದಿದೆ. ಅವು ಹೊಸ ಚಿಂತನಾ ಲಹರಿ ಹುಟ್ಟಿಸಬಲ್ಲವು. ಹೊಸ ವಿಧಾನ ಪರಿಕರ ಬೆಳವಣಿಗೆಗೆ ಸಹಾಯಕವಾಬಲ್ಲವು. ಬೇರೆ ವಿಷಯದ ಸಂಶೋಧನೆಗೆ ಮಾದರಿಯಾಗಬಲ್ಲವು. ಅವರು ಇತಿಹಾಸದ ಸಂಶೋಧನೆಯಲ್ಲಿ ಹಾಕಿ ಕೊಟ್ಟ ಅಂತರ್–ಶಿಸ್ತೀಯ ಮಾದರಿ ಸಹ ವ್ಯಾಪಕವಾಗಿ ಬಳಕೆಗೆ ಬಂದಿಲ್ಲ. ಇತಿಹಾಸ ಹಾಗೂ ಪುರಾತತ್ವ, ಇತಿಹಾಸ ಹಾಗೂ ಸಂಸ್ಕೃತಿ ಅಧ್ಯಯನ ಮುಂತಾದವುಗಳ ನಡುವೆ ಕಂದಕ ಹಾಗೇ ಮುಂದುವರೆದಿದೆ. ಅವರು ಬೆಳೆಸಿದ ಸಂಶೋಧನಾ ವಿಧಾನಗಳು ವ್ಯಾಪಕವಾಗಿ ಅಂಗೀಕೃತವಾಗಿಲ್ಲ.

ಅವರು ಬೆಳೆಸಿದ ಇತಿಹಾಸ ಲೇಖನದ ವೈಜ್ಞಾನಿಕ ಹಾದಿ ಮತ್ತು ಅದರ ಸಂಶೋಧನೆಗಳು ವ್ಯಾಪಕವಾಗಿ ನಮ್ಮ ಸ್ಕೂಲು–ಕಾಲೇಜು–ವಿಶ್ವವಿದ್ಯಾಲಯಗಳ ಇತಿಹಾಸ ಪಠ್ಯದಲ್ಲಿ ಬಂದಿಲ್ಲ. ಸಾಮ್ರಾಜ್ಯಗಳ, ರಾಜರುಗಳ ಮತ್ತು ಕೋಮುವಾದಿ ಐತಿಹಾಸಿಕ ಅವಧಿಗಳ ದೃಷ್ಟಿಯಿಂದ ಮಾತ್ರವೇ ಇತಿಹಾಸ ನಿರೂಪಿಸುವ ಪಾರಂಪರಿಕ ಕ್ರಮ ಬದಲಾಗಿಲ್ಲ. ಭಾರತದ ಇತಿಹಾಸದ ಅಕಾಡೆಮಿಕ್ ಜಗತ್ತಿನಿಂದ ಕೊಸಾಂಬಿಯವರನ್ನು ಅವರ ಕೃತಿಗಳನ್ನು ಚಿಂತನಾ ಕ್ರಮಗಳನ್ನು ಇನ್ನೂ ದೂರವಿಡಲಾಗಿದೆ. ಅದನ್ನು ಹೊಸ ಪೀಳಿಗೆಯ ವಿದ್ಯಾರ್ಥಿಗಳ ಬಳಿ ಕೊಂಡೊಯ್ಯಲಾಗಿಲ್ಲ. ವೈಜ್ಞಾನಿಕ ಹಾದಿ ಹಿಡಿದ ಇತಿಹಾಸಕಾರರು ಸಹ ಅವರು ಬೆಳೆಸಿದ ಚಿಂತನಾ ಕ್ರಮ ಮತ್ತು ವಿಧಾನದ ಎಲ್ಲಾ ಆಯಾಮಗಳನ್ನು ಪ್ರಾಯೋಗಿಕವಾಗಿ ಮುಂದೆ ಒಯ್ದಿಲ್ಲ. ಅವರ ಚಿಂತನೆಗಳನ್ನು ಜನಸಾಮಾನ್ಯರ ಬಳಿ ಒಯ್ದು ಅದು ಅವರ

ಪ್ರಜ್ಞೆಯ ಭಾಗವಾಗಿಸುವ ಕೆಲಸ ಸಹ ಬಾಕಿ ಇದೆ. ಅವರ ಕೃತಿಗಳು ಇಂಗ್ಲೀಷಿನಲ್ಲಿ ಸುಲಭವಾಗಿ ಲಭ್ಯವಿಲ್ಲ. ಭಾರತೀಯ ಭಾಷೆಗಳಲ್ಲಂತೂ (ಸ್ವಲ್ಪ ಮಟ್ಟಿಗೆ ಹಿಂದಿ ಮತ್ತು ಮರಾಠಿ ಬಿಟ್ಟರೆ) ಇಲ್ಲವೇ ಇಲ್ಲ ಎನ್ನುವಷ್ಟು ವಿರಳ. ಅವರ ವಿವರವಾದ ಜೀವನ ಚರಿತ್ರೆ ಪುಸ್ತಕ ರೂಪದಲ್ಲಿ ಇಂಗ್ಲೀಷಿನಲ್ಲಿ ಸಹ ಪ್ರಕಟವಾಗಿಲ್ಲ. ಮರಾಠಿಯಲ್ಲಿ ಮಾತ್ರ ಇದೆ.

ಮಾತ್ರವಲ್ಲ ಕೊಸಾಂಬಿ ಕೊಸಾಂಬಿ ಆದ್ಯರಾಗಿ ಬೆಳೆಸಿದ ವೈಜ್ಞಾನಿಕ ಹಾದಿ ಸಹ ಹಲವು ದಿಕ್ಕುಗಳಿಂದ ದಾಳಿಗೆ ಒಳಗಾಗಿದೆ. ಕೋಮುವಾದಿ ದೃಷ್ಟಿಯಿಂದ ಇತಿಹಾಸವನ್ನು ಬರೆಯುವ, ತಿದ್ದಿ ಪುನಃ ಬರೆಯುವ ಪ್ರವೃತ್ತಿ ಕಳೆದ ಎರಡು ಮೂರು ದಶಕಗಳಲ್ಲಿ ಪ್ರಬಲವಾಗಿದೆ. ಯಾವ ದೇವಾಲಯವನ್ನು ಯಾರು ಯಾವಾಗ ಕೆಡವಿದ ? ಯಾವ ಮಸೀದಿಯ ಕೆಳಗೆ ಯಾವ ದೇವಾಲಯ ಇದೆ ? ಇದೇ ಸಾರ್ವಜನಿಕರ ವರೆಗೆ ತಲುಪುವ ಇತಿಹಾಸ. ಪಿ ಎನ್ ಓಕ್ ಅತ್ಯಂತ ಪ್ರಸಿದ್ಧ ಇತಿಹಾಸಕಾರ. ಇತಿಹಾಸ ಶಕ್ತಿ ರಾಜಕಾರಣದ, ಪುರಾತತ್ವ ಶಾಸ್ತ್ರ ಕೊರ್ಟುಗಳ ಸೇವೆಯಲ್ಲಿ ನಿರತವಾಗಿವೆ. ಅಯೋಧ್ಯೆಯ ರಾಮ ಲಲ್ಲಾ ಇತಿಹಾಸ ಎಲ್ಲಾ ವಿಷಯಗಳಿಗಿಂತ ಪ್ರಮುಖ ಸಂಶೋಧನೆಯ ವಿಷಯ ಆಗಿದೆ. ವೈಜ್ಞಾನಿಕವಲ್ಲದಿದ್ದರೂ ಕನಿಷ್ಟ ಜಾತ್ಯತೀತವಾಗಿದ್ದ ಮುಖ್ಯ ಧಾರೆಯ ಇತಿಹಾಸ ಅದನ್ನು ಕ್ರಮೇಣ ಕಳೆದುಕೊಳ್ಳುತ್ತಿದೆ.

ಇನ್ನೊಂದು ಕಡೆ "ಪೌರ್ವಾತ್ಯವಾದಿ" (Orientalist) ಗಳು ಪೂರ್ವದ ದೇಶಗಳ ಜನರ ಸಮಾಜ ಸಂಸ್ಕೃತಿಯ ವಿರೂಪಗೊಳಿಸುವ ವಿಕೃತ ನಿರೂಪಣೆ ಮಾಡುವ "ಪಾಶ್ಚಿಮಾತ್ಯರ ಬೌದ್ಧಿಕ ಪಿತೂರಿ"ಯ ಸಾಧನಗಳಾಗಿ ಕೆಲಸ ಮಾಡಿದ್ದಾರೆ ಎಂಬ ಎಡ್ವರ್ಡ್ ಸೈದ್ 1978 ರಲ್ಲಿ ಪ್ರಕಟವಾದ "ಪೌರ್ವಾತ್ಯವಾದ" (Orientalism) ಎಂಬ ಜನಪ್ರಿಯ ಪುಸ್ತಕದಲ್ಲಿ ವಾದಿಸಿದ್ದಾರೆ. ಕೊಸಾಂಬಿ ಅವರು ಒಬ್ಬ ಇಂಡಾಲಜಿಸ್ಟ್ ಆಗಿ ಮಾಡಿದ ಸಂಶೋಧನೆ (ಮುಖ್ಯವಾಗಿ ಪ್ರಾಚೀನ ಕಾಲದ ಸಾಹಿತ್ಯ ಭಾಷೆಗಳ ಶಾಸ್ತ್ರೀಯ ಅಧ್ಯಯನ) ಬಳಸಿದ್ದ ಸಂಶೋಧನಾ ವಿಧಾನಗಳು (ಭಾಷಾಶಾಸ್ತ್ರ ಇತ್ಯಾದಿ) ಈ "ಪೌರಾತ್ಯವಾದ" ದ ಸ್ಥೂಲ ಅಳವಿಗೆ ಬರುತ್ತವೆ. ಸೈದ್ ಮತ್ತು ಅವರ ಸುತ್ತ ಬೆಳೆದ ಒಂದು ಪಂಥದ ಪ್ರಕಾರ, ಪಾಶ್ಚಿಮಾತ್ಯರು ಅಭಿವೃದ್ಧಿ ಪಡಿಸಿದ ವಿಧಾನಗಳು ಅವರ ಸೈದ್ಧಾಂತಿಕ ಪರಿಕರಗಳು ಮೌಲ್ಯಗಳು ಪೂರ್ವಗ್ರಹಗಳನ್ನು ಒಳಗೊಂಡಿರುವುದರಿಂದ ಪೂರ್ವದ ಸಮಾಜದ ಅಧ್ಯಯನಕ್ಕೆ ಅವುಗಳನ್ನು ಬಳಸಲು ಬರುವುದಿಲ್ಲ. ಕೊಸಾಂಬಿ ಮತ್ತು ಹಲವು ಭಾರತೀಯ ಇತಿಹಾಸಕಾರರು ಬಳಸಿದ ಮಾರ್ಕ್ಸ್‌ವಾದಿ ಸೈದ್ಧಾಂತಿಕ ಪರಿಕರ ಸಹ ಅದರಲ್ಲಿ ಸೇರುತ್ತದೆ. ಇತಿಹಾಸ ಸಂಶೋಧನೆಯಲ್ಲಿ ಬಳಸಬಹುದಾದ ಸಾರ್ವತ್ರಿಕ ವೈಜ್ಞಾನಿಕ ವಿಧಾನಗಳು, ಮಾನದಂಡಗಳು, ಸೈದ್ಧಾಂತಿಕ ಪರಿಕರಗಳು ಯಾವುವು ಇಲ್ಲ ಎಂದು ಇದರ ಅರ್ಥ. ಇದು ಕೊಸಾಂಬಿ ಪ್ರತಿನಿಧಿಸಿದ ಇತಿಹಾಸ ಲೇಖನದ ವೈಜ್ಞಾನಿಕ ಹಾದಿಯನ್ನು ತಿರಸ್ಕರಿಸುವ ಧೋರಣೆ ಎಂದು ಬೇರೆ ಹೇಳಬೇಕಿಲ್ಲ. ಈ ವಾದ ಭಾರತೀಯ ಇತಿಹಾಸಕಾರರಲ್ಲಿ ಮತ್ತು ಇತಿಹಾಸ ಸಂಶೋಧನೆಯಲ್ಲಿ ಪರಿಣಾಮ ಬೀರಲು ಆರಂಭಿಸಿದೆ.

1980 ರ ದಶಕದಲ್ಲಿ ರಣಜಿತ್ ಗುಹಾ ಎಂಬ ಅನಿವಾಸಿ ಭಾರತೀಯ ಇತಿಹಾಸಕಾರ ಆರಂಭಿಸಿದ "ಕೆಳಸ್ತರ" (subaltern) ಇತಿಹಾಸ ಪಂಥ ಈ ಸಾಂಸ್ಕೃತಿಕ ವಿಘಟನೆಯನ್ನು ಇನ್ನೂ ಮುಂದಕ್ಕೆ ಒಯ್ದಿತು. ಅವರ ಪ್ರಕಾರ ಈ ವರೆಗೆ "ಗಣ್ಯ"ರು ಮಾತ್ರ ಇತಿಹಾಸ ರಂಗದ ನಟರು. ನಿಜವಾಗಿಯೂ ಇತಿಹಾಸ ಸೃಷ್ಟಿಸುವವರು ಕೆಳಸ್ತರದವರು. ಅವರನ್ನು ಈ ವರೆಗೆ ಬರೆದ ಇತಿಹಾಸದಲ್ಲಿ ನಿರ್ಲಕ್ಷಿಸಲಾಗಿದೆ. ಅವರ ಇತಿಹಾಸವನ್ನು ಈ ವರೆಗಿನ ಇತಿಹಾಸದ ವಿಧಾನಗಳಿಂದ ಬರೆಯಲು ಆಗುವುದಿಲ್ಲ. ಮೌಖಿಕ ಮತ್ತು ಸಾಂಸ್ಕೃತಿಕ ಆಕರಗಳಿಂದ ಮಾತ್ರ ಅವರ ಇತಿಹಾಸ ಕಟ್ಟಬೇಕಾಗುತ್ತದೆ. ಭಾರತಕ್ಕೆ ಅವರ "ಗಣ್ಯ"ರ ಪಟ್ಟಿಯಲ್ಲಿ ವಸಾಹತುಶಾಹಿಗಳು, ದೇಶೀಯ ರಾಜರು, ಉದ್ಯಮಿಗಳು, ಭೂಮಾಲಿಕರು, ಕಾರ್ಮಿಕರು – ಎಲ್ಲರೂ ಇದ್ದರು. ಕೆಳಸ್ತರದಲ್ಲಿ ಸಮಾಜದ ಅಂಚಿನಲ್ಲಿರುವ ಬಡ ರೈತರು, ಬುಡಕಟ್ಟು ಜನರು ಇತ್ಯಾದಿ ಇದ್ದರು. ಈ ವರೆಗೆ ಬರೆದ (ಮಾರ್ಕ್ಸ್‌ವಾದಿ ಸೇರಿದಂತೆ) ಎಲ್ಲಾ ಇತಿಹಾಸವನ್ನು ಅದರ ಲೇಖನ ಮತ್ತು ಕಟ್ಟುವ ವಿಧಾನಗಳನ್ನು ಅವರು ತಿರಸ್ಕರಿಸಿದರು. ಇವರು ತಾವು ಮಾರ್ಕ್ಸ್‌ವಾದಿ ಎಂದು ಹೇಳಿಕೊಂಡರೂ ಚಾರಿತ್ರಿಕ ಭೌತವಾದ ಚೌಕಟ್ಟು ಆಧಾರಿತ ಸಮಾಜದ ವರ್ಗ ವಿಶ್ಲೇಷಣೆ ಉತ್ಪಾದನಾ ಪದ್ಧತಿ ಇತ್ಯಾದಿ ಅಧ್ಯಯನಗಳನ್ನು ತಿರಸ್ಕರಿಸಿದರು. "ವಸಾಹತೋತ್ತರ" (post-colonial) ಎಂದು ಕರೆಯಲಾದ ಸೈದ್ಧಾಂತಿಕ ಚೌಕಟ್ಟು ಅವರದಾಯಿತು. ದಲಿತ, ಮಹಿಳೆ, ಆದಿವಾಸಿ ಬುಡಕಟ್ಟು ಜನಾಂಗ – ಈ ರೀತಿ ವಿವಿಧ "ಕೆಳಸ್ತರ"ಗಳ ಅಧ್ಯಯನಕ್ಕೆ ಒತ್ತು ನೀಡಿತು. ಹಲವು (ಭಾಷಾ, ಜಾತಿ, ಜನಾಂಗೀಯ, ಬುಡಕಟ್ಟು ಆಧಾರಿತ) ಪ್ರತ್ಯೇಕತಾ ಅಥವಾ "ಐಡೆಂಟಿಟಿ" ಚಳುವಳಿಗಳಿಗೆ ಇದು ಆಕರ್ಷವಾಗಿ ಕಂಡಿತು. ಅವರ ಚಳುವಳಿಗಳಿಗೆ ಪೂರಕವಾಗಿ ಅವರ ಇತಿಹಾಸ ಸೈದ್ಧಾಂತಿಕ ಚೌಕಟ್ಟು ಕಟ್ಟಿಕೊಡುವುದಕ್ಕೆ ಸಹಾಯವಾಯಿತು. ಅವರು "ಗಣ್ಯ"ರು ಎಂದು ಕರೆಯುವ ಆದರೆ ಸಮಾಜದ ಒಟ್ಟಾರೆ ಚಲನೆಯನ್ನು ನಿಯಂತ್ರಿಸುವ ವಿಭಾಗಗಳನ್ನು ನಿರ್ಲಕ್ಷಿಸುವ ಮೂಲಕ ಇಡೀ ಸಮಾಜದ ಚಲನೆಯ, ಬದಲಾವಣೆಯ ಗತಿಯ ಪೂರ್ಣ ಚಿತ್ರಣ ನೀಡುವುದಿಲ್ಲ. ಅದರ ಬಗ್ಗೆ ತಲೆ ಸಹ ಕೆಡಿಸಿಕೊಳ್ಳುವುದಿಲ್ಲ.

ಈ ಮೇಲೆ ಹೇಳಿದ ಮತ್ತು ಇನ್ನೂ ಹಲವು ಸೈದ್ಧಾಂತಿಕ ಧಾರೆಗಳು ಸೇರಿ ಈಗ "ಪೋಸ್ಟ್ ಮಾಡರ್ನಿಸ್ಟ್"(ಆಧುನಿಕೋತ್ತರ) ಎಂಬ ಒಂದೇ ಧಾರೆಯಾಗಿದೆ. ಇದು ಬಂಡವಾಳಶಾಹಿಯ (ಜಾಗತೀಕರಣ ಎಂದು ಸಡಿಲವಾಗಿ ಕರೆಯಲಾಗುವ) ಈಗಿನ ಘಟ್ಟದ ಸಾಮಾನ್ಯ ಬೂರ್ಜ್ವಾ ಸಿದ್ಧಾಂತ. ಈಗಿನ ಘಟ್ಟದಲ್ಲಿ ಸಾಹಿತ್ಯ, ಕಲೆ, ಸಂಸ್ಕೃತಿ, ಮಾನವಿಕ ಶಾಸ್ತ್ರಗಳಿಗೆ ಒಂದು ಸಾಮಾನ್ಯ ಬೂರ್ಜ್ವಾ ಸೈದ್ಧಾಂತಿಕ ಚೌಕಟ್ಟು ಒದಗಿಸುತ್ತಿದೆ. ಸಾರ್ವತ್ರಿಕ ಮಾನವೀಯ ಮೌಲ್ಯಗಳು, ವೈಜ್ಞಾನಿಕ ತರ್ಕಗಳನ್ನು ತಿರಸ್ಕರಿಸುವ ಈ ಧಾರೆ ಸಾಂಸ್ಕೃತಿಕ ವಿಘಟನೆಯನ್ನು ಇನ್ನಷ್ಟು ತೀವ್ರಗೊಳಿಸಿದೆ. ಅವರ ಪ್ರಕಾರ ಸಾರ್ವತ್ರಿಕ ಸತ್ಯ ಎಂಬುದೇ ಇಲ್ಲ. ಸತ್ಯ ಬೇರೆ ಬೇರೆ ಸಂಸ್ಕೃತಿಗೆ ಬೇರೆ ಬೇರೆಯಾಗಿರುತ್ತದೆ. ಇಲ್ಲಿ ಹಲವು ಪೋಸ್ಟ್ ಮಾಡರ್ನಿಸ್ಟರಲ್ಲಿ ಹಲವು ಭೇಧಗಳಿವೆ. ಆದರೆ ಇತಿಹಾಸ ಲೇಖನಕ್ಕೆ

ಬಂದಾಗ ಇರುವ ಸಾಮಾನ್ಯ ಸಂಗತಿಯೆಂದರೆ – ಪಾಶ್ಚಿಮಾತ್ಯ ಪರಿಕರಗಳು ಸೈದ್ಧಾಂತಿಕ ಪರಿಕರಗಳು ವಿಧಾನಗಳು ವೈಜ್ಞಾನಿಕ ತರ್ಕ ಭಾರತದ ಯಾವುದೇ ಸಮಾಜ ಸಂಸ್ಕೃತಿಗಳ ಅಧ್ಯಯನದಲ್ಲಿ ಉಪಯೋಗಕ್ಕೆ ಬರುವುದಿಲ್ಲ. ಅವರ ಪ್ರಕಾರ ದಲಿತ, ಕೊಡವ, ಲಂಬಾಣಿ ಎಲ್ಲಾ ಬೇರೆ ಬೇರೆ ಸಮಾಜಗಳು, ಸಂಸ್ಕೃತಿಗಳು. ಅವನ್ನು ಸಹ ಒಂದು ಚೌಕಟ್ಟಿನಿಂದ ನೋಡಲು ಬರುವುದಿಲ್ಲ. ಪ್ರತಿ ಸಮಾಜ ಸಂಸ್ಕೃತಿಯನ್ನು ಸ್ವಾಯತ್ತವಾಗಿ ನೋಡಬೇಕು ಎನ್ನುತ್ತದೆ ಪೋಸ್ಟ್ ಮಾಡರ್ನಿಸಂ. ಪಾಶ್ಚಿಮಾತ್ಯ ಮೌಲ್ಯ ತರ್ಕದಿಂದ ಪೌರ್ವಾತ್ಯರನ್ನು ಬಿಡುಗಡೆ ಮಾಡುವ ಹೆಸರಲ್ಲಿ ಪೌರ್ವಾತ್ಯ ಸಮಾಜಗಳನ್ನು ಜಾತಿ, ಭಾಷೆ, ಬುಡಕಟ್ಟು, ಜನಾಂಗ ಮುಂತಾದವುಗಳ ಆಧಾರದಲ್ಲಿ ಚಿಂದಿ ಚಿಂದಿ ಮಾಡಿ ಬೌದ್ಧಿಕವಾಗಿ ನಿಶ್ಯಸ್ತ್ರಗೊಳಿಸುತ್ತದೆ ಪೋಸ್ಟ್ ಮಾಡರ್ನಿಸಂ. ಪಾಶ್ಚಿಮಾತ್ಯ ವಿಶ್ವವಿದ್ಯಾಲಯಗಳು, ಅಂತರ್ರಾಷ್ಟ್ರೀಯ ಫೌಂಡೇಶನುಗಳು ಪೋಸ್ಟ್ ಮಾಡರ್ನಿಸಂ ಚೌಕಟ್ಟು ಆಧಾರಿತ ಸಂಶೋಧನೆಗೆ ಕುಮ್ಮಕ್ಕು ಕೊಡುತ್ತಿವೆ. ಬುಡಕಟ್ಟು ಸಂಸ್ಕೃತಿ, ಜನಾಂಗೀಯ, ಐಡೆಂಟಿಟಿ ಚಳುವಳಿಗಳ ಅಧ್ಯಯನಕ್ಕೆ ಗ್ರಾಂಟುಗಳು, ಫಂಡುಗಳು ಧಂಡಿಯಾಗಿ ಸಿಗುತ್ತವೆ. ಎಲ್ಲಿಯವರೆಗೆ ಅಂದರೆ ರೈತ ಚಳುವಳಿಯನ್ನು ಸಹ ಐಡೆಂಟಿಟಿ ಚಳವಳಿಯಾಗಿ ನೋಡಲಾಗುತ್ತಿದೆ. ಇಂತಹ ಅಧ್ಯಯನಗಳನ್ನು ವಿವಿಧ ರೀತಿಯ ಐಡೆಂಟಿಟಿ ಚಳವಳಿಗಳಿಗೆ ಸೈದ್ಧಾಂತಿಕ ಮತ್ತು ಇತರ ಬೆಂಬಲ ದೊರಕಿಸಲು ಬಳಸಲಾಗುತ್ತಿದೆ. ಆ ಮೂಲಕ ಭಾರತದ ಮತ್ತು ಇತರ ಪೌರ್ವಾತ್ಯ ಸಮಾಜಗಳ ರಾಜಕೀಯ, ಸಾಂಸ್ಕೃತಿಕ, ಬೌದ್ಧಿಕ ವಿಘಟನೆಯ ಪ್ರಯತ್ನ ನಡೆಯುತ್ತಿದೆ. ಪೌರ್ವಾತ್ಯ–ವಿರೋಧ, ಸಬಾಲ್ಟರ್ನ್, ಪೋಸ್ಟ್ ಮಾಡರ್ನಿಸ್ಟ್ ಧಾರೆಗಳ ಒಟ್ಟು ಪರಿಣಾಮವೆಂದರೆ ಹಳೆಯ ಕೋಮುವಾದಿ ಧಾರೆಗೆ ಹೊಸ ಜೀವ ತುಂಬಿದೆ. ಜಾಗತೀಕರಣದ ದಾಳಿಯಿಂದಾಗುವ ಈ ವಿಘಟನೆ ತಪ್ಪಿಸಿ ದೇಶವನ್ನು ಒಗ್ಗೂಡಿಸುವ ಹೆಸರಲ್ಲಿ ಕೋಮುವಾದಿ ಧಾರೆ ಬೌದ್ಧಿಕ ಅಂಗೀಕಾರ ಪಡೆಯಲು ಪ್ರಯತ್ನಿಸುತ್ತಿದೆ.

ವೈಜ್ಞಾನಿಕ ವಿಧಾನಗಳ ಮೂಲಕ ನಮ್ಮ ಸಮಾಜದ ಇತಿಹಾಸ ಕಟ್ಟಿಕೊಳ್ಳುವ, ಇಡೀ ಸಮಾಜದ ಬದಲಾವಣೆಯ ಗತಿಯನ್ನು ಅರ್ಥ ಮಾಡಿಕೊಳ್ಳುವ, ಅದನ್ನು ವರ್ತಮಾನ ಮತ್ತು ಭವಿಷ್ಯ ಕಟ್ಟಿಕೊಳ್ಳಲು ಬಳಸುವ ಕಾಯಕ ಈ ದಾಳಿಯಿಂದ ಹಿಂದೆ ಸರಿಯುತ್ತಿದೆ. ಇದು ಕೊಸಾಂಬಿ ಮತ್ತು ವೈಜ್ಞಾನಿಕ ಇತಿಹಾಸ ಲೇಖನದ ಹಾದಿಯ ಮೇಲೆ ನೇರವಾದ ಪ್ರಬಲವಾದ ದಾಳಿ ಎನ್ನುವುದು ಸ್ವಯಂವೇದ್ಯ. ಕೊಸಾಂಬಿಯವರ ದೃಷ್ಟಿಕೋಣ ಗಣ್ಯರ ಮತ್ತು ಕೆಳಸ್ತರದವರ ಎಲ್ಲಾ ಜನವಿಭಾಗಗಳ ಸಮಗ್ರ ಇತಿಹಾಸ ಕಟ್ಟಿಕೊಳ್ಳುವಂತಹುದು. ಆದರೆ ಅವರು ಅಭಿವೃದ್ಧಿ ಪಡಿಸಿದ ತಾರ್ಕಿಕ ವೈಜ್ಞಾನಿಕ ವಿಧಾನಗಳು, ಫಲಿತಾಂಶಗಳನ್ನು ಅಳೆಯುವ ಮಾನದಂಡಗಳು ಸಾರ್ವತ್ರಿಕವಾಗಿದ್ದವು. ಅವು ಸಾರ್ವತ್ರಿಕವಾಗಿರಬೇಕು. ಅವರು ಬಳಸಿದ ಸೈದ್ಧಾಂತಿಕ ಚೌಕಟ್ಟು ಆದ ಚಾರಿತ್ರಿಕ ಭೌತವಾದ ಸಹ ಸಾರ್ವತ್ರಿಕ ಎಂಬುದು ಅವರ ಅಭಿಪ್ರಾಯವಾಗಿತ್ತು. ಈಗ ಸಬಾಲ್ಟರ್ನ್, ಪೋಸ್ಟ್ ಮಾಡರ್ನಿಸ್ಟ್ ಪಂಥದವರು ತಮ್ಮದೇ ಆವಿಷ್ಕಾರ ಎಂದು ಹೇಳುವ ಬುಡಕಟ್ಟು ಅಧ್ಯಯನ,

ಸಂಸ್ಕೃತಿ ಅಧ್ಯಯನ, ಮೌಖಿಕ ದಾಖಲೆ ಸಂಗ್ರಹ ಮತ್ತು ಇನ್ನೂ ಹಲವನ್ನು ಕೊಸಾಂಬಿ ಹಲವು ದಶಕಗಳ ಹಿಂದೆ ಬಳಸಿದ್ದರು ಎಂದು ಸಹ ಇಲ್ಲಿ ನೆನಪಿಸಿಕೊಳ್ಳಬಹುದು. ಆದ್ದರಿಂದ ಕೊಸಾಂಬಿ ಇಂದು ಹಿಂದೆಂದಿಗಿಂತಲೂ ನಮಗೆ ಪ್ರಸ್ತುತರು. ಅವರು ತಮ್ಮ ಜೀವನದ ಬಹುಭಾಗ ಮುಡಿಪಾಗಿಟ್ಟು ಪ್ರತಿಪಾದಿಸಿದ ಇತಿಹಾಸ ಕಟ್ಟಿಕೊಡುವ ಹಾದಿಯ ಮೇಲೆ ದಾಳಿಯನ್ನು ಹಿಮ್ಮೆಟ್ಟಿಸುವುದು, ಅವರ ಎಲ್ಲಾ ಕೃತಿಗಳನ್ನು ಪುನಃ ಓದಿ ಅರಗಿಸಿಕೊಂಡು ಅದನ್ನು ಬೆಳೆಸಿ ಸಮಾಜದ ದಟ್ಟ ದರಿದ್ರರ ಒಳಿತಿಗಾಗಿ “ಸರ್ವರಿಗೂ ಸಮಪಾಲು ಸರ್ವರಿಗೂ ಸಮಬಾಳು” ಕೊಡುವ ಸಮಾಜ ಬದಲಾವಣೆಗೆ ಬಳಸುವುದು ಕೊಸಾಂಬಿಗೆ ಅರ್ಪಿಸಬಹುದಾದ ನಿಜವಾದ ಶ್ರಧ್ಧಾಂಜಲಿ.

ಕೊಸಾಂಬಿ
ಏನು ಬರೆದರು ?

DD Kosambi
The Culture
and Civilisation of
Ancient India in
Historical Outline

ಕೊಸಾಂಬಿಯವರ ಜೀವಿತ ಕಾಲದಲ್ಲಿ ಪ್ರಕಟವಾದ ಪುಸ್ತಕಗಳು ಕೇವಲ ನಾಲ್ಕು (I ರಿಂದ IV). ಅವರ ಜೀವಿತ ಕಾಲದಲ್ಲಿ ಪುಸ್ತಕ ಅಂತ ಬರೆದಿದ್ದು ಎರಡೇ (I ಮತ್ತು IV). ಆದರೆ ಅವರು ದೊಡ್ಡ ಸಂಖ್ಯೆಯಲ್ಲಿ ಪ್ರಬಂಧಗಳನ್ನು ಲೇಖನಗಳನ್ನು ಬರೆದರು. ಅವುಗಳಲ್ಲಿ ಕೆಲವನ್ನು ಎರಡು ಪುಸ್ತಕಗಳಲ್ಲಿ ಸಂಕಲನದ ರೂಪದಲ್ಲಿ ಪ್ರಕಟಿಸಲಾಯಿತು. ಹಲವನ್ನು ಅವರ ಮರಣಾನಂತರ ಹಲವು ಪುಸ್ತಕಗಳಲ್ಲಿ ಸಂಕಲನದ ರೂಪದಲ್ಲಿ (V ರಿಂದ IX) ಪ್ರಕಟಿಸಲಾಯಿತು. ಆದರೂ ಇನ್ನೂ ಹಲವು ಪುಸ್ತಕ ರೂಪದಲ್ಲಿ (ಮುಖ್ಯವಾಗಿ ಗಣಿತ, ಜೆನೆಟಿಕ್ಸ್, ಮುಂತಾದ ಪ್ರಾಕೃತಿಕ ವಿಜ್ಞಾನಕ್ಕೆ ಸಂಬಂಧ ಪಟ್ಟವು) ಪ್ರಕಟವಾಗದವು ಇವೆ. ಕೆಲವು ಪ್ರಬಂಧಗಳು ಒಂದಕ್ಕಿಂತ ಹೆಚ್ಚು ಸಂಕಲನಗಳಲ್ಲಿ ಪ್ರಕಟವಾಗಿದೆ. ಇತ್ತೀಚೆಗೆ ಆಕ್ಸ್ ಫರ್ಡ್ ಇಂಡಿಯಾ (VIII ಮತ್ತು IX) ಪ್ರಕಟಿಸಿದ ಪುಸ್ತಕಗಳು ಇತಿಹಾಸಕ್ಕೆ ಸಂಬಂಧಿಸಿದ ಹೆಚ್ಚು ಕಡಿಮೆ (ಅವರ ಜೀವಿತ ಕಾಲದಲ್ಲಿ ಪ್ರಕಟವಾದ ನಾಲ್ಕು ಪುಸ್ತಕದಲ್ಲಿ ಇದ್ದವು ಬಿಟ್ಟು) ಎಲ್ಲಾ ಲೇಖನ/ಪ್ರಬಂಧಗಳನ್ನು ಒಳಗೊಂಡಿದೆ. ಆಕ್ಸ್ ಫರ್ಡ್ ಇಂಡಿಯಾದ ಇತ್ತೀಚಿನ ಪುಸ್ತಕ (IX) –ಇದು ಕೊಸಾಂಬಿ ಶತಮಾನ ವರ್ಷದಲ್ಲಿ VIII ರ ಪುನಃ ಮುದ್ರಣ) ಬಿಟ್ಟರೆ ಹೆಚ್ಚಿನ ಇತರ ಪುಸ್ತಕಗಳು ಸುಲಭವಾಗಿ ದೊರಕುವುದಿಲ್ಲ. ಆಗಾಗ ಪ್ರತಿಗಳು ಖರ್ಚಾಗಿ ಹೆಚ್ಚಾಗಿ ಅಚ್ಚಿನಲ್ಲಿರುವುದಿಲ್ಲ. ಇದನ್ನು ಗಮನದಲ್ಲಿಟ್ಟುಕೊಂಡು ಅವರ ಕೆಲವು ಅಭಿಮಾನಿಗಳು ಅವರ ಲೇಖನಗಳನ್ನೊಳಗೊಂಡ ಪುಸ್ತಕಗಳ ಸಾಫ್ಟ್ ಪ್ರತಿಯನ್ನು ಇಂಟರ್ನೆಟ್ಟಿನಲ್ಲಿ ಹಾಕಿ ಬಿಟ್ಟಿದ್ದಾರೆ. ಕೆಳಗೆ ಕೊಸಾಂಬಿಯವರ ಲೇಖನ/ಪ್ರಬಂಧಗಳ ಸಂಕಲನ ಮತ್ತು ಪುಸ್ತಕಗಳ ಪೂರ್ಣ ಪಟ್ಟಿ ಇದೆ. ಬ್ರಾಕೆಟ್ಟಿನಲ್ಲಿ ಕೊಟ್ಟಿರುವಂತಹುದು ಮೊದಲ ಮುದ್ರಣವಾದ ವರ್ಷ ಮತ್ತು ಅವು ದೊರಕುವ ವೆಬ್ ತಾಣದ ವಿಳಾಸ ಕೊಡಲಾಗಿದೆ. I ರಿಂದ VII ವರೆಗಿನ ಎಲ್ಲಾ ಪುಸ್ತಕಗಳು http://www.arvindguptatoys.com/ ಎಂಬ ವೆಬ್ ವಿಳಾಸದಲ್ಲಿ ದೊರೆಯುತ್ತವೆ. VII ಸಹ ಭಾಗಶಃ ಲಭ್ಯವಿದೆ. ಅಲ್ಲದೆ ಕೆಲವು ಪ್ರಬಂಧಗಳು http://www.marxists.org/ ಮತ್ತು http://ddkosambi.blogspot.com/ ಎಂಬ ವೆಬ್ ವಿಳಾಸದಲ್ಲಿ ಸಹ ದೊರೆಯುತ್ತವೆ. ಈ ವಿಭಾಗದಲ್ಲಿರುವ ಪುಸ್ತಕಗಳನ್ನು ಈ ವಾಚಿಕೆಯಲ್ಲಿ ಆಕರವಾಗಿ ಸೂಚಿಸುವಾಗ ಇಲ್ಲಿ ಕೊಟ್ಟಿರುವ ಸಂಖ್ಯೆಗಳನ್ನು ಬಳಸಲಾಗಿದೆ. (ಉದಾ. ಆಕ್ಸ್ ಫರ್ಡ್ ಇಂಡಿಯಾ ಕೊಸಾಂಬಿಯ ಲೇಖನಗಳನ್ನು ಸೂಚಿಸುವಾಗ IX, ಪುರಾಣ ಮತ್ತು ವಾಸ್ತವ ಸೂಚಿಸುವಾಗ 17 ಬಳಸಲಾಗಿದೆ)

I. An Introduction to the Study of Indian History (1956)
(http://www.arvindguptatoys.com/arvindgupta/introhisddk.pdf)

II. Exasperating Essays: Exercises in the dialectical method (1957)
(http://www.arvindguptatoys.com/arvindgupta/ddkee.pdf)

III. Myth & Reality: Studies in the formation of Indian Culture (1962)
(http://www.arvindguptatoys.com/arvindgupta/mythandreality.pdf)

IV. The Culture & Civilization of Ancient India
in Historical outline(1965)
(http://www.arvindguptatoys.com/arvindgupta/cultddk.pdf)

V. Science Society and Peace (1974)
(http://www.arvindguptatoys.com/arvindgupta/sspkosambi.zip)

VI. Indian Numismatics (1981)
(http://www.arvindguptatoys.com/arvindgupta/ddknumismatics.pdf)

VII. D. D. Kosambi on History & Society:
Problems of Interpretation (1985)
(http://www.arvindguptatoys.com/arvindgupta/ddkbomuniv.pdf)

VIII. Combined Methods in Indology and Other Writings (2002)

IX. The Oxford India Kosambi (2009)

ಕೊಸಾಂಬಿಯವರ ಬಗ್ಗೆ ಪುಸ್ತಕಗಳು

1. Biography of D D Kosambi by C D Deshmukh

(http://www.arvindguptatoys.com/arvindgupta/ddkbio.pdf)

ಕೊಸಾಂಬಿ ಶತಮಾನ ವರ್ಷದಲ್ಲಿ (2007–2008) ಪ್ರಕಟವಾದ ವಿಶೇಷಾಂಕಗಳು

D D KOSAMBI: THE MAN AND HIS WORK -

Economic and Political Weekly : Prof DD Kosambi Special Issue

VOL 43 No. 30 July 26 - August 01, 2008

ಈ ವಿಶೇಷಾಂಕದ ಈ ಕೆಳಗಿನ ಲೇಖನಗಳು ಸಹ ಈ ಕೆಳಗಿನ ವೆಬ್
ವಿಳಾಸದಲ್ಲಿ ಸಿಗುತ್ತವೆ:

http://www.arvindguptatoys.com/arvindgupta/kosambiepwspecial.zip)

EPW ವೆಬ್ ಚಂದಾದಾರರಿಗೆ ಅವರ ವೆಬ್ ತಾಣದಲ್ಲಿ (www.epw.in) ದೊರಕುತ್ತವೆ.

2. D D Kosambi: The Scholar and the Man - Meera Kosambi

3. Early Indian History and the Legacy of D D Kosambi

- Romila Thapar

4. Towards a Political Philology: D D Kosambi and Sanskrit
   - Sheldon Pollock

5. The Lily and the Mud: D D Kosambi on Religion
   - Kunal Chakrabarti

6. Kosambi's Archaeology - Shereen Ratnagar

7. Kosambi and Questions of Caste- Kumkum Roy

8. Kosambi, Marxism and indian history - Irfan Habib

9. The Kosambi effect: A hermeneutic turn that shook
   indian historiography - Rajan Gurukkal

10. D D Kosambi and the study of early indian Coins
    - B D Chattopadhyaya

11. Science is the Cognition of necessity - Vivek Monteiro

The Marxist Vol. 24 Issue 4 Oct-Dec 2008

Kosambi Centenary Issue

12. Damodar Dharamananda Kosambi: A Scholar Extraordinaire
    - D N Jha

13. D D Kosambi and the Construction of a Marxist Historiagraphy
    - Irfan Habib

14. D D Kosambi and the Frontiers of Historical Materialism
    - Prabhat Patnaik

ಕನ್ನಡದಲ್ಲಿ ಪ್ರಕಟವಾದ ಪುಸ್ತಕಗಳ ಪಟ್ಟಿ

15. ಡಿಡಿ ಕೊಸಾಂಬಿಯವರ ಚಿಂತನೆಗಳು – ಮೂಲ ಕೆ. ಬಾಲಗೋಪಾಲ್
    ಅನುವಾದ : ಎಚ್ ಎಸ್ ಶ್ರೀಮತಿ

16. ಆರ್ಯರು– ಅನುವಾದ : ನಗರಉಇರೆ ರಮೇಶ

17. ಪುರಾಣ ಮತ್ತು ವಾಸ್ತವ –ಅನುವಾದ : ಟಿ ಎಸ್ ವೇಣುಗೋಪಾಲ್
    ಮತ್ತು ಶೈಲಜಾ

ಕೊಸಾಂಬಿಯವರ ಪ್ರಮುಖ ಲೇಖನಗಳ ಪಟ್ಟಿ

ಕೊಸಾಂಬಿಯವರ ಎರಡು ಪುಸ್ತಕಗಳನ್ನು ಬಿಟ್ಟರೆ ಉಳಿದವು ಲೇಖನ/ಪ್ರಬಂಧಗಳ ಸಂಗ್ರಹವಾದ್ದರಿಂದ ಈ ಪುಸ್ತಕಗಳ ಒಳಗೆ ಇರುವ ಪ್ರಬಂಧ/ಲೇಖನಗಳ ಪಟ್ಟಿಯನ್ನು ಕೊಡಲಾಗಿದೆ. ಪೂರ್ಣತೆಗಾಗಿ ಅವರ ಪುಸ್ತಕಗಳ ಅಧ್ಯಾಯಗಳನ್ನೂ ಕೊಡಲಾಗಿದೆ. ಇದರಿಂದ ಆಸಕ್ತರು ಯಾವುದೇ ವಿಷಯದ ಬಗ್ಗೆ ಕೊಸಾಂಬಿಯವರ ವಿಚಾರಗಳನ್ನು ಆ ಲೇಖನ/ಪ್ರಬಂಧಗಳಿಗೆ ನೇರವಾಗಿ ಹೋಗಿ ಪಡೆಯಬಹುದು. ಲಭ್ಯವಿದ್ದಲ್ಲೆಲ್ಲಾ ಅದು ಮೊದಲ ಪ್ರಕಟವಾದ ವರ್ಷ ಮತ್ತು ಪತ್ರಿಕೆ/ಜರ್ನಲ್ ಹೆಸರು ಸಹ ಕೊಡಲಾಗಿದೆ.

I. **An Introduction to the Study of Indian History**

1. SCOPE AND METHODS

1.1. Special methods needed for Indian history, 1.2. Available materials, 1.3. The underlying philosophy.

2.THE HERITAGE OF PRECLASS SOCIETY

2.1. Prehistoric archaeology, 2.2. Tribal society, 2.3. Tribal survivals, 2.4. The Vetala cult, 2.5. Higher local cults, 2.6. Festivals and rites.

3.CIVILIZATION AND BARBARISM IN THE INDUS VALLEY

3.1. The Indus cities, 3.2. Indus trade and religion, 3.3. Maintenance of a class structure.

3.4. Food production.

4.THE ARYANS IN THE LAND OF THE SEVEN RIVERS

4.1. Aryans outside India, 4.2. Rgvedic information, 4.3. Panis and new tribes, 4.4. Origins of caste, 4.5. Brahmin clan

5.THE ARYAN EXPANSION

5.1. Aryan as a mode of living, 5.2. Study of legend and myth, 5.3. Yajurvedic settlements, 5.4. The eastward drive, 5.5. Tribes and dynasties, 5.6. The mark of primitive tribes, 5.7. The new brahminism, 5.8. Beyond brahminism ; ritual, food production and trade, 5.9. The need for a radical change.

6.THE RISE OF MAGADHA

6.1. New institutions and sources, 6.2. Tribes and kingdoms, 6.3. Kosala and Magadha, 6.4. Destruction of tribal power, 6.5. New religions, 6.6. Buddhism, 6.7. Appendix : Punch-marked coins

7.THE FORMATION OF A VILLAGE ECONOMY

7.1. The first empires, 7.2. Alexander and the Greek accounts of India, 7.3. The Asokan transformation of society, 7.4. Authenticity of the Arthasastra.7.5. The pre-Asokan state and administration, 7.6. The class structure, 7.7. Productive basis of ihe stale.

8.INTERLUDE OF TRADE AND INVASIONS

8.1. After the Mauryans, 8.2. Superstition in an agrarian society, 8.3. Caste and the village; the Manusmrti, 8.4. Changes in religion, 8.5. The Settlement of the Deccan Plateau, 8.6. Commodity producers and trade, 8.7. The development of Sanskrit, 8.8. Social functions of Sanskrit literature.

9.FEUDALISM FROM ABOVE

9.1. Early feudal developments, 9.2. Growth of villages and barbarism, 9.3. The India of the Guptas and Harsa, 9.4. Religion and the development of village settlement, 9.5. The concept of property in land, 9.6. Mayurasarman's settlement of the west coast, 9.7. Village craftsmen and artisans

FEUDALISM FROM BELOW

10.1. Difference between Indian and English feudalism,10.2. The role of trade in feudal society, 10.3. The Muslims, 10.4. Change to feudalism from below; slavery, 10.5. Feudal prince, landlord, and peasant, 10.6. Degeneracy and collapse, 10.7. The bourgeois conquest.

II. Exasaperating Essays

1. The Function of Leadership in a Mass Movement (1939)

2. The Bourgeoisie Comes of Age in India (1948)

3. On The Class Structure of India (1954)

4. On The Revolution in China (1957)

5. Science and Freedom (1952)

6. On The Trial of Sokrates (1939)

7. The Decline of Buddhism in India (1958)

8. The Kanpur Road (1939)

9. The Quality of Renunciation in Bhartrihari's Poetry (1941)

10. Imperialism and Peace (1951)

III. Myth and Reality - Studies in the Formation of Indian Culture

I. SOCIAL AND ECONOMIC ASPECTS OF THE BHAGAVAD-GITA

1. For What Class?; 2. A Remarkable Interpolation; 3. Not Sufficient Unto the Purpose 4. Why Krsna?; 5. When Does A Synthesis Work?; 6. The Social Functions of Bhakti 7. The Gita Today

II. URVASI AND PURURAVAS

1. Introduction; 2. Kalidasa's Treatment; 3. Modern Interpretations; 4. Versions of the Story 5. Rgveda x 95; 6. Commentary to RV X 95; 7. Urvasi's Associates; 8. The Dawn-Goddess in the Rgveda; 9. Aryan or Pre-Aryan; 10. Goddess of Birth and Death

III. AT THE CROSSROADS : A STUDY OF MOTHER-GODDESS CULT SITES

1. The Problem; 2. The Mothers; 3. Information from Field-work; 4. Primitive Tracks; 5. The Trade Routes; 6. The Jatakas; 7. Carudatta's Sacrifice

IV. PILGRIM'S PROGRESS: A CONTRIBUTION TO THE PREHISTORY OF THE WESTERN DECCAN PLATEAU

1. The End of the Pre-history in the Deccan; 2. Cult Migrations, The Goddesses and Megaliths 3. Cult Migrations, The Gods; 4. Microlith Tracks; 5. Highlanders and Laplanders; 6. Later Developments; 7. Towards Agriculture

V. THE VILLAGE COMMUNITY IN THE 'OLD CONQUESTS' OF GOA

1. Land and People; 2. The Economic Situation; 3. Heterogeneity of the Population; 4. The Feudal Period

IV. The Culture and Civilisation of Ancient India in Historical Outline

1. THE HISTORICAL PERSPECTIVE

1.1. The Indian Scene; 1.2. The Modern Ruling Class; 1.3. The Difficulties Facing the Historian1.4. The Need to Study Rural and Tribal Society; 1.5. The Villages; 1.6. Recapitulation

2. PRIMITIVE LIFE AND PREHISTORY

2.1. The Golden Age; 2.2. Prehistory and Primitive Life; 2.3. Prehistoric Man in India; 2.4. Primitive Survivals in the Means of Production; 2.5. Primitive Survivals in the Superstructure

3. THE FIRST CITIES

3.1. The Discovery of the Indus Culture; 3.2. Production in the Indus Culture; 3.3. Special Features of the Indus Civilisation; 3.4. The Social Structure

4. THE ARYANS

4.1. The Aryan Peoples; 4.2. The Aryan Way of Life; 4.3. Eastward Progress; 4.4. Aryans after the Rigveda; 4.5. The Urban Revival;

4.6. The Epic Period

5. FROM TRIBE TO SOCIETY

5.1. The New Religions; 5.2. The Middle Way; 5.3. The Buddha and His Society; 5.4. The Dark Hero of the Yadus; 5.5. Kosala and Magadha

6. STATE AND RELIGION IN GREATER MAGADHA

6.1. Completion of the Magadhan Conquest; 6.2. Magadhan Statecraft; 6.3. Administration of the Land; 6.4. The State and Commodity Production; 6.5. Asoka and the Culmination of the Magadhan Empire

7. TOWARDS FEUDALISM

7.1. The New Priesthood; 7.2. The Evolution of Buddhism; 7.3. Political and Economic Changes7.4. Sanskrit Literature and Drama

V. Science Society and Peace

1. Steps in Science: Science & Human Progress

(Prof.D.D. Kosambi Commemoration Volume)

Popular Prakashan Bombay, 1974.

2. Science & Freedom: Monthly Review (New York) Vol. 4, 1952.

3. The Social Function of Science

   - Review: Probably in National Front: 1939 or 1940.

4. Problems of Science & Technology in Underdeveloped Countries.
(Booklet) Book Club Publication, Calcutta,   May 1965.

5. The Scientific Attitude & Religion: Seminar, No. 55, March 1964.

6. Sin and Science Introduction

   : Current Book House Publication, Bombay, 1950.

7. Revolution and the progress of science

   : The New Age: Vol. 5 No. 8

8. Soviet Science - What can it Teach us?

   Indo-Soviet Journal, Vol. 2 No. 13, 22 June, 1944

9. Nuclear Warfare - The Real Danger: Unpublished.

10. Imperialism and Peace: Monthly Review, March 1951.

11. Atomic Energy for India: (Booklet) Popular Book House, Pune,
1960.

12. Sun or Atom? ISCUS Journal, Vol. 4 (special number) 1957.

13. Solar Energy for Underdeveloped Areas

   : Seminar No. 61, Sept.1964.

14. Einstein - The Passionate Adventurer

15. G.D.Birkhoff - A Tribute: Maths Student, Vol. XII, No. 3-4,
   Sept.- Dec. 1944.

VI. INDIAN NUMISMATICS

1.A Statistical Study of the Weights of Old Indian Punchmarked Coins

2. On the Weights of Old Indian Punchmarked Coins

3. A Note on the Two Hoards of Punchmarked Coins found at Taxila

4. On the Study and Metrology of Silver Punchmarked Coins

5. On the Origin and Development of Silver Coinage in India

6. The Effect of Circulation upon the Weight of Metal Currency

7. Silver Punchmarked Coins with Special Reference to the East Khandesh Hoard

8. Chronological Order of Punchmarked Coins -I

A RE-EXAMINATION OF THE OLDER TAXILA HOARD

9. Chronological Order of Punchmarked Coins - II

THE BODENAYAKANUR HOARD

10. Chronological Order of Punchmarked Coins-III THE PAILA HOARD

11. Punchmarked Coins of the Amaravati Hoard

12. Scientific Numismatics

VII. D. D. KOSAMBI ON HISTORY AND SOCIETY

: PROBLEMS OF INTERPRETATION

1. COMBINED METHODS IN INDOLOGY

2.THE BASIS OF ANCIENT INDIAN HISTORY

3.WHAT CONSTITUTES INDIAN HISTORY?

4. MARXISM AND ANCIENT INDIAN CULTURE

5. ON A MARXIST APPROACH TO INDIAN CHRONOLOGY

6. THE BASIS OF DESPOTISM

7. ON THE DEVELOPMENT OF FEUDALISM IN INDIA

8. INDIAN FEUDAL TRADE CHARTERS

9. ORIGINS OF FEUDALISM IN KASMIR

10. CASTE AND CLASS IN INDIA

11 ON THE CLASS STRUCTURE OF INDIA

12. THE AUTOCHTHONOUS ELEMENT IN THE MAHABHARATA

13. THE HISTORICAL DEVELOPMENT OF THE BHAGAVAD-GITA

14. THE WORKING CLASS IN THE AMARAKOSA

15 .DHENUKAKATA

VIII. Combined Methods in Indology and Other Writings

Introduction

SECTION I Concerning Method

1 Combined Methods in Indology; 2 Living Prehistory in India;

3 On a Marxist Approach to Indian Chronology; 4 Stages of Indian History

SECTION II Themes in History

5 The Vedic 'Five Tribes'; 6 Early Brahmins and Brahminism;

7 On the Origin of Brahmin Gotras8 Development of the Gotra System;

9 Brahmin Clans; 10 Early Stages of the Caste System in Northern India;11 The Beginning of the Iron Age in India; 12 Ancient Kosala and Magadha 13 The Line of Arthasastra Teachers; 14 Kaniska and the Saka Era; 15 The Working Class in the Amarakosa; 16 Origins of Feudalism in Kasmir; 17 The Basis of Ancient Indian History (I);

18 The Basis of Ancient Indian History (II); 19 The Autochthonous Element in the Mahabharata; 20 The Avatara Syncretism and Possible Sources of the Bhagavad-Glta; 21 The Historical Krishna;

22 The Study of Ancient Indian Tradition

SECTION III Archaeology, Epigraphy, Numismatics and Ethnography

23 Pierced Microliths from the Deccan Plateau; 24 Megaliths in the Poona District; 25 Prehistoric Rock Engravings Near Poona; 26 Staple 'Grains' in the Western Deccan;27 Dhenukakata; 28 The Buddhist Caves of Western India; 29 Notes on the Kandahar Edict of Asoka;

30 Indian Feudal Trade Charters; 31 An Inscription at Palasdev of Saka 1079; 32 Asokan Pillar: Banaras Mystery; 33 Scientific Numismatics; 34 'Indo-Aryan' Nose Index

SECTION IV Texts, Words and Literary Criticism

35 On the Authorship of the Satakatrayi; 36 Some Extant Versions of Bhartrhari's Satakas; 37 The Parvasamgraha of the Mahabharata;

38 Parvasamgraha Figures for the Bhlsmaparvan of the Mahabharata;

39 The Sanskrit Equivalents of Two Pali Words; 40 The Text of the Arthasastra; 41 The Cintamanisaranika of Dasabala; 42 The Quality of

Renunciation in Bhartrhari's Poetry; 43 Introducing Vidyakara's Subhasitaratnakosa

SECTION V Reviews and Rejoinders

44 The Emergence of National Characteristics among Three Indo-European Peoples; 45 Race and Immunity in India; 46 Caste and Class in India; 47 Geldner's Rgveda; 48 Marxism and Ancient Indian Culture; 49 What Constitutes Indian History; 50 The Basis of Despotism; 51 On the Development of Feudalism in India;

52 Primitive Communism; 53 On Valid Tests of Linguistic Hypotheses; Archaeological Review 1; Archaeological Review 2